குட்பை தொப்பை

வில்லியம் டேவிஸ், MD

இதயவியல் நிபுணர், நியூ யார்க் டைம்ஸ் பட்டியலில் இடம்பெற்ற பெஸ்ட் செல்லர் எழுத்தாளர்களில் ஒருவர். Wheat Belly Lifestyle Institute, Cureality Program *ஆகியவற்றின் நிறுவனர்- இயக்குநர். நவீன கோதுமையை, நின்று கொல்லும் விஷம் என்று வர்ணிக்கும் இவருடைய புத்தகங்களும், மருத்துவ ஆலோசனைகளும் அமெரிக்காவில் புரட்சியையே உருவாக்கியிருக்கிறது.*

குட்டை தொப்பை

வில்லியம் டேவிஸ், MD

தமிழில்: ஐஸ்வர்யா

கிழக்கு

குட்பை தொப்பை
Goodbye Thoppai
William Davis ©

Authorized translation from the English language edition titled: ***Wheat Belly: Lose the Wheat, Lose the Weight, and Find Your Path Back To Health*** by William Davis, MD

Published by Rodale Books, New York, New York

Published by arrangement with The Cooke Agency International and Rick Broadhead & Associates

First Edition: December 2017
304 Pages
Printed in India.

ISBN: 978-93-86737-38-0
Kizhakku - 1054

Kizhakku Pathippagam
177/103, First Floor, Ambal's Building, Lloyds Road
Royapettah, Chennai 600 014.
Ph: +91-44-4200-9603
Email : support@nhm.in | Website : www.nhm.in

Kizhakku Pathippagam is an imprint of New Horizon Media Private Limited

சமர்ப்பணம்

கோதுமை இல்லாத உலகம் நோக்கிய
இந்தப் பயணத்தில் என் சக பயணிகளான
மனைவி டான், குழந்தைகள் பில், லாரென்,
வளர்ப்பு மகன் ஜேக்கப்

உள்ளே

அறிமுகவுரை

உங்கள் பெற்றோர் அல்லது தாத்தா பாட்டியின் குடும்பப் புகைப்படங்களை லேசாகப் புரட்டிப் பாருங்கள். அவர்கள் எல்லாரும் எவ்வளவு ஒல்லியாக இருக்கிறார்கள் என்பதைப் பார்த்து ஆச்சரியத்தில் மூழ்கிவிடுவீர்கள். அந்தக் காலப் பெண்கள் எல்லாம் சின்ன இடை கொண்டவர்களாகவும் ஆண்கள் எல்லாரும் மெலிந்த உடலுடனும் இருந்திருப்பார்கள். பெண்கள் என்றால் 55-60 கிலோவிலும் ஆண்கள் என்றால் 70-80 கிலோவிலும்தான் இருந்திருப்பார்கள். குண்டு என்றால் கொஞ்சம் போல ஒரு சில கிலோ எடை கூடுதலாக இருந்திருப்பார்கள். இன்று இருப்பதுபோல் 120-140 கிலோ எடையில் எல்லாம் இருந்திருக்கமாட்டார்கள். குண்டு குழந்தைகள் இருந்திருக்கவே மாட்டார்கள். 42 இன்ச் இடை, 120 கிலோ இளைஞர்கள் என்றெல்லாம் யாரும் இருந்திருக்கவேமாட்டார்கள்.

அந்தக் காலத்துப் பெண்கள் உடல்பயிற்சி என்று தனியாக எதுவும் செய்ய மாட்டார்கள் (அவையெல்லாம் புனித ஸ்தலங்களில் கெட்ட எண்ணங்களில் திளைப்பதுபோல் தவறான செயலாகவே கருதப்பட்டன). உங்கள் அம்மா என்றைக்காவது ஷூ அணிந்து கொண்டு டிராக் சூட் அணிந்துகொண்டு ஜாகிங் ஓடியதைப் பார்த்திருக்கிறீர்களா? சென்ற தலைமுறையில் நம் வீட்டுப் பெண்களின் உடல் பயிற்சி என்பது கிணற்றில் இருந்து நீர் இறைப்பதும் மாவு அரைப்பதும் வீட்டைப் பெருக்குவதும்தான்.

ஆனால், இன்று எந்தவொரு மழை இல்லாத நாளை எடுத்துக்கொண்டாலும் பெண்கள் ஜாகிங்கில் ஈடுபட்டபடியும் வேகமாக நடந்தபடியும் இருப்பதைப் பார்க்க முடியும். இருபது முப்பது வருடங்களுக்கு முன் இது நடக்கவே இல்லை. அப்படி இருந்தும் இன்று நாம் குண்டாகிக் கொண்டிருக்கிறோம்.

என் மனைவி டிரையத்லான் பயிற்சியாளர். அவர் முன்னாள் டிரையத்லான் வீராங்கனையும்கூட. எனவே நான் இது போன்ற போட்டிகளை ஆண்டுதோறும் பார்ப்பது உண்டு. ஒரு மைலில் இருந்து இரண்டரை மைல்வரை நீச்சல்... 56-112 மைல் சைக்கிள் போட்டி... 13-26 மைல் ஓட்டம் என மூன்று போட்டிகள் நடக்கும். இந்தப் போட்டிக்கு மாதக்கணக்கிலும் சிலர் வருடக்கணக்கிலும் கூடப் பயிற்சி எடுத்துக்கொள்வார்கள். இந்தப் போட்டியில் வெல்வது அல்ல... கலந்துகொண்டு அதை ஓடி முடிப்பதே மிகப் பெரிய சாதனையாகக் கருதப்படும். ஏனென்றால், ஆயிரக் கணக்கான கலோரியும் அபாரமான உடல் பலமும் அதற்குத் தேவைப்படும். பெரும்பாலான டிரையத்லான் போட்டியாளர்கள் சமச்சீரான உணவையே உண்பார்கள். இருந்தும் இந்தப் போட்டியாளர்களில் மூன்றில் ஒருவர் குண்டாக இருப்பது ஏன்? அந்த உடம்பைத் தூக்கிக்கொண்டு அந்தப் போட்டியில் பங்கு பெறுவதற்கு நான் கூடுதல் பாராட்டுகளைத் தெரிவிக்கத் தயார்தான். ஆனால், மிகக் கடுமையான உடல் பயிற்சியும் களைத்து விழ வைக்கும்படியான நீண்ட நேரப் போட்டியும் இருந்த பிறகும் எப்படி அவர்கள் குண்டாக இருக்கிறார்கள்.

குண்டாக இருப்பவர்களைப் பார்த்து நாம் என்ன சொல்வோம்? நிறைய உடல் பயிற்சி செய்யவேண்டும் தம்பி... அல்லது கொஞ்சமா சாப்பிடு. டிரையத்லான்களுக்கு இது எப்படிப் பொருந்தும்? அவர்கள் அளவுக்கு உடல் பயிற்சி செய்பவர்கள் வெகு குறைவு... அவர்களைப்போல் சமச்சீராகச் சாப்பிடுபவர் களும் குறைவு. பின் எதனால் குண்டாக இருக்கிறார்கள். உடல் பயிற்சிக்கும் உண்ணும் உணவுக்கும் உடல் பருமனுக்கும் இடையில் இருக்கும் தொடர்பு என்று நாம் நினைப்பது தவறானது என்பதையே இது காட்டுகிறது. நான் இப்போது ஒரு முக்கியமான விஷயத்தைச் சொல்லப் போகிறேன். ஒருவர் குண்டாக இருப்பதற்கு அவர் உடம்பில் சேர்ந்திருக்கும் கொழுப்போ, அவர் அதிகம் சாப்பிடும் சர்க்கரையோ, மணிக்கணக்கான இணையதளப் பயன்பாடோ, வீடியோ கேம்ஸோ, நொறுக்குத் தீனியோ,

உடம்பை வளைத்து எந்த வேலைகளும் செய்யாமல் இருப்பதோ காரணமல்ல. கோதுமைதான் ஒருவர் குண்டாக இருப்பதற்குக் காரணம்! இன்னும் சரியாகச் சொல்வதென்றால் கோதுமை உணவு என்ற பெயரில் நமக்குத் தரப்படும் பண்டங்களே காரணம்.

நாம் சாப்பிடும் பிரெட்கள், பிஸ்கெட்கள், கேக்குகள் எல்லாம் உண்மையில் கோதுமையில் செய்யப்பட்ட பண்டங்கள் அல்ல. அவை எல்லாம் 20-ம் நூற்றாண்டின் இரண்டாம் பாதியில் மரபணு மாற்றம் செய்யப்பட்ட 'கோதுமை' மூலம் உருவானவை. நவீன கால கோதுமையை கோதுமை என்று சொல்வது சிம்பன்ஸியை மனிதன் என்று சொல்வது போன்றது. சிம்பன்ஸிக்களுடைய மரபணுக்களும் நம்முடைய மரபணுக்களும் 99% ஒத்துப் போகிறவையாக இருந்தபோதிலும் நீண்ட கைகளும் உடம்பு முழுவதும் முடியும் க்விஸ் போட்டிகளில் வெற்றி பெறும் திறமை குறைவாகவும் இருக்கும் நமது மூதாதைக்கும் நமக்கும் இருக்கும் அந்த ஒரு சதவிகித வித்தியாசத்தை உங்களால் புரிந்து கொள்ளமுடியும் என்று நான் நம்புகிறேன். நவீன கோதுமைக்கும் நாற்பது வருடங்களுக்கு முன்புவரை இருந்த கோதுமைக்கும் இருக்கும் ஒற்றுமையானது சிம்பன்ஸிக்கும் நமக்கும் இருக்கும் ஒற்றுமை அளவுக்குக் கூடக் கிடையாது.

ஐம்பதுகளில் மெலிந்த உடலுடன் இருந்த நம் முந்திய தலை முறைகளுக்கும் இன்று ஊதிப் பெருத்து இருக்கும் 21-ம் நூற்றாண்டு மனிதர்களுக்கும் இருக்கும் வித்தியாசத்துக்கு அதிகரித்திருக்கும் தானியப் பயன்பாடுதான் காரணம். இன்னும் சரியாகச் சொல்வதென்றால் அதிகரித்திருக்கும் நவீன மரபணு மாற்றப்பட்ட நவீன கோதுமையின் பயன்பாடுதான் முக்கிய காரணம்.

கோதுமையைக் கெட்ட உணவு என்று சொல்வது ரொனால்ட் ரீகனை கம்யூனிஸ்ட் என்று சொல்வதற்கு இணையானது. நமது முக்கிய உணவுகளில் ஒன்றான கோதுமையை ஆரோக்கியத்துக்குத் தீங்கானது என்று சொல்வது அபத்தமாகக்கூடத் தோன்றலாம். ஆனால், உலகில் மிகவும் விரும்பப்படும் தானியமான கோதுமை தான் மிக மோசமான, அபாயகரமான உணவு என்பதை நிரூபித்துக் காட்டுகிறேன்.

பசியைத் தூண்டும் சக்தி கொண்டது; மூளையில் போதைத் தன்மையைத் தூண்டும் எக்ஸார்பின்களைச் சுரக்கவைக்கக்கூடியது

(உடம்பில் தானாகச் சுரக்கும் எண்டார்பின்களின் இணை); ரத்தத்தில் சர்க்கரையின் அளவை வெகுவாக அதிகரிப்பதன் மூலம் வயிறு நிறைந்துவிட்ட மன நிறைவை ஒரு நேரமும் அடுத்த சில மணி நேரங்களில் நல்ல பசியையும் கிளப்பிவிடும் குணம் கொண்டது. நோய்கள், முதுமை இவற்றுக்குக் காரணமான க்ளைகேஷன் (உடல் புரதங்கள் க்ளுகோஸினால் பாதிப்படையும் செயல்) கோதுமை உணவினால் தூண்டப்படுகிறது. குருத்து திசுக்களையும் எலும்புகளையும் பாதிக்கும் வீக்கம், கொப்பளங்கள், பி.ஹெச் மாறுபாடுகள் ஆகியவற்றுக்கும் கோதுமை காரணமாக இருக்கிறது. பிழையான நோய் எதிர்ப்புச் செயல்பாடுகளுக்கும் கோதுமை காரணமாக இருக்கிறது. செலியாக் எனப்படும் க்ளூடன் ஒவ்வாமைநோயில் ஆரம்பித்து (கோதுமையில் க்ளூடன் கணிசமாக உண்டு), நரம்புக் கோளாறுகள், சர்க்கரை நோய், இருதய நோய், மூட்டுவலி, தடிப்புகள், ஸ்கீஸோபெர்னியாவின் மன மயக்கங்கள்வரை ஏராளமான பல நோய்களுக்கும் கோதுமை காரணமாக இருக்கிறது என ஆய்வு முடிவுகள் தெரிவித்திருக்கின்றன.

கோதுமை எனப்படும் இந்தத் தானியம் இவ்வளவு பிரச்னை களுக்குக் காரணமாகுமென்றால், அதை நம் உணவில் இருந்து நீக்குவது ஏராளமான எதிர்பாராத நன்மைகளையே நமக்குத் தரவேண்டுமே. உண்மை அதுதான். இதய நோய், சர்க்கரை நோய், குண்டாக இருப்பதால் வரும் பிற பிரச்னைகளுடன் வரும் ஆயிரக்கணக்கான நோயாளிகளுக்கு சிகிச்சை தரும் இருதய சிகிச்சை நிபுணராக இருக்கிறேன். என் நோயாளிகள் கோதுமை உணவை உட்கொள்வதை நிறுத்திய சில மாதங்களிலேயே தொப்பை கரைந்து 10-20 கிலோ எடை குறைந்து ஆரோக்கியம் பெற்றதைக் கண்கூடாகப் பார்த்திருக்கிறேன். விரைவாக அதிக சிரமமின்றி எடை குறைந்ததையும் பல்வேறு உடல் உபாதைகள் நீங்கியதையும் ஆயிரக்கணக்கான முறை பார்த்திருக்கிறேன். இருந்தும் புதிதாக வரும் ஒருவருக்கு அந்த மாற்றங்கள் அப்படியே நடப்பதைப் பார்க்கும்போது ஆச்சரியத்தில் மூழ்கவே செய்கிறேன்.

பெருங்குடலை நீக்கியாகவேண்டியிருக்கும் என்ற அளவுக்கு வயிற்றுப் புண் இருந்த 38 வயதுப் பெண்மணி கோதுமை உண்பதை நிறுத்தியதும் அதிசயிக்கத் தக்கவகையில் நன்கு குணமடைந்துவிட்டார். மூட்டு வலியினால் நடக்கக்கூட முடியாமல் தவித்துக் கொண்டிருந்த 26 வயது 'முதியவர்' ஒருவர்

கோதுமை உணவை அறவே விட்டொழித்ததன் மூலம் நடக்கவும் ஓடவும் ஆரம்பித்ததைப் பார்த்திருக்கிறேன். இப்படியான பல தலைகீழ் மாற்றங்களை நான் என் கண்ணால் பார்த்திருக்கிறேன். இவை அசாதாரனமான நிகழ்வுகளாக உங்களுக்குத் தோன்றலாம். ஆனால், இந்தப் பிரச்னைகளுக்கு கோதுமையே காரணம் என்பதும் அதை உணவில் இருந்து நீக்கினால் அந்த நோய்களில் இருந்து முழுமையாகக் குணம் அடைந்துவிட முடியும் என்பதும் விஞ்ஞானபூர்வமாக நிரூபணமான உண்மைகளே. இனிவரும் அத்தியாயங்களில் நான் சொல்லவிருப்பவை எல்லாமே விஞ்ஞான ஆராய்ச்சிகளினால் நிரூபணமானவையே. அந்த ஆய்வுகளெல் லாம் யார் வேண்டுமானாலும் பரிசீலித்துப் பார்க்கும் வகையில் இணையத்தில் கிடைக்கின்றன.

நான் தெரிந்துகொண்ட இந்த உண்மைகள் புதியவை ஒன்றுமல்ல; பல ஆண்டுகளுக்கு முன்பாக மருத்துவ உலகில் நிரூபண மானவையே. ஆனால், என்ன காரணத்தினாலோ மருத்துவ மற்றும் பொது மக்கள் மத்தியில் அவை ஆதரவு பெறாமல் போய் விட்டிருக்கின்றன. நான் ஒன்றையும் இரண்டையும் கூட்டி மூன்று என்று சொல்வதுபோல் எளிய விஷயத்தைத்தான் சொல்லி இருக்கிறேன். ஆனால், அந்த உண்மைகள் உங்களை மலைக்கவைக்கப் போவது நிச்சயம்.

உங்கள் மேல் தவறில்லை

நம்மில் பலருக்கு மிகப் பெரிய தொந்தி இருக்கும். 'அதிக கலோரிகள் சாப்பிட்டிருப்பேன் டாக்டர். உடற் பயிற்சி செய்வதே இல்லை. குனிந்து நிமிர்ந்து எதுவும் செய்வதே இல்லை' என எல்லா தவறுகளும் நீங்கள் செய்ததாகவே சொல்லிக்கொள்வீர்கள். ஆனால், உண்மையில் 'ஆரோக்கியமான முழு தானியங்களை நிறைய சாப்பிடவேண்டும்' என்று நமக்குச் சொல்லப் பட்டிருப்பதே பிரச்னைக்கு முக்கிய காரணம். அதுதான் பசி மீதான நம் கட்டுப்பாட்டை இழக்கச் செய்திருக்கிறது. நம்மை குண்டாக்கிவிட்டிருக்கிறது. நாம் எவ்வளவு மனப்பூர்வமான முயற்சிகள் எடுத்த பிறகும் நம்மை நோயாளிகளாக்கியிருக்கிறது.

ஒரு குடிகாரரிடம் நீங்கள் ஒரு பெக் இரண்டு பெக் சாப்பிட்டால் பிரச்னையெதுவும் வராது எனும்போது 9 அல்லது 10 பெக் சாப்பிடுவது மிகவும் நல்லது என்று சொல்வதற்கு இணையானது

தான் தோல் நீக்காத முழு தானியங்களை (கோதுமையை) நிறையச் சாப்பிடுங்கள் என்று சொல்வது.

உங்கள் மீது தவறில்லை.

உங்களுக்கு மிகப் பெரிய தொந்தி இருக்கிறது... போன வருடம் வாங்கிய ஜீன்ஸுக்குள் அதைத் திணிக்க முடியவில்லை. உங்கள் டாக்டரிடம் மீண்டும் சொல்கிறீர்கள், 'இல்லை... நான் குறைவாகத்தான் சாப்பிடுகிறேன் டாக்டர்'.

இருந்தும் நீங்கள் குண்டாக இருக்கிறீர்கள். ரத்தக் கொதிப்பு நோய் இருக்கும். கொழுப்பு கூடுதலாக இருக்கும். அல்லது ஆணாகிய நீங்கள் நிச்சயம் உங்கள் முலைகளை மறைக்கப் பெரும் சிரமம் எடுத்துவருவீர்கள்.

கோதுமைக்கு விடைகொடுங்கள். கோதுமையை விரட்டியடியுங் கள். பிரச்னையை விரட்டியடியுங்கள்.

கோதுமைத் தொந்தி... ஆண் முலைகள்... பருத்த சந்து... இவை தவிர இழக்க வேறு என்ன இருக்கிறது உங்களிடம்?

பாகம் 1

கோதுமை:

நோய்க்கூறு மிகுந்த கோதுமை

- 1 -

கோதுமை பெல்லி

விஞ்ஞானப் பார்வை கொண்ட ஒரு மருத்துவர் விஞ்ஞான பூர்வமாகத் தயாரிக்கப்பட்ட கோதுமை ரொட்டியைப் பெரிதும் விரும்பிப் பரிந்துரைப்பார். கோதுமை ஜீரணிக்க எவ்வளவு எளிது... வளர்ச்சிக்கு எவ்வளவு அவசியம் என்பதை நன்கு புரிந்துகொண்டு நோயாளிகளானாலும் ஆரோக்கியமானவர்களானாலும் அவர்களுடைய உணவில் அதைச் சேர்த்துக்கொள்ளவேண்டும் என்று சொல்வார்.

- மோரிஸ் ஃபிஸ்பென், எம்.டி., ஆசிரியர், ஜர்னல் ஆஃப் தி அமெரிக்கன் மெடிக்கல் அசோஷியேஷன், 1932.

கடந்த நூற்றாண்டுகளில் பெரிய தொந்தி என்பது செல்வச் செழிப்பின் அடையாளம். உங்கள் வயல்களில் வேர்வை சிந்த உழைக்க வேண்டிய அவசியம் உங்களுக்கு இல்லை என்பதை அது எடுத்துக்காட்டும். இந்த நூற்றாண்டில் ஏர் பிடித்து உழவேண்டிய கஷ்டம் யாருக்கும் இல்லை. இன்று குண்டாக இருப்பது ஜனநாயகப்படுத்தப்பட்டுவிட்டது. எல்லாரும் தொந்தி வைத்துக்கொள்ளலாம். அந்தக் காலத்தில் இது போன்ற தொந்திகளை பீர் (குடித்து வந்த) தொந்தி என்று சொல்வார்கள். இன்று குடும்பப் பெண்கள், குழந்தைகள், உங்கள் நண்பர்கள்,

அக்கம் பக்கத்து வீட்டினர் என குடியின் பக்கமே போகாதவர் களுக்கும் அந்தத் தொந்தி வந்துவிட்டிருக்கிறது.

நான் அதை கோதுமைத் தொந்தி என்று அடையாளப்படுத்து கிறேன். பிரெட் மூஞ்சி, பிஸ்கெட் சந்து, சப்பாத்தி மூளை, பரோட்டா கன்னம் என்றுகூடச் சொல்ல முடியும்தான். ஏனென்றால் நம் உடம்பில் கோதுமையினால் பாதிக்கப்படாத உறுப்பே இல்லை. ஆனால், தொந்தி தான் மிகவும் வெளிப் படையாக, துல்லியமாகத் தெரியவரும் அடையாளம். கோதுமையை அதிகமாக உண்பதால் விகாரமாகத் துருத்திக் கொண்டு தெரியவரும் சின்னம்.

கொழுப்பை உடம்பில் சேமிக்கவைக்கும் ஹார்மோனான இன்சுலினை அதிகம் சுரக்கவைக்கும் உணவுகளைப் பல ஆண்டு கள் உண்பதனால் உருவாகும் கொழுப்பு சேகரமாகி கோதுமைத் தொந்தி ஏற்படுகிறது. சிலருக்கு இந்தக் கொழுப்பு சந்து பகுதியில் அல்லது தொடைகளில் சேகரமாகும். பொதுவாக வயிற்றில் சேகரமாவதே அதிகம். இந்த 'மத்திய' கொழுப்பு தனித்தன்மை மிகுந்தது. பிற பகுதிகளில் சேகரமாகும் கொழுப்பைப் போலல் லாமல் இந்தத் தொந்தி குடல் புண்களுக்குக் காரணமாகிறது. இன்சுலின் சுரப்பில் குழப்பங்களை ஏற்படுத்துகிறது. உடம்பின் பிற பகுதிகளுக்கு பிழையான வளர்சிதை சமிக்ஞைகளை அனுப்பு கிறது. கோதுமைத் தொந்தி இருக்கும் ஆண்களில் ஈஸ்ட்ரஜென் சுரக்கப்பட்டு ஆண் முலைகள் உருவாகிவிடுவதுண்டு.

கோதுமையை உண்பதால் ஏற்படும் விளைவுகள் இப்படி வெளிப்புறத்தோடு நின்றுவிடாது. குடல்கள், கல்லீரல், இருதயம், தைராய்டு சுரப்பி, மூளை, எலும்புகள் என உடம்பில் அனைத்து உறுப்புகளும் கோதுமையால் பாதிக்கப்படுகின்றன.

செழிப்பான பூமியில் மேல் மூச்சு கீழ் மூச்சு வாங்க... வேர்த்து விறு விறுக்க...

மில்வாக்கி பகுதியில் நான் இதய சிகிச்சை நிபுணராகப் பணி புரிகிறேன். மில்வாக்கி ஊர் குடும்பத்துடன் வாழ உகந்த அழகான பகுதி. மாநகராட்சி சேவைகள் சிறப்பாகச் செயல்படும் பகுதி. இங்கு இருக்கும் நூலகங்கள் உயர் தரமானவை. என் குழந்தைகள் தரமான அரசுப் பள்ளிகளுக்குச் செல்கின்றன. அருமையான கலை

அரங்கங்கள், இசை அரங்கங்கள் என உயர் குடிக் கலாசாரம் நிலவத் தேவையான அளவுக்கான மக்கள் தொகையும் இருக்கிறது. இங்கு வசிப்பவர்கள் மிகவும் நட்பார்ந்த முறையில் நடந்துகொள்வார்கள். ஆனால்... அவர்கள் குண்டானவர்கள்.

கொஞ்ச நஞ்சமல்ல. உண்மையிலேயே மகா மகா குண்டு. ஒரு மாடி ஏறினாலே மேல் மூச்சு கீழ் மூச்சு வாங்கும் அளவுக்கு குண்டானவர்கள். 18 வயதுப் பெண் 100 கிலோவுக்கு மேல் இருப்பார். கார்கள் ஓட்டுநர் இருக்கும் பக்கம் சரிந்து செல்லும். இரட்டை மடி சக்கர நாற்காலிகள் தேவைப்படும். மருத்துவமனை எடை காட்டி முள்கள் எடை காட்ட முடியாமல் திணறும் (சி.டி.ஸ்கேனர் அல்லது வேறு எக்ரே பதிவு கருவிக்குள் இவர்களை நுழைக்கமுடியாது. அப்படியே கஷ்டப்பட்டு நுழைத்தாலும் உடம்பைப் பற்றி எதையும் தெரிந்துகொள்ளவே முடியாது. அது கலங்கிய கடல் நீரில் மிதப்பது என்னவகை மீன் என்றே தெரியாமல் தடுமாறுவதைப்போல் நம்மைக் குழப்பத்தில் ஆழ்த்தும்).

முன்பெல்லாம் 100 கிலோ எடை கொண்டவர்கள் எல்லாம் மிகவும் அரிதாகவே இருப்பார்கள். இப்போதெல்லாம் குண்டான ஆண்களையும் பெண்களையும் பார்ப்பது சர்வ சாதாரணமாகி விட்டது. ஓய்வு பெற்றவர்கள், நடு வயதினர், இளைஞர்கள், ஏன் குழந்தைகள்கூட அதிக எடை அல்லது உடல் பருமனுடன் இருக்கிறார்கள். காலரில் அழுக்கு படாமல் உழைப்பவர்கள் குண்டாக இருக்கிறார்கள். பாட்டாளிகள் குண்டாக இருக்கிறார்கள். உட்கார்ந்த இடத்திலிருந்தே வேலை பார்ப்பவர்கள் மட்டுமல்ல ஓட்டப்பந்தங்களில் பங்குபெறுபவர்களும் குண்டாக இருக்கிறார்கள். வெள்ளையர்கள், கறுப்பர்கள், ஹிஸ்பானியர்கள், ஆசியர்கள் எல்லாரும் குண்டாக இருக்கிறார்கள். அசைவம் சாப்பிடுபவர்கள் குண்டாக இருக்கிறார்கள். சைவம் சாப்பிடுபவர்கள் குண்டாக இருக்கிறார்கள். எந்தவொரு மக்கள் திரளும் இந்த உடல் பருமன் பிரச்னையில் இருந்து தப்ப முடிந்திருக்கவில்லை. அமெரிக்காவில் உடல் பருமன் நோய் உலகில் வேறு எங்கும் முன் எப்போதும் இல்லாத அளவுக்கு மிகுதியாகக் காணப்படுகிறது.

யு.எஸ்.டி.ஏ. அல்லது அமெரிக்க தலைமை அறுவை சிகிச்சை மையத்தைக் கேட்டால், 'அமெரிக்கர்கள் மிகுதியாகக் குளிர்

பானங்கள் அருந்துகிறார்கள். நிறைய உருளைக்கிழங்கு வறுவல் சாப்பிடுகிறார்கள். நிறைய பீர் அருந்துகிறார்கள். போதிய உடற் பயிற்சி செய்வது கிடையாது' என்றெல்லாம் சொல்வார்கள். இவை எல்லாம் உண்மையான காரணங்கள்தான். ஆனால் இவை மட்டுமே காரணமல்ல.

ஆரோக்கியம் குறித்த மிகுந்த அக்கறைகொண்டவர்களும்கூட மிகப் பருமனாக இருக்கிறார்கள். 110 கிலோவுக்கு மேலாக இருக்கும் நபர்களிடம் கேட்டுப் பாருங்கள்... 'நான் நிறையக் குடிப்பேன்; நிறைய சாப்பிடுவேன்... எப்போது டி.வி. பார்த்துக் கொண்டே இருப்பேன்' என்று சொல்பவர்கள் வெகு குறைவாகவே இருப்பார்கள். பலரும், நான் எப்படி குண்டாகிவிட்டிருக்கிறேன் என்றே தெரியவில்லை. வாரத்துக்கு ஐந்து நாள் உடல் பயிற்சி செய்கிறேன். கொழுப்புச் சத்துள்ள உணவுப் பொருட்களைச் சாப்பிடுவதைக் குறைத்துவிட்டிருக்கிறேன். தோல் நீக்கப்படாத தானியங்களையே சாப்பிடுகிறேன். இருந்தும் என்னுடைய எடை அதிகரித்துக்கொண்டேபோகிறது. எப்படி என்றே தெரியவில்லை என்றே சொல்வார்கள்.

இந்த நிலை எப்படி ஏற்பட்டது?

கொழுப்புச் சத்தைக் குறைக்கவேண்டும்; கார்போஹைட்ரேட் பொருட்கள் மூலம் கலோரியை அதிகரிக்கவேண்டும் என்ற எண்ணம் வலுவாக உருவானதைத் தொடர்ந்தே கோதுமை உணவுப் பொருட்களின் பயன்பாடு அதிகரிக்கத் தொடங்கியது. அதோடு அமெரிக்கர்களின் உணவின் பிரதான அங்கமாகவும் ஆகி விட்டிருக்கிறது. பெரும்பாலான அமெரிக்கர்களின் ஒவ்வொரு நேர உணவிலும் நொறுக்குத் தீனியிலும் கோதுமை முக்கிய இடம் பிடித்துவிட்டிருக்கிறது. அது பிரதான உணவாக இருக்கும். அல்லது துணை உணவாக இருக்கும். அல்லது இரண்டுமே கோதுமை உணவாக இருக்கும்!

கோதுமை என்பது அமெரிக்காவில் ஆரோக்கியத்தின் அடையாள மாக ஆகிவிட்டிருக்கிறது. 'தோல் நீக்கப்படாத முழு தானியங்களை அதிகம் சாப்பிடுங்கள்...' என்பதுதான் எங்கு திரும்பினாலும் காணக்கிடைக்கும் அறிவுரை. இருதய நலன் காப்பது தொடர்பான ஆலோசனைகளும் கோதுமை உணவுப் பொருள் நிறுவனங்களின் விளம்பரங்களில் நிறைந்து வழிகின்றன.

வருத்தத்துக்குரிய உண்மை என்னவென்றால் கோதுமை உணவுப் பொருட்களை எவ்வளவு அதிகம் உட்கொள்கிறோமோ அவ்வளவு உடல் பருமன் அதிகரிக்கிறது. இருதயம், நுரையீரல், ரத்த அழுத்தம் சார்ந்த அமெரிக்க தேசிய மையமானது 1985-ல் தேசிய கொழுப்பு உணவு தொடர்பான விழிப்பு உணர்வு திட்டம் மூலம் ஒரு அறிக்கை வெளியிட்டது. அதில் கொழுப்புச் சத்துள்ள உணவைக் குறைத்து தோல் நீக்கப்படாத முழு தானியங்களை அதிகம் சாப்பிடும்படி அறிவுருத்தப்பட்டது. ஆனால், மிகச் சரியாக அந்த ஆண்டில் இருந்துதான் ஆண் பெண் உடல் பருமன் பெருமளவில் அதிகரிக்க ஆரம்பித்ததாகப் புள்ளிவிவரங்கள் தெரிவிக்கின்றன. எதிர்பாராதவிதமாக அந்த வருடத்தில் இருந்து தான் நோய் கட்டுப்பாடு மற்றும் தடுப்பு மையங்கள் ஒரு மனிதரின் எடையையும் குறித்து வைக்க ஆரம்பித்தது. அந்த 1985-ல் இருந்துதான் உடல் பருமன் அதிகரிப்பு பல மடங்கு அதிகரித்ததாக அந்தப் புள்ளிவிவரங்கள் தெரிவிக்கின்றன.

ஒரு மனிதர் எத்தனையோவிதமான தானியங்கள், உணவுப் பொருட்கள் சாப்பிடுகிறார். கோதுமையை மட்டும் ஏன் குறை சொல்லவேண்டும்?

ஏனென்றால், மனித உணவில் க்ளூடன் ப்ரோடின் அதிகம் இருப்பது கோதுமையில்தான். இயற்கை உணவை உண்பவர்களாக நீங்கள் இல்லாதபட்சத்தில் பார்லி, புல்லரிசி, ஸ்பெல்ட், கோதுமையும் புல்லரிசியும் கலந்து உருவான தானியம் போன்ற க்ளூடன் குறைவாக இருக்கும் உணவுகளை நீங்கள் உண்ண மாட்டீர்கள். கோதுமைக்கு அதிக முக்கியத்துவம் தரப்பட்டதால் அதன் பயன்பாடு 100 மடங்கு அதிகரித்தது; க்ளூடன் உள்ள பிற தானியங்களின் பயன்பாடு ஒரு சதவிகிதம் மட்டுமே உயர்ந்துள்ளது. மற்ற தானியங்களுக்கு இல்லாத இன்னொரு விசேஷ குணமும் கோதுமைக்கு உண்டு. அதுவே அதை மிகவும் அபாயகரமான தானியமாக்குகிறது. பின்வரும் அத்தியாயங்களில் அதைப் பற்றிச் சொல்கிறேன். நான் கோதுமையைப் பற்றி அதிகம் கவனம் செலுத்துகிறேன். ஏனென்றால், அமெரிக்காவில் க்ளூடன் பாதிப்புக்கு ஆளானவர்களை கோதுமைப் பாதிப்புக்கு ஆளானவர்கள் என்றே சொல்லலாம். அந்த அளவுக்கு கோதுமை மூலமே அது அவர்களின் உடம்பில் சேர்கிறது. எனவேதான் க்ளூடன் பாதிப்பு ஏற்படுத்தும் தானியங்களைப்பற்றிச் சொல்லும்போது கோதுமை பற்றியே சொல்கிறேன்.

டிரைடிகம் ஏஸ்திவம் (Triticum aestivum) எனப்படும் பிரெட் செய்யப் பயன்படும் பொதுவான கோதுமையும் அதன் மரபணு மாற்றப்பட்ட வகைகளும் வாயில் ஆரம்பித்து ஆசன வாய் வரையிலும் மூளையில் ஆரம்பித்து பான்க்ரியாஸ் வரையும் குக்கிராமத்துப் பெண்கள் முதல் பெரு நகரத்து மனிதர்கள் வரை அனைவரையும் அது வெகுவாகப் பாதிக்கின்றன. நான் சொல்வது உங்களுக்கு பைத்தியக்காரத்தனமாகத் தோன்றுகிறதா... கொஞ்சம் நிதானமாகக் கேளுங்கள். நான் இந்த விஷயத்தை தெளிவான கோதுமைக் கறை படியாத மனதின் மூலம்தான் சொல்கிறேன்.

வொண்டர் பிரெட், டெவில் டாக்ஸ் சாப்பிட்டு வளர்ந்த இருபதாம் நூற்றாண்டின் மத்தியில் பிறந்த தலைமுறையினரைப் போலவே எனக்கும் கோதுமையுடன் நெருங்கிய தொடர்பு ஆதி முதலே இருந்துவந்திருக்கிறது. சுவையூட்டப்பட்ட உணவுகள் (ப்ராசஸ்ட் ஃபுட்ஸ்) மீதான பித்து தலைக்கேறியிருந்த அமெரிக்காவில் காலை உணவு மட்டுமல்ல மதிய உணவு, இரவு உணவு என எல்லாமே கோதுமை மயமாகவும் இனிப்பு மயமாகவுமே இருந்தது.

நான் சேர்ந்த கல்லூரியில் அனைத்துவகையான உணவுப் பதார்த்தங்களும் மலைபோல் குவிந்துகிடந்தன. 19 வயதிலேயே என் வயிறு பெருக்கத் தொடங்கியது மட்டுமல்ல உண்ட மயக்க நீங்காத வண்ணம் நீடித்துக் கொண்டே இருந்தது. எவ்வளவு நேரம் தூங்கி எழுந்தாலும் என்னை விட்டு அகலாத இந்தக் களைப்பைப் போக்க குடம் குடமாக காபி குடிப்பேன். எனினும் எனக்கு என்னுடைய இந்தப் பிரச்னை பொருட்படுத்த வேண்டிய ஒன்றாகத் தோன்றியிருக்கவே இல்லை. ஒருநாள் குடும்பத்துடன் 1999-ல் ஃப்ளோரிடாவின் மார்க்கோ தீவுக்கு இன்பச் சுற்றுலாவுக்குச் சென்றிருந்தேன். அப்போது என் மனைவி எடுத்த ஒரு புகைப்படம் எனக்கு ஓர் அதிர்ச்சியான உண்மையை முகத்தில் அறைந்தாற்போல் சுட்டிக்காட்டியது.

அந்தப் புகைப்படத்தில் நான் கடற்கரை மணல் வெளியில் ஆழ்ந்து தூங்கிக் கொண்டிருக்கிறேன். எனது பருத்த வயிறு பிதுங்கி இரண்டுபக்கமும் தொங்கிக் கொண்டிருந்தது. மார்புக்குக் குறுக்காகக் கட்டிக்கொண்டிருந்த பருத்த கைகளுக்கு மேல் என் தாடைச் சதை பெருத்து வழிந்துகொண்டிருந்தது.

அப்போதுதான் எனக்கு ஒரு உண்மை பளாரென்று முகத்தில் அறைந்தாற்போல் புரிந்தது. அதாவது என் உடம்பு ஏதோ ஒரு சில

கிலோ கூடுதலானது அல்ல. என் வயிற்றைச் சுற்றி இருபது கிலோ சதை தொங்கிக் கொண்டிருக்கிறது. டயட் பற்றி என்னிடம் ஆலோசனைபெற வருபவர்கள் என்னைப் பற்றி என்ன நினைப்பார்கள்? இது அறுபதுகளின் திரைப்படங்களில் புகைப் பிடித்தபடியே மருத்துவர்கள் உடல் ஆரோக்கியம் பற்றி நோயாளிகளுக்கு ஆலோசனை சொல்வது போன்றதுதான்.

என் உடம்பில் அந்த தொங்கு சதைகள் எப்படி வந்து சேர்ந்தன? தினமும் மூன்றில் இருந்து ஐந்து மைல் ஜாகிங் செய்துவந்தேன். சமச்சீரான உணவே உண்டுவந்தேன். அதிக கொழுப்புச் சத்துள்ள உணவுகளோ அதிக மாமிசங்களோ சாப்பிடவில்லை. ஜங்க் உணவுகள், நொறுக்குத் தீனிகளைத் தவிர்த்துவந்திருக்கிறேன். அவற்றுக்குப் பதிலாக தோல் நீக்காத முழு தானியங்களை மிகுதியாக உண்டு வந்திருக்கிறேன். அப்படியானால் நான் எப்படி குண்டானேன்?

ஆனால், எனக்கு சில சந்தேகங்கள் முன்பே இருந்தன. எப்போ தெல்லாம் கோதுமை உணவுப் பொருட்களைச் சாப்பிட்டேனோ அப்போதெல்லாம் பல மணி நேரங்கள் தூங்கி வழிந்தபடி இருப்பேன். ஆனால், இரண்டு மூன்று ஆம்லெட்டும் சீஸூம் சாப்பிடும் நேரங்களில் மிகவும் உற்சாகத்துடன் இருப்பதை உணர்ந்திருந்தேன். மேலும் சோதனைச்சாலையில் இருந்து கிடைத்த சில தரவுகள் என்னை வெகுவாக யோசிக்க வைத்தன. டிரைகிளிசரைடுகள்: 350 mg/dl. HDL நல்ல கொழுப்பு 27mg/dl; நான் சர்க்கரை நோயாளியும் கூட. உணவுக்குப் பின் என் ரத்த சர்க்கரை அளவு 161 mg/dl. தினமும் ஜாகிங் செய்தும் உடல் பருமனுடனும் சர்க்கரை நோயுடனும் இருந்திருக்கிறேன். இது எப்படி? என் உணவில் ஏதோ அடிப்படைக் கோளாறு இருப்பது புரிந்தது. ஆரோக்கிய உணவு என்ற பெயரில் நான் என் உணவில் செய்திருந்த முக்கியமான மாறுதல் தோல் நீக்கப்படாத முழு தானியங்களை அதிகம் எடுத்துக்கொண்டதுதான். அந்த முழு தானியங்கள்தான் என்னை குண்டாக்கிவிட்டிருக்கின்றனவா?

அன்று கிடைத்த ஞானம் என்னை உடல் பருமனில் இருந்தும் பிற உடன் விளைவான நோய்களில் இருந்தும் மீட்டெடுத்தது. ஆனால், என் சொந்த அனுபவம் நீங்கலாக வேறு பலருக்கு ஏற்பட்ட மிகப் பெரிய நன்மைகளைப் பார்த்தபோது புதியதாக ஏதோ ஒரு நல்ல விஷயம் நடக்கத்தொடங்கியிருப்பது புரிந்தது.

கோதுமை தவிர்ப்புப் பரிசோதனையில் இருந்து கிடைத்த பாடங்கள்

ஒரு சுவாரசியமான விஷயம்: ஒரு கோதுமை பிரெட் (க்ளைஸீமிக் இண்டக்ஸ் 72) ரத்தத்தில் சர்க்கரை அளவை சாதா சர்க்கரை அல்லது சுக்ரோகோஸ் அளவுக்கு (க்ளைஸீமிக் இண்டக்ஸ் 59) அல்லது அதற்கும் அதிகமாக அதிகரிக்கிறது. க்ளுகோஸ் ரத்தத்தில் சர்க்கரை அளவை 100 அலகு உயர்த்துகிறது. எனவே அதன் க்ளைஸீமிக் இண்டெக்ஸ் 100. க்ளுகோஸுடன் ஒப்பிடும்போது ஓர் உணவுப் பொருள் ரத்தத்தில் சர்க்கரை அளவை எவ்வளவு உயர்த்துகிறதோ அதுவே அந்தப் பொருளின் க்ளைஸீமிக் இண்டெக்ஸ். எனவே, என்னிடம் ஆலோசனை கேட்டுவரும் சர்க்கரை நோயாளிகள், உடல் பருமனானவர்கள் ஆகியோருக்கு ரத்தத்தில் சர்க்கரை அளவை அதிகமாக அதிகரிக்கும் உணவுப் பொருட்களைத் தவிர்க்கச் சொல்வதே சரியான தீர்வாக இருக்கும் என்பது புரிந்தது. அதாவது சர்க்கரையைத் தவிர்க்கச் சொல்வதை விட கோதுமையைத் தவிர்க்கச் சொல்வதே சரியாக இருக்கும் என்பது புரிந்தது. எனவே கோதுமைக்கு பதிலாக வேறு குறைவான க்ளைஸீமிக் இண்டெக்ஸ் கொண்ட உணவுகளைப் பரிந்துரைக்க ஆரம்பித்தேன்.

மூன்று மாதங்கள் கழித்து அந்த நோயாளிகள் ரத்தப் பரிசோதனை செய்துகொள்ள வந்தார்கள். ரத்தத்தில் நீரிழிவு நோய் அளவிலிருந்து (126 mg/dl அல்லது அதற்கு அதிகம்) பலருடைய சர்க்கரை அளவு கணிசமாகக் குறைந்து சரியான அளவுக்கு வந்து விட்டிருந்தது. முன்பெல்லாம் இது அரிது. பல சர்க்கரை நோயாளிகள் சர்க்கரை நோய் அற்றவர்களாகிவிட்டனர். பெரும் பாலானவர்களுக்கு கோதுமையை அல்லது கார்போஹைட்ரேட் உணவை விலக்குவதன் மூலம் சர்க்கரை நோயைக் கட்டுக்குள் அல்ல முழுவதுமாகக் குணப்படுத்திவிட முடியும். என் நோயாளிகள் பலர் அதிகப்படியான 20-30 கிலோ எடையைக்கூட இதன் மூலம் குறைத்திருக்கிறார்கள்.

ஆனால், நான் எதிர்பார்த்திராத ஒரு விஷயம்தான் என்னை ஆச்சரியத்தில் ஆழ்த்தியது. நெஞ்சு எரிச்சல் (ஆசிட் ரிஃப்ளக்ஸ்) மறைந்துவிட்டது வயிற்றுப் போக்கு, குடல் தொடர்பான பிரச்னைகள் எல்லாம் முற்றாக மறைந்துவிட்டன. அவர்களுடைய சுறுசுறுப்பு அதிகரித்திருக்கிறது. மன ஒருமைப்பாடு அதிகரித்திருக் கிறது. ஆழ்ந்த தூக்கம் திரும்பியிருக்கிறது. தோல் நோய்கள்

குணமாகிவிட்டிருக்கின்றன. பல வருடங்கள் இருந்த தடிப்புகள் குணமாகிவிட்டிருக்கின்றன. மூட்டு வலி சிலருக்குக் குறைந்தது. சிலருக்கு இல்லாமல் ஆனது. அவர்கள் அதுவரை உட்கொண்டு வந்த மருந்துகளைக் குறைக்கவும் முற்றாகக் கைவிடவும்கூட முடிந்திருக்கிறது. ஆஸ்துமா நோய் குணமானது; இன்ஹேலர் தூக்கி எறிந்துவிட்டனர். ஓட்டப்பந்தய வீரர்கள் பலம் கூடியிருப்பதாகச் சொன்னார்கள்.

மெலிந்திருக்கின்றனர். புத்துணர்ச்சி மிகுந்திருக்கின்றனர். சிந்தனையில் தெளிவு கூடியிருக்கிறது. குடல், மூட்டுகள், நுரையீரல் எல்லாம் நன்கு செயல்படத் தொடங்கியிருக்கின்றன. ஒரு தடவை இரண்டுதடவை அல்ல... மீண்டும் மீண்டும். இந்தக் காரணங்களே போதும் ஒருவர் கோதுமையை விட்டொழிக்க.

இந்தத் தீர்மானத்தை மேலும் உறுதிப்படுத்தும் பல விஷயங்களும் நடந்திருக்கின்றன. கோதுமையை சாப்பிடாமல் நிறுத்தியவர்கள் ஏதாவது ஒரு நாள் விருந்துகளில் அல்லது வீட்டில் ஏதேனும் கோதுமை உணவை உண்டால் அடித்த சில நிமிடங்களிலேயே வயிற்றுப்போக்கு, மூட்டு வீக்கம், வலி அல்லது மூச்சு இழுப்பு இவற்றை உணரத் தொடங்கியிருக்கிறார்கள். மீண்டும் நிறுத்தி மீண்டும் சாப்பிட்டு வந்தால் இதே அனுபவங்கள் மாறி மாறிக் கிடைத்திருக்கின்றன.

பலருக்கு கோதுமையைத் தமது உணவில் இருந்து முற்றாக நீக்குவதென்பது மயக்க மருந்து கொடுக்காமல் ரூட் கேனால் சிகிச்சை செய்துகொள்வதுபோல் வேதனை நிரம்பியதாக இருந்திருக்கிறது. சிலருக்கு சிகரெட், மது ஆகியவற்றை நிறுத்துவ தால் ஏற்படுவது போன்ற தடுமாற்றங்கள் ஏற்பட்டுள்ளன. ஆனால், நோய் குணமாகவேண்டுமானால் இந்த விஷயம் செய்யப்பட்டாக வேண்டும்.

உடல் சோர்வில் ஆரம்பித்து மூட்டு வலிகள்வரை, குடல் வலிகளில் ஆரம்பித்து உடல் பருமன் வரை என அமெரிக்கர்களின் பெரும்பாலான உடல் உபாதைகளுக்கும் அப்பாவியாகத் தோற்ற மளிக்கும் கோதுமை உணவுகளுக்கும் இருக்கும் நேர்விகிதத் தொடர்பை இந்தப் புத்தகம் விவரிக்கிறது.

ஒரு நல்ல செய்தி... கோதுமைத் தொந்தி, பிரட் கன்னம், பிஸ்கெட் மூஞ்சி, சப்பாத்தி சந்து எல்லாவற்றுக்கும் ஒரு நல்ல, எளிய தீர்வு இருக்கிறது.

திரையுலகக் கதாநாயகர்களின் வயதைவிடவும் அதிக நூற்றாண்டு காலம் நம் உணவின் ஓர் அங்கமாக ஆகிவிட்டிருக்கும் இந்த கோதுமை உணவைக் கைவிடுவதன் மூலம் நீங்கள் மெலிந்த உடல் பெறுவீர்கள். இளமையானவராவீர்கள். துடிப்புடன் செயல்படுபவ ராக, மகிழ்ச்சியானவராக ஆவீர்கள். எடைக் குறைப்பு உங்களை நீங்கள் இதுவரை நினைத்துப் பார்க்காதவற்றையெல்லாம் செய்ய வைக்கும். இன்சுலினை எதிர்க்கும், டயபடீஸை உருவாக்கும், கொப்பள, வீக்கங்களை ஏற்படுத்தும் பல்வேறு உடல் உபாதை களைக் கொண்டுவரும், வெளிப்படையாக அசிங்கமாகத் தெரியும் வயிற்றுக் கொழுப்பை அதாவது தொந்தியைக் கட்டம் கட்டிக் காலியாக்க முடியும். பட்டினி கிடக்க வேண்டாம் சொத்தை இழக்க வேண்டியிருக்காது... ஆனால், ஏராளமான நன்மைகள் அணிவகுத்து நிற்கும்.

எனவே, சர்க்கரையையோ பிற அனைத்து தானியங்களையோ ஏன் நீக்கவேண்டும். கோதுமையை மட்டுமே உணவில் இருந்து அப்புறப்படுத்துங்கள். அடுத்த அத்தியாயத்தில் ரத்தத்தில் சர்க்கரையின் அளவை அதிகரிப்பதில் கோதுமை எப்படி மற்ற நவீன தானியங்களைவிட அபாயகரமானது என்பதை விவரிக்கிறேன். அதோடு அதிகம் ஆராயப்படாத அந்த மரபணு மாற்றமே நம்மை அதிகம் கோதுமை சாப்பிடவும் போதைப் பொருள் போல் விட முடியாமல் இருக்கவைக்கவும் செய்யும் விதத்தையும் விவரிக்கிறேன்.

- 2 -

நவ யுக கோதுமை: உங்கள் பாட்டி பயன்படுத்திய கோதுமை அல்ல

கோதுமை ரொட்டிபோல் அவன் அவ்வளவு
இதமானவன்; நல்லவன். - டான் குயிசாட்

சர்க்கரை, கொழுப்பு உணவு, உப்பு ஆகியவற்றைவிடவும் கோதுமை அமெரிக்க சாப்பாட்டின் மிக முக்கியமான அங்கமாக, அமெரிக்க வாழ்க்கை முறையின் தவிர்க்க முடியாத அம்சமாகவே ஆகிவிட்டிருக்கிறது. இரண்டு முட்டை என்பது பிரெட் டோஸ்ட் இல்லாமல் சாப்பிடப்படுவதே இல்லை. மதிய உனவு என்பது பிரெட் சான்ட்விச் இல்லாமல் நிறைவு பெறுவதே இல்லை. பீர் குடிக்கும்போதும் கோதுமை நொறுக்குத் தீனி தேவைப்படும். பிக்னிக்குகள் என்றால் விதவிதமான கோதுமை உணவுகளை வித்தியாசமான இடங்களுக்குச் சென்று சாப்பிடுவதுதான் என்று ஆகிவிட்டிருக்கிறது.

இன்று செவ்வாய் கிழமையா... அப்படியானால் கோதுமை உணவுதான்...

என் வீட்டுக்குப் பக்கத்தில் இருந்த சூப்பர் மார்க்கெட்டில் கோதுமை உணவுப் பொருளுக்கான அலமாரி வரிசையை ஒரு நாள்

அளந்து பார்த்தேன். 68 அடி நீளம். முழு தானிய கோதுமை பிரெட், பல தானிய பிரெட், ஏழு தானிய பிரெட், ரை பிரெட், இத்தாலிய பிரெட், ஃபிரெஞ்ச் பிரெட், பிரெட் ஸ்டிக்ஸ், பன் வகைகள், ஓட்ஸ் பிரெட், டின்னர் ரோல்கள், ஹம்பர்கர் பன்கள், 14 வகை ஹாட் டாக் பன்கள் என நீண்ட நெடிய வரிசைகள். பேக்கரிப் பொருட்கள், பிற வகை ஆர்ட்டிசனல் கோதுமை உணவுப் பொருட்களுக்கான 44 அடி நீள அலமாரியை இதில் நான் சேர்க்கவில்லை.

அது தவிர நொறுக்குத் தீனி அலமாரி... அதில் சுமார் நாற்பதுக்கு மேற்பட்ட கோதுமை வகை பிஸ்கெட்கள், க்ராக்கர்கள், இருபதுக்கு மேற்பட்ட ப்ரெட்செல்கள்... பேக்கிங் பிரிவில் பிரெட் க்ரம்ப்ஸ், க்ரௌடன்கள் நிரம்பி வழிந்தன. பால் பொருட்கள் பிரிவில் பேக் ரோல்கள், டேனிஷ் க்ரெசண்ட்கள் நிறைந்து இருந்தன. காலை உணவு தானியங்களை எடுத்துக் கொண்டால் சூப்பர் மார்க்கெட்டின் பெரும்பாலான இடத்தை அவையே பிடித்துக்கொண்டிருக்கின்றன. பாஸ்தா, நூடுல்ஸ், ஸ்பாகெட்டி, கோதுமை பாஸ்தா, ஆரஞ்ச் தக்காளி பாஸ்தா, பச்சை பசளி பாஸ்தா எனத் தனியாக இடத்தை நிரப்புகின்றன.

உறைந்த உணவுப் பொருட்களைப் பார்ப்போமா? அங்கும் நூடுல்ஸ், பாஸ்தா, இறைச்சிகளுடன் கோதுமை தொடுகறிகள் என நிரம்பி வழிகின்றன.

சோப்பு, ஷாம்பூ அலமாரி நீங்கலாக கோதுமை உணவுப் பண்டம் இல்லாத அலமாரியே இல்லை என்று சொல்லும் அளவுக்கு எங்கும் எதிலும் கோதுமை மயமே. இப்படியான நிலையில் ஒரு அமெரிக்கரை கோதுமை உணவை அதிகம் உண்பதாகச் சொல்லிப் பழிக்க முடியுமா?

முன் எப்போதும், எந்தவொரு தானியமும் இல்லாத அளவுக்கு கோதுமையின் பயன்பாடு வெகுவாக அதிகரித்துவிட்டிருக்கிறது. மக்காசோளத்துக்கு அடுத்தபடியாக அதிகம் பயிரிடப்படும் தானியம் கோதுமையே. உலகம் முழுவதிலும் பயன்படுத்தப் படும் தானியங்களில் இதுவே மிக அதிகம். மனிதர்களுக்குக் கிடைக்கும் ஒட்டு மொத்த கலோரியில் 20 சதவிகிதம் கோதுமை மூலமே கிடைக்கிறது.

கோதுமை, மறுக்க முடியாத மாபெரும் பொருளாதார வெற்றியைப் பெற்றிருக்கிறது. நயா பைசா பெறுமானமுள்ள ஒரு கச்சாப் பொருளை நூறு நூபாய்க்கு மேல் லாபத்தில், வாடிக்கை

யாளர்களுக்குப் பிடித்தமான, அமெரிக்க இருதயக் கழகங்களின் பாராட்டுரைகளுடன் விற்க கோதுமையைத் தவிர வேறு பொருள் ஏதேனும் வியாபாரிக்குக் கிடைக்குமா என்ன? பல நேரங்களில் மூலப்பொருளுக்கு ஆகும் செலவை விட மார்கெட்டிங் செலவு பல மடங்கு ஆகிறது.

காலை, மதிய, மாலை உணவுகளில் கோதுமை உணவே கணிசமான இடத்தைப் பிடித்திருக்கிறது. தாங்கள் பரிந்துரைத்தது போல் முழு தானியப் பயன்பாடு இந்த அளவுக்கு மக்கள் மத்தியில் செல்வாக்கு பெற்றிருப்பதைப் பார்த்து அமெரிக்க முழு தானிய கழகம், அமெரிக்க கோதுமைக் கழகம், அமெரிக்க நீரிழிவு நோய்க் கழகம் எல்லாம் மிகவும் சந்தோஷப்படுவார்கள்.

தலைமுறை தலைமுறைகளாக நமக்கு நன்மைகளையே செய்துவந்திருக்கும் இந்த நல்ல தானியமானது ஏன் நமக்கு எதிராகத் திரும்பிவிட்டது? உண்மையில் அது மாறவில்லை. நாம் அதை மாற்றிவிட்டிருக்கிறோம். ஆம்... நமது முன்னோர்கள் எந்த கோதுமையை உண்டு வந்தார்களோ அது அல்ல நாம் இன்று உண்பது. பல நூற்றாண்டுகளாக கோதுமை மிகச் சிறிய மாற்றத்துடன்தான் பரிணாம வளர்ச்சி பெற்று வந்திருக்கிறது. ஆனால், கடந்த ஐம்பது ஆண்டுகளில் விவசாயத்துறை விஞ்ஞானிகளின் செயற்கையான முயற்சிகளினால் அது வெகுவாக மாறிவிட்டிருக்கிறது. ஹைபிரிட் வகைகள், கலப்பு வகைகள், வறட்சி போன்ற சுற்றுச் சூழல் மாறுபாடுகள், பூஞ்சை, நோய் போன்றவற்றில் இருந்து பாதுகாப்பு பெறுதல் எனப் பல நோக்கங்களுக்காகப் பல நவீன மாறுபாடுகள் செய்யப் பட்டுள்ளன. எனினும் அதிக மகசூல் என்பதே மரபணு மாற்றத்துக்கான முக்கிய காரணம்.

இன்று ஒரு வட அமெரிக்க விளைநிலத்தில் ஒரு நூற்றாண்டுக்கு முன் கிடைத்த விளைச்சலைவிடப் பத்து மடங்கு அதிக மகசூல் கிடைக்கிறது. மகசூல் இப்படிப் பெருமளவுக்கு அதிகரிக்க வேண்டு மென்றால் அதற்காக மரபணுவில் அழுத்தமான மாறுதல்கள் செய்ய வேண்டியிருந்தது. 'மஞ்சள் தானிய அலைகள்' என்று பெருமையாக அமெரிக்க தேசியப் பாடலில் இடம்பெற்ற உயரமான தானிய வகைகள் வழக்கொழிந்துபோய் அதிக மகசூலுக் காக குட்டை வைக்கோல் கோதுமைப் பயிர் உருவாக்கப்பட்டது. இப்படியான மாபெரும் மாற்றத்துக்கு தேசம் ஒரு விலைகொடுக்க வேண்டியிருந்தது.

கடந்த சில பத்தாண்டுகளாக கோதுமை ஏராளமான மாற்றங்களைச் சந்தித்திருக்கிறது. கடந்த ஐம்பது வருடங்களில் மரபணுவியல் வெகுவாக முன்னேறியிருக்கிறது. இதனால் இயற்கையில் மிக மெதுவாக நடக்கும் பரிணாம வளர்ச்சியானது மனிதக் குறுக்கீடுகளினால் வெகு வேகமாக முடுக்கிவிடப் பட்டுள்ளது. நவீன கோதுமையானது இன்று அடைந்திருக்கும் மரபணு மாற்றத்தோடு ஒப்பிட்டால் நாம் இன்னமும் பனியுகத்து ஆதி மனிதக் குரங்காகவே இருக்கிறோம் என்றே சொல்ல வேண்டியிருக்கும்.

கர்த்தரே எங்களுக்கான தினசரி பிரெட்டைக் கொடும்

இது பைபிள் வசனம். வாக்களிக்கப்பட்ட பூமி பற்றிப் பேசும் போது மோசஸ், அது கோதுமையும் பார்லியும் திராட்சைத் தோட்டங்களும் நிறைந்த நிலமாகச் சொல்கிறார். கோதுமை கிறிஸ்தவ சடங்காசாரத்தில் முக்கிய பங்கு வகிக்கும் தானியம். எகிப்தில் இருந்து இஸ்ரேலியர்கள் அடிமைத்தளையில் இருந்து விடுதலை பெற்றதன் நினைவாகக் கொண்டாடப்படும் பாஸ்கா விழாவில் மாட்ஸோ பிரெட் முக்கிய உணவாக இருக்கிறது. கிறிஸ்தவர்கள் இயேசுவின் உடலை நினைவுகூரும்வகையில் தேவ அப்பம் உண்பதுண்டு. இஸ்லாமியர் தந்தூரி-நான் ரொட்டியை புனித உணவாகக் கருதுவதுண்டு. படுக்கை வசத்தில் வைக்கக்கூடாது; தரையில் வீசி எறியக்கூடாது என்றெல்லாம் அதன் மீது புனிதம் ஏற்றப்படுவதுண்டு. பைபிளில் பிரெட் என்பது வளமான அறுவடையைக் குறிக்கும் சொல்லாகவும், செழிப்பான காலத்தின் குறியீடாகவும், பட்டினியில் இருந்து விடுதலையாகவும் சில நேரங்களில் ரட்சிப்பாகவும்கூடக் குறிப்பிடப் படுகிறது.

கோதுமை ஓர் உலக உணவு. இந்தியாவில் சப்பாத்தி. கிரேக்கத்தில் சுரேகி; மத்திய கிழக்கு நாடுகளில் பிடா; டென்மார்க்கில் ஏப்லெஸ்கிவெர்; பர்மாவில் நன் ப்யா எனும் காலை உணவு; அமெரிக்காவில் டோநட்ஸ். இந்த அளவுக்கு மனித வாழ்க்கையில், மனதில் கலாசாரத்தில் ஆழமாக இடம்பெற்றிருக்கும் கோதுமையை மோசமானது என்று சொல்வது ஒருவருக்கு மிகுந்த அதிர்ச்சியையே தரும். ஆனால், நான் அந்த கோதுமையைக் குறை சொல்லவில்லை. இன்றைய நவீன கோதுமை என்பது நம் முன்னோர்கள் பயன்படுத்திய கோதுமையில் இருந்து முற்றிலும்

வேறுபட்டது. இன்றைய நாபா பள்ளத்தாக்கு அதி உயர்ரக வைனுக்கும் கி.மு.நான்காம் நூற்றாண்டு வைன் தயாரிப்பாளர்கள் பூமிக்கடியில் கலயம் புதைத்து வைத்து உருவாக்கிய வைனுக்கும் இடையில் எவ்வளவு வித்தியாசம் உண்டோ அந்த அளவு வித்தியாசம் பழங்கால கோதுமைக்கும் இன்றைய நவீன கோதுமைக்கும் இடையில் உண்டு. பிரெட் மற்றும் கோதுமை மூலம் தயாரிக்கப்பட்ட பலவகையான உணவுப் பொருட்கள் பல நூறாண்டுகளாக மனிதப் பயன்பாட்டில் இருந்து வந்துள்ளன. ஆனால், அந்தக் கடந்த கால கோதுமையும் இன்று நம் உணவு மேஜைகளை அலங்கரிக்கும் கோதுமையும் ஒன்றல்ல. ஆரம்ப கால மனிதர்கள் அறுவடை செய்த காட்டுப் பயிர் கோதுமையானது இன்று 25,000 வகைகளாகப் பெருகிவிட்டன. இவற்றில் கிட்டத்தட்ட அனைத்துமே மனிதக் குறுக்கீட்டினால் உருவாக்கப்பட்டவை.

பனியுகத்தின் இறுதிக்காலகட்டத்தில் கி.மு.8500 வாக்கில் உலகில் எந்த மதமும் தோன்றியிராத காலகட்டத்தில் எகிப்தியரோ கிரேக்கரோ ரோமானியரோ உருவாகியிராத காலகட்டத்தில் வாழ்ந்த நடுஃபியர்கள் பகுதி-நாடோடி வாழ்க்கை வாழ்ந்து வந்தனர். அவர்கள் இப்போதைய சிரியா, ஜோர்டான், லெபனான், இஸ்ரேல், இராக் பகுதிகளை உள்ளடக்கிய ஃபெர்டைல் க்ரெசண்ட் பகுதியில் உலவிய அவர்கள் வேட்டையாடுதல், காய் கனிகள் சேகரித்தல் ஆகியவற்றோடு சேர்த்து அங்கு வளர்ந்திருந்த பயிர்களையும் அறுவடை செய்து சாப்பிட்டுள்ளனர். அந்த இடத்தில் செழித்து வளர்ந்திருந்த ஆதி கோதுமைப் பயிரை (இன்றைய நவீன கோதுமை எய்ன்கார்ன் - Einkorn கோதுமையின் முன்னோர்) அவர்கள் அறுவடை செய்து உண்டிருக்கிறார்கள். மான், பன்றி, வான் கோழி, காட்டு ஆடு ஆகியவற்றின் மாமிசத்தோடு காட்டுத் தானியங்கள், பழங்கள் ஆகியவற்றையும் சாப்பிட்டிருக்கிறார்கள்.

மத்திய சிரியாவில் டெல் அபு ஹுரேரா குடியேற்றப் பகுதியில் கிடைத்திருக்கும் அகழ்வாராய்ச்சித் தரவுகளில் இருந்து அந்தப் பகுதி மக்கள் அறுவடை செய்யவும் தானியங்களை மாவாக்கவும் அருவாள், அம்மி ஆகியவற்றைப் பயன்படுத்தியிருப்பதும் சேமித்து வைக்க குதிர்கள்போல் அமைப்புகள் இருந்ததும் தெரியவந்துள்ளன. டெல் அஸ்வாத், ஜெரிகோ, நஹல் ஹெமர், நவலி கோரி மற்றும் பிற பகுதிகளில் அறுவடை செய்யப்பட்ட கோதுமை தானியங்களின் மிச்சங்கள் கிடைத்துள்ளன.

கோதுமையனது கையால் பொடி செய்யப்பட்டு கஞ்சியாகச் சாப்பிடப்பட்டுள்ளது. ஈஸ்ட் மூலம் பொங்கி எழவைக்கப்பட்ட பிரெட் பயன்பாடு பல ஆயிரம் ஆண்டுகள் கழிந்த பிறகே பயன்பாட்டுக்கு வந்துள்ளது.

நடுஃபியர்கள் காட்டு எய்ன்கார்ன் பயிரை அறுவடை செய்து விதைகளை அடுத்த பருவத்தில் நடுவதற்காகச் சேமித்து வைத்திருக்கிறார்கள். நடுஃபியர்களின் உணவில் கோதுமை முக்கிய இடத்தைப் பிடித்திருக்கிறது. அதன் மூலம் வேட்டையாடுவதும் காய் கனி சேகரிப்பு வேலைகளும் கொஞ்சம் குறைந்துள்ளன. காட்டுப் பயிராக, தானாக வளர்ந்திருந்த கோதுமையைப் பறித்து சாப்பிட்ட நிலை மாறி அதை நட்டு வளர்த்து விவசாயம் செய்ய ஆரம்பித்த காலகட்டம் என்பது மனித பரிணாம வளர்ச்சியில் மிக முக்கியமான காலகட்டம். அதுதான் அந்த ஆதி மனிதர்களின் நாடோடி வாழ்க்கையை ஒழுங்குபடுத்தி ஓரிடத்தில் தங்கி வாழும் படியாகச் செய்தது. கருவிகள், மொழி, கலாசாரம் ஆகியவை வளர அதுவே காரணமாக அமைந்தது. அதுவே விவசாயத்தின் தொடக்கத்தை அடையாளப்படுத்தியது. ஒரே இடத்தில் அதிக காலம் தங்கி இருக்கும்படியாக மனித வாழ்க்கை முறையை மாற்றி அமைத்தது. தானியங்கள், பிற உணவுப் பொருட்களை வளர்ப்பது போன்றவை உபரி உணவுப் பொருட்கள் கிடைக்க வழி செய்தன. அதனால் வேலைகளைச் செழுமைப்படுத்திக்கொள்ளுதல், அரச அமைப்பு மற்றும் கலாசாரத்தின் அனைத்துவகையான ஒழுங்குகள் எல்லாம் உருவாக வழி பிறந்தன. விவசாயம் இல்லாத காரணத்தால் கற்கால மனிதர்களுடைய வாழ்க்கையில் கலாசார முன்னேற்றம் இருந்திருக்கவில்லை.

பத்தாயிரம் ஆண்டுகளுக்கு மேலாக குகை மனிதர்கள், குடிசை மனிதர்கள், கல்வீடு மனிதர்கள் என அனைத்து காலகட்டங்களிலும் கோதுமையானது மிக முக்கியமான உணவுப் பொருளாக இருந்துவந்திருக்கிறது. எய்ன்கார்ன், எம்மர், அதைத் தொடர்ந்து பயிர் செய்யப்பட்ட டிரைடிகம் ஏஸ்திவம் போன்றவை இந்தப் பத்தாயிரமாண்டுகளில் படிப்படியாக அதுவும் வெகு குறைவான அளவிலேயே மாற்றமடைந்து வந்துள்ளன. 17-ம் நூற்றாண்டில் இருந்த கோதுமைதான் 18-ம் நூற்றாண்டிலும் இருந்திருக்கிறது. அதுதான் 19-ம் நூற்றாண்டிலும் 20-ம் நூற்றாண்டின் முதல் பாதியிலும் கூட இருந்திருக்கிறது. இந்தக் குறிப்பிட்ட நூற்றாண்டுகளில் மாட்டு வண்டியில் நீங்கள் வயல்களினூடாகப் பயணம் செய்திருந்தால் நான்கு அடி உயரமுள்ள கோதுமை தானியக்

கதிர்கள் மஞ்சள் தானிய அலையாக அசைந்து ஆடிக் கொண்டிருந்ததைப் பார்த்திருக்க முடியும். புதிய பயிர்வகைகளை உருவாக்கும் மனித முயற்சிகள் காலம் காலமாக மிகச் சிறிய மாற்றத்தை மட்டுமே சாத்தியப்படுத்தியிருந்தன. 20-ம் நூற்றாண்டு கோதுமைக்கும் அதற்கு முந்தைய காலகட்டத்து கோதுமைக்கும் இடையில் பெரிய வேறுபாடு எதையும் எவ்வளவு கூர்மையான பார்வைத் திறன் கொண்டவராலும் கோதுமைகள் பற்றிய அறிவு மிகுந்தவராலும் கண்டுபிடித்திருக்கவே முடியாது.

19-ம் நூற்றாண்டிலும் 20-ம் நூற்றாண்டின் முதல் பாதியிலும் கோதுமை முந்தைய நூற்றாண்டுகள் போலவே வெகு சொற்பமாகவே மாற்றமடைந்தது. 1940களில் என் பாட்டி பயன்படுத்திய கோதுமை மாவு அவருடைய பாட்டி அறுபது வருடங்களுக்கு முன்பு பயன்படுத்திய கோதுமையில் இருந்து கொஞ்சம் போலவே வேறுபட்டிருந்தது. இன்னும் சொல்லப் போனால் 200 ஆண்டுகளுக்கு முன்பு பயன்படுத்தப்பட்ட கோதுமையில் இருந்தும்கூட சொற்பமாகவே வேறுபட்டிருந் திருக்கும். இருபதாம் நூற்றாண்டு வாக்கில் அரவைத் தொழிலில் புதிய தொழில்நுட்பம் வந்துவிட்டிருந்தது. மிக மிக நைஸாகவும் பெரிய அளவிலும் அரைக்கும் வசதிகள் வந்துவிட்டிருந்தன. எனினும் கோதுமையில் எந்தப் பெரிய மாற்றமும் வந்திருக்க வில்லை.

ஆனால், இருபதாம் நூற்றாண்டின் பிற்பாதியில் கலப்புப் பயிர் உருவாக்க வழிமுறைகளில் பெரும் புரட்சி ஏற்பட்டிருக்கவே கோதுமையின் வகைகளில் மிகப் பெரிய மாற்றங்கள் ஏற்படத் தொடங்கின. இப்போதைய மாற்றங்களுக்கு வறட்சியோ நோயோ அல்லது டார்வினிய பரிணாமவியல் அம்சங்களோ காரணமல்ல. இவை முழுக்கவும் மனிதக் குறுக்கீடுகளால் ஏற்பட்ட மாற்றங் களே. இதனால் கோதுமையானது வெட்டி, குறுக்கி, இழுத்து, திரித்து, பிரித்து, சேர்த்து முற்றிலும் புதிய தனித்தன்மையான முந்தைய வகைகளுடன் ஒப்பிட்டே சொல்ல முடியாத வகையி லான புதிய வகைகள் உருவாக்கப்பட்டன. ஆனால், பெயர் மட்டும் மாறவே இல்லை. எல்லா வகைகளும் அதே கோதுமை என்ற பெயரிலேயே அழைக்கப்படுகின்றன!

அதிக மகசூல், குறைந்த உற்பத்திச் செலவு, ஒரு குறிப்பிட்ட வகையைப் பெருமளவில் உருவாக்குதல் ஆகியவையே வணிக உற்பத்தியாளர்களின் இலக்காக இருக்கின்றன. ஆனால்,

இப்படியான தேவைகளுக்காக மரபணு மாற்றம் செய்வதால் அது மனித உடலுக்கு ஏதேனும் தீங்கை விளைவிக்குமா என்பதை மட்டும் யாரும் யோசித்தே பார்க்கவில்லை. கோதுமையின் வரலாற்றில் ஐந்தாயிரம் ஆண்டுகளுக்கு முன்பாக அல்ல... ஐம்பது வருடங்களில்தான் அது மாறிவிட்டிருக்கிறது.

விளைவு: இன்றைய ஒரு சிறு துண்டு ரொட்டி, சப்பாத்தி, பிஸ்கெட், கேக் இவையெல்லாம் ஆயிரம் வருடங்களுக்கு முன்பு இருந்தவற்றில் இருந்து முற்றிலும் மாறுபட்டது. நம் பாட்டிகள் தயாரித்த கோதுமை உணவுப் பொருட்களில் இருந்துகூட முற்றிலும் மாறுபட்டது. பார்ப்பதற்கு அவை ஒரே மாதிரியாக இருக்கக்கூடும். சுவை கூட ஒரே மாதிரியாகத் தெரியக்கூடும். ஆனால், அவற்றின் வேதி மூலக்கூறுகளில் மிகப் பெரிய மாற்றம் ஏற்பட்டுள்ளன. கோதுமையின் புரதத்தில் ஏற்படும் சிறு மாற்றமானது மனித உடம்பின் நோய் எதிர்ப்பு சக்தியை வெகுவாகப் பாதித்துவிடும்.

மரபணு மாற்றத்துக்கு முந்தைய கோதுமை

சுற்றுச் சூழலுக்குத் தகுந்தாற்போல் தன்னை மாற்றிக் கொள்ளும் திறமைகொண்ட பயிர்களில் கோதுமைக்கு இணையாக வேறொரு பயிரை நாம் சொல்லவே முடியாது. கடல் மட்டத்தில் இருந்து 850 அடி ஆழமான ஜெரிச்சோ பகுதியில் ஆரம்பித்து கடல் மட்டத்தில் இருந்து 10,000 அடி உயரமான இமயமலைச்சாரல்கள் வரை அது எல்லா இடங்களிலும் செழித்து வளர்கிறது. பூமியின் வட எல்லையில் நார்வேயில் 65 டிகிரிவட தீர்க்க ரேகையில் ஆரம்பித்து தென் எல்லையில் அர்ஜெண்டினாவில் 45 தென் தீர்க்கரேகைவரையும் செழித்து வளர்கிறது. அமெரிக்காவில் 60 மில்லியன் ஏக்கர் நிலப்பரப்பில் கோதுமை பயிரிடப்படுகிறது. கிட்டத்தட்ட தமிழ்நாட்டின் 90% நிலப்பரப்புக்கு இணையானது. உலக அளவில் பார்த்தால் அதைப்போல் பத்து மடங்கு அதிக நிலப் பரப்பில் பயிரிடப்படுகிறது. அதாவது, மேற்கு ஐரோப்பாவைப் போல் இரண்டு மடங்கு நிலப்பரப்பில் கோதுமை பயிரிடப் படுகிறது.

முதலில் காட்டுப் பயிராகவும் பின்னர் பயிரிடப்பட்ட பயிரான எய்ன்கார்ன் கோதுமை வகைதான் எல்லா கோதுமைகளின் முது முப்பாட்டன். அனைத்து கோதுமை வகைகளிலும் எய்ன்கார்ன் தான் மிக எளிமையான மரபணு அலகைக் கொண்டது. வெறும்

14 குரோமோசோம்களை மட்டுமே அது பெற்றிருக்கிறது. சுமார் கி.மு. 3300 வாக்கில் ஐரோப்பாவில் பனியைத் தாங்கும் சக்தி மிகுந்த எய்ன்கார்ன் மிகவும் பிரபலமான பயிராக இருந்திருக் கிறது. ஓ(ட்)ஸி எனப்படும் டைரோலியன் பனி மனிதன் வாழ்ந்த காலகட்டம் இது.

நியோலித்திக் கால வேட்டைக்காரர் ஒருவர் இத்தாலிய ஆல்ப்ஸ் பனிமலையில் எதிரிகளால் கொல்லப்பட்டு அவருடைய உடல் பனி மலையில் அப்படியே விடப்பட்டு இயற்கையாக பனி மூடி உறைந்துகிடந்தது. இறப்பதற்கு முன் அவர் சாப்பிட்ட காய்கறிகள், மான் இறைச்சி, ஆட்டு இறைச்சி ஆகியவற்றுடன் எய்ன்கார்ன் கோதுமையின் நொதிக்கப்படாத தட்டையான ரொட்டித் துணுக்குகளும் பாதி செரிமானமான நிலையில் அவர் வயிற்றில் காணப்பட்டன.

எய்ன்கார்ன் கோதுமை பயிரிடப்பட்டதைத் தொடர்ந்து அந்த வகையும் வேறொரு சம்பந்தமில்லாத காட்டுப் புல் வகையும் இயற்கையாகக் கலந்து ஏகிலோப்ஸ் ஸ்பெல்டொடெஸ் எனும் ஆட்டுப்புல் வகை மத்திய கிழக்குப் பகுதியில் உருவானது. அந்த ஆட்டுப் புல் வகையானது தனது மரபணுத் தொகுதியை எய்ன்கார்ன் கோதுமைக்குக் கொடுத்து சிக்கலான 28 குரோமோசோம் கொண்ட எம்மர் வகை கோதுமை உருவானது. கோதுமை போன்ற பயிரினங்கள் தமது மூதாதையின் மரபணுக் களை அப்படியே தக்கவைத்துக்கொள்ளும் குணம் கொண்டவை. நினைத்துப் பாருங்கள் நம் அப்பாவும் அம்மாவும் இணைந்தபோது அவர்களுடைய உடம்பில் தனித்தனியாக இருந்த 46 குரோமோசோம்களும் கலந்து 92 குரோமோசோம் கொண்ட புதிய உயிரினமாக நாம் உருவாகியிருந்தால் என்னவாகியிருக்கும்? பரிணாம வளர்ச்சியில் வெகு பின்னதாக உருவாகும் உயர் நிலை உயிரினங்களில் இப்படியான இரட்டிப்பு நிகழ்வதில்லை. இப்படியான இரட்டிப்பு நிகழ்வுக்கு பாலிப்ளாய்டி என்று பெயர்.

எய்ன்கார்ன் கோதுமையும் அதன் பரிணாம வாரிசான எம்மர் வகை கோதுமையும் சில நூறு ஆண்டுகள் மனித உணவில் முக்கிய இடம் வகித்துவந்தன. நவீன கோதுமைபோல் பேகிங்குக்கு (Baking) உகந்தவை அல்ல. மகசூலும் குறைவாகவே இருக்கும். எனினும் முக்கிய உணவாகவும் சமய முக்கியத்துவம் வாய்ந்த தானிய மாகவும் இருந்துவந்திருக்கிறது. மோசஸ் குறிப்பிட்டுச் சொன்னது

எம்மர் கோதுமையாகத்தான் இருக்கும். பைபிளில் வேறு இடங்களில் சொல்லப்பட்டிருக்கும் கோதுமையும் ரோமானிய சாம்ராஜ்ஜியம் உருவாகத் தொடங்கும்வரையும் பெருமளவில் பயன்படுத்தப்பட்ட கோதுமையும் இதுவாகத்தான் இருந்திருக்கும்.

முதல் வரிவடிவ எழுத்துகளைப் பயன்படுத்தியதாகச் சொல்லப் படும் சுமேரியர்கள் ஏராளமான களிமண் ஏடுகளை விட்டுச் சென்றிருக்கிறார்கள். கி.மு.3000 ஆண்டுகளுக்கு முன் உருவாக்கப் பட்ட அந்தப் பட எழுத்துமுறையில் பிரெட், பாஸ்ட்ரீஸ் தயாரிக்கும் விதம் பற்றிய சமையல் குறிப்புகள் காணப்படுகின்றன. அம்மி அல்லது திருணை மூலம் பொடித்த கோதுமையை வைத்துத் தயாரிக்கப்பட்டிருந்தன. அரைக்கும் வேலையை எளிதாக்க தானியங்களுடன் மணல் சேர்க்கப்பட்டிருந்தது. இதனால் கோதுமை பிரெட் சாப்பிட்ட சுமேரியர்களின் பற்கள் மீது மண் கறை படிந்திருந்தது.

புராதன எகிப்தில் எம்மர் கோதுமை செழித்து வளர்ந்திருந்தது. கோதுமையின் பயிர் சுழற்சியானது நைல் நதியின் நீர்வரத்து பருவ காலங்களுக்கு ஏற்ப அதிகரித்தும் குறைந்தும் ஏற்ற இறக்கங் களோடு இருந்ததுடன் இசைந்து செல்வதாக இருந்திருக்கிறது. எகிப்தியர்களுக்கு ஈஸ்ட் சேர்த்து ரொட்டியை நொதித்து எழச் செய்யும் கலை தெரிந்திருந்தது. யூதர்கள் எகிப்தில் இருந்து விடுதலை பெற்றுச் சென்றபோது ஈஸ்ட்டை உடன் கொண்டு செல்லத் தவறிவிட்டார்கள். எனவே அவர்கள் எம்மர் கோதுமையின் நொதிக்கப்படாத தட்டையான ரொட்டியை மட்டுமே உண்டுவந்திருக்கிறார்கள்.

பைபிள் காலகட்டத்துக்கு முந்தைய மில்லினியத்தில் 28 குரோமோசோம் கொண்ட கோதுமை டிரைடிகம் டாவுஸ்ச்சியுடன் இயல்பாகக் கலந்து 42 குரோமோசோம்கொண்ட டிரைடிகம் ஏஸ்திவம் என்ற புதுவகை கோதுமை உருவானது. இன்று நாம் கோதுமை என்ற பெயரில் பயன்படுத்தும் தானியத்துக்கு மிகவும் நெருக்கமானது இந்தக் கோதுமையே. ஏனென்றால், மூன்று முற்றிலும் மாறுபட்ட பயிர்களின் மொத்த குரோமோசோம்களும் கலந்து மிகவும் சிக்கலான பயிரினமாக உருவாகிவிட்டிருக்கிறது. பிற்காலத்தில் உருவான மரபியல் ஆராய்ச்சியாளர்களால் எளிதில் மாற்றத் தகுந்த குணங்களுடன் அந்த கோதுமை இருக்க அந்தச் சிக்கலான மரபணுக் கலப்பே காரணம்.

காலப்போக்கில் அதிக மகசூல் தரக்கூடியதும் பேக்கிங்குக்கு உகந்ததுமான டிரைடிகம் ஏஸ்திவம் தனது பெற்றோரான எய்ன்கார்ன், எம்மர் கோதுமைவகைகளை ஓரங்கட்டிவிட்டது. பல நூறு ஆண்டுகளாக டிரைடிகம் ஏஸ்திவம் வெகு குறைவாகவே மாற்றமடைந்திருக்கிறது. 18-ம் நூற்றாண்டின் மத்திம காலத்தில் ஸ்வீடன் நாட்டைச் சேர்ந்த தாவரவியலாளரும் உயிரியல் பட்டியலாளருமான கரோலஸ் லினேயஸ் டிரைடிகம் பிரிவின் கீழ் ஐந்து வெவ்வேறு வகைகளை அட்டவணைப்படுத்தியிருந்தார்.

கோதுமை அமெரிக்காவில் இயல்பாக முளைத்த பயிர் அல்ல. 1493-ல் போர்ட்டோரிகாவில் கிறிஸ்டஃபர் கொலம்பஸின் குழுவினர் மூலம் கொண்டுவந்து நடப்பட்டது. ஸ்பானிய கடல் குழுவினர் மெக்ஸிகோவுக்கு 1530-ல் தாம் கொண்டுவந்த அரிசிச் சாக்குகளில் தற்செயலாக கோதுமை விதைகளையும் கொண்டு வந்து அதை அமெரிக்க தென்மேற்குப் பகுதியில் அறிமுகப் படுத்தினர். 1602-ல் நியூ இங்கிலாந்து பகுதியில் பார்தல்மோ கஸ்நால்ட் முதலில் கோதுமையை அறிமுகப்படுத்தினார். அவரைத் தொடர்ந்து மே ஃபிளவர் கப்பலில் அங்கு கொண்டு செல்லப்பட்ட புனித யார்த்திரிகர்கள் மூலம் அது பரவியது.

உண்மையான கோதுமை

பத்தாயிரம் ஆண்டுகளுக்கு முன்பாக கைகளால் அறுவடை செய்யப்பட்ட காட்டு கோதுமைகள் எப்படி இருந்திருக்கும்? இந்த எளிய கேள்வி என்னை மத்திய கிழக்குப் பகுதிக்கு சரியாகச் சொல்வதென்றால் மேற்கு மாசாசூசட்ஸில் இருந்த சிறிய ஆர்கானிக் பண்ணைக்கு இட்டுச் சென்றது.

அங்கு நான் எலிசெவா ரோகோஸாவைச் சந்தித்தேன். எலிசா வெறும் அறிவியல் ஆசிரியர் மட்டுமல்ல. இயற்கை விவசாயியும் கூட. தன்னிறைவு விவசாயத்துக்கு ஆதரவாகப் பேசுபவர். ஹெரிடேஜ் வீட் கன்சர்வன்ஸி (பாரம்பரிய கோதுமை பாதுகாப்பு அமைப்பு) என்ற அமைப்பை நிறுவியவர். அவருடைய நிறுவனம் பாரம்பரிய உணவு தானியங்களைப் பாதுகாப்பது, அவற்றை இயற்கை வழியில் பயிரிடுதல் ஆகிய பணிகளைச் செய்துவந்தது. ஜோர்டானிய இஸ்ரேலிய பாலஸ்தீனிய ஜென்(ட்டிக்)பேங்க் சார்பில் மத்திய கிழக்கு நாடுகளில் பத்து ஆண்டுகளுக்கு மேல் பணிபுரிந்தவர். கிட்டத்தட்ட அழிவின் விளிம்பில் இருந்த பயிர்வகைகளின் விதைகளைச் சேகரிக்கும்

பணியில் இருந்தார். அமெரிக்கா திரும்பியபோது அவர் வசம் புராதன எகிப்து, கேனான் பகுதிகளில் உருவான ஆதி கோதுமைப் பயிர்களின் விதைகள் இருந்தன. அன்றிலிருந்து தனது முன்னோர்கள் உண்டு வாழ்ந்த அந்தப் பயிர்வகைகளை இயற்கை வழிமுறையில் பயிர் செய்து வருகிறார்.

நான் முதலில் அவருடன் மின் அஞ்சலில் தொடர்பு கொண்டேன். முதலில் எய்ன்கார்ன் கோதுமை இரண்டு கிலோ வேண்டும் என்று கேட்டிருந்தேன். அந்த தனித்தன்மை வாய்ந்த கோதுமை பற்றி அவர் ஆர்வத்துடன் என்னிடம் பகிர்ந்து கொண்டார். அது வெறும் பழங்கால கோதுமை மட்டுமே அல்லவே. செழிப்பான நுட்பமான விவரிக்க முடியாத சுவை கொண்டது என்று அதுபற்றிச் சொன்னார். நவீன கால கோதுமைகள் எல்லாம் மரக்கட்டையைத் தின்பதுபோல் இருப்பதாகவும் சொன்னார்.

மகசூலைப் பெருக்கவும் லாபத்தைப் பெருக்கவும் மேற் கொள்ளப்படும் சமீபகால மரபணு மாற்ற விவசாய விஞ்ஞானச் செயல்பாடுகள் கோதுமை உணவின் தரத்தை பாதித்து மக்களுக்கு ஏராளமான உபாதைகளைக் கொண்டுவருவது பற்றிச் சொன்னேன். இதைக் கேட்டதும் அவர் உற்சாக மிகுதியில் துள்ளித் குதித்தார். இயற்கை உரங்கள் போடப்பட்டு இயற்கை சூழலில் வளரும் ஆதிகால கோதுமை வகைகளே பிரச்னைக்கு சரியான தீர்வாக இருக்கமுடியும். நவீன கால வேதி உர, பூச்சி மருந்து கோதுமைகளுக்கு அதுவே மாற்று என்றார்.

அப்படியாக, பரிணாம வளர்ச்சியின் சிறிய மாற்றங்களோடு கோதுமைப் பயிர்கள் உலகெங்கும் பரவின.

இன்று எய்ன்கார்ன், எம்மர் மற்றும் டிரைடிகம் ஏய்ஸ்திவம் போன்ற வகைகள் இடம்பெயர்க்கப்பட்டு மரபணு மாற்றப்பட்ட நவீன வகை கோதுமைகள் டிரைடிகம் டியூரம் (பாஸ்தா) டிரைடிகம் கம்பேக்டம் போன்றவை நிறைந்துவிட்டன. எய்ன்கார்ன், எம்மர் வகை கோதுமைகளைத் தேடிக் கண்டு பிடிப்பது இன்று மிகவும் சிரமமாகிவிட்டிருக்கிறது. மத்திய கிழக்கு நாடுகள், தென் ஃபிரான்ஸ், வட இத்தாலி போன்ற பகுதிகளில் இங்கொன்றும் அங்கொன்றுமாக பாரம்பரிய பயிர் விவசாயிகளைத் தான் தேடிப் போகவேண்டியிருக்கும். நவீன கலப்பின விஞ்ஞானச் செயல்பாடுகளினால் இன்றைய டிரைடிகம்

வகை கோதுமையானது இயற்கையாக வளர்ந்த எய்ன்கார்ன் வகையில் இருந்து நூற்றுக்கணக்கான ஆயிரக்கணக்கான மரபணு மாறுதலை அடைந்திருக்கின்றன.

இன்றைய டிரைடிகம் வகையானது அதிக மகசூல், நோய் எதிர்ப்பு சக்தி, வறட்சி, அதி வெப்பத்தைத் தாங்கும் குணம் ஆகியவற்றை இலக்காகக்கொண்டு மாற்றி அமைக்கப்பட்டுள்ளது. கோதுமை வகைகள் எந்த அளவுக்கு மாற்றப்பட்டுள்ளன என்றால் அந்த நவீன வகை கோதுமைகள் நைட்ரேட் உரங்களோ நவீன பூச்சிக் கொல்லிகளோ இல்லாமல் காட்டுப்பகுதிகளில் முற்காலத்தில் வளர்ந்ததுபோல் வளரவே முடியாது என்ற நிலை ஏற்பட்டுவிட்டது (வளர்ப்பு பிராணிகளிலும் இதேதான் நடந்தது. மனிதர்களின் செல்லப்பிராணியாக வளர்ந்துவிட்ட விலங்குகளால் அவர்கள் தரும் நவீன உணவுகளுக்குப் பழகிவிட்ட விலங்குகளால் அது கிடைக்கவில்லையென்றால் உயிர் வாழ முடியாது என்ற நிலைக்கு ஆகிவிட்டன).

பாரம்பரிய கோதுமைக்கும் நவீன கோதுமைக்கும் இடையிலான வித்தியாசமானது சாதாரணக் கண்களால் பார்த்தாலே தெரியும் அளவுக்கு வெளிப்படையாகவே இருக்கின்றன. பாரம்பரிய கோதுமையில் கோதுமையானது கோதுமைத்தாளுடன் இறுக்க மாக ஒட்டிக் கொண்டிருக்கும். நவீன கோதுமையோ அதன் கதிரில் இருந்து வெகு எளிதில் உதிரும்படியாக இருக்கும். விஞ்ஞானிகள் க்யூ மற்றும் டெனேசியஸ் க்ளூமே மரபணுக்களில் செய்த மாற்றங்களே அதற்குக் காரணம். ஆனால் வேறு சில மாறுதல்கள் இன்னும் வெளிப்படையானவை. நவீன கோதுமைப் பயிர்கள் மிகவும் குட்டையானவை. மகசூலை அதிகரிப்பதற்காக அதாவது அதிக கோதுமை மணிகளைத் தாங்கும்படியாக இருக்க வேண்டுமென்றால் கோதுமைப் பயிரின் தாள் (வைக்கோல்) மிகவும் சிறியதாக இருந்தால்தானே பயிர் குடை சாயாமல் இருக்க முடியும். எனவே வைக்கோள் தாளின் நீளம் குறுக்கப்பட்டது.

சிறியதே இனி மிகவும் பெரியது

மனிதர்கள் விவசாயம் செய்ய ஆரம்பித்த காலத்திலிருந்தே மகசூலை அதிகரிக்கப் பெரும் முயற்சிகள் மேற்கொண்டு வந்துள்ளனர். ஏராளமான நிலபுலன்களை (கூடவே சில பல ஆடுகள், முட்டை நிறைய அரிசி) சீதனமாகத் தரும் பெண்ணை

மணந்துகொள்வதே மகசூலைப் பெருக்கும் முக்கியமான வழிமுறையாகப் பல நூற்றாண்டுகள் இருந்துள்ளன. 20ம் நூற்றாண்டில் தொழில் புரட்சி ஏற்பட்டது. அதனால், விலங்குகள் இடம்பெயர்க்கப்பட்டு இயந்திரங்கள் அந்த இடத்தைப் பிடித்தன. இதனால் குறைவான மனித முயற்சியில் அதிக மகசூல் கிடைக்க வழிபிறந்தது. அமெரிக்காவில் பொதுவாகவே தேவைக்கு அதிகமான உணவு கிடைக்கவே செய்தது (அங்கு பயிர் விநியோகம் பெரிதாக வளர்ச்சி அடையாமல் இருந்ததற்கு செழிப்பின்மை காரணமல்ல... அதற்கான தேவை இருந்திருக்க வில்லை என்பதே காரணம்). ஆனால், பிற நாடுகளில் மக்கள் தொகை அதிகமாகவும் உணவு உற்பத்தி குறைவாகவும் இருந்தன. இதனால் அங்கெல்லாம் வறுமை தலை விரித்து ஆடியது.

நவீன காலகட்டத்தில் பயிர்களின் மகசூலை அதிகரிக்க கலப்புப் பயிர் உருவாக்கம், மரபணு மாற்றம் போன்றவற்றின் மூலம் மனிதர்கள் சோதனைசாலைகளில் பல முயற்சிகள் மேற்கொண்டு வருகிறார்கள். கலப்பின உருவாக்கத்தில் இரண்டு வேறுவகைப் பயிர்களுடன் அல்லது பெற்றோர் பயிர்களுடன் கலப்பு செய்து புதிய பயிர்கள் உருவாக்கப்படுகின்றன. ஆஸ்திரிய பாதிரியாரும் தாவரவியலாலருமான கிரிகோர் மெண்டல் 1866-ல் இந்த வழிமுறையைப் பரிந்துரைத்திருந்தார். எனினும் 20-ம் நூற்றாண்டின் மத்திம காலம்வரை அது ஆரம்பிக்கப்பட்டிருக்க வில்லை. ஹெட்டிரோஸைகாஸிட்டி, மரபணுச் செல்வாக்கு போன்றவை பற்றிய புரிதல் அதிகரித்த பிறகே அந்தக் கலப்புப் பயிராக்கம் பெருமளவில் முன்னெடுக்கப்பட்டது. மண்டலின் ஆரம்ப கட்ட முயற்சிகளையெல்லாம் வெகுவாகத் தாண்டி இன்று விரும்பும் குணங்களுடன் கூடிய பயிர்களை உருவாக்கும் திறமையை மரபணு விஞ்ஞானிகள் பெற்றிருக்கிறார்கள். எனினும் இன்னும் நிறைய செய்து பார்த்துக் கற்றுக்கொள்ள வேண்டியிருக்கிறது.

இன்று உலகம் முழுவதும் பரவலாக இருக்கும் கோதுமையானது சியாரா மாத்ரே ஓரியண்டல் மலையடிவாரத்தில் மெக்ஸிகோவின் கிழக்குப்பகுதியில் அமைந்திருக்கும் சோளம், கோதுமை மேம்பாட்டு சர்வதேச மையம் (ஐ.எம்.டபிள்யூ.ஐ.சி) உற்பத்தி செய்த நவீன கோதுமை வகையின் வழி வந்தவையே. ஐ.எம்.டபிள்யூ.ஐ.சி 1943-ல் விவசாய ஆராய்ச்சி மையமாக ஆரம்பிக்கப்பட்டது. மெக்ஸிகோ அரசாங்கமும் ராக்ஃபெல்லர் அறக்கட்டளை அமைப்பும் சேர்ந்து மெக்ஸிகோ, விவசாயத்தில்

தன்னிறைவு அடையும் நோக்கில் அந்த மையம் ஆரம்பிக்கப் பட்டது. உலகின் பட்டினியைப் போக்கும் உயரிய இலக்குடன் மக்காச்சோளம், சோயா, கோதுமை உற்பத்தியைப் பெருக்கும் மிகப் பெரிய மையமாகப் பரிணமித்தது. மெக்ஸிகோவின் தட்ப வெப்பநிலை இரண்டு போக விளைச்சலுக்கு வழிவகுக்கக் கூடியதாக இருப்பதால் கலப்புப் பயிர்கள் மீதான சோதனைக்கான காலகட்டத்தைப் பாதியாகக் குறைக்க அது உதவியது. 1980 வாக்கில் ஆயிரக்கணக்கான கோதுமை வகைகளை உருவாக்கி விட்டிருந்தது. அவையே இன்று மூன்றாம் உலக நாடுகளில் ஆரம்பித்து அமெரிக்கா உள்ளிட்ட வளர்ந்த நாடுகள் வரை அனைத்து இடங்களிலும் பயிரிடப்படுகின்றன.

மகசூலை அதிகரிக்க நைட்ரஜன் மிகுதியாக இருந்த வேதி உரங்கள் போடப்பட்டபோது கோதுமை மணிகள் மிக மிகப் பெரியதாக வளர்ந்தன. முந்தைய நான்கு அடி உயர வைக்கோல் தாளின் மூலம் இந்த கனமான கோதுமை மணிகளைத் தாங்கிப் பிடிக்க முடியவில்லை. அந்த கோதுமைகள் அப்படியே சரிந்து விழுந்தன. இதனால் பயிர் நாசமடைந்ததோடு அறுவடை செய்வதும் மிகவும் கடினமாகிவிட்டது. ஐ.எம்.டபிள்யூ. ஐ.சி. மையத்தில் பணிபுரிந்து வந்த நார்மன் பர்லாக் அதிக மகசூல் தரும் குட்டை கோதுமைப் பயிர்வகையை உருவாக்கி சாதனை படைத்தார். அந்த குட்டை கோதுமையின் வைக்கோல் தாள் மிகவும் குட்டையாகவும் உறுதியாகவும் இருந்தது. எனவே கனம் மிகுந்த கோதுமைக்கதிரை எளிதில் நிமிர்ந்த நிலையில் தாங்கிப் பிடிக்க முடிந்தது. குட்டை வைக்கோல் தாள் சீக்கிரமே விளைச்சலைக் கொடுத்தது. நெட்டை வைக்கோல் தாளுக்கு அதிக காலம் பிடித்தது. அதிக உரம் போடவேண்டியிருந்தது. குட்டை வைக்கோல் தாள் சீக்கிரமே விளைச்சலைக் கொடுத்ததால் பயனற்ற வைக்கோல் தாளை நெட்டையாக வளரவைக்கும் கால விரயமும் செலவும் இல்லாமல் ஆனது.

டாக்டர் பர்லாக் செய்த சாதனையினால் பசுமைப் புரட்சியின் தந்தை என்ற பட்டப்பெயர் அவருக்குக் கிடைத்தது. அமெரிக்க மெடல் ஆஃப் ஃப்ரீடம் கிடைத்தது. காங்கிரஷனல் தங்கப் பதக்கமும் 1970-ல் நோபல் பரிசும் கிடைத்தது. 2009-ல் அவர் இறந்தபோது வால்ஸ்ட்ரீட் ஜர்னல் கீழ்க்கண்டவாறு அஞ்சலிக் குறிப்பு எழுதியது: வளர்ச்சி தொடர்பான எல்லைகளை விரிவு படுத்துவதில் இயற்கையானது மனித படைப்பூக்கத்துக்கு அருகில்

கூட வரமுடியாது என்பதை வேறு எவரைவிடவும் நிரூபித்த மாபெரும் தனி நபர்.

டாக்டர் போர்லாக் தனது கனவு நனவாவதை தன் வாழ் நாளிலேயே பார்த்து மகிழ்ந்தார். உலகப் பட்டினியை அது வெகுவாகக் குறைத்தது. உதாரணமாக 1961ஐவிட 1999-ல் சீனாவின் கோதுமை உற்பத்தி எட்டு மடங்கு அதிகரித்து விட்டிருந்தது.

தனது அதிக மகசூல் திறன் மூலமாக குட்டை வைக்கோல் கோதுமையானது அமெரிக்காவில் மட்டுமல்ல உலகம் முழுவதிலு மான பிற கோதுமை வகைகளை முற்றாக இடம்பெயர்த்து விட்டது. கன்சாஸ் பல்கலையில் பேராசிரியராக இருக்கும் அலன் ஃப்ரிட்ஸ் கூற்றின்படி உலகின் 99 சதவிகித கோதுமை உற்பத்தியானது குட்டை மற்றும் பகுதி குட்டை வைக்கோல் கோதுமை மூலமே நடப்பதாகக் குறிப்பிட்டிருக்கிறார்.

பிழையான பயிர் வளர்ப்பு

ஐ.எம்.டபிள்யூ.ஐ.சி. போல் மகசூலை அதிகரிக்கும் பேரார்வத்தில் ஈடுபட்ட விஞ்ஞானிகள் ஒரு விஷயத்தைக் கவனிக்கத் தவறி விட்டார்கள்: இப்படி கலப்பின, மரபணு மாற்றத்தின் மூலம் உருவாக்கப்படும் புதியவகைப் பயிர்கள் மனிதர்கள், விலங்குகள் மீது என்ன தாக்கத்தை ஏற்படுத்தும் என்பது குறித்து எந்த ஆய்வும் செய்து பார்த்திருக்கவே இல்லை. மகசூலை அதிகரித்தாக வேண்டும் என்பதில் அவ்வளவு முனைப்புடன் இருந்தார்கள். கலப்புப் பயிர்கள் மனிதர்களுக்கு எந்தத் தீங்கையும் விளை விக்காது என்பதில் விஞ்ஞானிகள் உறுதியாக இருந்தனர். உலக பட்டினியைப் போக்கியாகவேண்டிய அவசர நெருக்கடி இருந்தது. எனவே, இந்த நவீனப் பயிர்கள் எல்லாம் மனித ஆரோக்கியத்தை எந்த அளவுக்கு பாதிக்கும் என்பது பற்றி எந்தவொரு ஆராய்ச்சியும் செய்யப்படாமலேயே மக்கள் மத்தியில் பரப்பப்பட்டுவிட்டன.

கலப்பு மற்று மரபணு மாற்றம் மூலம் உருவான பயிர்கள் எல்லாமுமே அடிப்படையில் 'கோதுமை'யாகவே இருந்ததால் அது மனிதர்களுக்கு எந்தப் பெரிய தீங்கையும் விளைவிக்காது என்று அனைவரும் நம்பிவிட்டனர். ஆனால், விவசாய விஞ்ஞானிகள் இந்த கலப்புப் பயிர்கள் மனிதர்களுக்கு தீங்கு விளைவிக்ககூடும் என்ற எச்சரிக்கையை எள்ளிநகையாடவே

செய்தார்கள். ஏனென்றால் அப்படியான கலப்பு என்பது மனித இனத்தால் பல நூற்றாண்டுகளாக விலங்குகள், பயிர்கள், ஏன் மனிதர்களில்கூட முன்னெடுக்கப்பட்ட ஒரு விஷயம்தான். இரண்டு வகை தக்காளிகளை ஒன்று கலந்தால் மூன்றாவதாக ஒருவகை தக்காளி கிடைக்கப் போகிறது. இதில் என்ன பெரிய தீங்கு இருக்கப் போகிறது? கோதுமை விஷயத்தில் க்ளூடனில் ஏற்படும் மாற்றம், பிற என்ஸைம்கள் புரதம் ஆகியவற்றில் செய்யும் மாற்றம், பயிர்களில் நோய்களுக்குக் காரணமான குணங்கள் இவற்றை எல்லாம் மாறினாலும் மனிதர்களுக்கு எந்தப் பின்விளைவையும் ஏற்படுத்தப்போவதில்லை என்று முடிவு செய்துவிட்டார்கள்.

விவசாய மரபணுவியலாளர்களின் ஆய்வு முடிவுகளை வைத்துப் பார்த்தால் இப்படியான முன் தீர்மானங்கள் ஆதாரமற்றவை, முற்றிலும் தவறானவை என்பது நன்கு புரியவரும். கலப்பு கோதுமைப் பயிரில் காணப்படும் புரதங்களை மூல கோதுமை வகைகளுடைய புரதங்களுடன் ஒப்பிட்டுப் பார்த்ததில் 95 % புரதம் ஒரே மாதிரியாகவே இருந்தன. ஆனால், 5% புரதம் மூல கோதுமை வகைகள் இரண்டிலுமே இல்லாததாக இருந்தன. கலப்புப் பயிர்கள் உருவாக்குவதன் மூலம் கோதுமை புரத க்ளூடென் அமைப்பில் கணிசமான மாற்றம் ஏற்படுகிறது. ஒரு கலப்புப் பரிசோதனை முயற்சியில் உருவான புதிய கோதுமை வகையில் 14 புதிய க்ளூடென் புரதங்கள் காணப்பட்டன. இவை மூல கோதுமையில் அறவே இருந்திராதவை. மரபான நூற்றுக் கணக்கான ஆண்டுகளாக இருந்துவந்த கோதுமை வகைகளோடு ஒப்பிடுகையில் டிரைடிகம் ஏஸ்திவம் வகை கோதுமையில் க்ளூடென் குடல் நோய்க்கான க்ளூடென் புரதங்கள் மிகுதியாகக் காணப்படுகின்றன.

ஒரு நல்ல தானியம் கெட்டுப் போனதோ?

இன்றைய நவீன கோதுமை வகைகள் பாரம்பரிய எம்மர், எய்ன்கார்ன் வகைகளில் இருந்து வெகுவாக மாறி விட்டிருப்பதால் அந்தப் பழைய வகை கோதுமைகளைச் சாப்பிட்டால் இந்தப் பிரச்னைகள் வராது அல்லவா?

நான் எய்ன்கார்ன் கோதுமையைப் பரீட்சித்துப் பார்க்க விரும்பினேன். நான் எப்போதும் பயன்படுத்தும் கோதுமை மாவுடன் இரண்டு பவுண்ட் முழு தானிய கோதுமை மாவைச்

சேர்த்தேன். நான் பாரம்பரிய இயற்கை முழுதானிய கோதுமை மாவையும் தயாரித்துக்கொண்டேன். இரண்டின் மூலமும் பிரெட் செய்து பார்த்தேன். வெறும் நீரும் ஈஸ்டும் மட்டும் சேர்த்தேன் சர்க்கரையோ மணமூட்டிகளோ வேறு எதுவும் சேர்க்கவில்லை. எய்ன்கார்ன் மாவு பார்ப்பதற்கு பாரம்பரிய மாவுபோலவே இருந்தது. தண்ணீரும் ஈஸ்டும் சேர்க்கப் பட்டதும் வித்தியாசம் நன்கு புலப்பட்டது. கொஞ்சம் பழுப்பு நிறத்திலான மாவு பிசைவதற்கு சற்று கடினமாகவும் கெட்டியாகவும் இருந்தது. பாரம்பரிய மாவுபோல் ஜவ்வாக இழுவைத் தன்மையுடன் இருந்திருக்கவில்லை. எய்ன்கார்ன் கோதுமை மாவின் வாசனையும் நிலக்கடலை வெண்ணெய் போல் இருந்தது. வழக்கமான கோதுமை மாவின் வாசனை இல்லை. நவீன மாவு அளவுக்குப் பொங்கிவரவில்லை. எலிசா ரொகோஸா சொன்னதுபோல் அந்த மாவின் மூலம் செய்யப் பட்ட உணவு வித்தியாசமான சுவையுடன் இருந்தது. கொஞ்சம் அடர்த்தியானதாக, கொட்டைப் பருப்புகளைப் போல், கொஞ்சம் கசப்பு சுவை கொண்டதாக இருந்தது. மெசபடோமியர்களின் உணவு மேஜைகளில் அல்லது கி.பி. காலகட்டத்தைச் சேர்ந்த அமோரைட்களின் உணவு மேஜைகளில் இந்த எய்ன்கார்ன் பிரெட்கள் எப்படி நிரப்பி வைக்கப் பட்டிருக்குமென்பதை யூகித்துப் பார்க்கிறேன்.

நான் கோதுமை சார்ந்த நுண்ணுணர்வைக் கொண்டவன். அறிவியல் ஆய்வுகள் மீது நம்பிக்கை கொண்டவன் என்ற வகையில் சுயமாக ஒரு பரிசோதனை செய்துபார்த்தேன். ஒருநாள் எய்ன்கார்ன் பிரெட் சாப்பிட்டேன். மறு நாள் அதே அளவு நவீன இயற்கை முழு தானிய கோதுமை பிரெட் சாப்பிட்டேன். மிக மோசமானதுதான் நடக்கும் என்று மனதைத் தயார்படுத்திக் கொண்டிருந்தேன். ஏனென்றால் முன்னாட்களில் என் அனுபவம் அதுவாகத்தானிருந்தது.

ஜீரணம், குடல் எரிச்சல் போல் உடல் ரீதியாக என்ன மாற்றங்கள் நடக்கின்றன என்று ஆராய்வதோடு ரத்தத்தில் சர்க்கரையின் அளவு என்னவாக இருக்கிறது என்பதையும் ஒவ்வொரு பிரெட் வகையைச் சாப்பிட்டதும் அளந்துகொண்டேன். இரண்டுக்கு மான வித்தியாசம் நம்ப முடியாத அளவுக்கு இருந்தது.

சாப்பிடும் முன் ரத்தத்தில் சர்க்கரை அளவு : 84 mg/dl. எய்ன்கார்ன் சாப்பிட்ட பிறகு 110 mg/dl. இது எதிர்பார்க்கப்

பட்டதுதான். கார்போஹைட்ரேட் கொஞ்சம் போல் சாப்பிட்டால் இப்படியான மாற்றம் இருக்கத்தான் செய்யும். அதைச் சாப்பிட்ட பிறகு தூக்கமாகவோ களைப்பாகவோ எந்தவித உடல் உபாதையும் இருந்திருக்கவில்லை. சுருக்கமாகச் சொல்வதென்றால் நான் மிக சௌகரியமாக உணர்ந்தேன். வாவ்!

மறுநாள் முழுதானிய கோதுமை மாவில் ரொட்டி தயாரித்துச் சாப்பிட்டேன். சாப்பிடும் முன் சர்க்கரையின் அளவு 84 mg/dl ஆக இருந்தது. சாப்பிட்ட பிறகு சர்க்கரையின் அளவு ஆக 167 mg/dl ஏறியது. அதோடு எனக்கு தலைச் சுற்றலாக வாந்தி வருவதுபோல் இருந்தது. மதிய உணவு சாப்பிடவே முடியவில்லை. சாப்பிட்ட உடனே ஏற்பட்ட வயிற்று வலியும் பிற உபாதைகளும் அடுத்த 36 மணி நேரத்துக்கு நீடித்தது. இரவு தூக்கம் கலைந்து கலைந்து எழுந்தேன். தூங்கிய நேரத்திலும் கெட்ட கெட்ட கனவுகள். சரியாக மனதை ஒருமுகப்படுத்தி சிந்திக்க முடியவில்லை. ஆராய்ச்சிப் பேப்பர்களை படிக்க முடியவில்லை. ஒரே பத்தியை ஐந்தாறு தடவை படிக்க வேண்டியிருந்தது. கடைசியில் மூடி வைத்துவிட்டேன். சுமார் ஒன்றரை நாட்கள் கழிந்த பிறகே இயல்பு நிலைக்குத் திரும்பினேன்.

ஒருவழியாக கோதுமை பரிசோதனையில் இருந்து மீண்டு விட்டேன். நவீன கோதுமை உணவுக்கும் பழங்கால கோதுமையில் செய்த உணவுக்கும் இடையிலான வித்தியாசத்தை என்னால் உணர முடிந்தது. நிச்சயமாக ஏதோவொரு மாற்றம் நடக்கிறது.

என் தனிப்பட்ட அனுபவம் ஒரு வலுவான மருத்துவ ஆய்வாகப் பொருட்படுத்தத் தகுந்தது அல்லதான். ஆனால், அது பழங்கால கோதுமையும் நவீன மரபணு மாற்றப்பட்ட கோதுமையும் உடலில் ஏற்படுத்தும் மாற்றத்தை அழுத்தமாகக் காட்டுகிறது.

ஏராளமான மாற்றங்கள் கலப்புப் பயிர் உருவாக்கத்தினாலும் மரபணு மாற்றத்தினாலும் கோதுமையில் நடந்தேறியுள்ளன. குறிப்பாக க்ளூடென் கட்டமைப்பில் மிகப் பெரிய மாற்றம் நடந்தேறியிருக்கிறது. நவீன கோதுமைகளில் செய்திருக்கும் மாற்றங்களானது அந்த கோதுமைப் பயிர்களுக்கேகூட மிகப் பெரிய தீங்கையே விளைவித்திருக்கின்றன. அந்த நவீன கோதுமைகளைக் காட்டில் சென்று நட்டால் அவற்றால் உயிர்

பிழைக்கவே முடியாது. மனிதர்கள் மூலம் கிடைக்கும் உரமும் பூச்சிக் கொல்லியும் இருந்தால் மட்டுமே அவற்றால் உயிர் பிழைக்க முடியும்.

மூன்றாம் உலக நாடுகளில் இந்த அதிக மகசூல் கோதுமைக்குத் தொடக்கத்தில் எதிர்ப்பு கிளம்பியது. ஆனால் அது, 'எங்க காலத்துல இப்படியெல்லாம் இருந்ததில்லை' பாணியிலானது. கோதுமை கலப்புப் பயிரின் தெய்வமான டாக்டர் பர்லாக் மக்கள் தொகை தாறுமாறாக உயர்ந்து வருவதைச் சுட்டிக்காட்டி உயர் தொழில்நுட்ப விவசாய வழிமுறைகள் எல்லாம் 'மிகவும் அவசியமானவை' என்று சொன்னார். இந்தியா, பாகிஸ்தான், சீனா, கொலம்பியா மற்றும் பல பட்டினியால் வாடிய தேசங்களில் இந்த கோதுமைப் பயிரின் பிரமாண்ட மகசூல் அதிகரிப்பு எதிர்ப்பாளர்களை ஓரங்கட்டியது. மகசூல் வெகுவாக அதிகரித்து பட்டினி நிலை மாறி உபரி நிலை ஏற்பட்டது. கோதுமைப் பொருட்களின் விலை கணிசமாகக் குறைந்தது. அனைவருக்கும் எளிதில் கிடைக்க ஆரம்பித்தது.

அதிக மகசூல் தரும் குட்டை வைக்கோல் கோதுமையைப் பயிரிடத் தொடங்கியதற்காக விவசாயிகளை நாம் குறை கூற முடியுமா? பெரும்பாலான சிறு விவசாயிகள் பொருளாதாரரீதியாக சிரமப்படுபவர்களே. குறுகிய காலத்தில் குறைந்த செலவில் மகசூலை பத்து மடங்கு அதிகரிக்க முடியுமென்றால் அவர்கள் அதைச் செய்வதில் என்ன தவறு?

இனி வரும் காலத்தில் மரபணு ஆராய்ச்சிகள் கோதுமையை மேலும் மாற்றி அமைக்கமுடியும். இப்போதெல்லாம் பயிர்களைக் கலப்பு செய்து என்ன விளைவு வருமோ என்று கைகளைக் கட்டிக்கொண்டு சரியான பயிர் கிடைக்கும் வரையில் மீண்டும் மீண்டும் கலப்பு செய்யவேண்டிய அவசியம் இல்லை. வறட்சியை தாங்குதல், குளிரைத் தாங்குதல், நோய் எதிர்ப்பு சக்தி பெறுதல் என தேவையான ஒரு மரபணுவைப் பயிருக்குள் செலுத்துவதோ தேவையற்ற மரபணுவை நீக்குவதோ இன்று வெகு எளிது. இன்னும் சொல்லப்போனால் குறிப்பிட்ட பூச்சிக்கொல்லிக்கும் வேதி உரத்துக்கும் உகந்த பயிரை உருவாக்குவதுகூட சாத்தியமே. இது கார்கில், மான்சோட்டா, ஏ.டி.எம். போன்ற பெரு நிறுவனங்களுக்குப் பெரிதும் உதவிகரமாக இருக்கக்கூடிய வழிமுறை. குறிப்பிட்ட வகை கோதுமைப் பயிருக்கு இதன் மூலம் காப்புரிமை

பெற முடியும். அதன் மூலம் அவற்றின் விற்பனையைப் பெருக்கி லாபமீட்டமுடியும்.

ஒரு பயிரின் பிற அம்சங்களைப் பாதிக்காதவகையில் ஒரு குறிப்பிட்ட மரபணுவைச் சரியான இடத்தில் செலுத்த முடியும் என்றுதான் மரபணு விஞ்ஞானிகள் கருதுகிறார்கள். இது கோட்பாட்டளவில் மிகவும் சரியானதுதான். ஆனால், நடைமுறையில் அப்படி இருப்பதில்லை. மரபணு மாற்றத்தின் முதல் பத்தாண்டுகளில் மனிதர்கள் அல்லது விலங்குகளில் அந்தப் பயிர்களைக் கொண்டு எந்தவித பரிசோதனையும் செய்துபார்க்கப் பட்டிருக்கவில்லை. ஏனென்றால் மிகவும் நல்ல, இயல்பான செயலான கலப்புப் பயிர் உருவாக்கம் போலவேதான் மரபணு மாற்றமும் இருக்கும் என்றே கருதப்பட்டது. இன்றைய காலகட்டத்தில் எஃப்.டி.ஏ. போன்ற உணவுப் பொருள் கட்டுப்பாட்டு அமைப்புகள் ஒரு மரபணு மாற்றப்பட்ட பயிரானது சந்தைக்குக் கொண்டுவரப்படுவதற்கு முன்பாக பரிசோதிக்கப் பட்டாகவேண்டும் என்று விதிகள் கொண்டுவந்துள்ளன.

ஆனால், மரபணு மாற்றச் செயல்பாடுகளை எதிர்ப்பவர்கள் அதனால் ஏற்படும் பின்விளைவுகள் குறித்து எச்சரிக்கை செய்து வெளியான கட்டுரைகளைச் சுட்டிக்காட்டியிருக்கிறார்கள். க்ளைஃபோசேட்-டாலரண்ட் சோயா பீன்ஸ் பயிரைச் சில விலங்குகளுக்குக் கொடுத்து சோதனை செய்து பார்த்தபோது அந்த விலங்குகளின் கல்லீரல், பான்க்ரியாஸ், சிறுகுடல், விதைப்பை ஆகியவற்றில் சில பாதிப்புகள் தென்பட்டன. மரபணுவைப் புகுத்திய இடத்துக்கு அருகில் எதிர்பாராதவிதமாக டி.என்.ஏ. கட்டமைப்பில் சிறிய மாற்றம் ஏற்பட்டுவிட்டிருக்கிறது. அதுவே அந்த பயிரின் புரதக் கட்டமைப்பை பாதித்து நச்சுத்தன்மையை அந்தப் பயிருக்குக் கொடுத்துவிட்டிருக்கிறது என்று பின்னர் தெரியவந்தது.

மரபணு மாற்றம் செய்யும் பயிர்களைப் பரிசோதித்துப் பார்த்தபிறகே அங்கீகரிக்கவேண்டும் என்ற விஷயத்தை அந்த சோதனை முன்னுக்குக் கொண்டுவந்தது. பொதுமக்கள் மத்தியில் ஏற்பட்ட விழிப்பு உணர்வின் காரணமாக உலக ஆராய்ச்சி நிறுவனமும் அமெரிக்க உணவு மற்றும் விவசாயத் துறையும் மரபணு மாற்றப்பட்ட பயிர்களில் என்னென்ன சோதனைகள் செய்யவேண்டும், எவையெல்லாம் பரிசோதிக்கப்படவேண்டும் என்பது குறித்த வழிகாட்டுதல் குறிப்பை வெளியிட்டன. ஆனால்

இப்படியான எந்த விழிப்பு உணர்வு போராட்டமும் அதற்கு முன்பாக நடத்தப்பட்டிருகவில்லை. விவசாயிகளும் மரபணு விஞ்ஞானிகளும் ஆயிரக்கணக்கான பயிர்களை கலப்புப் பயிர் சோதனை மூலம் உருவாக்கிக் குவித்திருந்தனர்.

வறட்சியைத் தாங்குதல், நோய் எதிர்ப்பு திறனை அதிகரித்தல் போன்ற கலப்புச் செயல்பாடுகளினால் மனித கண்ணுக்கோ நாக்குக்கோ நாசிக்கோ தெரியாதவகையில் உடம்புக்கு ஏதேனும் தீங்கை பின்விளைவாக ஏற்படுத்திவிடக்கூடும் என்ற சந்தேகம் ஆரம்பத்திலேயே இருக்கத்தான் செய்தது. ஆனால், இந்த விஷயத்துக்கு போதிய கவனம் கொடுக்கப்படவே இல்லை. கலப்புப் பயிர் உருவாக்கம் தொடர்ந்து நடந்தவண்ணம் இருக்கின்றன. புதிய சிந்தடிக் கோதுமை தயாரிக்கும் முயற்சியும் நடந்துவருகிறது. மரபணு மாற்றம் அளவுக்குத் துல்லியமானதாக மரபணுக்களில் தாக்கத்தைக் கலப்புப் பயிர் உருவாக்கம் ஏற்படுத்தாது என்றாலும் சில மரபணுக்களை உயிர்த்தெழவும் சிலவற்றை உறை நிலைக்குத் தள்ளவும் அதனால் முடியும். அந்த மாறுபாடுகளை கண்டுபிடிப்பது சிரமம்.

எனவே, மரபணு மாற்றத்தினால் மட்டுமே மனித உடலுக்குத் தீங்குதரும் பின்விளைவுகள் ஏற்பட்டுள்ளதாகச் சொல்ல முடியாது. அதற்கு முந்தைய காலகட்டத்தில் இருந்த கலப்புப் பயிர் பரிசோதனைகளும்தான் முக்கிய காரணம். இதனால் ஆயிரக்கணக்கான புதியவகை கோதுமைகள் எந்தவித பரிசோதனைக்கும் உட்படுத்தப்படாமல் சந்தைக்குள் நுழைந்து விட்டிருக்கின்றன. எனவே, நான் மீண்டும் அழுத்தம் கொடுத்து ஒரு விஷயத்தைச் சொல்ல விரும்புகிறேன்: நவீன கோதுமைகளில் ஆயிரக்கணக்கானவை எந்தவிதப் பாதுகாப்பு பரிசோதனையும் செய்யப்படாமலேயேதான் மனிதப் பயன்பாட்டுக்குப் போய்ச்சேர்ந்திருக்கின்றன.

கலப்புப் பயிர்கள் உருவாக்கம் நடந்தபோது விலங்குகளிலோ மனிதர்களிலோ எந்தவித பரிசோதனையும் செய்துபார்க்கப் பட்டிருக்கவில்லை என்பதால் எப்போது, எப்படி, எந்தக் கலப்பு கோதுமையினால் கோதுமையின் கெட்ட அம்சங்கள் பெருகின என்பதை அறுதியிட்டுச் சொல்லவே முடியாது. அதுமட்டு மல்லாமல் ஒரு சில கலப்பு கோதுமைகள் மட்டுமே மனிதர் களுக்குக் கெடுதலை விளைவிக்கும்வகையில் மாற்றம் அடைந்தனவா... எல்லா கலப்பு கோதுமைகளுமே அப்படி

மாற்றம் அடைந்தனவா என்பதை நம்மால் சொல்லவே முடியாது.

ஒவ்வொரு கட்டக் கலப்பிலும் ஏற்படும் சிறு சிறு மரபணு மாற்றம்கூட பல கலப்புகளுக்குப் பிறகு மிகப் பெரிய மாற்றத்தை ஏற்படுத்திவிடமுடியும். ஆண் பெண்களை உதாரணமாக எடுத்துக் கொள்ளுங்கள். மரபணு மூலத்தில் ஆணும் பெண்ணும் ஒரே மாதிரியானவர்களே. ஒரு சில மாறுபாடு மட்டுமே உண்டு. ஆனால், அந்த சொற்ப மாறுபாடுதான் எல்லா செயல்பாடு களையும் காதல் உட்பட தீர்மானிக்கின்றன. ஆணின் ஒரே ஒரு வித்தியாசமான வொய் குரோமோசோமும் அதன் சில மரபணுக் களும் தான் ஆயிரக்கணக்கான ஆண்டு கால மனித வாழ்க்கையின் அனைத்து அம்சங்களையும் தீர்மானிப்பவையாக இருக்கின்றன.

மனிதர்கள் உருவாக்கிய 'கோதுமை' என்று இன்றும் நாம் அழைக்கும் அந்தப் புல்லுக்கும் அது பொருந்தும். மனிதர்களால் நடத்தப்பட்ட ஆயிரக்கணக்கான கலப்பின் மூலமாகத் தோற்றம், உள்கட்டமைப்பு, குணங்கள் என பல விஷயங்களில் மரபணுக் களில் மாற்றங்கள் ஏற்பட்டிருக்கும். அந்த மாற்றங்கள் சமையல் காரர்களுக்கு, உணவைப் பதப்படுத்தி விற்பவர்களுக்கு உகந்ததாக மட்டுமல்ல மனித உடம்புக்குத் தீங்கு விளைவிப்பவையாகவும் ஆகியிருக்கும்.

- 3 -

கட்டுடைக்கப்பட்ட கோதுமை

இயற்கைமுறையில் விளைவிக்கப்பட்ட, நார்ச்சத்து மிகுந்த, பல் தானிய பிரெட்டா... ட்வின்கி கேக்கா..? எது சிறந்த உணவு? நீங்கள் உண்மையில் எதைச் சாப்பிடுகிறீர்கள்? இந்தக் கேள்விக்கு எல்லாருடைய பதிலும் முதலாவதாகத்தான் இருக்கும். நமது மரபான அறிவும் ஆலோசனைகளும் என்ன சொல்கின்றன? முதலாவது உணவுப் பொருள்தான் உடம்புக்கு நல்லது. அதில் நார்ச்சத்து இருக்கிறது. விட்டமின் பி இருக்கிறது. சிக்கலான கார்போஹைட்ரேட்கள் இருக்கின்றன. எனவே அதுதான் சிறந்தது என்றுதான் சொல்வீர்கள் அல்லவா?

ஆனால், அதில் இன்னொரு முக்கியமான அம்சமும் இருக்கிறது. அந்த தானியத்தைக் கட்டுடைத்துப் பார்ப்போம். அதன் வடிவம், நிறம், நார்ச்சத்து, இயற்கை உரமா வேதி உரமா இவை நீங்கலாக அந்தத் தானியம் மனிதர்களுக்கு என்ன விளைவை ஏற்படுத்துகிறது என்பதை உடைத்துப் பார்ப்போம்.

கோதுமை : சூப்பர் கார்போஹைட்ரேட்

நியோலித்திக் காலகட்ட காட்டுப் பயிரான கோதுமை இன்றைய நவீன கால உணவாக மாற, பல்வேறு அடிபட்டு வந்திருக்கின்றன.

பழங்கால கோதுமையின் மாவை வைத்து இன்றைய நவீன கோதுமை உணவில் ஒன்றைக்கூடச் செய்ய முடியாது. பழங்கால எய்ன்கார்ன் கோதுமை மாவை வைத்து ஜெல்லி டோனட் செய்ய முயன்றால் அது பரிதாபமான உணவாகத்தான் ஆகும். சுவையும் மணமும் பரிதாபமாகத்தான் இருக்கும். பார்ப்பதற்கும் அழகாகவே இருக்காது. கலப்புப் பயிர் உருவாக்கியவர்கள் அதிக மகசூலை மட்டும் கருத்தில் கொள்ளாமல் அந்த கோதுமை மாவின் மூலம் கப் கேக் செய்ய முடியுமா ஏழு அடுக்கு கேக் செய்ய முடியுமா என்பதையும் யோசித்தே கலப்பினங்களை உருவாக்கியிருக்கிறார்கள்.

நவீன டிரைடிகம் ஏஸ்திவம் கோதுமை மாவு 70% கார்போஹைட்ரேட்டும் புரதமும் செரிக்கச் சிரமமான நார்ச்சத்தும் இரண்டும் 10-15 சதவிகிதமும் கொண்டது. கொஞ்சம் போல பாஸ்போலிப்பிட்கள் பாலி அன்சாச்சுரேட்டட் கொழுப்பு சத்தும் உண்டு. இதில் ஒரு சுவாரசியமான விஷயம் என்னவென்றால் பழங்கால கோதுமையில் அதாவது எம்மர் கோதுமையில் புரதத்தின் அளவு 28 சதவிகிதம் ஆகும்.

உணவு ஆலோசகர்களுக்கு கோதுமையின் மாவுச்சத்தின் சிக்கலான அமைப்பு ரொம்பவும் பிடிக்கும். அதாவது கோதுமையில் இருக்கும் 'சிக்கலான' கார்போஹைட்ரேட்டானது எளிய சர்க்கரை, க்ளுகோஸ் ஆகியவற்றின் பாலிமர்களாக (மீண்டும் மீண்டும் இடம்பெறும் சங்கிலித் தொடர்) இருக்கும். எளிய கார்போஹைட்ரேட் உணவுகளில் அது சுக்ரோஸ் போல் ஒன்று அல்லது இரண்டு இணைப்பு கொண்ட சர்க்கரையாக இருக்கும். சுக்ரோஸ் என்பது க்ளுகோஸுடம் ஃப்ரக்டோஸுடம் கலந்த எளிய கலவை. உணவு ஆலோசகர்கள், அரசு அமைப்புகள் எல்லாமே எளிய கார்போஹைட்ரேட்களாலான சாக்லேட்கள், குளிர் பானங்கள் ஆகியவற்றைச் சாப்பிடக்கூடாது. சிக்கலான கார்போஹைட்ரேட் கொண்ட உணவுகளையே அதிகம் சாப்பிடவேண்டும் என்றே சொல்கிறார்கள்.

கோதுமையில் இருக்கும் சிக்கலான கார்போஹைட்ரேட்களில் க்ளுகோஸ் அலகுகளான அமிலோபெக்டினின் தொடர் கிளை அமைப்பு 75%மும் அமைலோஸ் க்ளுகோஸ் அலகுகளின் நேர்கோட்டு சங்கிலித் தொடர் அமைப்பு 25%மும் இருக்கும். மனிதர்களின் குடலில் அமிலோபெக்டினும் அமைலோஸுடம் வாயில் சுரக்கும் உமிழ்நீரினாலும் வயிற்றில் சுரக்கும் அமைலாஸ்

என்ஸைம் மூலமும் செரிமானமாகின்றன. அமிலோபெக்டின் அமைலாஸ் மூலம் எளிதில் ஜீரணமாகி க்ளூகோஸாக மாறி விடுகிறது. ஆனால், அமைலோஸானது முழுவதும் செரிமானமாவ தில்லை. சிறிதளவு செரிமானமாகாமலேயே பெருங்குடலை அடைகிறது. இப்படி சிக்கலான கார்போஹைட்ரேட்டின் அமிலோபெக்டின் எளிதில் க்ளூகோஸாக மாற்றப்பட்டுவிடுவதால் ரத்தத்தில் எளிதில் கலந்துவிடுகிறது. இதுவே கோதுமை சாப்பிடும்போது ரத்தத்தில் க்ளூகோஸின் அளவு அதிகரிக்கக் காரணம்.

வேறு உணவுப் பொருட்களிலும் அமிலோபெக்டின் உண்டு. ஆனால், கோதுமையில் இருப்பதைப் போன்றது அல்ல. அமிலோ பெக்டினின் கிளைச் சங்கிலி அமைப்பானது அதன் மூலப் பொருளுக்கு ஏற்ப ஒவ்வொரு உணவுப் பொருளிலும் மாறு படுகிறது. பீன்ஸ் போன்ற தாவரங்களில் இருக்கும் அமிலோ பெக்டினானது அமிலோபெக்டின் - சி என்று அறியப்படுகிறது. அது எளிதில் ஜீரணமாகாது. அதனால்தான் குழந்தைகளுக்குப் பள்ளிகளில், பீன்ஸ்கள் இதயத்துக்கு நல்லது; எவ்வளவு அதிகம் சாப்பிடுகிறீர்களோ அவ்வளவு இதயத்துக்கு நல்லது என்று சொல்லித் தரப்படுகிறது. செரிமானமாகாத அமிலோபெக்டின் பெருங்குடலுக்குச் செல்கிறது. அங்கிருக்கும் பாக்டீரியாக்கள் உற்சகத்துடன் அதை வரவேற்று உண்கின்றன. நைட்ரஜன், ஹைட்ரஜன் வாயுக்களை உற்பத்தி செய்கின்றன. அதன் மூலம் உடம்புக்கு சர்க்கரை கிடைக்காமல் தடுக்கின்றன.

வாழைப்பழங்கள், உருளைக்கிழங்கு ஆகியவற்றில் அமிலோ பெக்டின்-பி இருக்கிறது. இது பீன்ஸில் இருக்கும் அமிலோ பெக்டின்-சியைவிடச் சற்று கூடுதலாகச் செரிமானமாகும். ஆனால், இதுவுமே ஓரளவுக்கு செரிமானமாகாமல்தான் இருக்கும். முழுவதுமாகச் செரிமானமாகும் அமிலோபெக்டின் என்பது அமிலோபெக்டின்-ஏ மட்டுமே. அதுதான் கோதுமையில் காணப் படுகிறது. எளிதில் முழுவதுமாக ஜீரணமாகிவிடும் என்பதால் ரத்தத்தில் சர்க்கரையின் அளவை பீன்ஸைவிடவும் உருளைக் கிழங்கு சிப்ஸைவிடவும் வெகுவாக அதிகரித்துவிடுகிறது. எனவே, கோதுமை உணவுப் பொருட்களின் இந்த அமிலோ பெக்டின்-ஏ வகையை அது சிக்கலானதா எளிமையானதா என்றெல்லாம் பார்க்காமல் சூப்பர் கார்போஹைட்ரேட் உணவாகவே பார்க்கவேண்டும். பிற அனைத்து கார்போஹைட்ரேட் உணவுப்

பொருட்களைவிட மிக எளிதில் அதிகமாக ரத்தத்தில் கலந்துவிடும் தன்மை கொண்டிருக்கின்றன.

எல்லா சிக்கலான கார்போஹைட்ரேட்களும் ஒரேவிதமாக இல்லை. அமிலோபெக்டின்-ஏ வகையானது பிற சிக்கலான கார்போஹைட்ரேட்களைவிட ரத்தத்தில் சர்க்கரை அளவை வெகுவாக அதிகரிக்கச் செய்கின்றன என்ற உண்மையை இதில் இருந்து புரிந்துகொள்ளவேண்டும். இதன் அர்த்தம் என்ன வென்றால், இப்படி எளிதில் செரிமானமாகும் அமிலோ பெக்டின்-ஏ வகையை உண்பது என்பது சுக்ரோஸ் போன்ற எளிய கார்போஹைட்ரேட்களைச் சாப்பிடுவதைவிட நல்லதல்ல. நிச்சயம் மோசமானதே.

சுக்ரோஸைவிட முழு தானிய கோதுமை உணவுகள் ரத்தத்தில் சர்க்கரை அளவை அதிகரிக்கின்றன என்று நான் சொல்லும்போது அனைவரும் அதிர்ச்சியே அடைவார்கள். கொஞ்சம் போல நார்ச்சத்து கிடைக்கிறது என்பது தவிர இரண்டு துண்டு துண்டு முழுதானிய பிரெட் சாப்பிடுவதற்கும் ஒரு சாக்லேட் பார் சாப்பிடுவதற்கோ சர்க்கரை அதிகம் போட்ட குளிர்பானம் அருந்துவதற்கோ இடையில் எந்தப் பெரிய வித்தியாசமும் கிடையாது. அனைத்துமே ரத்தத்தில் சர்க்கரை அளவை மிக அதிகமாக எகிறச் செய்பவையே.

இந்த விஷயம் யாருக்கும் தெரியாத புதிய உண்மை ஒன்றுமல்ல. 1981-லேயே டொரண்டோ பல்கலைக்கழகம் க்ளைஸீமிக் இண்டெக்ஸ் என்ற விஷயத்தை முதலில் முன்வைத்தது. கார்போஹைட்ரேட் உணவுப் பொருட்கள் ரத்த சர்க்கரை அளவில் ஏற்படுத்தும் மாற்றத்தை குறிக்கும் அலகு அது. ஓர் உணவைச் சாப்பிடுவதால் ரத்தத்தில் சர்க்கரையின் அளவு க்ளூகோஸுடன் ஒப்பிடுகையில் மிக அதிகமாக இருந்தால் அந்த உணவுப் பொருளின் க்ளைஸீமிக் இண்டெக்ஸ் மிக அதிகமாக இருக்கும். ஆரம்ப ஆய்வில்,

வெள்ளை கோதுமையின் க்ளைஸீமிக் இண்டெக்ஸ் - 69
முழு தானிய கோதுமையின் க்ளைஸீமிக் இண்டெக்ஸ் - 72
கோதுமை குருணையின் க்ளைஸீமிக் இண்டெக்ஸ் - 67
சுக்ரோஸின் (சாதா சர்க்கரை) க்ளைஸீமிக் இண்டெக்ஸ் - 59

ஆம் முழு தானிய கோதுமையின் க்ளைஸீமிக் இண்டெக்ஸ் சாதா சர்க்கரையைவிட அதிகமே. இதில் இன்னொரு

வேடிக்கைஎன்னவென்றால் ஒரு சாக்லேட், கேரமெல், சர்க்கரை இவை அனைத்தின் க்ளைஸீமிக் இண்டெக்ஸ் 68 மட்டுமே. அவை கோதுமயைவிட மேலானவையே. ஸ்னிக்கர்ஸ் பாரின் க்ளைஸீமிக் இண்டெக்ஸ் வெறும் 41 தான். முழு தானிய கோதுமையைவிடப் பல மடங்கு மேல்!

கோதுமை எப்படியானாலும் கோதுமையே. ப்ரசஸிங் செயல் பாடுகள் பெரிய மாற்றம் எதையும் கொண்டுவந்துவிடப் போவதில்லை. எளிய வகையா சிக்கலான வகையா, ப்ராசஸ் செய்யப்பட்டதா செய்யப்படாததா, நார்ச்சத்து அதிகமா குறைவா என்பதெல்லாம் ஒரு பொருட்டே அல்ல. இவை அனைத்துமே ரத்தத்தில் சர்க்கரையின் அளவை அதிகரிக்கின்றன என்பதுதான் உண்மை. ஆண்கள் எப்போதுமே ஆண்களாகவே இருப்பார்கள் என்பதுபோல் அமிலோபெக்டின்-ஏ எப்போதும் அமிலோ பெக்டின்-ஏ யாகவே இருக்கும். ஆரோக்கியமான மெலிந்த உடல் கொண்டவர்கள் முழு தானிய கோதுமை பிரெட் துண்டுகள் இரண்டு சாப்பிட்டால் 30 mg/dl (from 93 to 123 mg/dl) அதிகரிக்கும். வெள்ளை கோதுமை சாப்பிட்டாலும் இதேநிலைதான். சர்க்கரை நோய் உள்ளவர்களில் இந்த இரண்டு வகை கோதுமைகளும் சாப்பிடுவதற்கு முந்தைய சர்க்கரை அளவில் இருந்து 70 to 120 mg/dl வரை அதிகரித்தன.

டொரண்டோ பல்கலை ஆய்வில் இன்னொரு விஷயம் தெரியவந்தது. பாஸ்தாவின் இரண்டு மணி நேர க்ளைஸீமிக் இண்டெக்ஸ் இதைவிட மிகவும் குறைவு. முழு கோதுமை ஸ்பாகெட்டியின் க்ளைஸீமிக் இண்டெக்ஸ் 42. வெள்ளை கோதுமை மாவு ஸ்பாகெட்டியின் க்ளைஸீமிக் இண்டெக்ஸ் 50. பிற கோதுமை உணவுகளைவிட பாஸ்தா மேலானதாகவே இருக்கிறது. கோதுமை மாவானது கூடுதல் அழுத்தத்துக்கு ஆட்படுத்தப்படுவதால் பாஸ்தா செரிமானத்தை மட்டுப்படுத்து கிறது. பொதுவாக பாஸ்தாக்கள் டிரைடிகம் டர்டம் கோதுமை வகை மூலமே அதிகமும் உருவாக்கப்படுகின்றன; டிரைடிகம் ஏஸ்திவம் மூலமல்ல. இதனால் பாஸ்தாக்கள் மரபணு அமைப்பில் எம்மர் கோதுமைக்கு நெருக்கமாக இருக்கின்றன. ஆனால், பாஸ்தாவின் க்ளைஸீமிக் இண்டெக்ஸ் கொஞ்சம் தவறான முடிவுக்கு நம்மை வரவைக்கிறது. ஏனென்றால் அது இரண்டு மணி நேரத்தில் சர்க்கரை அளவு என்னவாக மாறியிருக்கிறது என்பதை மட்டுமே வைத்து மதிப்பிடப்பட்டிருக்கிறது. சாப்பிட்ட

நான்கு மணிநேரத்தில் இருந்து ஆறு மணி நேர அளவில் ரத்தத்தின் சர்க்கரை அளவை வெகுவாக அதிகரிக்கும் குணம் கொண்டதாக பாஸ்தா இருக்கிறது. சர்க்கரை நோய் கொண்டவர்களின் உடம்பில் சுமார் 100 mg/dl சர்க்கரை அளவை அதிகரித்துவிடுவதாக இருக்கிறது.

இந்த விஷயங்கள் எல்லாம் விவசாய, உணவு விஞ்ஞானிகளுக்குத் தெரியாமல் இல்லை. அவர்கள் மரபணு மாற்றங்களின் மூலம் ஓர் உணவுப்பொருளின் செரிமானமாகா ஸ்டார்ச் அம்சத்தை அதிகரிக்கும் முயற்சியில் ஈடுபட்டுவந்திருக்கிறார்கள். அதாவது, அமிலோபெக்டினின் அளவைக் குறைக்க முயற்சி செய்து வந்திருக்கிறார்கள். அமைலோஸ்தான் நன்கு அறியப்பட்ட செரிமானமாகா ஸ்டார்ச் பொருள். சில புதியவகை கலப்புப் பயிர்களில் இது *40-70%* இருக்கும்படியாகப் பார்த்துக் கொள்கிறார்கள்.

அப்படியாக கோதுமைப் பொருட்கள் பீன்ஸில் ஆரம்பித்து கேண்டி பார்கள் வரையிலான பிற உணவுப் பொருட்களைவிட ரத்தத்தில் சர்க்கரை அளவை அதிகரித்துவருகின்றன. இது ஒருவருடைய எடையை அதிகரிப்பதில் முக்கிய பங்கு வகிக்கிறது. ஏனென்றால், ரத்தத்தில் க்ளூகோஸ் அதிகரித்தால் இன்சுலின் அதிகம் சுரக்கும். அது க்ளூகோஸைக் கொழுப்பாக உடம்பில் சேர்த்துவைக்கும். சாப்பிட்ட பிறகு அதிக க்ளூகோஸ் உடம்பில் கலந்தால் அதிக இன்சுலின் சுரக்கும். அது அதிக கொழுப்பைச் சேர்க்கும். அதனால்தான் மூன்று முட்டை சாப்பிட்டும் ரத்தத்தில் க்ளூகோஸ் அளவு அதிகரிக்காது என்பதால் உடம்பில் கொழுப்பு சேகரமாவதில்லை. இரண்டே இரண்டு பிரெட் துண்டுகள் ரத்தத்தில் க்ளூகோஸின் அளவை அதிகரித்து இன்சுலின் சுரப்பைத் தூண்டி கொழுப்பை வயிற்றிலும் உள்ளுறுப்புகளிலும் சேமிக்கின்றன.

கோதுமையின் க்ளூகோஸ் அதிகரிப்பில் இன்னொரு முக்கியமான அம்சமும் இருக்கிறது. கோதுமை உணவைச் சாப்பிட்டபின் அமிலோபெக்டின்-ஏ மூலம் தூண்டப்படும் க்ளூகோஸ், இன்சுலின் அதிகரிப்பானது *'120 நிமிட தத்துவம்'* ஒன்றை அடிப்படையாகக் கொண்டது. அதாவது உடம்பில் க்ளூகோஸ் அதிகம் சேரும்போது உச்சபட்ச சக்தியைக் கொடுக்கும். இரண்டு மணிநேரம் கழிந்தபிறகு உடம்பில் சேர்ந்த க்ளூகோஸ் சக்தியாக மாறிவிட்டிருக்கும் என்பதால் சோர்வான ஒரு தாழ்நிலையையும்

உருவாக்கும். இப்படியாக இரண்டு மணிநேரத்துக்கு ஒருதடவை யான க்ளூகோஸ் அலையின் ஏற்ற இறக்கத்தினால் வயிறு நிறைந்துவிட்ட உணர்வும் பசியும் மாறி மாறி ஏற்படும். இந்த க்ளூகோஸ் தாழ் நிலைதான் காலையில் வயிறு நிறைய டிஃபன் சாப்பிட்டிருந்தாலும் 10-11 மணிக்கு பசி உணர்வை உருவாக்கு கிறது. மதிய உணவுக்கு முன்பாக ஏதேனும் சாப்பிட்டாகவேண்டும் என்பதுபோல் சோர்வுடனும் நடுக்கத்துடனும் இருக்கவைக்கும்.

இப்படியான சர்க்கரை அளவு ஏறி இறங்கிக்கொண்டிருப்பதால் நீண்டகால அளவில் அதிக கொழுப்பு உடம்பில் சேகரமாகும். க்ளூகோஸ் - இன்சுலின் - கொழுப்பு என்ற இந்தச் சுழற்சியானது பெரிய தொந்தியில் போய்முடியும். தொந்தி பெரிதாக இருந்தால் இன்சுலினுக்கு உடம்பு குறைவாகவே எதிர்வினைபுரியும். இதனால் அதிக இன்சுலின் சுரந்தாகவேண்டிய நெருக்கடி ஏற்படும். இதுவே சர்க்கரை நோயாகச் சென்று முடிகிறது. தொந்தி பெரிதாக இருந்தால் கொழுப்பு திசுக்களினால் ஈஸ்ட்ரோஜன் அதிகம் சுரக்கத் தொடங்கும். அதன் விளைவாக மார்பகங்கள் பெரிதாகும். தொந்தி பெரிதானால் இதய நோயும் கேன்சரும் கூட ஏற்படும்.

கோதுமையின் போதைத்தன்மை (அடுத்த அத்தியாயத்தில் விரிவாகப் பார்க்கலாம்), அமிலோபெக்டின்-ஏ மூலம் தூண்டப் படும் க்ளூகோஸ்-இன்சுலின் சுழற்சி இவற்றினால் கோதுமை யானது பசியைத் தூண்டுவதாகவும் இருக்கிறது. கோதுமையைத் தமது உணவில் இருந்து நீக்குபவர்கள் குறைவான கலோரிகளே உட்கொள்கிறார்கள். இதைப் பற்றியும் பின்னால் பார்க்கலாம்.

கோதுமை உணவை உண்பதால் க்ளூகோஸ்-இன்சுலின் - கொழுப்பு சேகரம் நடந்து உடல் எடை கூடுகிறது என்பது உண்மை என்ற நிலையில் கோதுமையை உணவில் இருந்து நீக்கினால் உடல் எடை குறையத்தானே செய்யவேண்டும். ஆம். அதுதான் உண்மையில் நடக்கிறது.

செலியாக் (குடல் குழி நோய்) உள்ளவர்களுடைய எடை கணிசமாகக் குறைவது தெரியவந்திருக்கிறது. அதாவது க்ளூடென் இருக்கும் உணவு அனைத்தையும் அந்த நோய்க்காரர்களுக்குத் தவிர்க்கச் சொல்வார்கள். அப்படியாக கோதுமை உணவை அவர்கள் தவிர்ப்பதால் க்ளூடன் இல்லாத உணவாகவும் அமிலோபெக்டின்-ஏ இல்லாத உணவாகவும் அது ஆகிவிடுகிறது.

ஆனால், கோதுமையைத் தவிர்ப்பதால் உடல் எடை குறையும் என்பது மருத்துவ ஆய்வுகள் மூலம் முழுவதும் நிரூபணமாக வில்லை. பெரும்பாலான செலியாக் நோய் பாதிக்கப்பட்டவர்கள் பல வருட நோய்க்குப் பிறகே அதைக் கண்டுபிடித்திருப்பார்கள். அதன் பிறகே அவர்கள் கோதுமை உணவைத் தவிர்க்க ஆரம்பிப்பார்கள். ஏற்கெனவே நீண்டகால வயிற்றுப்போக்கு, குடல் எரிச்சல் போன்ற நோய்களால் உடம்புக்கு ஊட்டச்சத்தைக் கிரகிக்கும் திறன் குறைந்துவிட்டிருக்கும். எடை குறைந்த, போதிய சத்துகள் கிடைக்காத செலியாக் நோய்க்காரர்கள் கோதுமையைத் தமது உணவில் இருந்து அகற்றியதும் செரிமான மேம்பாட்டினால் எடை கூடவே வாய்ப்பு அதிகம்.

ஆனால், உடல் பருமன் உள்ளவர்கள் அந்தக் குறைக்காக சிகிச்சைக்கு வரும்போது சத்துக் குறைபாடு எதுவும் பெரிதாக அவர்களுக்கு இருக்காது. கோதுமையை அவர்களுடைய உணவில் இருந்து விலக்கினால் எடை குறைவதைக் கண்கூடாகப் பார்க்க முடியும்.

மேயோ கிளினிக் - அயோவா பல்கலை நடத்திய ஓர் ஆய்வில் உடல் பருமனும் செலியாக் நோயும் இருந்த நோயாளிகளுக்கு கோதுமையை உணவில் இருந்து விலக்கச் சொன்னதும் 215 பேருக்கு ஆறு மாதங்களில் சுமார் பத்து கிலோ எடை குறைந்தது. உடல் பருமனாக இருந்தவர்களின் எண்ணிக்கையானது கோதுமையை உணவில் இருந்து நீக்கியதைத் தொடர்ந்து பாதியாகக் குறைந்ததாக இன்னொரு ஆய்வு தெரிவிக்கிறது. பொதுவாக கோதுமை க்ளூடென் இல்லா உணவைப் பரிந்துரைத்து இந்த எடை குறைப்பு ஆய்வுகளை மேற்கொள்ப வர்கள் எடை குறைவதற்குக் காரணம் உணவில் பல்வேறு வகைகளுக்கு இடம் இல்லாமல் போவதே காரணம் என்று சொல்லியிருக்கிறார்கள். கோதுமை இல்லாத உணவு முறையிலும் ஏராளமான வகைகளுக்கு இடம் உண்டு என்பதைப் பின்னர் விளக்குகிறேன்.

அப்படியாக முழு தானிய உணவைச் சாப்பிடவேண்டும் என்று சொன்ன ஆலோசனையின் காரணமாக அமிலோபெக்டின்-ஏ என்ற சற்றே வித்தியாசமான, சிலநேரங்களில் மிக மோசமான, கோதுமை கார்போஹைட்ரேட்டை அதிகம் சாப்பிடுவதில் போய் முடிந்திருக்கிறது. அது நேரடியாக சர்க்கரையை எடுத்துச் சாப்பிடுவதைவிட மிக மோசமானது.

க்ளூடென் - எங்களுக்குத் தெரியவே தெரியாதே நண்பா!

கோதுமையில் இருக்கும் புரதம் க்ளூடென். நம் உணவில் க்ளூடன் சத்து கிடைக்க முக்கிய காரணம் கோதுமை உணவுதான். (அமெரிக்க) மக்கள் பார்லி, ரை, டிரைடிகல், காமுத் போன்ற க்ளூடென் இருக்கும் பிற உணவுகளை உண்பதில்லை. கோதுமை தான் பிரதான உணவாக இருக்கிறது. எனவே அதுவே க்ளூடென் புரதம் உடம்பில் சேர முக்கிய காரணமாகவும் இருக்கிறது. எனவே, நான் க்ளூடென் பற்றிச் சொல்லும் எச்சரிக்கை எல்லாமே கோதுமையைப் பற்றிச் சொல்வதாகவே எடுத்துக்கொள்ளவும்.

கோதுமை அடிப்படையில் எல்லா கார்போஹைட்ரேட்களையும் போன்றதுதான். க்ளூடென் புரதம்தான் அதை 'கோதுமை'யாக ஆக்குகிறது. கோதுமையின் பசைத்தன்மைக்கு அதுவே காரணம். அரிசி மாவு, மக்காச்சோளமாவு என பிற எந்த மாவுக்கும் இல்லாத தன்மைகள் கோதுமை மாவில் இருக்க அதுவே காரணம். க்ளூடென்தான் கோதுமையை இழுத்துப் பிசைந்து, ரப்பர் போல் ஆக்கி, உருட்டி என்னவெல்லாம் விரும்புகிறோமோ அப்படியெல்லாம் செய்ய உதவுகிறது. ஈஸ்ட் சேர்ப்பதன் மூலம் காற்றுக் குமிழ்கள் உருவாகி ரொட்டி போல் மிருதுவாகப் பொங்கி வர அதுவே காரணம். கோதுமையுடன் தண்ணீரைச் சேர்த்ததும் அதற்கு அந்த இழுவிசை கிடைப்பதற்கு க்ளூடென்தான் காரணம். கோதுமையில் 80-90 சதவிகிதம் மாவுச் சத்துதான் இருக்கிறது. பத்தில் இருந்து 20 சதவிகிதம்தான் புரதம் இருக்கிறது. அந்தப் புரதத்தில் 80 சதவிகிதம் க்ளூடனே இருக்கிறது. கோதுமையில் இருந்து க்ளூடெனை நீக்கிவிட்டால் அதன் பசைத்தன்மையும் போய்விடும்.

க்ளூடென் பற்றிச் சுருக்கமாகப் பார்போம். 'உங்கள் எதிரியைத் தெரிந்துகொள்ளுங்கள்' என்றுகூட இதற்குத் தலைப்பு வைக்கலாம். க்ளூடென்கள்தான் கோதுமையின் புரத அங்கம். அதில்தான் கோதுமை முளைவிட்டுப் பயிராக வளர்வதற்குத் தேவையான கார்பன், நைட்ரஜன் சேமித்துவைக்கப்பட்டிருக்கிறது. இந்த க்ளூடென் இல்லையென்றால் ஈஸ்டுடன் கோதுமை மாவு சேர்ந்து பிரெட், கேக் போல் பொங்கி எழவே முடியாமல் போய்விடும். எனவே, இதுவே கோதுமையின் தனித்தன்மைக்கு முக்கியகாரணம்.

க்ளியாடின், க்ளூடெனின் என்ற இரண்டு வகை புரதங்கள் க்ளூடெனில் இருக்கின்றன. புரதத்தில் ஆல்ஃபா-பீட்டா(α/β),

காமா (γ), ஒமேகா (ω) க்ளியாடின் என மூன்று துணை புரதங்கள் உள்ளன. அமிலோபெக்டினைப்போலவே க்ளூடெனிலும் மிகப் பெரிய பாலிமர்கள் கொண்டது. கோதுமை மாவின் இழுபடு தன்மைக்கு க்ளூடெனின்களின் பாலிமர் கட்டமைப்பே முக்கிய காரணம். இந்த விசேஷ குணத்தைத்தான் கலப்புப் பயிர் உருவாக்க விஞ்ஞானிகள் விரும்பித் தேர்ந்தெடுத்து அதிகப்படுத்தி இருக்கிறார்கள்.

ஒரு பயிரில் இருக்கும் க்ளூடென் இன்னொரு பயிரில் இருக்கும் க்ளூடென்னில் இருந்து வேறுபட்டதாக இருக்கும். எய்ன்கார்ன் வகை கோதுமையில் இருக்கும் க்ளூடெனானது எம்மர் கோதுமையில் இருக்கும் க்ளூடென்னில் இருந்து மாறுபட்டதாக இருக்கும். இவை இரண்டுமே டிரைடிகம் ஏஸ்திவம் வகை கோதுமையில் இருக்கும் க்ளூடென்னில் இருந்து முற்றிலும் மாறு பட்டதாக இருக்கும். ஏனென்றால், மிகச் சிறிய குரோமோசோம் அடுக்கைக் கொண்ட எய்ன்கார்ன் கோதுமை அதாவது ஏ-ஜீனோம் அடுக்கைக் கொண்ட அதில் குறைவான வித்தியாசம் கொண்ட க்ளூடென் வகைகளே இருக்கும். 28 குரோமோசோம்களைக் கொண்ட அதாவது பி-ஜீனோமும் சேர்ந்த எம்மர் கோதுமையில் கூடுதல் வகைகள் கொண்ட க்ளூடென்கள் இருக்கும். 42 குரோமோசோம்களைக் கொண்ட அதாவது ஏ, பி, டி வகை ஜீனோம்களைக் கொண்ட டிரைடிகம் ஏஸ்திவம் கோதுமையில் உள்ளதிலேயே அதிக வகை க்ளூடென் வகைகள் இருக்கும். அதாவது மனிதர்கள் மரபணு மாற்றங்கள் செய்வதற்கு முன்பாகவே இந்த மாற்றங்கள் நடந்துவிட்டிருக்கும். கடந்த ஐம்பது ஆண்டுகளாக நடந்த கலப்புப் பயிர் உருவாக்கங்கள் டிரைடிகம் ஏதிவம் கோதுமையில் க்ளூடென் சார்ந்து மேலும் பல ஏராளமான மாற்றங்களை உருவாக்கியுள்ளன. குறிப்பாக பேகிங், பொங்கி எழுதல் தொடர்பான கோதுமை மாவின் தனித்தன்மை வாய்ந்த குணத்துக்காக அதன் டி-ஜீனோமில்தான் பெருமளவு மாற்றம் செய்யப்பட்டுள்ளது. செலியாக் நோய்க்குக் காரணமான இந்த டி-ஜீனோம்தான் க்ளூடன்களின் மூலம் என்று கண்டறியப் பட்டுள்ளது.

அதனால் டிரைடிகம் ஏய்ஸ்திவம் கோதுமையின் டி-ஜீனோமைத் தான் எல்லா மரபணு விஞ்ஞானிகளும் குறிவைத்து மாற்றியிருக் கிறார்கள். எனவே க்ளூடென் புரதத்தின் குணம்தான் வெகுவாக மாறிவிட்டிருக்கிறது. கோதுமை உணவைச் சாப்பிடும் நபர்கள்

எதிர்கொள்ளும் பெரும்பாலான பிரச்னைகளுக்கு இதுவே முக்கியகாரணமாக இருக்கிறது.

க்ளூடன் மட்டுமேயா காரணம்?

கோதுமை மாவில் இருக்கும் முக்கிய தீமை க்ளூடென் மட்டுமே அல்ல. க்ளூடென் நீங்கலாக, அல்புன்மிகள், ப்ரோலாமின்கள், க்ளோபுலின்கள் என வேறு புரதங்களும் 20% இருக்கின்றன. இவையும் ஒவ்வொரு பயிருக்குப் பயிர் வேறுபடும். ஒட்டு மொத்தமாக ஆயிரக்கணக்கான பிற புரதங்கள் நூண்ணுயிரித் தாக்குதல், வறட்சியைத் தாங்குதல், இனப்பெருக்கம் போன்ற வற்றைக் கவனித்துக்கொள்கின்றன. அதோடு அக்லுடினின்கள், பெராக்ஸிடேசஸ், ஆல்ஃபா அமைலஸ்கள், செர்பின்கள், அசைல் சிஓ-ஏ ஆக்ஸிடஸ்கள், க்ளிசரினால்டிஹைட்-3 பாஸ்பேட் டிஹைட்ரஜெனேசஸ் எனவும் இருக்கின்றன. அதோடு பீட்டா ப்யுரோதியோனின், ப்யூரோஇண்டோலின்கள் ஏ மற்றும் பி, ஸ்டார்ச் சிந்தசிஸ் என ஏராளம் உண்டு. எனவே கோதுமை என்றால் வெறும் க்ளூடென் மட்டுமே அல்ல.

இந்தப் புரதம் போதாதென்று உணவு உற்பத்தியாளர்கள் ஃபங்கல் என்ஸைம்களான செல்லுலாஸ், க்ளூகோஅமைலாஸ், பீட்டா சைலோசிடேஸ்கள், சைலநாசெஸ் என வேறு பலவற்றையும் மாற்றி அமைத்து கோதுமையின் பொங்கி எழும் குணத்தை மேலும் அதிகப்படுத்தியிருக்கிறார்கள். பல பேக்கிங் தொழிற் சாலைகளில் மாவின் நிறம், கலக்கும் தன்மை அதிகரிக்க சோயா மாவு (மீண்டும் சில புரதங்கள், என்சைம்கள்) சேர்ப்பார்கள்.

செலியாக் நோயில் (பெரும்பாலானவர்களுக்கு இது இருப்பது இன்னும் கண்டுபிடிக்கப்பட்டிருக்கவே இல்லை) அதாவது கோதுமை மூலம் ஏற்படும் குடல் நோயில் க்ளூடென் புரதம், குறிப்பாக ஆல்ஃபா க்ளியாடின், சில வேதிவினைகளைத் தூண்டுகிறது. அது சிறு குடலைப் பாதித்து வயிற்றுப் போக்கு, அடிவயிற்று வலி போன்றவற்றை உருவாக்குகிறது என்றுதான் பொதுவாக நம்பப்படுகிறது. இதற்கான சிகிச்சை மிக எளிது : க்ளூடென் அடங்கிய உணவு எதையும் உட்கொள்ளக்கூடாது.

செலியாக் நோய் நீங்கலாக ஆல்ஃபா அமிலாசஸ், தியோரெடாக்ஸின், க்ளைசெரினால்டெஹைட்-3பாஸ்பேட் டிஹைரோஜெனஸ் மற்றும் பல்வேறு க்ளூடென் அல்லாத

புரதங்களுக்கு அலர்ஜி அல்லது அனஃபைலக்டிக் என்ற என்ற உபாதையும் ஏற்படும். கோதுமை சார்ந்த மற்றும் உடற்பயிற்சி மூலமான அனஃபிலாக்சிஸ் என்றொரு நோய் இருக்கிறது. இதுவும் பெரிதும் கோதுமையின் மூலமே ஏற்படுகிறது (ஷெல் மீன் போன்ற ஓட்டுடலிகளைச் சாப்பிடுவதன் மூலமும் வரக்கூடும்). காமா கிளாடின்கள் மற்றும் க்ளூடெனின்கள் மூலம் இந்த நோய் ஏற்படுகிறது.

கோதுமை என்பது க்ளூடெனும் உமியும் கொண்ட வெறும் சிக்கலான கார்போஹைட்ரேட் அல்ல. அது மரபணு அலகுகளுக்கு ஏற்ப வெகுவாக மாறக்கூடிய, பயோகெமிக்கல் ரீதியாகத் தனித்தன்மை வாய்ந்த அம்சங்களைக்கொண்ட தொகுப்பு ஆகும். ஒரு மஃபினைப் பார்த்து அது தயாரிக்கப்பட்ட நவீன குட்டை கோதுமையில் இருக்கும் க்ளியாடின்கள், பிற க்ளூடென் புரதங்கள், க்ளூடென் அல்லாத புரதங்கள் இவற்றையெல்லாம் கண்டுபிடித்துவிடமுடியாது. மஃபினை ஒரு கடி கடித்துச் சாப்பிடும்போது அதில் இருக்கும் அமிலோபெக்டின்-ஏ ரத்தத்தில் சர்க்கரை அளவை ராக்கெட் வேகத்தில் எகிறவைக்கும்.

மஃபின் மற்றும் பிற கோதுமை நிறைந்த உணவுப் பொருட்களின் மூலம் உடம்புக்கு வரும் பிரச்னைகளை அடுத்த அத்தியாயத்தில் விரிவாகப் பார்ப்போம்.

பாகம் 2

கோதுமையும் உச்சந் தலையில் ஆரம்பித்து உள்ளங்கால் வரை அதனால் வரும் நோய்களும் உபாதைகளும்

- 4 -

நண்பா... போதை உணவு வாங்கப்போகிறாயா..? கோதுமையின் போதைப் பண்புகள்

போதை அடிமை... விடுபட முயற்சி செய்யும்போது வரும் பதற்றம். மன மயக்கம்... மனப் பிரமைகள்... நான் ஹெராயின் போன்றவற்றைப் பயன்படுத்துவதால் வரும் பிரச்னைகள் பற்றிப் பேசவில்லை. உங்கள் சமையலறைகளில் இருக்கும் ஓர் உணவு... உங்கள் நண்பர்களுக்கு உறவினர்களுக்கு விருந்துகளில் நீங்கள் ஆசையுடன் பரிமாறும் ஓர் உணவு... அதைப் பற்றிப் பேசுகிறேன்.

உணவுப் பொருட்களில் கோதுமை ஏன் மிகவும் வித்தியாச மானது... மூளையில் அது போதைப் பொருட்களைப்போல் என்ன தாக்கத்தைச் செலுத்துகிறது என்ற அடிப்படையில் சில விஷயங்கள் சொல்ல விரும்புகிறேன். சிலருக்குத் தமது உணவில் இருந்து கோதுமையை நீக்குவது மிகவும் சிரமமாக இருப்பதற்கான காரணம் நான் சொல்லப்போவதில் இருக்கிறது. இது எடுக்கும் தீர்மானத்தை உறுதியாகக் கடைப்பிடிக்கும் மன வலிமையின்மை, அசௌகரியம், நீண்டகாலப் பழக்கத்தில் இருந்து விடுபட முடியாமை என்பது தொடர்பான விஷயம் மட்டுமல்ல. ஒரு போதைப் பொருள் எப்படி மனதிலும்

உடம்பிலும் தன் ஆதிக்கத்தைச் செலுத்துமோ அதுபோல் கோதுமையும் உங்களை அடிமைப்படுத்தும் குணம் கொண்டது.

சில குறிப்பிட்ட மனத் தூண்டுதலைப் பெற காஃபி அல்லது மதுபானத்தை ஒருவர் தெரிந்தே சாப்பிடுவதுண்டு. கோதுமையை அதுபோன்ற தூண்டுதலுக்காக அல்லாமல் 'சத்துக்காக' நாம் சாப்பிடுகிறோம். கம்யூனிஸ கிறிஸ்தவரான ஜிம் ஜோன்ஸின் சுவிசேஷத் தற்கொலைக் கூட்டத்தில் தரப்பட்ட சயனைடு பானத்தை எதுவும் தெரியாமலேயே அருந்தி உயிர் துறந்தவர்களைப் போல் நீங்களும், எல்லா 'அதிகாரபூர்வ அமைப்புகளும்' ஆதரிக்கும் கோதுமை உணவுப் பொருட்கள் உங்கள் மனதை அடிமைப்படுத்துகின்றன என்பதை உணராமல் சாப்பிட்டு வருகிறீர்கள்.

கோதுமையைத் தமது உணவு முறையில் இருந்து விலக்குபவர்கள் உற்சாகமாக உணர்வதாகவும் மனச் சோர்வு குறைந்ததாகவும் மன ஒருமுகப்பாடு மிகுந்து ஆழமாகத் தூங்கியதாகவும் சொன்னார்கள். இந்த தனி நபர் சார்ந்த விஞ்ஞான பூர்வமாக நிரூபிக்க முடியாத 'பூஞ்சையான' அனுபவங்களை வைத்து மூளையில் என்ன நடக்கிறது என்பதைக் கணிக்க முடியாது. இவை வெறுமனே தாம் நிம்மதியாக இருப்பதாக தாமாகவே நினைக்கும் மன பிரமையாகவும் இருக்கலாம். ஆனால், கோதுமையை உணவில் இருந்து விலக்கியவர்கள் பலரும் சொல்லும் அனுபவங்களில் எப்படி இப்படி ஒரு பொதுத்தன்மை இருக்கிறது என ஆச்சரியப் பட்டுப்போயிருக்கிறேன். நான் இதை சுயமாக அனுபவித்துமிருக்கிறேன். ஆயிரக்கணக்கானவர்கள் அனுபவித்துச் சொன்னதையும் சாட்சியாக இருந்து கேட்டிருக்கிறேன். கோதுமை ஒருவருடைய மனதில் ஏற்படுத்தும் தாக்கத்தை நாம் பொதுவாக தவறாகவே மதிப்பிட்டுவருகிறோம். கேவலம் ஒரு பிரெட்டோ சப்பாத்தியோ ரொட்டியோ அப்படி என்ன தீமையை விளைவித்துவிடப் போகிறது என்பதுதான் நம் எண்ணமாக இருக்கிறது.

பிரெட் பைத்தியம்தான் நான்

பயிர்களில் கலகக்காரப் பயிர் கோதுமையே. மூளையிலும் நரம்புகளிலும் கோதுமை அளவுக்கு விசித்திரமான விளைவுகளை ஏற்படுத்தும் தானியம் வேறு எதுவும் இல்லை. சிலருக்கு கோதுமை போதைப் பொருள் போன்றது. சிலருக்கு அது இல்லாமல் உயிர் வாழவே முடியாது என்ற அளவுக்கு இருக்கும்.

கோதுமை சாப்பிடுபவர்களில் சிலருக்குத் தாம் கோதுமைக்கு அடிமையாக இருப்பது தெரிந்திருக்கும். அல்லது கோதுமையில் தயாரித்த ஏதோவொரு உணவின் மீதான பெரு விருப்பமாக அதைப் புரிந்துவைத்திருப்பார்கள். நான் அவர்களுக்குச் சொல்வதற்கு முன்பாகவே அந்த உணவு உண்டால் அவர்களுக்கு போதைப் பொருள் உண்டதுபோல் ஒருவித உற்சாகமும் மன நிறைவும் இருக்கும் என்பதை உணர்ந்திருப்பார்கள். சிறுநகர்ப் பகுதியைச் சேர்ந்த ஒரு தாய் குற்ற உணர்ச்சி மேலிட, நான் ஒரு பிரெட் பைத்தியம். என்னால் அதை விடவே முடியாது என்று என்னிடம் இன்றும் சொல்லத்தான் செய்கிறார்கள். அதைக் கேட்கும்போது எனக்கு கொஞ்சம் நடுக்கமாகத்தான் இருக்கும்.

எந்த உணவைத் தேர்ந்தெடுக்கவேண்டும், எவ்வளவு கலோரி சாப்பிடவேண்டும், எப்போதெல்லாம் உணவு சாப்பிடவேண்டும், எப்போதெல்லாம் நொறுக்குத் தீனி சாப்பிடவேண்டும் என்பதையெல்லாம் தீர்மானிக்கும் சக்தி கோதுமைக்கு உண்டு. அது ஒருவருடைய மனநிலையையும் நடத்தையையும் தீர்மானிக்கும் சக்தி படைத்தது. ஒருவருடைய சிந்தனைகளைக்கூட அதனால் பாதிக்க முடியும். எனது நோயாளிகளில் கோதுமையை நீக்கும்படிச் சொல்லப்பட்டவர்கள் பல வாரங்களுக்கு கோதுமையின் நினைவாகவே இருந்ததாகவும் அதைப் பற்றியே பேசிக்கொண்டு இருந்ததாகவும் அதை நினைத்ததும் நாவில் உமிழ் நீர் சுரக்கத் தொடங்கிவிட்டதாகவும் சொன்னார்கள். 'அதைப் பற்றி நினைக்காமல் என்னால் இருக்கமுடியவில்லை. கனவுகளில் கூட பிரெட் பற்றிய சிந்தனைதான்' என்று சொன்னார்கள். ஓரிரு வாரங் களில் சிலர், தங்களால் கோதுமை இல்லாமல் இருக்கமுடிய வில்லை என்று சொல்லி கோதுமை உணவுகளை வாரி வாரி உண்ணத் தொடங்கிவிட்டார்கள்.

இந்தப் போதைக்கு இன்னொரு பக்கமும் உண்டு. கோதுமை உணவை விட்டொழித்தவர்களில் 30% பேர் ஏதோ போதைப் பொருளை விடச் சொன்னால் என்னவெல்லாம் உபாதைகளை உணர்வார்களோ அதையெல்லாம் அனுபவித்ததாகச் சொன்னார்கள். நூற்றுக்கணக்கானவர்கள் கோதுமையை உணவில் இருந்து நீக்கிய சில வாரங்களுக்கு மிகுந்த சோர்வு, எரிச்சல், வேலை செய்ய முடியாமை அல்லது பள்ளிகளில் இயல்பாக இருக்க முடியாத நிலை போன்றவையும் சில நேரங்களில் மன விரக்தி கூட ஏற்பட்டதாகவும் சொன்னார்கள். கேக்கோ பிரெட் துண்டோ

சாப்பிட்டால்தான் (சிலர் நான்கு கேக், இரண்டு பீட்ஸா, பத்து பூரி, ஐந்து சமோசா ஏதேனும் சாப்பிட்டுவிட்டு அடுத்த நாள் குற்ற உணர்ச்சிக்கு ஆளானார்கள்) இயல்புநிலைக்குத் திரும்ப முடிந்ததாகச் சிலர் சொன்னார்கள். இது ஒரு விபரீதமான சுழற்சி. ஒரு விஷயத்தை வலுக்கட்டாயமாக விலக்கி வைத்தல்... அசௌகரியமாக உணர்தல்... உடனே அந்த விஷயத்துக்குத் திரும்புதல்... அந்த அசௌகரியம் விலகுதல்... என்ன போதைப் பொருள் பற்றிப் பேசுவதுபோல் தெரிகிறதா..?

இப்படியான அனுபவங்களுக்கு ஆளாகாதவர்கள் கோதுமை போன்ற ஓர் உணவு ஒருவரை இப்படி போதைப் பொருள் போல் ஆட்டிப் படைக்குமா என்ன... அது எவ்வளவு அப்பாவியான உணவு என்றுதான் சொல்வார். இந்த போதை மனநிலைக்கும் அதை நிறுத்துவதால் ஏற்படும் பதற்ற மன நிலைக்கும் விஞ்ஞானரீதியாக ஏற்கத் தகுந்த காரணம் நிச்சயம் இருக்கத்தான் செய்யும். ஆரோக்கியமான மூளைகளில் மட்டுமல்ல எளிதில் பாதிப்புக்கு ஆளாகக்கூடிய நோய்க்கூறு உள்ள மூளைகளிலும் கோதுமையின் தாக்கம் மிகுதியாக இருக்கும். அங்கெல்லாம் அந்தப் பாதிப்பு வெறும் போதைப்பொருளையும் தாண்டியதாக இருக்கும். அப்படிப்பட்ட நோய்க்கூறு உள்ள மூளைகளில் கோதுமை உணவு என்ன தாக்கம் ஏற்படுத்துகிறது என்பதைவைத்து கோதுமைக்கும் மூளைச் செயல்பாடுகளுக்கும் இடையிலான தொடர்பைப் புரிந்துகொள்ள முடியும்.

கோதுமையும் ஸ்கீஸோஃபெர்னியா மனமும்

ஸ்கீஸோஃபெர்னியா நோயால் பாதிக்கப்பட்டவர்களுடைய செயல்பாடுகளில் கோதுமை என்னென்ன தாக்கத்தை ஏற்படுத்து கிறது என்ற ஆய்வில் இருந்துதான் முதன் முதலாக மூளைக்கும் கோதுமைக்கும் இடையிலான தொடர்பு பற்றித் தெரியவந்தது.

இந்த நோய் பாதிக்கப்பட்டவர்கள் மிகவும் சிரமமான வாழ்க்கை வாழ்வார்கள். நிஜத்துக்கும் அவர்கள் மனம் உருவாக்கும் கற்பனை உலகத்துக்கும் இடையிலான வேறுபாட்டை அவர்களால் பிரித்தறிய முடியாது. தமது மனமும் செயல்பாடுகளும் புறச் சக்திகளால் கட்டுப்படுத்தப்படுவதாகக் கூட நம்புவார்கள் (நியூயார்க் நகரைச் சேர்ந்த தொடர் கொலையாளி டேவிட் பெர்கோவிட்ஸ் அவனுடைய நாய் உத்தரவிட்டதால்தான் பலரை கொன்றதாகச் சொன்னான். ஸ்கீஸோஃபெர்னியா

நோயாளிகளிடம் வன்முறை உணர்வுகள் பொதுவாக இருக்காது. ஆனால், இந்த நோய் சிலரில் என்னவெல்லாம் தாக்கத்தை ஏற்படுத்தக்கூடும் என்பதற்கு இந்த சம்பவம் ஓர் உதாரணம்). இந்த நோயாளிகளால் குடும்பம், குழந்தைகள் என இயல்பு வாழ்க்கை வாழமுடியாது. மன நல விடுதிகளில் சேர்க்கப்பட்டாக வேண்டியிருக்கும். இந்த நோய்க்குத் தரப்படும் மருந்துகள் மிக மோசமான பின்விளைவுகளை ஏற்படுத்தும். மனதுக்குள் இருக்கும் அரக்க சக்திகளுடன் தொடர்ந்து போராடிக் கொண்டிருக்கவேண்டியிருக்கும்.

இப்படியான நிலையில் ஒரு ஸ்கீஸோஃபெர்னியா நோயாளியின் மீது கோதுமை என்ன தாக்கத்தைச் செலுத்த முடியும்? மன நல நிபுணர் எஃப்.கர்டிஸ் தோஹன் என்பவர்தான் இந்த விஷயம் சார்ந்து முதன் முதலில் ஆய்வு மேற்கொண்டார். அவர் ஐரோப்பாவில் ஆரம்பித்து நியூ கினியா வரை ஏராளமான ஸ்கீஸோஃபெர்னியா நோயாளிகளை ஆய்வு செய்தார். இரண்டாம் உலகப்போர் காலகட்டத்தில் ஃபின்லாந்து, நார்வே, ஸ்வீடன், கனடா, அமெரிக்கா போன்ற இடங்களில் ஸ்கீஸோஃபெர்னியா நோய்க்காக மருத்துவமனையில் சேர்க்கப்பட்டவர்களின் எண்ணிக்கைக் கணிசமாகக் குறைந்ததாகக் கண்டறிந்தார். போர்க் காலகட்டத்தில் கோதுமைத் தட்டுப்பாடு இருந்ததால் அந்த மனநோய் குறைந்ததாகவும் பின்னர் கோதுமை தாராளமாகக் கிடைக்க ஆரம்பித்ததும் மன நோயாளிகளின் எண்ணிக்கை அதிகரித்ததாகவும் அவருக்கு ஆய்வு முடிவில் தெரியவந்தது.

இதே விஷயத்தை வேட்டை-உணவு சேகரித்தல் என கற்கால வாழ்க்கையில் ஈடுபட்டுவந்த நியூ க்னியா பழங்குடி சமூகத்திலும் டாக்டர் தோஹன் பார்த்தார். மேற்கத்திய செல்வாக்குக்கும் கோதுமைப் பயன்பாட்டுக்கும் முன்பாக அந்தப் பகுதியில் 65,000 பழங்குடிகள் வசித்துவந்தனர். அவர்களில் இரண்டு பேருக்கு மட்டுமே ஸ்கீஸோஃபெர்னியா நோய் இருந்தது. மேற்கத்திய உணவுப் பழக்கமும் கோதுமையும் பார்லி பீரும், மக்காச் சோளமும் அறிமுகப்படுத்தப்பட்டதைத் தொடர்ந்து அந்த நோயாளிகளின் எண்ணிக்கை 65 மடங்கு அதிகரித்தது. இதையெல்லாம் பார்த்த டாக்டர் தோஹன் கோதுமைப் பயன்பாட்டுக்கும் ஸ்கீஸோஃபெர்னியா நோய்க்கும் இடையில் ஏதேனும் தொடர்பு இருக்கிறதா என்பதை ஆராய முன்வந்தார்.

ஃபிலடெல்ஃபியாவில் ராணுவ மருத்துவமனையில் இருந்த ஸ்கீஸோஃபெர்னியா நோயாளிகளுடைய உணவில் இருந்து

கோதுமையை முற்றாக அவர்களுக்குத் தெரியாமல் நீக்க டாக்டர் தோஹனும் அவருடைய சக மருத்துவர்களும் முடிவெடுத்தனர் (நோயாளியின் சம்மதம் பெறாமல் எந்த சிகிச்சையும் செய்யக்கூடாது என்ற சட்டம் அப்போது இயற்றப்பட்டிருக்க வில்லை). நாற்காலியில் இருந்து விழுந்துவிடாதீர்கள்... நான்கு வாரங்கள் கழித்துப் பார்த்தபோது நோயாளிகளின் மன பிரமைகள் குறைந்திருந்தன. யதார்த்தத்தில் இருந்து அவர்கள் அதிகம் விலகிச் சென்றிருக்கவில்லை. இதன் பிறகு மருத்துவர்கள் கோதுமையை உணவில் சேர்த்திருக்கிறார்கள். மன மயக்கங்கள், கனவு உலக சஞ்சாரம், கற்பனை பயங்கள் என மீண்டும் அதிகரித்துவிட்டிருக் கின்றன. கோதுமையை மீண்டும் நீக்கிப் பார்த்திருக்கிறார்கள். நல்ல பலன்கள் மீண்டும் தலைதூக்கியிருக்கின்றன. கோதுமையை உணவில் சேர்த்ததும் மீண்டும் நிலைமை மோசமாகியிருக்கிறது.

இங்கிலாந்தில் ஷெஃபீல்ட் பல்கலைக்கழக மனநோய் நிபுணர்கள் செய்த ஆய்வுகளின் முடிவுகளும் இதுபோலவே இருந்திருக் கின்றன. ட்யூக் பல்கலைக்கழகம் வேறொரு நிகழ்வை ஆவணப் படுத்தியிருக்கிறது. ஸ்கீஸோஃபெர்னியா நோயால் பாதிக்கப்பட்ட 70 வயதுப் பெண்மணி கற்பனை பயம், மனச்சோர்வு, புத்தி பேதலிப்பு என பாதிக்கப்பட்டவர் கூர்மையான பொருட்கள், கழிப்பறை சுத்திகரிப்பு திரவங்கள் போன்றவற்றைப் பயன்படுத்தி பல முறை தற்கொலைக்கு முயன்றவர் சுமார் 53 வருடங்களாக இந்தத் துயரங்களால் துரத்தப்பட்டவர் கோதுமையை உணவில் இருந்து நீக்கிய எட்டே நாளில் அந்த தற்கொலை எண்ணம், கற்பனை பயம் ஆகியவற்றில் இருந்து மீண்டுவிட்டார்.

கோதுமையைச் சாப்பிட்டதால்தான் ஸ்கீஸோஃபெர்னியா நோய் வந்தது என்று நிச்சயம் சொல்லமுடியாது. ஆனால், அந்த நோய் இருப்பவர்களிடம் கோதுமை உணவு மோசமான விளைவுகளை அதிகரிக்கிறது என்ற உண்மை டாக்டர் கர்ட்டிஸ் தோஹனும் பிற மருத்துவர்களும் செய்த ஆய்வுகளில் இருந்து தெரிய வந்திருக்கிறது.

ஆட்டிசம் குறைபாடு உள்ளவர்களிலும் கோதுமை இப்படியான மோசமான விளைவுகளை அதிகரிக்கும் தன்மை கொண்டதாக இருப்பது தெரியவந்திருக்கிறது. அந்த நோய் உள்ள குழந்தை களுக்குப் பிறருடன் தொடர்புகொள்ளவும் பழகவும் சிரமமாக இருக்கும். இருபதாம் நூற்றாண்டின் மத்திம காலகட்டத்தில் இப்படியான நோயால் பாதிக்கப்பட்ட குழந்தைகள்

இருந்திருக்கவே இல்லை. 21-ம் நூற்றாண்டில் 150 குழந்தைகளில் ஒருவருக்கு என அதிகரித்துவிட்டிருந்தது. கோதுமை க்ளூடென் உணவுகளை நீக்கியதைத் தொடர்ந்து அந்தக் குழந்தைகளிடம் நல்ல முன்னேற்றம் இருப்பது தெரியவந்தது. இது தொடர்பாகச் செய்யப்பட்ட ஆய்வுகளிலேயே 55 டேனிஷ் குழந்தைகளுக்கு செய்யப்பட்ட ஆய்வுதான் மிக முக்கியமானதாக இன்றுவரை கருதப்படுகிறது. அதில் க்ளூடென் நீக்கம் (பால் புரதமான கேசீனும் சேர்த்தே விலக்கப்பட்டது) அந்தக் குழந்தைகளில் நல்ல மாற்றத்தை ஏற்படுத்தியதாகத் தெரியவந்திருக்கிறது.

அட்டன்ஷன் டெஃபிசிட்/ஹைப்பர்-ஆக்டிவிட்டி டிஸார்டர் (ADHD) குழந்தைகள் மற்றும் முதியவர்களிடமும் கோதுமை நீக்கம் நல்ல மாற்றத்தை ஏற்படுத்தியிருப்பதாக ஆய்வுகள் தெரிவிக்கின்றன. இதுதொடர்பான மாற்றுக் கருத்துகளும் எழுந்திருக்கின்றன. பெரும்பாலும் சர்க்கரை, செயற்கை சுவையூட்டிகள், மணமூட்டிகள், பால் பொருட்கள் ஆகியவையே முக்கிய காரணம் என்று சொல்லப்பட்டு கோதுமையின் தாக்கம் குறைத்துச் சொல்லப்படுகிறது.

ஸ்கீஸோஃபெர்னியா தொடர்பாக முன்பே சொன்னதுபோல் ஆட்டிசம், அட்டன்ஷன் டெஃபிசியன்ஸி ஹைப்பர் ஆக்டிவிட்டி குறைபாடுகளுக்கும் கோதுமை உணவு காரணம் என்று நிச்சயம் சொல்ல முடியாது. ஆனால், அப்படியான குறைபாடு உள்ளவர்களில் கோதுமையானது மோசமான விளைவுகளை அதிகரிக்கும் தன்மைகொண்டதாக இருப்பதாகவே எல்லா ஆய்வுகளும் தெரியப்படுத்துகின்றன.

ஃபிலடெல்ஃபியாவில் நோயாளிகளுடைய சம்மதத்தைப் பெறாமலேயே செய்த அந்த சோதனை இன்று விழிப்பு உணர்வு மிகுந்திருக்கும் காலகட்டத்தில் தவறானதாகவும் பயத்தை விளைவிப்பதாகவும் இருக்கக்கூடும். ஆனால், மனநோயாளிகளின் செயல்களிலும் சிந்தனைகளிலும் கோதுமை ஏற்படுத்தும் தாக்கத்தை அது மிகத் தெளிவாக அழுத்தமாக விளக்கிக் காட்டுகிறது. கோதுமையால் ஏன் ஸ்கீஸோஃபெர்னியா, ஆட்டிஸம், ஏ.டி.ஹெச்.டி. போன்ற குறைபடுகளின் தீவிரம் ஏன் அதிகரிக்கின்றன? மூளை, மனம் மற்றும் பிற உடல் உறுப்புச் செயல்பாடுகளை கோதுமையில் இருக்கும் எந்த அம்சம் மோசமடையச் செய்கிறது?

அமெரிக்க தேசிய சுகாதார மையங்கள் அமைப்பு இதற்கான பதிலைத் தேட முற்பட்டது.

எக்ஸார்பின்கள் : கோதுமைக்கும் மனதுக்கும் இடையிலான தொடர்பு

அமெரிக்க தேசிய சுகாதார மையங்களின் அமைப்பைச் சேர்ந்த டாக்டர் கிறிஸ்டின் ஸியோத்ரூவும் அவருடைய சக மருத்துவர்களும் சேர்ந்து கோதுமையின் முக்கிய புரதமான க்ளூடெனை வைத்து ஒரு ஆய்வு செய்து பார்த்தனர். கோதுமை உணவைச் சாப்பிட்டால் நம் உடம்பில் என்ன வேதிவினைகள் நடக்குமோ அதை சோதனைச்சாலையில் க்ளூடென் மீது செய்து பார்த்தனர். வயிற்றில் சுரக்கும் என்ஸைமான பெப்ஸின், வயிற்றில் சுரக்கும் அமிலமான ஹைட்ரோக்ளோரிக் அமிலம் ஆகியவற்றை க்ளூடனுடன் வேதிவினை புரியவைத்தபோது அது பாலிபெப்டைடுகளாக மாறியது. அதில் பிரதானமாக இருக்கும் பாலிபெப்டைடுகளைத் தனியாகப் பிரித்து சோதனைச்சாலை எலிகளுக்குக் கொடுத்துப் பார்த்தார்கள். ரத்தக் குழாய்க்கும் மூளைக்கும் இடையிலான தடையைத் தாண்டி ஊடுருவும் விசித்திரமான தன்மை அந்த பாலிபெப்டைடுகளுக்கு இருந்தது தெரியவந்தது.

உயிரினங்களில் இந்தத் தடை ஒரு முக்கிய காரணத்துக்காகத்தான் இருக்கிறது: மூளையானது மிகவும் நுட்பமானது. ரத்தத்தில் கலக்கும் பொருட்களில் சில அமிக்தலா, ஹிப்போகாம்பஸ், செரிபரல் கார்டெக்ஸ் அல்லது மூளையின் பிற பகுதிகளைச் சென்றடைந்துவிட்டால் தேவையற்ற விளைவுகளைத் தூண்டி விடக்கூடும். கோதுமையின் பாலிபெப்டைடுகள் மூளையைச் சென்றடைந்துவிட்டால் மூளையின் மார்ஃபின் ஏற்பியுடன் இணைப்பு பெற்றுவிடுகின்றன. போதைப் பொருட்கள் இதே ஏற்பியுடன்தான் தொடர்பை ஏற்படுத்திக் கொள்கின்றன.

டாக்டர் கிறிஸ்டின் இந்த பாலிபெப்டைடுகளை எக்ஸார்பின்கள் என்று அடையாளப்படுத்தினார். உடற் பயிற்சிகள் செய்து முடித்ததும் மூளையில் ஏற்படும் மனநிறைவுக்குக் காரணமாக இருக்கும் எண்டார்பின்களில் இருந்து வித்தியாசப்படுத்திக் காட்டும் நோக்கில் இதற்கு எக்ஸார்பின்கள் என்று பெயரிட்டனர். ரத்தக் குழாய்-மூளை இடையிலான சவ்வை ஊடுருவிச் சென்ற பாலிபெப்டைட்டை க்ளூடோமார்ஃபின் (க்ளூடென்னில் இருந்து உருவான மார்ஃபின் போன்ற பொருள்) என்று பெயரிட்டனர். எனக்கு அந்தப் பெயர் நம் உடம்பில் மார்ஃபினைச் செலுத்தியதைச் சொல்வது போலவே பொருள்படுகிறது.

ஃபிலடெல்ஃபியா மருத்துவமனையிலும் பிற இடங்களிலும் மேற்கொண்ட கோதுமைத் தவிர்ப்பு ஆய்வுகளில் தெரியவந்த மோசமான பின்விளைவுகளுக்கு இந்த எக்ஸார்பின்தான் காரணமாக இருக்கும் என்ற தீர்மானத்துக்கு டாக்டர் கிறிஸ்டியன் குழுவினர் வந்தனர்.

இதைவிட மிகவும் அபாயகரமான விஷயம் என்னவென்றால், க்ளூடென் மூலம் உருவான பாலிபெப்டைடுகள் மூளையில் ஏற்படுத்தும் தாக்கமானது நலோக்ஸன் மருந்தின் மூலம் மட்டுப்படுத்தப்படுகிறது. இந்த நலோக்ஸன் மருந்தானது போதைப் பொருட்களின் தாக்கத்தை மட்டுப்படுத்தப் பயன்படுத்தப்படுவதாகும்!

நீங்கள் ஹெராயின் போதைப் பழக்கத்துக்கு அடிமையானவர் என்று வைத்துக்கொள்வோம். ஒருமுறை போதைப் பொருள் வாங்கும் இடத்தில் நடந்த சண்டையில் கத்தியால் குத்தப்பட்டு விடுகிறீர்கள். அருகில் இருக்கும் மருத்துவமனைக்கு உங்களை உயிர் காப்பு ஊர்தியில் விரைந்து கொண்டுவருகிறார்கள். கத்திக் குத்துப்பட்டதோடு நீங்கள் போதை அதிகமாக உட்கொண்டுமிருக் கிறீர்கள். உங்களுக்கு உதவி செய்ய முன்வரும் மருத்துவர்களை நீங்கள் மோசமாகத் தாக்குகிறீர்கள். அதனால் அந்த மருத்துவர்கள் உங்களை அன்புடன் கட்டிப்போட்டு ஒரு மருந்தை உங்கள் உடம்பில் செலுத்துவார்கள். அதுதான் நலோக்ஸன். நீங்கள் உடனே போதையின் பிடியில் இருந்து விடுதலை பெற்று இயல்புநிலைக்குத் திரும்பிவிடுவீர்கள். மார்ஃபினாகட்டும் ஆக்ஸிகண்டோனாகட்டும் எந்த போதைப் பொருளாக இருந்தாலும் அதன் தாக்கத்தை இந்த மருந்து தன் வேதி வினை மூலம் இல்லாமலாக்கிவிடும்.

பரிசோதனைக்கூடத்தில் விலங்குகளுக்கு இந்த நலோக்ஸனைத் தந்தபோது கோதுமை எக்ஸர்பின்கள் மூளையின் மார்ஃபின் ஏற்பி செல்களுடன் சேர்வதைத் தடுத்தது தெரியவந்தது. ஆம் போதைப் பொருட்களைத் தடுக்கும் நலோக்ஸான் மருந்தானது கோதுமையில் இருந்து உருவான எக்ஸார்பின்கள் மூளையில் சேர்வதையும் தடுக்கின்றன. போதை அடிமையின் உடம்பில் இருக்கும் ஹெராயினைச் செயலிழக்கச் செய்யும் அது கோதுமையின் எக்ஸார்பின்களையும் தடுக்கிறது!

உலக சுகாதார மையம் ஸ்கீஸோஃபெர்னியா குறைபாடு உள்ளவர்களை வைத்து ஓர் ஆய்வு நடத்தியது. நலோக்ஸான்

மருந்தைக் கொடுத்தபோது அவர்களுடைய கற்பனை பயங்கள், மன பிரமைகள் எல்லாம் குறைந்தன. துரதிஷ்டவசமாக கோதுமை உணவு உட்கொண்ட ஸ்கீஸோஃபெர்னியா நோயாளிகளுக்கும் கோதுமை கொடுக்கப்படாத ஸ்கீஸோஃபெர்னியா நோயாளிகளுக்கும் நலோக்ஸான் மருந்து கொடுத்தபோது என்ன வித்தியாசம் தெரியவந்தது என்பதை ஆராய்ந்து பார்க்கவில்லை. இந்த ஆய்வு மேற்கொள்ளப்பட்டு, கோதுமை உணவை உட்கொண்ட ஸ்கீஸோஃபெர்னியா நோயாளிகளில் நலோக்ஸான் நல்ல மாற்றத்தை ஏற்படுத்தியிருந்ததென்றால் உணவில் இருந்து கோதுமையை நீக்குவதே சிறந்தது, நலோக்ஸான் மருந்தைக் கொடுப்பதைவிட என்ற தீர்மானமே வந்திருக்கும். ஆனால், துரதிஷ்டவசமாக, மருந்துப் பயன்பாட்டுக்கு ஆதரவு தராத முடிவுகளை முன்வைக்க வாய்ப்பு உள்ள ஆய்வுகளை மருத்துவ அறிவியல் துறையினர் முன்னெடுப்பதில்லை).

ஸ்கீஸோஃபெர்னியா நோயாளிகள் மீது செய்த இந்த ஆய்வானது கோதுமையின் எக்ஸார்பின்கள் மூளையில் என்ன தாக்கத்தை ஏற்படுத்த முடியும் என்பதை எடுத்துக்காட்டுகின்றன. அந்த நோயால் பாதிக்கப்படாத நமக்கு கோதுமையின் எக்ஸார்பின்களினால் எந்த மன மயக்கங்களும் ஏற்படுவதில்லை. ஆனால், இந்த விஷயங்கள் நம் மூளையில் சென்று சேரவே செய்கின்றன ஸ்கீஸோஃபெர்னியா நோயாளிகளைப் போலவே. பிற தானியங்கள் எக்ஸார்பின்களை உற்பத்தி செய்வதில்லை. ஏனென்றால் அவற்றில் க்ளூடன்கள் கிடையாது. போதைப் பொருள்போல் அடிமைப்படுத்தவோ நிறுத்தினால் பதற்றமடையவோ செய்வதில்லை. கோதுமை எல்லா தானியங்களையும்விட வித்தியாசமானது என்பதையே இவை காட்டுகின்றன.

ஆக, கோதுமைப் பொருட்கள் மூளையில் செய்யும் வேலை இதுதான்: ஜீரணமாகும்போது மூளையில் போதைப் பொருட்களின் ஏற்பிகளில் சென்று சேரும் மார்ஃபின் போன்ற பொருட்களை கோதுமை உற்பத்தி செய்கிறது. ஒருவித உற்சாகத்தை, மன நிறைவைத் தூண்டுகிறது. இந்த உணர்வு தடை செய்யப்படும்போது அல்லது எக்ஸார்பினைத் தரக்கூடிய உணவுப் பொருட்கள் எதுவும் உட்கொள்ளப்படாதபோது சிலருக்கு பதற்றமும் மனச் சோர்வும் ஏற்படுகின்றன.

சாதாரண மனிதர்களுக்கு அதாவது ஸ்கீஸோஃபெர்னியா நோய் இல்லாதவர்களுக்கு போதைத் தடுப்பு மருந்துகளைக் கொடுத்தால்

என்ன ஆகும்? சவுத் கரோலினாவின் மனநல பல்கலைக்கழகத்தில் ஓர் ஆய்வு நடத்தப்பட்டது. அதில் கோதுமை உணவு உண்பவர் களில் சிலருக்கு நலோக்ஸனும் வேறு சிலருக்கு சாதா மருந்தும் கொடுத்தபோது நலோக்ஸான் சாப்பிட்டவர்கள் மதிய உணவில் 33% குறைவான கலோரி உணவே உட்கொண்டார்கள். இரவில் 23% குறைவான உணவே உட்கொண்டனர். இரண்டு வேளை களையும் சேர்த்துப் பார்த்தால் சுமார் 400 கலோரி குறைவாகவே உட்கொண்டிருக்கிறார்கள். மிச்சிகன் பல்கலையானது வேறொரு ஆய்வு மேற்கொண்டது. அதில் உணவுப் பிரியர்களை ஓர் அறைக்குள் ஒரு மணி நேரம் அடைத்து வைத்தனர். நலோக்ஸான் கொடுக்கப்பட்டவர்கள் கோதுமை உணவுப் பொருட்களை 28 சதவிகிதம் குறைவாகவே சாப்பிட்டனர்.

கோதுமை மூலம் கிடைக்கும் மன நிறைவைத் தடுத்தால் உணவின் அளவு குறைந்துவிடுகிறது. கோதுமையால் அதிகம் சாப்பிடும் படியான உணர்வுகளைத் தூண்ட முடியாமல் போய்விடுவதால் இது நடக்கிறது. நம் மூளையின் ஆழத்தில் பொதிந்திருக்கும் இருக்கும் மெஸோ லிம்பிக் மன நிறைவு அமைப்பைக் கட்டுப்படுத்தும் செயலை இந்த மருந்து செய்கிறது. அந்த அமைப்புதான் போதைப் பொருட்களை உட்கொள்ளும்போதான 'மன நிறைவு' உணர்வைத் தரவைக்கிறது. மன நிறைவு உணர்வுக்கு பதிலாக மகிழ்ச்சியற்ற அசௌகரியமான உணர்வை உருவாகச் செய்யமுடியும். எனவே நல்ட்ரக்ஸான் மருந்தை மன விரக்தியை நீக்கும் மருந்துடனும் புகைப்பிடிப்பதை நிறுத்தவைக்கும் புபுரோபின் உடனும் இணைத்துக் கொடுப்பார்கள். எடைகுறைப்பு மருந்தான நல்ட்ரக்ஸான் இந்தக் கணிப்புகளின் அடிப்படையில் தான் மருந்து நிறுவனங்களால் உருவாக்கப்பட்டிருக்கிறது.

போதை மருந்தை நிறுத்துவதால் ஏற்படும் பதற்றம் போன்ற உணார்வுகளில் ஆரம்பித்து கற்பனை மன மயக்கங்கள் வரை கோதுமை பல உபாதைகளுக்குக் காரணமாக இருக்கிறது. இதுவரை படித்ததை தொகுத்துப் பார்ப்போம்.

- சாதாரண கோதுமையானது செரிமானமானதும் பாலிபெப்டைடுகளை உற்பத்தி செய்கிறது. அது மூளையைச் சென்றடைந்து அங்கிருக்கும் போதை ஏற்பி நரம்புகளில் தாக்கத்தை ஏற்படுத்துகிறது.
- கோதுமையிலிருந்து உருவான பாலிபெப்டைகளான க்ளூடோமார்ஃபின் எனப்படும் எக்ஸார்பின்களின் தாக்கத்தை

போதை மருந்தின் வீரியத்தைத் தடுக்கும் மருந்துகளான நலோக்ஸான், நல்ட்ரெக்ஸான் போன்றவை கட்டுப்படுத்த முடியும்.

- மன நோய்கள் இல்லாத, அதிகம் சாப்பிடும் குணம் கொண்டவர்களுக்கு போதைத் தடுப்பு மருந்துகளைக் கொடுத்தால் பசி குறைகிறது. சாப்பாடு குறைவாகவே உட்கொள்கிறார்கள். உணவு குறித்த ஏக்கமும் குறைகிறது. ஆர்வம் குறைந்த மன நிலைக்குச் சென்றுவிடுகிறார்கள். இந்த மாற்றங்கள் எல்லாம் கோதுமை சார்ந்த உணவுப் பொருட்களுக்கு மட்டுமே பொருந்தும்.

மைய நரம்பு அமைப்பை பாதிக்கும் குணத்தின் மூலம் கோதுமை பிற பயிர்களில் இருந்து வெகுவாக வித்தியாசப்பட்டு நிற்கிறது. எத்தனால் போன்ற போதை வஸ்துகள் நீங்கலாக நாம் சாப்பிடும் உணவுப் பொருட்களில் கோதுமை போல் நடத்தையைப் பாதிக்கக்கூடிய, மன நிறைவான உணர்வை தூண்டக்கூடிய, நிறுத்தப்பட்டால் பதற்றத்தை ஏற்படுத்தக்கூடிய உணவுப் பொருள் வேறு எதுவும் இல்லை.

இந்த விஷயங்களை நாம் தெரிந்துகொள்ள ஸ்கீஸோஃபெர்னியா நோயாளிகள் மீது செய்த ஆய்வுகள்தான் நமக்குப் பயன் பட்டுள்ளன.

பின் இரவு நேரப் பசி முறியடிக்கப்பட்டுவிட்டது

நினைவு தெரிந்த நாளில் இருந்தே லாரி கிங் உடல் பருமனால் பாதிக்கப்பட்டிருந்தார். அவருக்கு அது எப்படி என்று புரியவே இல்லை. அவர் நிறைய உடற்பயிற்சி செய்தார். பெரும்பாலும் மிகக் கடினமாக. 50 மைல் சைக்கிள் சவாரி அல்லது காட்டுக்குள், பாலைவனத்தில் 15 மைல் நடை என்பவை எல்லாம் சர்வ சாதாரணம். அமெரிக்காவில் எல்லா இடங்களுக்கும் பணிநிமித்த மாகச் சென்று வந்திருக்கிறார். மிகவும் ஆரோக்கியமான உணவுப் பழக்கம் கொண்டவர். மாமிசம், எண்ணெய் பதார்த்தங்கள் இவற்றைக் குறைத்து நிறைய காய்கறிகள், பழங்கள் சாப்பிட்டு வந்தார். ஏராளமான முழு தானியங்களும் சாப்பிட்டார்.

இருதயம் சம்பந்தமான ஒரு பிரச்னை காரணமாக என்னைச் சந்தித்தார். அதை நாங்கள் எளிதில் சரிசெய்துவிட்டோம். ஆனால் அவருடைய ரத்தம் சம்பந்தமான சிக்கல் பற்றிச் சுருக்கமாகச்

சொல்வதென்றால் மிக மிக மோசம். டிரைகிளிசரைடுகள் மிக அதிகம். அதாவது 210 mg/dl HDL 37 mg/dl LDL கொழுப்பு 70% இருதய நோயை உருவாக்கும் தன்மை கொண்டதாக இருந்தன. ரத்த அழுத்தமும் உயர் நிலையில் 170 ஆகவும் தாழ்நிலையில் 90 ஆகவும் இருந்தது. லாரி ஐந்து அடி எட்டு அங்குல உயரமும் சுமார் 100 கிலோ எடையும் கொண்டவராக இருந்தார். சுமார் 30 கிலோ அதிகம்.

'எனக்குப் புரியவே இல்லை. நான் மிகக் கடுமையாக உடற்பயிற்சி செய்வேன். இது உங்களுக்கே தெரியும் இல்லையா. நான் உண்மையில் உடற்பயிற்சியை ரசிக்கிறேன். ஆனால், என்ன செய்தும் என்னால் எடைக் குறைக்கவே முடியவில்லை என்று லாரி என்னிடம் ஒரு நாள் வருத்தத்துடன் சொன்னார். அதற்காக அரிசிச் சாப்பாட்டு மட்டுமே, புரோட்டீன் உணவு மட்டுமே, உடல் நச்சு நீக்க சிகிச்சைகள் ஏன் மன வசிய முறையைக் கூடப் பயன்படுத்திப் பார்த்திருக்கிறார். ஒரு சில கிலோ எடை மட்டுமே குறைந்தன. அதுவும் கூட அப்படியே இருந்திருக்க முடியவும் இல்லை. விரைவில் எடை கூடியும்விட்டிருக்கிறது. அவர் தன்னிடம் இருந்த ஒரு குறையாகச் சொன்னது என்ன தெரியுமா... 'இரவுகளில் நன்கு சாப்பிட்டுவிட்டபோதும் ஓரிரு மணி நேரம் கழித்துத் தூங்குவதற்கு முன் நல்ல பசி எடுக்கும். முழு கோதுமை தானியத்தில் செய்த ஏதேனும் நொறுக்குத் தீனியைக் கணிசமாகக் கொறித்துவிட்டுத் தான் தூங்கச் செல்வேன். இது எதனால் என்று தெரியவில்லை. ஆனால், என்னால் இதை மட்டும் தவிர்க்கவே முடிந்திருக்கவில்லை'.

நான் லாரியிடம் இப்படிப் பசியைத் தாறுமாறாகத் தூண்டும் ஒரு விஷயத்தை உணவில் இருந்து நீக்கும்படிச் சொன்னேன். அதாவது கோதுமையைக் கைவிடும்படிச் சொன்னேன். இன்னொரு கிறுக்குத்தனமான யோசனையா என்று முதலில் அதிர்ந்தவர் ஒருவழியாக அதை முயன்று பார்ப்பதாக ஒத்துக்கொண்டார். வீட்டில் அலமாரிகளில் நிரம்பி வழிந்த கோதுமை உணவுப் பொருட்களை அப்புறப்படுத்துவது எளிய செயல் அல்ல. ஆனால், லாரியும் அவருடைய மனைவியும் அதைச் செய்துமுடித்தனர்.

ஆறு வாரங்கள் கழித்து லாரி என்னைப் பார்க்க வந்தார். மூன்றே நாட்களில் இரவு நேரப் பசி முற்றாகக் குறைந்துவிட்டதாகச் சொன்னார். இரவு உணவு சாப்பிட்ட பிறகு எந்தவித நொறுக்குத் தீனி ஆசையும் இன்றி நிம்மதியாகத் தூங்கச் செல்வதாகச்

சொன்னார். பகல் நேரத்தில் கூட உணவு உட்கொள்வது வெகுவாகக் குறைந்திருப்பதாகவும் நொறுக்குத் தீனி ஆசை கிட்டத்தட்ட முற்றிலும் மறைந்துவிட்டதாகவும் சொன்னார். உடல் பயிற்சியை முன்பு போலவே செய்துவருவதாகவும் சுமார் ஐந்து கிலோ எடை குறைந்துவிட்டிருப்பதாகவும் சொன்னார். எல்லாவற்றுக்கும் மேலாக உணவின் மீதான ஆசையை (பசியை) வெகுவாகக் கட்டுப்படுத்திக்கொள்ள முடிந்திருப்பதாகச் சொன்னார். சமீபத்திய சில வருடங்களாக உணவின் மீதான ஆசையைக் கட்டுப்படுத்தவே முடியவில்லை என்பதுதான் அவருடைய மனக்குறையாக இருந்தது.

கோதுமை : பசியைத் தூண்டும்

போதைப் பொருட்களை உட்கொண்டு நகரின் இருண்ட மூலைகளில் சண்டையிட்டுத் திரியும் நபர்களுக்கு அவர்கள் உட்கொள்ளும் பொருள் மனதில் ஏற்படுத்தும் தாக்கம் பற்றி எந்தக் கவலையும் கிடையாது. ஆனால், சட்டத்துக்குக் கட்டுப்பட்டு நடக்கும் சாதுவான மனிதர்களான உங்களுக்கும் உங்கள் குடும்பத்தினருக்கும் நீங்கள் உண்ணும் உணவு உங்களில் ஏற்படுத்தும் மோசமான தாக்கம் பற்றித் தெரிந்திருக்க வேண்டுமல்லவா? நீங்கள் என்ன நினைப்பீர்கள் காஃபியைக் கொஞ்சம் ஸ்ட்ராங்காகக் குடிக்க வேண்டும் என்று உங்களுக்கு ஆசை ஏற்படும். வார இறுதியில் ஹோட்டலுக்குச் சென்று ஆசை தீரச் சாப்பிடவேண்டும் என்று ஆசை இருக்கும். உணவுப் பொருட்கள் உங்கள் மீது செலுத்தும் அதிகபட்ச தாக்கம் இவைதான் என்றுதான் நீங்கள் நினைப்பீர்கள். ஆனால், உங்கள் உணவுப் பொருட்களிலேயே உணவின் மீது அதிக ஆசையைத் தூண்டும் உணவை (கோதுமை உணவை) நீங்கள் உங்களை அறியாமலேயே சாப்பிட்டு வருகிறீர்கள்.

சுருக்கமாகச் சொல்வதென்றால் உணவுகள் மீதான ஏக்கத்தை, ஆசையை, பசியைத் தூண்டும் மிக முக்கியமான உணவுப் பொருள் கோதுமையே. அதிக பிரெட், அதிக கேக், அதிக பீட்ஸா, அதிக குளிர்பானம், அதிக சாக்லேட் என எல்லாவற்றையும் அதிக அளவில் சாப்பிட வைப்பது நீங்கள் சாப்பிடும் கோதுமை உணவுப் பொருட்களே. கோதுமை உணவானாலும் சரி கோதுமை இல்லாத உணவானாலும் சரி அதையெல்லாம் அதிகம் நீங்கள் உண்பதற்கு கோதுமையே காரணம். சிலருக்கு கோதுமை என்பது போதைப்

பொருள் போன்றது. அல்லது நரம்பமைப்பில் போதைப் பொருட்கள் என்ன தாக்கத்தைச் செலுத்துமோ அதையே கோதுமையும் அவர்களுடைய உடம்பில் ஏற்படுத்துவதாக இருக்கும்.

கோதுமையானது மூளையில் ஏற்படுத்தும் வேதித் தாக்கத்தைத் தடுப்பதற்குப் பதிலாக கோதுமையைச் சாப்பிடுவதையே தடுத்துவிடலாமே... என்றுதான் நலோக்ஸான் போன்ற மருந்து உங்களுக்குக் கொடுக்கப்பட்டால் நீங்கள் கேட்பீர்கள். மிக எளிமையான சரியான கேள்விதான். இதைத்தான் நான் உங்களிடம் கேட்டுக்கொண்டிருக்கிறேன். உங்களால் கோதுமையின் மீதான ஏக்கத்தை எந்தவிதப் பதற்றமும் இல்லாமல் விலக்கிக் கொள்ளமுடியுமென்றால், பசி, உணவு மீதான பேராசை எல்லாம் குறையும். உட்கொள்ளும் கலோரி அளவு குறையும். மனமும் உடம்பும் பலப்படும். எடைகுறையும். தொந்தி குறையும்.

கோதுமை குறிப்பாக க்ளூடென் மூலம் உருவாகும் எக்ஸார்பின்கள் போலியான மன நிறைவைத் தரக்கூடியவை, போதைப் பொருள் போல் அடிமைப்படுத்தக்கூடியவை, பசியைத் தூண்டக்கூடியவை என்ற உண்மைகளைப் புரிந்துகொண்டு விட்டால் எடையைக் குறைப்பது மிகவும் எளிது என்ற விஷயமும் நமக்குத் தெரிந்துவிடும். அதாவது, எடை குறைய வேண்டுமா... கோதுமையைக் குறையுங்கள்.

- 5 -

கோதுமைக்கும் உடல் பருமனுக்கும் இடையிலான தொடர்பு தெரியவேண்டுமா : உங்கள் தொந்தியைப் பாருங்கள்

நீண்ட நாள் சந்திக்காத உங்கள் தோழியைப் பார்த்து, 'ஹாய்... எப்படி இருக்கிறாய்... எத்தனை மாசம்..?' என்று கேட்டிருப் பீர்கள். அந்தத் தோழி நீங்கள் கேட்பது புரியாமல், 'எத்தனை மாசமா..? என்ன கேட்கிறாய்..?' என்று அதிர்ந்திருப்பார்.

அந்தத் தோழியின் வயிறு பெருத்து இருப்பதை நீங்கள் கர்ப்பமாக இருப்பதாக நினைத்து இதுபோல் அசட்டுத்தனமாகக் கேட்டிருப் பீர்கள். கோதுமைத் தொந்தி அப்படி கர்ப்பகால வயிறுபோல் தோற்றம் காட்டக்கூடியதுதான்.

கோதுமைக் கொழுப்பு ஏன் அடிவயிற்றில் சென்று சேருகிறது? நெற்றியிலோ இடது காதிலோ, காலிலோ ஏன் சென்று சேர்வ தில்லை? அப்பறம் கர்ப்பமாக இருக்கிறாயா என்று சந்தேகப் பட்டுக் கேட்கப்படுவதைத் தவிர வேறு பிரச்னை ஏதேனும் அதனால் வருமா?

கோதுமையை உணவில் இருந்து நீக்குவதால் அடி வயிற்றில் சேகரமாகும் கொழுப்பு எப்படிக் குறையும்?

வாருங்கள்... கோதுமைத் தொந்தியின் விசேஷ அம்சங்கள் பற்றித் தெரிந்துகொள்வோம்.

கோதுமைத் தொந்தி, ஆண் முலைகள், குண்டு பூசணிக்காய்கள்

கோதுமை எனப்படும் நவீன கால தானியத்தின் கை வேலைகள் தான் இவை. தொங்கிய அல்லது இறுக்கமான, முடி நிறைந்த அல்லது முடியில்லாத, புடைத்த அல்லது பூசிய என தொந்திகள் பல நிறங்களில், வடிவங்களில் மனிதர்களைப் போலவே பன்முகத்தன்மை கொண்டவையாக இருக்கின்றன. ஆனால், அனைத்துவகை தொந்திகளும் ஒரே விதமாகவே உருவாகின்றன.

முழுவதும் கோதுமையால் தயாரிக்கப்பட்ட அல்லது கோதுமை கொஞ்சமேனும் இருக்கும் உணவுப் பொருட்கள் உங்களைக் குண்டாக்குகின்றன என்று சொல்கிறேன். இன்னும் சொல்லப் போனால், அதிக ஆர்வத்துடன் நீங்கள் சாப்பிடும் கோதுமைதான் உடல் பருமனுக்கும் நீரிழிவு நோய்க்கும் முக்கிய காரணம். இன்றைய ஓட்டப்பந்தய வீரர்கள், டிரையத்லான் வீரர்கள், பேஸ்பால் வீரர்கள் எல்லாரும் முந்தைய காலத்தைவிட பருமனாக இருப்பதற்கு கோதுமையே காரணம். பிரயாணத்தின் போது உங்கள் பக்கத்து இருக்கையில் 100 கிலோ எடைகொண்ட ஒருவர் வந்து உட்கார்ந்து உங்களை நெருக்கித் தள்ளுகிறாரா... அவரைப் பழிக்காதீர்கள். கோதுமையைத் திட்டுங்கள்.

சர்க்கரை நிறைந்த குளிர்பானங்கள், உட்கார்ந்த இடத்தை விட்டு நகராத வேலை, நொறுக்குத் தீனி போன்றவையும் பிரச்னைக்குக் காரணம்தான். ஆனால், உடல் ஆரோக்கியத்தின் மீது அக்கறை கொண்டு இதுபோன்ற எடையைக் கூட்டும் செயல்களைச் செய்யாதவர்களுக்கும் இந்தப் பிரச்னைகள் வருவதற்கு முக்கிய காரணம் கோதுமையே.

அமெரிக்கர்களின் உணவுப் பழக்கத்தில் இவ்வளவு ஆழமாக கோதுமை ஊடுருவியிருப்பதன் மூலம் உணவு மற்றும் மருந்து நிறுவனங்களுக்குக் கிடைத்திருக்கும் கொழுத்த லாபத்தைப் பார்க்கும்போது ஒருவேளை இந்த கோதுமைப் படையெடுப்பு என்பது மனிதர்கள் உருவாக்கியதுதானா என்ற சந்தேகத்தையே உங்களுக்கு எழுப்பும். செல்வாக்கு மிகுந்த கும்பல் ஒன்று ரகசியமாகக் கூடிப் பேசி சதித்திட்டம் தீட்டி, குறைந்த செலவில்

அதிக மகசூல் தரக்கூடிய குட்டை கோதுமைப் பயிரை உருவாக்கினார்களா? முழு தானியங்களைச் சாப்பிடுங்கள் என்று அரசாங்கத்தின் எந்திரத்தை முடுக்கிவிட்டனரா? கோடிக் கணக்கான டாலர்களைக் கொட்டி கோதுமை உணவுப் பொருட்களால் சந்தையை மூழ்கடிக்கும்படி கார்ப்பரேட் பெரு நிறுவனங்களைத் தூண்டினார்களா? இவற்றின் மூலம் உடல் பருமனையும் நீரிழிவு நோயையும் இதய நோயையும் கட்டவிழ்த்து விட்டு மருந்து நிறுவனங்களின் கொள்ளை லாபத்துக்கு வழி வகுத்தனரா? இப்படியெல்லாம் நடந்திருக்குமா என்ன என்று உங்களுக்கு ஆச்சரியமாகத்தான் இருக்கும். ஆனால், திட்ட மிட்டோ திட்டமிடாமலோ ஒருவகையில் அப்படித்தான் நடந்திருக்கிறது. எப்படி என்று விவரிக்கிறேன்.

கோதுமைத் தொந்தி அழகி

அவருக்கு வயது 61. இருபது முப்பது வயதுகளில் சுமார் 60 கிலோதான் இருந்திருக்கிறார். சுமார் நாற்பது வயதுக்குப் பிறகு அவருடைய எடை கூடத் தொடங்கியது. மளமளவென 80-90 கிலோ பருமனாகிவிட்டார். என் வாழ்நாளிலேயே இவ்வளவு பருமனை எட்டியதே இல்லை என்று வருந்தினார்.

நவீன ஓவியக்கலை பேராசிரியரான அவர் மேட்டுக்குடி வட்டத்தில் புழங்க வேண்டியிருந்தது. அந்தக் குழுவில் இத்தனை பருமனுடன் அவர் இருந்தது அவருக்கு மிகுந்த அசௌகரியத்தைத் தந்தது. எனவே, அவர் என்னைத் தொடர்புகொண்டு ஆலோசனை கேட்டபோது அவருடைய நிலைமையைப் புரிந்துகொண்டு கோதுமையை உணவில் இருந்து நீக்கும்படி ஆலோசனை சொன்னேன்.

முதல் மூன்று மாதத்தில் சுமார் பத்து கிலோ எடை குறைந்து விட்டது. அந்த உணவு மாற்றம் அவருக்குப் பெரும் நன்மையையே தந்திருக்கிறது என்பதை எளிதில் புரிந்து கொண்டேன். ஐந்தாறு வருடங்களுக்கு முன் வாங்கிய உடைகளைத் தேடி எடுத்து அணியவேண்டிய அளவுக்கு மெலியத் தொடங்கியிருந்தார்.

அவர் அந்த கோதுமை இல்லா உணவை ஆர்வத்துடன் சாப்பிடத் தொடங்கினார். உணவு நேரங்களுக்கு இடையில் முன்பெல்லாம் இருந்த பசியும் நொறுக்குத் தீனி மீதான ஏக்கமும் இப்போதெல்லாம் அறவே குறைந்துவிட்டதாகச்

சொன்னார். வேலைப் பளு காரணமாக மதிய உணவு அல்லது இரவு உணவை உரிய நேரத்தில் சாப்பிட முடியாமல் போன போதுகூட அந்த நீண்ட இடைவெளிகள் எந்த சிரமத்தையும் ஏற்படுத்தவில்லை என்பதைப் போகப்போக புரிந்துகொண்டார். உலர் பருப்புகள், வெண்ணெய், சீஸ், ஃப்ளாக்ஸ்ஸீட் உணவுப் பொருட்கள் போன்ற நொறுக்குத் தீனிகளை கையில் எங்கு வேண்டுமானாலும் எடுத்துச் செல்ல அவரால் முடிந்தது. ஆனால், பெரும்பாலான நேரங்களில் அது அவருக்குத் தேவைப்பட்டிருக்கவும் இல்லை.

14 மாதங்கள் கழித்து என்னைப் பார்க்க வந்தபோது முகமெல்லாம் சிரிப்பாக இருந்தார். இருபது முப்பது வயதுகளில் எப்படி 55-60 கிலோ எடையில் இருந்தாரோ அதே எடைக்குத் திரும்பிவிட்டிருந்தார். சுமார் 30-40 கிலோ எடையை அந்தக் காலகட்டத்தில் குறைத்துவிட்டிருந்தார். 39 இன்சாக இருந்த இடை 12 இன்ச் குறைந்து 27 இன்ச் ஆகிவிட்டது. தன்னிடம் இருப்பதிலேயே மிகவும் இறுக்கமான உடையை அவரால் அணிந்துகொள்ளமுடிந்தது. தொந்தி இருந்த இடம் தெரியாமல் மறைந்துவிட்டிருந்தது.

முழு தானியம் அரை உண்மைகள்

உணவு ஆலோசகர்கள் மத்தியில் முழு தானியங்கள் என்றால் பெரும்மவுசு. இதயத்துக்கு வலுவூட்டும் உணவுப் பொருட்களில் ஒன்றாக அதையே அமெரிக்க உணவுக்கழகம் பரிந்துரைத்திருந்தது. அதுதான் முன்னெப்போதும் இல்லாத அளவுக்கு நம் தலைமுறையினரைப் பசி மிகுந்தவர்களாகவும் உடல் பருமன் கொண்டவர்களாகவும் ஆக்கிவிட்டிருக்கிறது.

இப்போதைய அமெரிக்கர்களில் யாரோ சில பத்து பேருடைய புகைப்படங்களை எடுத்துக்கொள்ளுங்கள். முந்தைய நூற்றாண்டு அல்லது புகைப்படக்கருவி எந்த நூற்றாண்டில் இருந்து இருக்கிறதோ அந்த நூற்றாண்டு மனிதர்களின் புகைப்படங்களையும் எடுத்துக்கொள்ளுங்கள். வித்தியாசம் உங்களுக்கே நன்கு தெரியும். அமெரிக்கர்களின் கொழுப்பு கூடியிருக்கிறது. அமெரிக்க சி.டி.சி. கழகத்தின் அறிக்கையின் படி 34.4% அமெரிக்கர்கள் எடை உயர விகித அலகின் படி (பி.எம்.ஐ.படி) எடை கூடியவர்களாக இருக்கிறார்கள். 33.9% பேர் உடல் பருமனுடன் காணப் படுகிறர்கள். மூன்றில் ஒருவர் மட்டுமே சரியான எடையுடன்

இருக்கிறார் என்று தெரியவந்துள்ளது. 1960களில் ஆரம்பித்து உடல் பருமன் மிகுந்தவர்களின் எண்ணிக்கை அதிகரிக்கத் தொடங்கி கிட்டத்தட்ட மூன்று மடங்கு அதிகரித்திருக்கிறது.

அமெரிக்க வரலாற்றின் முதல் இரண்டு நூற்றாண்டுகளில் உடல் பருமன் மிகுந்தவர்களின் எண்ணிக்கை சொற்பமாகவே இருந்திருக்கிறது. இருபதாம் நூற்றாண்டுக்கு முந்தைய கால கட்டத்தில் அமெரிக்க ராணுவ வீரர்களின் உடல் எடை, உயரம் பற்றிய ஆவணங்களே கிடைத்துள்ளன. 19-ம் நூற்றாண்டின் பிற்பகுதியில் ராணுவ வீரர்களின் பி.எம்.ஐ. அலகு 23.2 க்கும் குறைவாகவே அனைவருக்கும் இருந்திருக்கிறது. 1990களில் இருந்த ராணுவத்தினரின் பி.எம்.ஐ. அலகு உடல் பருமன் எல்லைக்கு உயர்ந்துவிட்டிருக்கிறது. ராணுவத்தினரிலேயே இப்படியான உயர்வு என்றால் பொதுமக்களுடைய விஷயத்தில் கேட்கவே வேண்டாம்.

அமெரிக்க உணவுக் கழகமும் பிற அமைப்புகளும் களத்தில் இறங்கி அமெரிக்கர்கள் எதைச் சாப்பிடவேண்டும் என்று ஆலோசனை சொல்ல ஆரம்பித்த பிறகு எடை வெகுவாக அதிகரிக்கத் தொடங்கியிருப்பதைப் பார்க்கமுடியும். 1960களில் இருந்தே குண்டாகத் தொடங்கிவிட்டார்கள் என்றாலும் எண்பது களின் நடுப்பகுதியில் ஆரம்பித்து உடல் பருமன் வெகுவாக அதிகரிக்கத் தொடங்கியுள்ளது.

எண்பதுகளிலும் அதற்குப் பிந்தைய ஆய்வுகளிலும் இருந்து ஒரு விஷயம் தெரியவந்துள்ளது: ப்ராசஸ்ட் மாவில் (மைதா மாவில்) இருந்து தயாரிக்கப்பட்ட உணவுகளுக்குப் பதிலாக முழு தானியத்தில் செய்த உணவுப் பொருட்களை உண்டவர்களுக்கு குடல் கேன்சர், இதயநோய்கள், நீரிழிவு எல்லாம் குறைவாக இருந்திருக்கிறது. இது மறுக்க முடியாத உண்மை.

உணவு ஆலோசனை நிபுணர்களைப் பொறுத்தவரையில் மோசமான உணவுக்குப் (வெள்ளை மைதா மாவுக்குப்) பதிலாக அதைவிடக் குறைந்த அளவுக்கு மோசமான ஒரு பொருள் (முழு தானிய மாவு) பதிலீடு செய்யப்பட்டால் அந்த இரண்டாவது வகை உணவினால் வரும் தீங்குகள் எல்லாமே உங்களுக்கு உவப்பானதாகவே கருதப்படும். அந்தத் தர்க்கத்தின்படி பார்த்தால் அதிக தார் கொண்ட சிகரெட்கள் உங்களுக்கு மோசம் என்றால் குறைவான தார் கொண்ட சிகரெட்கள் உங்களுக்கு நன்மை பயப்பதாக ஆகும். கொஞ்சம் பொருத்தமில்லாத ஒப்பீடுதான்.

என்றாலும் முழு தானியங்களை நம் உணவில் சேர்க்கச் சொன்னதன் பின்னால் இருக்கும் தர்க்கப் பிழையை நன்கு சுட்டிக்காட்டுகிறது அல்லவா? இந்தக் குழப்பங்களோடு கோதுமை தானியமானது தீவிரமான மரபணு மாற்றங்களுக்கு உட்படுத்தப்பட்டிருக்கிறது என்பதையும் சேர்த்துப் பாருங்கள்... ஒரு தேசமே ஏன் குண்டானவர்களால் நிறைந்தது என்ற கேள்விக்கான பதில் கிடைக்கும்.

அமெரிக்க உணவுக்கழகமும் பிற 'அதிகாரபூர்வ' அமைப்புகளும் இரண்டில் மூன்று அமெரிக்கர்கள் குண்டாக இருப்பதற்கு அவர்கள் சோம்பேறிகள், அதிகத் தீனி தின்பவர்கள் என்பதுதான் காரணம் என்றே சொல்கிறார்கள். இணையத்தில் அதிக நேரத்தைச் செலவிடுகிறார்கள்... இருந்த இடத்தை விட்டு எழுந்திருக்காமல் டி.வி. பார்க்கிறார்கள்... உடல் பயிற்சி செய்வதே இல்லை என்று காரணம் சொல்கிறார்கள். அதிக சர்க்கரை கொண்ட குளிர் பானங்கள் அருந்துகிறார்கள். நொறுக்குத் தீனி, ஜங்க் உணவுகள் அதிகம் சாப்பிடுகிறார்கள். இதுவே அமெரிக்கர்கள் அதி குண்டாக இருக்கக் காரணம் என்று சொல்கிறார்கள்.

நிச்சயமாக இவை தவறான உணவுப் பழக்கங்கள்தான். இவை ஒருவருடைய உடல் நிலையை நிச்சயம் பாதிக்கத்தான் செய்யும். ஆனால், என்னிடம் ஆலோசனை கேட்க வருபவர்களில் பெரும்பாலானவர்கள், என்ன சொல்கிறார்கள் தெரியுமா? டாக்டர், நான் உணவு ஆலோசகர்கள் சொல்லும் அனைத்தையும் அப்படியே பின்பற்றுகிறேன். ஜங்க் உணவு, துரித உணவு ஆகியவற்றைச் சாப்பிடுவதே இல்லை. தினமும் ஒரு மணி நேரம் உடல் பயிற்சி செய்கிறேன். ஆனால், உடல் எடையோ கூடிக் கொண்டே போகிறது. பெரும்பாலானவர்கள் அமெரிக்க உணவுக் கழகம், அமெரிக்க இதய நல மையம், அமெரிக்க உணவு ஆலோசனை மையம் அல்லது அமெரிக்க நீரிழிவு நோய் மையம் என்ற முக்கூட்டு மையங்கள் சொல்வதுபோல் நாளொன்றுக்கு ஆறிலிருந்து பதினோரு அலகு தானியம் உட்கொள்கிறார்கள். அதில் நான்கு அல்லது அதற்கு மேல் முழுதானியங்களை உட் கொள்கிறார்கள். இந்த மையங்கள் சொல்லும் அடிப்படையான ஆலோசனை என்ன தெரியுமா? ஆரோக்கியமான முழு தானியங் களைச் சாப்பிடுங்கள்.

இந்த மையங்கள் எல்லாம் கோதுமை விவசாயிகள், விதை மற்றும் வேதிப்பொருள் தயாரிப்பு நிறுவனங்களுடன் ரகசியக் கூட்டு

வைத்திருக்கிறார்களா? விஷயம் அவ்வளவு எளிதானதல்ல. கொழுப்பைக் குறையுங்கள் என்று அறுபதுகளில் மருத்துவ அமைப்புகள் முன்னெடுத்த விழிப்பு உணர்வு இயக்கத்தின் நீட்சியாகவே 'முழு தானியங்களைச் சாப்பிடுங்கள்' இயக்கம் தொடங்கியிருக்கிறது. அதிக கொழுப்பு சாப்பிட்டால் அதிக கொலஸ்ட்ரால் சேகரமாகி இதய நோய்கள் வரும் என்று ஆய்வுமுடிவுகள் தெரிவித்திருப்பதால் சாச்சுரேட்டட் கொழுப்பின் அளவைக் குறைக்கும்படி அறிவுரைகள் சொல்லப்பட்டன. கொழுப்பு சத்தைக் குறைவாகச் சாப்பிடுவதால் உருவாகும் கலோரிக் குறைவை ஈடுகட்ட தானிய உணவுகளை அதிகம் சாப்பிடும்படிச் சொன்னார்கள். தோல் நீக்கிய தானியத்தைவிட முழு தானியம் சிறந்தது என்ற வாதம் இந்த மாற்றத்தைத் துரிதப்படுத்தியது.

குறைவான கொழுப்பு, அதிக தானியம் என்ற ஆலோசனை உணவைப் பதப்படுத்தும்/சுவைகூட்டும் நிறுவனங்களுக்கும் கொள்ளை லாபமீட்டும் வழிமுறையாக அமைந்தது. பெரும் பாலான சுவையூட்டலுக்கு மிகக் குறைந்த செலவிலான மூலப் பொருட்களே தேவையாக இருந்தன. கோதுமை மாவு, மக்காச்சோள மாவு, அதிக ப்ரக்டோஸ் கொண்ட சோள சிரப், சுக்ரோஸ், உணவு நிறமூட்டி இவையே நவீன கால சூப்பர் மார்க்கெட்டின் அலமாரிகளை நிறைத்துவருகின்றன. காய்கறிகள், மாமிசம், பால் பொருட்கள் போன்றவை அதே கடைகளின் ஒரு ஓரத்தில் ஒடுங்கிக் கிடக்கின்றன. கார்ப்பரேட் உணவு நிறுவனங் களுடைய வருமானம் பெருகியிருக்கிறது. க்ராஃப்ட் நிறுவனம் மட்டுமே 48.1 பில்லியன் டாலர் ஈட்டுகிறது. இது 80களின் பிற்பாதியை ஒப்பிடும்போது 1800 மடங்கு அதிகம். இந்த லாபத்தின் பெரும்பகுதி கோதுமை மற்றும் மக்காச்சோளத்தால் செய்யப்பட்ட உணவுப் பொருட்களில் இருந்தே கிடைத்திருக்கிறது.

சிகரெட் தன் அடிமைப்படுத்தும் குணம் மூலம் புகையிலைத் தொழில் துறையை வளர்த்து நிலைநிறுத்தியிருப்பதைப்போல கோதுமையானது உணவு உலகில் நிராதரவான பசி நிறைந்த வாடிக்கையாளரை அடிமைப்படுத்தி வைத்திருக்கிறது. உணவுப் பொருட்களை விற்பவரின் கோணத்தில் இருந்து பார்த்தால் எவ்வளவுக்கு எவ்வளவு சாப்பிடுகிறீர்களோ அவ்வளவுக்கு அவ்வளவு அதை விரும்ப ஆரம்பிப்பீர்கள் என்று சொல்லத்தக்க கோதுமையானது மிக மிகப் பொருத்தமான உணவுப் பொருளே.

அமெரிக்க அரசாங்கமும் முழு தானியங்களை உண்ணுங்கள் என்று சொன்னது உணவுத் துறைக்குப் பெரும் உத்வேகத்தை ஊட்டிவிட்டிருக்கிறது.

தொந்தியின் விசேஷ குணங்கள்

இன்சுலின் மூலமான திடீர் சக்தி மற்றும் பெரும் பசி என்ற சக்கரச் சுழற்சியை கோதுமை தூண்டிவிடுகிறது. இவை உடம்பில் கொழுப்பைச் சேர்த்தும் வைக்கிறது. அதோடு இந்த எழுச்சி வீழ்ச்சிச் சுழலானது போதைப் பொருளை உட்கொள்வதால் உருவாகும் மனமகிழ்ச்சி மற்றும் பதற்றம், அடிமைப்படுத்தும் குணம், நரம்பு சார்ந்த சிதைவுகள் ஆகியவற்றுக்கு இணையானது.

ரத்தத்தில் சர்க்கரையின் அளவு இப்படி ஏறி இறங்குவதும் இன்சுலின் இப்படிச் சுரப்பதும் உடம்பில் குறிப்பாக அடி வயிற்றுப் பகுதியில் கொழுப்பு சேகரமாகக் காரணமாகின்றன. இந்தச் சுழல் திரும்பத் திரும்ப நடப்பதால் கல்லீரல் கொழுக்கிறது. சிறுநீரகங்கள் கொழுக்கின்றன. கணையம் கொழுக்கிறது. சிறுகுடல் பெருங்குடல்கள் கொழுக்கின்றன... இவற்றின் புறத்தோற்ற வெளிப்பாடாக கோதுமைத் தொந்தி உருவாகிறது. அதிக இன்சுலின் சுரப்பின் மூலம் உங்கள் இதயம்கூடக் கொழுப்பேறிப் பெருக்கிறது. ஆனால், அதை எலும்புப் பகுதி மூடியிருப்பதால் பார்க்க முடிவதில்லை.

அப்படியாக உங்கள் அல்லது உங்கள் அன்புக்குரியவரின் இடுப்பைச் சுற்றிச் சேகரமாகும் தொங்கு சதையானது உள்ளுறுப்பு களில் மாதக்கணக்காக ரத்த சர்க்கரை அளவின் எழுச்சி, வீழ்ச்சியினாலும் அதி உயர் இன்சுலின் சுரப்பினாலும் உருவானது தான். இதனால்தான் கைகளிலோ, பின்பக்கத்திலோ தொடைப் பகுதியிலோ கொழுப்பு சேகரமாகாமல் அடிவயிற்றுப் பகுதியில் உள்ளுறுப்புகள் பெருத்து தொந்தியாக ஆகிறது. இப்படி இன்சுலின் க்ளுகோஸ் உருவாக்கத்தில் ஏற்படும் குழறுபடியினால் அடிவயிற்றுப் பகுதியில் மட்டும் ஏன் கொழுப்பு சேகரமாகிறது? உடம்பின் பிற பகுதிகளில் ஏன் சேகரமாவதில்லை என்ற கேள்விக்கு மருத்துவ உலகால் இன்னும் விடை கண்டுபிடிக்க முடியவில்லை.

உடம்பின் பின் பகுதி, தொடைப் பகுதி ஆகிய இடங்களில் சேகரமாகும் கொழுப்பு அந்த இடத்தின் கொழுப்பாகவே

இருக்கின்றன. நாம் அதன் மீது அமர்கிறோம். அதை அழுத்து கிறோம். இறுக்கமான ஜீன்ஸுக்குள் தொடைப் பகுதி கொழுப்பைத் திணிக்கிறோம். செலவிடப்படும் கலோரியைவிட உட்கொள்ளும் கலோரி அதிகமாக இருப்பதால் இது நடக்கிறது. கோதுமை உண்பதால் பின்பகுதியிலும் தொடையிலும் கொழுப்பு சேகரமாகும். ஆனால், அது மிகவும் குறைவாகவே இருக்கும்.

அடிவயிற்றுப் பகுதியில் சேகரமாகும் கொழுப்பு மிகவும் வித்தியாசமானது. உங்கள் அன்புக்குரியவர் வளைத்துப் பிடிக்க தோதாக இருக்கும் என்றாலும் உங்கள் உடம்பில் பல்வேறு உபாதைகளைத் தூண்டிவிடும் தன்மை கொண்டதும் கூட. அந்தப் பகுதியில் சேகரமாகும் கொழுப்பு ஒரு நாளின் 24 மணி நேரமும் வாரத்தின் ஏழு நாளும் வேலைசெய்யும் தொழிற்சாலையைப் போன்றது. அது இன்ஃப்ளமேஷன் (கொப்பளம்) சமிக்ஞைகள், பிறழ்வான புரதங்கள், லெப்டின், ரெசிஸ்டின் போன்ற ஹார்மோன் சமிக்ஞைப் பொருட்கள், செல் இறப்பு போன்ற அனைத்துச் செயல்களும் தொடர்ந்து நடந்தவண்ணம் இருக்கின்றன. எவ்வளவுக்கு எவ்வளவு அடி வயிற்றுப் பகுதியில் கொழுப்பு சேகரமாகிறதோ அவ்வளவுக்கு அவ்வளவு தவறான விஷயங்கள் ரத்த ஓட்டத்தில் கலக்கத் தொடங்கும்.

உடம்பில் இருக்கும் அனைத்துக் கொழுப்பும் அடிபோனெக்டின் (நோய் எதிர்ப்பு மண்டலம் உருவாக்கும் சைட்டோகைன் வகை புரதம்) எனும் புரதத்தை உருவாக்கவல்லவையே. இந்தப் புரதமானது இதய நோய், நீரிழிவு, உயர் ரத்த அழுத்தம் போன்ற நோய்கள் வராமல் தடுக்க உதவும். ஆனால், அடிவயிற்றில் கொழுப்பு அதிகரித்தால் இந்த தற்காப்புப் புரதத்தை உற்பத்தி செய்யும் திறன் குறையத் தொடங்கிவிடும். இதற்கான காரணங்கள் இன்னும் தெரியவரவில்லை. ஆக இப்படியாக அடிபோனெக்டின் புரதம் போதிய அளவு சுரக்காமல் போவதும் பிற பிழையான புரதங்கள் ரத்தத்தில் கலப்பதும் இதய நோயையும் நீரிழிவு நோயையும் ரத்தக் கொதிப்பு நோயையும் உருவாக்குகின்றன. தொந்தி மூலம் மூட்டு வலி, குடல் புற்றுநோய், டிமென்ஷியா போன்றவை ஏற்படுவதாகக் கண்டறியப்பட்டுள்ளன. இந்த நோய்களின் முன் அறிகுறியாக இருப்பதோடு உயிர் இழப்புக்கும் காரணமாக வயிற்றில் சேகரமாகும் கொழுப்பு அமைகிறது.

அடிவயிற்றுக் கொழுப்பானது இன்ஃபளமேஷன் (கொப்பள) சமிக்ஞைகளை உருவாக்குவதோடு அதுவே ஒருவகை

வீக்கமாகவும் திகழ்கிறது. அதில் வீக்கமடைந்த ரத்த வெள்ளை அணுக்கள் மிகுதியாகச் சேகரமாகின்றன. அடி வயிற்றுக் கொழுப்பினால் உருவாக்கப்படும் எண்டோக்ரைன், வீக்க மூலக்கூறுகள் நேரடியாகக் கல்லீரலைச் சென்று சேர்கின்றன. அது அதற்கு எதிர்வினையாக இன்ஃப்ளமேடரி சமிக்ஞைகளையும் தவறான புரதங்களையும் உருவாக்குகிறது.

வேறு வார்த்தைகளில் சொல்வதென்றால் உடம்பில் இருக்கும் அனைத்து கொழுப்பும் ஒரே மாதிரியானவை அல்ல. கோதுமைத் தொந்திக் கொழுப்பு என்பது உடம்பில் இருக்கும் மற்ற கொழுப்பில் இருந்து வித்தியாசமானது. ஏதோ நாம் உட்கொள்ளும் கொழுப்பு உணவுகள் நேரடியாகச் சேர்ந்து உருவான வெறும் கொழுப்பு அல்ல. எண்டோக்ரைன் சுரப்பி என்பது தைராய்டு சுரப்பி அல்லது பேன்க்ரியாஸ் சுரப்பி போன்றது அல்ல. அவற்றைவிட மிகப் பெரிய சளைக்காமல் பணிபுரியும் சுரப்பி. பிற எண்டோக்ரைன் சுரப்புகளைப் போன்றதல்ல அடிவயிற்றுக் கொழுப்பில் இருந்து உருவாகும் எண்டோக்ரை சுரப்பு. அது உடல் ஆரோக்கியத்துக்கு எதிராகச் செயல்படுகிறது.

எனவே, கோதுமைத் தொந்தி என்பது பார்க்க அசிங்கமாக இருப்பது மட்டுமல்ல... மிகவும் அபாயகரமானதும் கூட.

இன்சுலின் சுரப்பை வென்றெடுத்தல்

எடைக் கூட்டும் செயலில் பிற உணவுப் பொருட்களைவிட கோதுமை ஏன் மிகவும் மோசமானது?

கோதுமைத் தொந்தி பெரிதாகிக்கொண்டே செல்ல முக்கிய காரணம் ரத்தத்தில் சர்க்கரையின் அளவு (க்ளுகோஸ்) அதிகரித்துக் கொண்டே செல்வதுதான். ரத்தத்தில் சர்க்கரை அளவு அதிகரித்தால் அது அதிக இன்சுலின் சுரப்புக்கு வழிவகுக்கும். ரத்தத்தில் இருக்கும் சர்க்கரையின் அளவுக்கு ஏற்ப பான்க்ரியஸினால் இன்சுலின் சுரக்கப்படுகிறது. ரத்தத்தில் சர்க்கரை அளவு மிக அதிகமாக இருந்தால் பான்க்ரியாஸ் அதிக இன்சுலினைச் சுரந்து அதிகப்படியான சர்க்கரையை தசை, கல்லீரல் போன்ற இடங்களில் உள்ள உடல் செல்களுக்குக் கொண்டுசெல்லும். எப்போது பேன்க்ரியாஸ் அதனுடைய அளவுக்கு மீறி இன்சுலினைச் சுரக்கும்படி நிர்பந்திக்கப்படுகிறதோ அப்போது நீரிழிவு நோய் உருவாகிறது. ஆனால், உங்களுக்கு நீரிழிவு நோய் இருந்தால்தான்

ரத்தத்தில் சர்க்கரையின் அளவு அதிகரித்து அதிக இன்சுலின் சுரக்கும் என்றில்லை. நீங்கள் கோதுமை உணவுகளை அதிகம் உட்கொண்டாலேகூட உங்கள் ரத்தத்தில் சர்க்கரையின் அளவு வெகுவாக அதிகரிக்கும். ஏனென்றால் கோதுமை எளிதில் சர்க்கரையாக மாறிவிடக்கூடியது.

ரத்தத்தில் அதிக இன்சுலின் கலந்தால் அது அடிவயிற்றில் கொழுப்பைக் கொண்டு சேர்க்கும். அதிகப்படியான சக்தியை உடம்பு அங்குதான் சேகரித்து வைக்கிறது. அப்படி அதிகக் கொழுப்பு சேகரமானால் அதன் மூலம் தவறான வீக்க, கொப்பள சமிக்ஞைகள் உருவாக்கப்பட்டு, தவறான புரதங்கள் உருவாக்கப் பட்டு அதனால் தசைகளும் கல்லீரலும் இன்சுலினுக்கு உரிய எதிர்வினையை வெளிப்படுத்த முடியாமல் போய்விடும். இதற்கு இன்சுலின் தடுப்பு அல்லது இன்சுலின் செயலின்மை (insulin resistance) என்று பெயர். இதனால் உடம்பில் அதிகப்படியாகும் சர்க்கரையை ரத்தத்தில் இருந்து அப்புறப்படுத்த அதிக இன்சுலினைச் சுரந்தாகவேண்டிய நிர்பந்தம் பான்க்ரியாஸுக்கு ஏற்படும். அப்படியாக இன்சுலின் தடுப்பு அதிகரிக்க அதிகரிக்க அதிக இன்சுலின் உற்பத்தி செய்யப்படும். அதனால் அதிக கொழுப்பு சேகரமாகும். அதனால் இன்சுலின் தடுப்பு அதிகரிக்கும். இப்படியாக இந்த அபாயச் சுழல் மீண்டும் மீண்டும் நடந்து உடல் ஆரோக்கியம் கெடும்.

சாதாரண சர்க்கரையைவிட கோதுமையானது ரத்தத்தில் சர்க்கரை அளவை அதிகரிக்கிறது என்ற உண்மை முப்பது வருடங்களுக்கு முன்பாகவே ஊட்டச்சத்து நிபுணர்களால் விஞ்ஞானபூர்வமாக நிரூபணமாகிவிட்டது. ஒரு உணவு உட்கொண்ட 90-120 நிமிடங்களில் ரத்தத்தில் சர்க்கரை அளவு எவ்வளவு அதிகரிக்கிறது என்பதைக்காட்டும் க்ளைஸீமிக் இண்டெக்ஸின் அடிப்படையில் தான் ஊட்டச்சத்து நிபுணர்கள் தமது ஆலோசனைகளை வழங்குவார்கள் என்பதை முன்பே பார்த்திருக்கிறோம் அல்லவா? இதன்படி கோதுமையின் க்ளைஸீமிக் இண்டெக்ஸ் 72. சாதா சர்க்கரையின் க்ளைஸீமிக் இண்டெக்ஸ் 59 மட்டுமே (சில ஆய்வக முடிவுகளின்படி இது 65 ஆக இருக்கிறது). கிட்னி பீன்ஸின் ஜி.ஐ. 51. திராட்சையின் ஜி.ஐ.25. சால்மன் மீன், வால்நட் போன்ற கார்போஹைட்ரேட் இல்லாத உணவுப் பொருட்களின் ஜி.ஐ. கிட்டத்தட்ட பூஜ்ஜியம். அந்த உணவுப் பொருட்களைச் சாப்பிட்டால் ரத்தத்தில் சர்க்கரையின் அளவில் எந்த மாற்றமும் ஏற்படாது. கோதுமையில் தயாரிக்கப்பட்ட உணவுகளின் ஜி.ஐ

அளவுக்கு அதிக ஜி.ஐ. இருக்கும் உணவுப் பொருட்கள் வெகு குறைவே. உலர் பேரிட்சை, அத்தி போன்றவை நீங்கலாக கோதுமைப் பொருட்களைப் போலவே அதிக ஜி.ஐ. கொண்டவை மக்காச்சோள மாவு, அரிசி மாவு, உருளைக்கிழங்கு மாவி, மரச்சீனி மாவு போன்றவையே. க்ளூடென் இல்லத உணவுகளைத் தயாரிக்க இவையே பெரிதும் பயன்படுத்தப் படுகின்றன. இவை பற்றிப் பின்னர் பார்க்கலாம்.

ஏனென்றால் கோதுமை கார்போஹைட்ரேட்டிலிருக்கும் அமிலோபெக்டின்-ஏ வகை கார்போஹைட்ரேடானது சாக்லேட், சர்க்கரை, வெல்லம், ஐஸ்க்ரீம் போன்ற வேறு எந்த உணவுப் பொருளைவிடவும் ரத்தத்தில் சர்க்கரை அளவை வெகுவாக அதிகரிக்கும் தன்மை கொண்டது. அதிக இன்சுலினைச் சுரக்கவைக்கும் குணம் கொண்டது. அமிலோபெக்டின் அதிகரிக்க அதிகரிக்க ரத்தத்தில் சர்க்கரையின் அளவு அதிகரிக்கும். இன்சுலின் அதிகம் சுரக்கும். அடிவயிற்றில் கொழுப்பு அதிகம் சேகரமாகும். விளைவு கோதுமைத் தொந்தி.

இன்சுலின் அதிகமாகச் சுரப்பதைத் தொடர்ந்து சீக்கிரமே சட்டென்று ரத்தத்தில் சர்க்கரையின் அளவு வெகுவாகக் குறையும் (ஹைப்போக்ளைஸீமியா). இதனால்தான் சாப்பிட்ட சில மணி நேரம் கழித்து மீண்டும் பயங்கரமாகப் பசி எடுக்கும்; குறிப்பாக இரவுகளில். உடலானது குறையும் சர்க்கரை அளவை ஈடுகட்ட பசியைத் தூண்டும். ரத்தத்தில் சர்க்கரையின் அளவை அதிகரிக்க எதையாவது எடுத்துத் தின்ன வேண்டும் என்பதுபோல் படபடக்கும். அப்படிச் சாப்பிட்டதும் சர்க்கரை அளவு அதிகரிக்கும். இப்படியாக இந்தச் சுழற்சி இரண்டு மணிநேரத்துக்கு ஒரு தடவை மீண்டும் மீண்டும் நடக்கத் தொடங்கும்.

கோதுமையால் தூண்டப்படும் போதைப்பொருளுக்கு இணையான எக்ஸார்பின் மூளையில் ஏற்படுத்தும் தாக்கத்தையும் இதனோடு இணைத்துப் பாருங்கள். கோதுமைத் தொந்தி பெரிதாகிக் கொண்டே செல்வதில் ஆச்சரியப்பட என்ன இருக்கிறது இல்லையா?

ஆண்களுக்கான மார்புக் கச்சைகள் இரண்டாம் மாடியில்...

கோதுமைத் தொந்தி என்பது வெறும் அழகு சார்ந்த விஷயம் அல்ல. அது பல அபாயகரமான உடல்நலச் சீர்கேடுகளை

விளைவிக்கக்கூடியதும்கூட. லெப்டின் போன்ற கொப்பளவகை ஹார்மோன்களை உற்பத்தி செய்வதோடு அடிவயிற்றில் சேகர மாகும் கொழுப்பானது இரு பாலினரிடமும் ஈஸ்ட்ரோஜெனை அதிகம் சுரக்க வைக்கும். இந்த ஈஸ்ட்ரோஜென்தான் பருவ வயதடையும் பெண்களின் இடையையும் மார்பகங்களையும் பெரிதாக்குகின்றன.

மாதவிடாய் நிறுத்தம் வரும்வரையில் பெண்களுக்கு ஈஸ்ட்ரோஜென் அதிக அளவில் சுரக்கும். அடிவயிற்றுக் கொழுப்பின் மூலம் அதிகமாகச் சுரக்கும் ஈஸ்ட்ரோஜென் மார்பகப் புற்றுநோய்க்கு காரணமாகக்கூடும். ஏனென்றால் அதிகப்படியான ஈஸ்ட்ரோஜென் மார்பகத் திசுகளின் வளர்சியை வெகுவாகத் துரிதப்படுத்தும். அப்படியாக பெண்களுடைய வயிற்றில் கொழுப்பு அதிகமாக சேகரமானால் மார்பகப் புற்று நோய் வருவதற்கான வாய்ப்புகள் நான்கு மடங்கு அதிகரிப்பதாக ஆய்வுகள் தெரிவிக்கின்றன. மாத விலக்கு நின்ற பெண்களில் கோதுமைத் தொந்தி கொண்டவர்களுக்கு அது இல்லாத பெண்களுக்கு வருவதைவிட இரண்டு மடங்கு மார்பகப் புற்று நோய் வரும் வாய்ப்புகள் அதிகம். இப்படி வெளிப்படையாகத் தொடர்பு தெரியும் நிலையிலும் கோதுமை உணவு சாப்பிடாத, கோதுமைத் தொந்தி இல்லாத பெண்களில் மார்பகப் புற்றுநோய் வருவதற்கான சாத்தியம் குறித்து பெரிதாக எந்த ஆய்வும் செய்யப்படவில்லை. ஆனால், கிடைத்திருக்கும் தரவுகளைத் தொகுத்துப் பார்த்தால் அந்த அபாயம் அவர்களுக்குக் குறைவாகவே இருக்கும் என்ற முடிவுக்கு நாம் நிச்சயம் வரமுடியும்.

ஆண்களுக்கு இயல்பிலேயே ஈஸ்ட்ரோஜென் மிகவும் குறைவு தான். எனவே ஏதேனும் காரணத்தினால் ஈஸ்ட்ரோஜென் ஆண்களின் உடம்பில் அதிகரித்தால் அது மிகப் பெரிய விளைவுகளை உடனே ஏற்படுத்திவிடும். கோதுமைத் தொந்தி அதிகமாக இருக்கும் ஆண்களுக்கு அதிக ஈஸ்ட்ரோஜென் சுரக்கும். அது மார்பகங்களைப் பெரிதாக வளரச் செய்யும் என்பதால் ஆண்களுக்கு முலைகள் போல் மார்பகம் பெருக்கத் தொடங்கி விடும். அதைத்தான் கைனகோமாஸ்தியா என்கிறார்கள். கோதுமைத் தொந்தியினால் ப்ரோலாக்டின் ஹார்மோனும் ஏழு மடங்கு அதிகம் சுரக்கிறது. ப்ரோலாக்டின் என்றால் பால் சுரப்பை அதிகரிக்கும் ஹார்மோன் என்று அர்த்தம். அப்படியாக

ப்ரோலாக்டின் அளவு அதிகரித்தால் மார்பக திசுக்கள் வேகமாக வளர்ச்சி அடைவதோடு பால் உற்பத்தியும் பெருகும்!

எனவே, ஆண்களின் மார்பகங்கள் பெரிதாவது என்றால் நான்கு பேருக்கு முன்னால் சட்டை பனியனைக் கழட்டமுடியாது என்ற தர்மசங்கட நிலை மட்டுமல்ல; ஈஸ்ட்ரோஜெனும் ப்ரோலாக்டினும் அதிகரிப்பதை உணர்த்தும் விஷயமும் கூட.

ஆண்களுடைய முலைகளைக் குறைக்கும் துறையானது வெகு வேகமாக வளர்ந்துவருகிறது. அது தொடர்பான அறுவை சிகிச்சை இரட்டை இலக்க விகிதத்தில் பெருகிவருகிறது. பிற 'தீர்வுகள்' என்று பார்த்தால் விசேஷ ஆடைகள், இறுக்கும் ஆடைகள், உடல் பயிற்சித் திட்டங்கள் என வரிசைகட்டி நிற்கின்றன.

ஈஸ்ட்ரோஜென் அதிகரிப்பு... மார்பகப் புற்றுநோய்... ஆண் முலைகள் எல்லாமே வீடுகளிலும் அலுவலகங்களிலும் நீங்களும் நானும் உட்கொள்ளும் கோதுமை உணவின் மூலமே உருவாகின்றன.

செலியாக் நோய் : எடை குறைப்பு சோதனைச்சாலை

முன்பே சொன்னதுபோல் கோதுமையால் ஏற்படுவதாக உறுதிப் படுத்தப்பட்டுள்ள நோய் செலியாக் நோய்தான். அந்த நோய் பாதிக்கப்பட்டவர்கள் கோதுமை உணவை அறவே நிறுத்தும்படி ஆலோசனை சொல்லப்படுகிறது. கோதுமையை அவர்கள் அப்படி நீக்குவதால் அவர்கள் உடம்பில் என்ன மாறுதல்கள் ஏற்படு கின்றன. அதிலிருந்து நாம் தெரிந்துகொள்வது என்ன..? உண்மையில் எடைகுறைப்பு தொடர்பான பல அரிய உண்மை களை அதிலிருந்து நாம் தெரிந்துகொள்ளமுடியும்.

மருத்துவர்கள் இந்த நோய் தொடர்பாக அதிக அக்கறையின்றியே காணப்படுகிறார்கள். அதோடு இந்த நோய் குடல் சார்ந்த பிரச்னைகளோடு மயக்கம், தலை சுற்றல் போன்ற பல்வேறு உபாதைகளை ஏற்படுத்துவதாகவும் இருக்கிறது. எனவே, இந்த நோய் ஏற்பட்டிருக்கும் ஒருவருக்கு நோய் அறிகுறிகள் ஏற்பட்டதில் இருந்து சராசரியாக 11 வருடங்கள் கழித்தே இந்த நோய் இருப்பதாகக் கண்டுபிடிக்கப்படுகிறது. இதனால் அப்படி நோயைக் கண்டுபிடிக்கும்போது அவர்களுடைய உடல் மிக மோசமாக பாதிப்படைந்துவிட்டிருக்கும். உணவின் சத்துகளைப் போதிய அளவு உட்கிரகிக்க முடியாத நிலையை எட்டி

இருப்பார்கள். செலியாக் நோய் பாதிக்கப்பட்ட சிறுவர்கள் உடல் எடை குறைவாகவும் போதிய வளர்ச்சியின்றியும் இருப்பார்கள்.

இந்த நோய் பாதிக்கப்பட்ட சிலர் நோயைக் கண்டுபிடிப்பதற்கு முன்பாக வெகுவாக மெலிந்துவிட்டிருப்பார்கள். 2010-ல் கொலம்பியா பல்கலைக்கழகம் 369 நபர்களை வைத்து ஓர் ஆய்வை மேற்கொண்டது. அதில் 64 பேருக்கு செலியாக் நோய் இருந்தது (17.3%). அவர்களுடைய பி.எம்.ஐ. 18.5 அல்லது அதற்கும் கீழே இருந்தது. அப்படியென்றால் ஐந்தடி நான்கு அங்குலம் உயரம் கொண்ட பெண்கள் என்றால் சுமார் 45 கிலோ மட்டுமே இருப்பார் என்று அர்த்தம். ஐந்தடி பத்து அங்குல உயரம் கொண்ட ஆண் என்றால் 55 கிலோதான் இருப்பார் என்று அர்த்தம். நீண்ட காலமாக போதிய ஊட்டச் சத்து கிடைக்காமல் போனது, தொடர் வயிற்றுப் போக்கு போன்றவை காரணமாக செலியாக் நோயால் பாதிக்கப்பட்டவர்கள் சோகை பிடித்து வெகுவாக எடை குறைந்தே காணப்படுவார்கள்.

கோதுமை க்ளூடென்னை உணவில் இருந்து முற்றாக நீக்குவதால் குடல் பகுதியைப் பாதிக்கும் கெட்ட பொருளை நீக்கி விடுகிறோம். குடல் பகுதி சீரடைந்துவிட்டால் விட்டமின்கள், மினரல்கள், போன்றவற்றை உடல் நன்கு உட்கிரகிக்க முடிகிறது. இதனால் உடலுக்குத் தேவையான கலோரி சத்து கிடைத்து உடல் எடை கூடத் தொடங்குகிறது. செலியாக் நோயால் பாதிக்கப் பட்டவர்கள் கோதுமையை உணவில் இருந்து நீக்குவதன் மூலம் எடை கூடுகிறார்கள் என்பது ஆய்வுகளில் இருந்து தெரிய வந்துள்ளது.

இந்தக் காரணத்தினால்தான் செலியாக் நோயானது குழந்தைகள், உடல் மெலிந்த பெரியவர்கள் ஆகியோரை பாதிக்கும் பிளேக் நோய் என்று கருதப்பட்டது. ஆனால், கடந்த முப்பது நாற்பது ஆண்டுகால ஆய்வுகளின்படிப் பார்த்தால் செலியாக் நோயால் பாதிக்கப்பட்டவர்கள் எடை கூடியவர்களாக அல்லது உடல் பருமன் மிகுந்தவர்களாக இருந்தது கண்டறியப்பட்டுள்ளது. பத்தாண்டு கால ஆவணப்பதிவின்படி 39% செலியாக் நோயாளி களின் பி.எம்.ஐ. 25-29.9 ஆக இருந்தததது. 13 % நோயாளிகளின் பி.எம்.ஐ. 30க்கு மேல் இருந்ததாகத் தெரியவந்துள்ளது. இந்த ஆய்வுமுடிவுகளின்படி இன்றைய தேதியில் செலியாக் நோயால் பாதிக்கப்பட்டவர்களில் பாதிக்கு மேற்பட்டவர்கள் உடல் பருமன் அல்லது எடை கூடியவர்களாக இருக்கிறார்கள்.

செலியாக் நோயால் பாதிக்கப்படதாகக் கண்டறியப்பட்டவர்களில் எடை கூடியிருப்பவர்களை மட்டும் நாம் தனியாக எடுத்து கொண்டு ஆராய்ந்தால் கோதுமை க்ளூடென் உணவுகளை நீக்குவதன் மூலம் அவர்களுடைய எடை குறையவே செய்கிறது என்பதைத் தெரிந்துகொள்ளமுடியும்.

மேயோ க்ளினிக்கும் ஐயோவா பல்கலையும் சேர்ந்து 215 செலியாக் நோயாளிகளை ஆய்வுக்கு எடுத்துக்கொண்டது. உடல் பருமனாக இருந்தவர்கள் கோதுமை க்ளூடென் உணவுகளை நீக்கிய முதல் ஆறு மாதத்தில் சுமார் ஏழு கிலோ எடை குறைந்ததாகத் தெரியவந்துள்ளது. மேலே கூறப்பட்ட ஆய்வில் கோதுமை நீக்கமானது பி.எம்.ஐ. 25-29.9 கொண்டவர்களில் ஐம்பது சதவிகித நோயாளிகள் ஒரு வருடத்தில் ஏழெட்டு கிலோ குறைய உதவியதாகத் தெரியவந்துள்ளது.

டாக்டர் பீட்டர் க்ரீன், கொலம்பிய ஆய்வு மையத்தில் பேராசிரியராக இருக்கிறார். கேஸ்ட்ரோஎண்ட்ரோலாஜிஸ்டுமான அவர் இந்த எடைக்குறைப்புக்கு உணவில் கலோரிகள் குறைந்தது காரணமா உணவில் இருந்த வேறொரு அம்சம் காரணமா என்பது சரியாகத் தெரியவில்லை என்று சொல்லியிருக்கிறார். நண்பரே... இவ்வளவு படித்த உங்களுக்கு கோதுமை க்ளூடென்னை உணவில் இருந்து நீக்கியதனால்தான் எடை குறைந்திருக்கிறது என்ற எளிய உண்மையைப் புரிந்துகொள்ள முடியவில்லையா...

குழந்தைகளை வைத்தும் இப்படியான ஆய்வுகள் செய்துபார்க்கப் பட்டுள்ளன. செலியாக் நோயால் பாதிக்கப்பட்ட சிறுவர்கள் கோதுமை க்ளூடென்னை நீக்குவதன் மூலம் சதைப்பிடிப்பு அதிகரித்து இயல்பான வளர்ச்சியை அடையத் தொடங்கியிருக் கிறார்கள். அந்த நோய் இல்லாத சிறுவர்களை ஒப்பிடும்போது கொழுப்பு-எடை அவர்களுக்கு குறைவாகவே இருப்பது தெரியவந்துள்ளது. சிறுவர்களில் எடை மாற்றம் தொடர்பான இந்த ஆய்வுகள் கொஞ்சம் சிக்கலானவை. ஏனென்றால் அது அவர் களுடைய வளர்ச்சிப் பருவத்தில் மேற்கொள்ளப்படுகிறது. இன்னொரு ஆய்வில் செலியாக் நோயுடன் உடல் பருமனாக இருந்த சிறுவர்களில் பாதிபேர் கோதுமை க்ளூடென் நீக்கம் மூலம் சரியான பி.எம்.ஐ. எல்லையை அடைந்துவிட்டதாகத் தெரியவந்தது.

இதில் முக்கியமான விஷயம் என்னவென்றால் செலியாக் நோய் பாதிக்கப்பட்டவர்களுக்கு கோதுமை க்ளூடென் நீக்கம் நீங்கலாக

வேறு எந்த உணவுக் கட்டுப்பாடும் தேவைப்படுவதில்லை. இவை உடல் எடை குறைப்பு முயற்சிகளே அல்ல. வெறும் க்ளூடென் நீக்கச் செயல்பாடு மட்டுமே. கலோரி கணக்கீடுகள் இல்லை. உடல்பயிற்சிகள் தேவையில்லை. உடல் எடையைக் குறைக்க வேறு எந்த நடவடிக்கையும் எடுக்கப்படுவதில்லை. வெறுமனே கோதுமை மட்டுமே உணவில் இருந்து நீக்கப்படுகிறது. உணவில் பிரெட்கள், கேக்குகள், சாக்லேட்கள் போன்றவற்றைச் சேர்த்ததும் எடை அதிகரித்துவிடுகிறது. சிலருக்கு வெகு அதிகமாக. (உடல் எடையைக் குறைப்பதுதான் உங்கள் நோக்கமென்றால் உடல் உடையைக் கூட்டும் ஒரு உணவான கோதுமையை நீக்கிவிட்டு க்ளூடென் இல்லாத ஆனால், உடல் எடையை அதிகரிக்கும் பிற உணவுகளை சேர்ப்பதால் எந்தப் பலனும் இருக்காது. இது பற்றிப் பின்னர் பார்ப்போம்.)

க்ளூடென் நீக்க ஆலோசனைகளில் க்ளூடென் இல்லா உணவு களைச் சாப்பிடும்படியே அறிவுறுத்தப்படுகிறது. இது தவறான ஆலோசனையே. இருந்தும் அதிக எடை கொண்ட செலியாக் நோயாளிகள் கோதுமை க்ளூடென்னை உணவில் இருந்து நீக்குவதன் மூலம் கணிசமான அளவு எடையை இழக்கவே செய்கிறார்கள்.

இருந்தும் இப்படியான ஆய்வுகளை மேற்கொள்பவர்கள் எல்லாருமே 'பிற அம்சங்கள்' தான் இதற்குக் காரணமாக இருக்குமோ என்று சந்தேகிக்கிறார்கள். கோதுமையை உணவில் இருந்து நீக்குவதால் எடை குறைகிறது என்ற சாத்தியக்கூறைக் கணக்கில் எடுத்துக்கொள்வதே இல்லை.

இந்த நோயாளிகள் க்ளூடென் இல்லா உணவுவகைகளைச் சாப்பிடச் சொன்னபோது (பிற உணவுகளில் எந்தக் கட்டுப்பாடும் இல்லாத நிலையிலும்) க்ளூடென் உணவுவகைகளைச் சாப்பிடு பவர்களைவிடக் குறைவான கலோரிகளே சாப்பிட்டார்கள். க்ளூடென் இல்லா உணவுப் பொருட்களைச் சாப்பிடுபவர்கள் நாளொன்றுக்கு 14% குறைவாகவே சாப்பிட்டார்கள். செலியாக் நோயாளிகளில் க்ளூடன் இல்லா உணவுவகைகளைச் சாப்பிட்ட வர்கள் அந்த நோயுடன் க்ளூடன் உள்ள உணவுகளைச் சாப்பிடு பவர்களைவிட 418 கலோரி குறைவாகச் சாப்பிட்டார்கள். 2500 கலோரி சாப்பிடும் ஒருவருக்கு இது 16.7% குறைவு ஆகும். இதனால் எடை எந்த அளவுக்குக் குறையும் என்று யோசியுங்கள்.

ஆனால், பாரம்பரியமான ஊட்டச்சத்து நிபுணர்கள் செலியாக் நோயில் இருந்து குணமடைந்த நோயாளிகள் க்ளூடென் இல்லா உணவுவகைகளைச் சாப்பிட்டதைப் பார்த்தபோது இது சமச்சீரான உணவாக இல்லை என்று விமர்சித்தார்கள். ஏனென்றால், அதில் பிரெட்டோ பீட்ஸாவோ சப்பாத்தியோ இல்லை. மாமிசம், வெண்ணெய், முட்டை போன்ற தவறான இயற்கை உணவுகள் (ஆம் அப்படித்தான் சொன்னார்கள்) மட்டுமே இருப்பதாக விமர்சித்தனர். வேறு வார்த்தைகளில் சொல்வதென்றால் இவர்கள் கோதுமை இல்லா உணவு பசியைக் குறைக்கிறது என்பதையும் கலோரி குறைவைச் சமன் செய்ய இயற்கையான உணவுப் பொருட்களே தேவை என்பதையும் தெரியாமலேயே ஒப்புக்கொண்டுவிட்டார்கள்.

செலியாக் நோயை முழுமையாக ஆராய்ந்து இரண்டு நிபுணர்கள் தந்திருக்கும் அறிக்கையில் க்ளூடென் நீக்கத்தினால் எடை குறைவதுபற்றிக் குறிப்பிடவே இல்லை. ஆனால், தரவுகள் தெளிவாகச் சொல்கின்றன: கோதுமையை நீக்கு... எடை தானாகக் குறையும். கோதுமை உணவை நீக்குவதால் பிரெட், கேக், பாஸ்தா, நூடுல்ஸ் என விதவிதமான உணவுகளைச் சாப்பிட முடியாமல்போய்விடுகிறது. அதுதான் காரணம் என்று சொல்கிறார்களே தவிர கோதுமையை நீக்கியது காரணம் என்று ஏற்க மறுக்கிறார்கள் (கோதுமை இல்லா உணவுகளிலும் விதவிதமானவை சாத்தியம் என்பதைப் பின்னர் விரிவாக விளக்குகிறேன்).

போதைப் பொருளுக்கு நிகரான எக்ஸாபிர்ன்கள் இல்லாமல் போவது, இன்சுலின் க்ளூகோஸ் சக்கரச் சுழற்சி குறைவது போன்ற காரணங்களா வேறு காரணமா தெரியவில்லை. ஆனால், கோதுமையை உணவில் இருந்து நீக்குவதால் 350-400 கலோரிகள் வரை கலோரி உட்கொள்வது குறைகிறது. நொறுக்குத்தீனிகளோ எதையாவது மென்றுகொண்டே இருப்பதோ குறைந்துபோய் விடும். கோதுமையை உணவு மேஜையில் இருந்து நீக்கினாலே போதும். எல்லாம் நடக்கத் தொடங்கும்.

செலியாக் நோயளிகளுக்கு மட்டுமே கோதுமையை நீக்குவதால் உடல் எடை குறைகிறது என்று சொல்வதில் எந்த நியாயமும் இல்லை. க்ளூடென் ஒவ்வாமை உள்ளவர்களுக்கும் க்ளூடென் ஒவ்வாமை இல்லாதவர்களுக்கும் என இரு தரப்பினருக்குமே அது பொருந்தும்.

நான் செலியாக் நோய் இல்லாத என் ஆயிரக்கணக்கான நோயாளிகளுக்கு கோதுமையை நீக்குங்கள் என்றுதான் பரிந்துரைத்தேன். அவர்கள் அனைவருக்குமே செலியாக் நோயாளிகளுக்கு நடந்ததைப் போலவே உடனடியாக எடை குறைந்துவிட்டது.

கோதுமைத் தொந்திக்கு குட்பை

பதினான்கே நாட்களில் ஐந்து கிலோ எடை குறையணுமா? தொலைக்காட்சிகளில் வரும் விளம்பரம் போல் மிகையாகச் சொல்வதாகத் தோன்றுகிறதா?

ஆனால், இது சாத்தியம் என்பதில் நான் வெகு உறுதியாக இருக்கிறேன். கோதுமையை முழுவதுமாக உங்கள் உணவில் இருந்து நீக்குங்கள். எடை மளமளவென்று குறைவதைக் கண் கூடாகப் பார்ப்பீர்கள். ஒரு நாளொன்றுக்கு சுமார் அரைக் கிலோவீதம் எடைகூடக் குறையும். மந்திரமில்லை... மாயமில்லை... வேறு உணவு பத்தியங்கள் எதுவும் கிடையாது... கடினமான உடற்பயிற்சிகள் தேவையில்லை. விசேஷ உணவுகள் ஏதும் தேவையில்லை. சப்ளிமெண்ட்கள் தேவையில்லை. உடலின் நச்சு நீக்கம், அறுவை சிகிச்சை என எந்த விஷயமும் தேவையில்லை.

இப்படியான எடைக் குறைப்பை ரொம்ப காலத்துக்குச் செய்ய முடியாது. செய்தால் எலும்பும் தோலுமாகிவிடுவீர்கள். ஆனால், முதல் சில வாரங்கள் அல்லது மாதங்களில் உங்கள் எடையில் ஏற்படும் அதிரடி மாற்றம் உங்களை மலைக்கவைத்துவிடும். கிட்டத்தட்ட முழு பட்டினியாக இருந்தால்தான் அப்படி ஒரு எடைக்குறைப்பு சாத்தியமாகும். இங்கு ஒரு முக்கியமான கேள்வி வருகிறது. வெறும் கோதுமையை மட்டும் உணவில் இருந்து நீக்குவது முழு பட்டினிக்கு இணையான பலனை எப்படித் தருகிறது? க்ளுகோஸ்-இன்சுலின்-கொழுப்பு சுழற்சியை மட்டுப்படுத்துதல், இயல்பாகவே உட்கொள்ளும் கலோரி அளவு குறைதல் ஆகிய இரண்டும் கலந்துதான் இந்த மாற்றத்தை ஏற்படுத்துவதாக நான் நம்புகிறேன். என் மருத்துவ வாழ்க்கையில் இந்த அதிசயத்தை நான் மீண்டும் மீண்டும் பார்த்துவருகிறேன்.

கோதுமையை உணவிலிருந்து நீக்குவது என்பது பொதுவாக, குறைவான கார்போஹைட்ரேட் வகை உணவுமுறையில்தான் மேற்கொள்ளப்படும். குறைவான கார்போஹைட்ரேட் உணவு

முறை மூலம் எடை குறைப்பு சம்பந்தமாக பல நன்மைகள் கிடைப்பதாக ஆய்வுகள் தெரிவித்திருக்கின்றன. என் அனுபவத்தில் குறைவான கார்போஹைட்ரேட் என்பது அமெரிக்கர்களுக்குக் கோதுமையை நீக்குவதன் மூலமே சாத்தியமாகிறது. கார்போஹைட்ரேட்டைக் குறைக்கவேண்டுமா... கோதுமையைக் குறையுங்கள். ஏனென்றால், கோதுமைதான் உணவில் பெரும் பங்கு வகிக்கிறது. அதை நீக்குவதன் மூலம் பெரும்பாலான உடல் உபாதைகளை நீக்கமுடியும். குறைவான கார்போஹைட்ரேட் வகை உணவுப் பழக்கமும் எடை குறைப்பில் தோற்பதைப் பார்த்திருக்கிறேன். ஏனென்றால் அந்தவகை உணவிலும் நீங்கள் சாப்பிடும் கொஞ்ச கார்போஹைட்ரேட் என்பது கோதுமை உணவாகவே இருக்கும். பிரச்னைகளுக்கு அதுவே போதுமானது.

சர்க்கரையும் பிற கார்போஹைட்ரேட்டுகளும் தீங்கானவைதான். கோதுமையை உணவில் இருந்து நீக்கிவிட்டு இனிப்புத் தின்பண்டங்கள், சாக்லேட், குளிர்பானங்கள், உருளைக்கிழங்கு சிப்ஸ், அரிசி உணவுகள் என வெளுத்துக் கட்டினீர்கள் என்றால் கோதுமையை நீக்குவதால் கிடைக்கும் எடைக்குறைப்பு பலன் கிடைக்கவே செய்யாது. ஆனால், எடையைக் குறைக்கவேண்டுமென்றால் இவற்றையெல்லாம் குறைக்கவேண்டும் என்று பொதுவாக அனைவருக்கும் தெரியும். கோதுமை விஷயத்தில்தான் எல்லாரும் கோட்டைவிட்டுவிடுவார்கள்.

உடல் எடையைக் குறைக்க கோதுமையை நீக்கவேண்டும் என்ற வழிமுறையை யாரும் பெரிதாகப் பொருட்படுத்துவதில்லை. உடல் எடை வெகுவாக உடனடியாகக் குறைய வேண்டுமா... குறிப்பாக தொந்தி குறையவேண்டுமா கோதுமை நீக்கமே சிறந்த வழி. இதைநான் ஆயிரம் முறை பார்த்திருக்கிறேன். 100 கிலோவுக்கு மேல் இருந்தவர்களுக்கு ஒரு வருடத்தில் அதிக சிரமமே இல்லாமல் 25-30 கிலோ கூட குறைந்ததைப் பார்த்திருக்கிறேன். என் கிளினிக்கில் கடைசியாக வந்த முப்பது நபர்களில் சராசரியாக 5.6 மாதங்களில் 7 கிலோ உடல் எடையைக் குறைத்திருக்கிறார்கள்.

பசியைத் தூண்டக்கூடியதும் போதைபோல் அடிமைப்படுத்தக் கூடியதுமான கோதுமையை உணவில் இருந்து நீக்குவதால் உணவுக்கும் உங்களுக்கும் இடையில் புதுவிதமான உறவு உருவாகிறது. நீங்கள் ஒரு உணவை உங்களுக்கு சத்து கொடுப்பதற்காக மட்டுமே உண்ண ஆரம்பிப்பீர்கள். எந்தவித

அடிமைப்படுத்தும் ஹார்மோன்களின் தூண்டுதலால் பசி அதிகரித்து அதை ஈடுகட்ட உணவை உண்ணமாட்டீர்கள். மதிய உணவில் கூடுதல் ஆர்வமில்லாதவராக ஆகிவிடுவீர்கள். கேக் கடைகளைக் கண்டால் கால்கள் நிற்காமல் செல்லும். நண்பர்கள் யாரேனும் சாக்லேட், இனிப்புகள் என எதையேனும் தந்தால் புன்முறுவலுடன் மறுத்துவிட முடியும். இன்னும் இன்னும் என்று கோதுமை மூலம் தூண்டப்பட்ட பசியில் இருந்து நீங்கள் விடுதலை பெற்றிருப்பீர்கள்.

ரத்தத்தில் சர்க்கரை அளவைத் தூண்டி இன்சுலின் சுரப்பை அதிகரிக்கும் உணவுப் பொருட்களை உணவில் இருந்து நீக்கினால் திடீர் புத்துணர்ச்சி அதைத் தொடர்ந்த பசி என்ற சக்கர வளையத்தை உடைத்துவிடுகிறீர்கள். அடிமைப்படுத்தும் எக்ஸார்பின் ஹார்மோன்களைச் சுரக்காமல் தடுப்பதன் மூலம் குறைவாகச் சாப்பிட்டாலே மன நிறைவு கிடைத்துவிடும். அதிகப்படியான கொழுப்பு உடலால் கரைக்கப்பட்டுவிடும். உங்களுடைய சரியான எடைக்குத் திரும்பிவிடுவீர்கள். உங்கள் இடுப்பைச் சுற்றியிருக்கும் அசிங்கமான தொந்தியை இழந்து விடுவீர்கள். தட்டையான உங்கள் வயிற்றுக்கு அன்பு முத்தங்கள்... கோதுமைத் தொந்திக்கு நிரந்தர குட்பை.

50 கிலோ குறைந்துவிட்டது, இன்னும் 10 கிலோதான் குறையவேண்டும்

ஜெனோவை நான் முதலில் பார்த்தபோது உடல் வெளிறி, மிகவும் சோர்வாக, கிட்டத்தட்ட ஜடம் போல்தான் காணப்பட்டார். ஐந்தடி பத்து அங்குலம் கொண்ட அவர் சுமார் 150 கிலோ எடையுடன் குட்டி யானை போல் இருந்தார். கோதுமைத் தொந்தி பெல்டுக்கு வெளியே ததும்பி வழிந்துகொண்டிருந்தது. ஹார்ட் அட்டாக் வரும் அபாயம் அவருக்கு இருந்ததாக பரிசோதனைகளில் தெரியவந்ததால் என்னிடம் ஆலோசனை கேட்க வந்தார்.

அவருக்கு வேறு பல உடல் உபாதைகளும் இருந்தன. ரத்தத்தில் சர்க்கரை அளவு மிக அதிகமாக இருந்தது. டிரைகிளிசரைடுகள் அதிகமாக இருந்தது. ஹெ.டி.எல். கொழுப்பு குறைவாக இருந்தது. இவையெல்லாமே மாரடைப்பு அபாயத்தை அதிகரித்தவண்ணம் இருந்தன. அவருக்கு என் சிகிச்சை முறையை ஒருவழியாகப்

புரியவைத்தேன். அவருடைய பிரதான சமையல்காரரும் உணவுப் பொருட்களை வாங்கிவந்து அடுக்குபவருமான அவருடைய மனைவியிடம் விஷயத்தை விளக்கினேன். அவரால் முதலில் புரிந்துகொள்ளவே முடியவில்லை. என்னது ஆரோக்கியமான முழு தானியங்களை அறவே ஒதுக்கவேண்டுமா... அதோடு இதய நோயாளிகள் சாப்பிடவே கூடாது என்று சொல்லப்பட்ட மாமிசம், வெண்ணெய், எண்ணெய் பதார்த்தங்கள், முட்டை ஆகியவற்றை மட்டுமே சாப்பிடவேண்டுமா... என்று திகைத்தார்.

ஆறு மாதங்கள் கழித்து ஜெனோ என் அலுவலகத்துக்கு வந்தார். அவர் ஆளே மாறியிருந்தார் என்று நான் சொல்வது சற்றும் மிகையில்லை. துடிப்புடன், புன்னகை பூத்த முகத்துடன் தன் வாழ்க்கையே மாறிவிட்டதாகச் சொன்னார். ஆறு மாதங்களில் சுமார் 30 கிலோ எடை குறைந்திருக்கிறார். இடுப்பு 14 இன்ச் குறைந்துவிட்டிருந்தது. இளமைப் பருவத்தில் இருந்ததுபோல் சுறுசுறுப்பானவராகி விட்டிருந்தார். நண்பர்களுடன் சகஜமாகப் பழக ஆரம்பித்திருந்தார். மனைவியுடன் சுற்றுலா செல்ல ஆரம்பித்திருந்தார். நடக்கவும் சைக்கிள் ஓட்டவும் முடிந்திருந்தது. ஆழமான தூக்கம், வாழ்க்கை குறித்த நம்பிக்கை என அவர் ஆளே மாறியிருந்தார், ஆறே மாதங்களில்! ரத்தத்தில் சர்க்கரை அளவு இயல்பு நிலைக்கு வந்துவிட்டிருந்தது. ஹெ.டி.எல். கொழுப்பு இரட்டிப்பாகி யிருந்தது. டிரைகிளிசரைடுகள் இயல்பு எல்லைக்கு வந்துவிட்டிருந்தன. அடுத்த ஆறு மாதங்களில் மேலும் 20 கிலோ குறைந்தார். 90 கிலோதான் என் இலக்கு. எனக்கு திருமணம் ஆனபோது அந்த எடையுடன்தான் இருந்தேன். இன்னும் 10 கிலோதான் குறைக்கவேண்டும் என்றார் உற்சாகமாக.

க்ளூடென் உணவை நீக்குங்கள்... ஆனால், அதற்காக க்ளூடென் ஃப்ரீ உணவை உண்ணவேண்டாம்

என்ன சொன்னீங்க..?

கோதுமையின் முக்கிய புரதம் க்ளூடென்தான். கோதுமையைச் சாப்பிடுவதால் ஏற்படும் சில முக்கியமான பிரச்னைகளுக்கு

அதுவே காரணம். இதை நான் முன்பே விவரித்திருக்கிறேன். செலியாக் நோயில் குடல்களின் வீக்கம் ஏற்பட முக்கிய காரணம் க்ளூடென் தான். செலியாக் நோய் உள்ளவர்கள் கட்டாயம் க்ளூடென் உணவுவகைகளை முற்றாகத் தவிர்க்க வேண்டும். அதாவது கோதுமை மட்டுமல்ல பார்லி, ரை, ஸ்பெல்ட், டிரைடிகில், காமுத், ஒருவகையில் ஓட்ஸ்ஸைக்கூடத் தவிர்க்க வேண்டும். செலியாக் நோயுள்ளவர்கள் க்ளூடெனைத் தவிர்க்கும் நோக்கில் கோதுமை உணவுப் பொருட்களைப் போலவே க்ளூடென் ஃப்ரீ கேக், க்ளூடென் ஃப்ரீ பிரெட், க்ளூடென் ஃப்ரீ ஐஸ்க்ரீம் என க்ளூடென் - நீக்கிய உணவுப் பொருட்களைச் சாப்பிடுகிறார்கள். ஆனால், பெரும்பாலான க்ளூடென் ஃப்ரீ உணவுப் பொருட்கள் மக்காச்சோள மாவு, அரிசு மாவு, உருளைக்குழங்கு மாவு, மரச்சீனி மாவு போன்றவற்றைக் கொண்டதாக இருக்கின்றன. உடல் எடையைக் குறைக்க வேண்டும் என்று விரும்புபவர்களுக்கு இந்த உணவுகள் தீமையையே விளைவிக்கும்.

கோதுமை க்ளூடென் போல் செயல்படாது என்றாலும் இந்த கார்போஹைட்ரேட்டுகளும் க்ளூகோஸ்-இன்சுலின் சுழற்சியைத் தூண்டக்கூடியவையே. இதனால் எடை அதிகரிக்கவே செய்யும். கோதுமைப் பொருட்கள் பிற உணவுப் பொருட்களைவிட அதிக அளவு ரத்த்தத்தில் சர்க்கரை அளவை அதிகரிக்கும். இன்சுலின் சுரப்பை அதிகரிக்கும். ஆனால், மக்காச்சோள மாவு, அரிசி மாவு, உருளைக்கிழங்கு மாவு, மரச்சீனிக் கிழங்கு மாவு இவை கோதுமை உணவுகளைவிட அதிக அளவு ரத்தத்தில் சர்க்கரையை அதிகரிக்கும் குணம் கொண்டவை.

எனவே, க்ளூடென் ஃப்ரீ உணவுகள் என்றால் பிரச்னைகள் இல்லாத உணவு என்று அர்த்தமில்லை. செலியாக் நோய் வந்தவர்கள் க்ளூடென் உணவுகளை நீக்கியபிறகும் உடல் எடை குறையாமல் இருக்க இப்படிப் பிற கார்போஹைட்ரேட் உணவுகளை உண்பதே காரணம். எனவே க்ளூடென் ஃப்ரீ உணவுகளைச் சாப்பிடுவது என்றால் சர்க்கரை தடவிய ஜெல்லி மிட்டாய்களை ஒரு பாத்திரம் சாப்பிடுவதற்கு சமமே.

எனவே கோதுமையை நீக்குவது என்றால் வெறுமனே க்ளூடென்னை நீக்குவது மட்டுமல்ல. கோதுமையை நீக்குவது என்றால் இனிப்புப் பண்டங்களைவிட ரத்தத்தில் சர்க்கரை அளவை அதிகரிக்கும் அமிலோபெக்டின்-ஏ எனும் சிக்கலான

கார்போஹைட்ரேட்டை நீக்குவது என்றும் அர்த்தம். எனவே கோதுமையின் அமிலோபெக்டின்-ஏவுக்கு பதிலாக ரத்தத்தில் உடனடியாகக் கலக்கும் அரிசு மாவு, உருளைக்கிழங்கு மாவு, மக்காச்சோள மாவு போன்ற கார்போஹைட்ரேட்டுகளை உண்பதும் புத்திசாலித்தனமல்ல.

இந்தப் புத்தகத்தில் பின்பகுதியில் கோதுமையை எப்படி நீக்குவது... எப்படி சேர்த்துக்கொள்வது என்பது பற்றி விவரிக்கிறேன். கோதுமையை நீக்குவதால் ஏற்படும் பின்விளைவு களைச் சமாளிக்க என்னவிதமான உணவுப் பழக்கத்துக்கு மாறவேண்டும் என்பதை விவரிக்கிறேன். ஆயிரக்கணக்கான என் நோயாளிகளுக்கு பலன் தந்திருக்கும் இந்த வழிமுறையை அருகில் இருந்து பார்த்தவன் என்றமுறையில் உங்களுக்கு அறியத் தருகிறேன்.

கோதுமையை நீக்குவது பற்றிப் பார்ப்பதற்கு முன்பாக செலியாக் நோய் பற்றி இன்னும் கொஞ்சம் பார்ப்போம். இந்த மோசமான நோயினால் நீங்கள் பாதிக்கப்படாதவராக இருந்தாலும் கோதுமை மனித உடலில் என்னவிதமான தாக்கங்களை ஏற்படுத்துகிறது என்பதைப் புரிந்துகொள்ள அது அவசியம். உடல் எடைகுறைப்பு தொடர்பான பல அரிய உண்மைகள் மட்டுமல்லாமல் வேறு பல விஷயங்களையும் அந்த நோய் இல்லாதவர்களுக்கும் அது கற்றுத் தரும்.

எனவே, பேக்கரி பொருளைக் கீழே வையுங்கள். செலியாக் பற்றிச் சொல்கிறேன்.

- 6 -

ஹாய் குடலே...
நான் தான் கோதுமை பேசுகிறேன்.
கோதுமையும் செலியாக் நோயும்

பாவப்பட்ட குடல். தினம் தினமும் தன் பணியைச் செவ்வனே செய்துவரும் உறுப்பு. நீங்கள் சாப்பிட்ட உணவில் செரிமான மாகாதவற்றை, வயதானவர்களின் உரையாடலில் பெரும்பகுதியை பிடித்துக்கொண்டிருக்ககூடிய அந்த வஸ்துவை, 20 சொச்சம் அடி நீளமுள்ள சிறு குடல், நான்கு அடி நீளமுள்ள பெருங்குடல் வழியாக கடமை தவறாமல் வெளியேற்றிவரும் விசுவாசமான பணியாள். ஒரு நாள் கூட விடுப்பு கேட்கமாட்டார். சம்பள உயர்வு கேட்கமாட்டார்... மருத்துவ ஊக்கத்தொகை கேட்கமாட்டார். வறுத்த முட்டை, பொறித்த கோழி, பசலைக்கீரை சாலட் எல்லாமே ஜீரணத்துக்கு உகந்தவகையில் மாற்றப்பட்டு நவீன சமூகத்தால் எந்தவித கேள்வியுமின்றி ஃப்ளஷ் செய்யப்படும் பாதி திடமான கழிவாக வெளியேற்றுகிறது.

இந்த இதமான மகிழ்ச்சியான வாழ்க்கைச் சுழலில் வில்லனாக வருகிறார் கோதுமை க்ளூடென்.

லட்சக்கணக்கான ஆண்டுகள் ஹோமோசெப்பியன்களும் நம் மூதாதைகளும் வேட்டையாடியும் சேகரித்தும் கிடைத்த சொற்ப

உணவை உண்டு வாழ்ந்தபிறகு கோதுமை நம் உணவுமேஜையில் நுழைந்தது. இது நடந்து பத்தாயிரம் ஆண்டுகள்தான் ஆகியிருக்கிறது. ஒப்பீட்டளவில் மிகச் சிறிய காலகட்டமான இந்தப் பத்தாயிரம் ஆண்டு காலம் - 300 தலைமுறைகள் - என்பது அனைத்து மனிதர்களும் இந்தப் புதிய பயிருக்கு தம்மை தகவமைத்துக்கொள்ள போதுமான காலமல்ல. கோதுமைக்கு மனித உடல் பழகாமல் இருப்பதற்கு சிறந்த எடுத்துக்காட்டு கோதுமை க்ளூடென்னால் சிறு குடல் பாதிக்கப்பட்டு உருவாகும் செலியாக் நோய்தான். பால் பொருட்கள் மனிதர்களுக்கு இன்னும் பழகவில்லை என்பதற்கும் உதாரணங்கள் உண்டு. ஆனால், செலியாக் நோய் போல் அது கடுமையானதல்ல.

உங்களுக்கு செலியாக் நோய் இல்லாத போதிலும் மேற்கொண்டு படியுங்கள். இந்தப் புத்தகம் செலியாக் நோயைப் பற்றியது அல்ல. ஆனால், அந்த நோயைப் பற்றிப் பேசாமல் கோதுமை மனித உடலில் ஏற்படுத்தும் தாக்கத்தைப் புரியவைக்க முடியாது. கோதுமை ஒவ்வாமையின் முன்னறிகுறிதான் செலியாக் நோய். கடந்த ஐம்பது ஆண்டுகளில் செலியாக் நோயாளிகளின் எண்ணிக்கை நான்கு மடங்கு அதிகரித்திருக்கிறது. கோதுமை என்னவிதமான மாற்றங்களை அடைந்திருக்கிறது என்பதையும் அது சுட்டிக்காட்டுகிறது. 25 வயதில் செலியாக் நோய் இல்லையென்றால் 45 வயதில் வராது என்று சொல்லமுடியாது. குடல் பாதிப்பு நீங்கலாக வேறு பல்வேறு உபாதைகளாகவும் அது மனித உடலைப் பாதித்து வருகிறது. எனவே, எனக்குத்தான் குடல் சார்ந்த பிரச்னைகள் எதுவும் இல்லை என்று உங்கள் தாத்தா பாட்டிகளின் காலைக்கடன் சிரமங்களோடு உங்களை ஒப்பிட்டு மனதுக்குள் மகிழ்ந்துகொள்ளவேண்டாம். வேறு உடல் உறுப்புகள் செலியாக் நோயால் பாதிக்கப்பட்டிருக்க வாய்ப்பு உண்டு.

செலியாக் நோயாளிகளின் வயிற்றுப்போக்கு பற்றி கிரேக்க மருத்துவர் அரீட்டஸ் கி.பி. 100லேயே விவரித்திருக்கிறார். அந்த நோய் வந்தவர்கள் பட்டினி இருக்கவேண்டும் என்று அவர் ஆலோசனை வழங்கியிருக்கிறார். ஏன் இடைவிடாத வயிற்றுப் போக்கு, அடி வயிற்று வலி, சோகை போன்றவை ஏற்படுகின்றன என்பது தொடர்பாக ஏராளமான கோட்பாடுகள் உருவாக்கப்பட்ட வண்ணம் வந்திருக்கின்றன. விளக்கெண்ணெய் குடிப்பது, அடிக்கடி குடலைச் சுத்தம் செய்தல், டோஸ்ட் செய்த பிரெட்டை மட்டுமே சாப்பிடுதல் என பல சிகிச்சைகளும் மேற்கொள்ளப் பட்டுள்ளன. நத்தையை மட்டுமே உண்ணுதல் என

டாக்டர் சாமுவேல் கீ 1880களில் முன்வைத்த உணவுப் பழக்கம், டாக்டர் சிட்னி ஹாஸ் முன்வைத்த நாளொன்றுக்கு எட்டு வாழைப்பழம் மட்டுமே என்ற வழிமுறை வரை பல வகைகள் முயற்சி செய்து பார்க்கப்பட்டுள்ளன.

செலியாக் நோய்க்கும் கோதுமைக்கும் இடையிலான தொடர்பு முதல் முதலாக 1953-ல் டச்சு குழந்தைகள் நல மருத்துவரான டாக்டர் வில்லியம் காரெல் டிக் மூலம் முன்வைக்கப்பட்டது. தன் குழந்தையின் உடம்பில் சிவந்த தடிப்புகள் வந்தபோது பிரெட் கொடுப்பதை ஒரு பெண்மணி நிறுத்தினார். உடம்பில் இருந்த சிவந்த தடுப்புகள் மறையத் தொடங்கியிருக்கின்றன. அது அந்த டாக்டர் வில்லியம் காரெல் டிக்குக்கு கோதுமை தொடர்பான ஒரு சந்தேகத்தைக் கிளப்பியிருக்கிறது. இரண்டாம் உலகப்போர் நடந்த காலகட்டத்தில் உணவுத் தட்டுப்பாடு ஏற்பட்டது. அப்போது அவரிடம் சிகிச்சைபெற்றுவந்த செலியாக் சிறுவர்களின் உடல்நிலை கொஞ்சம் கொஞ்சமாகத் தேற ஆரம்பித்ததைப் பார்த்தார். ஆனால், ஸ்வீடன் விமானங்களில் இருந்து நெதர்லாந்தில் கோதுமை உணவுப் பொருட்கள் போடப் பட்டதைத் தொடர்ந்து செலியாக் நோய் வந்த குழந்தைகளின் உடல் நிலை மீண்டும் மோசமாகத் தொடங்கியது. குழந்தைகளின் வளர்ச்சி, மலத்தில் இருக்கும் கொழுப்பு அளவு ஆகியவற்றை தீவிரமாக ஆராய்ந்து கோதுமை, பர்லி, ரை ஆகியவற்றில் இருக்கும் க்ளூடென்தான் பிரச்னைக்குக் காரணம் என்பதைக் கண்டு சொன்னார். வாழைப்பழ உணவு, நத்தை உணவு இவற்றைவிட க்ளூடென்னை நீக்கியது செலியாக் நோயாளிகளில் மிகப் பெரிய நல்ல மாற்றங்களைக் கொண்டுவந்தன.

கோதுமை ஒவ்வாமையினால் ஏற்படும் ஒரே உடல் உபாதை செலியாக் நோய்தான் என்று சொல்லமுடியாது. ஆனால், பலவீனமான குடல் கொண்டவர்களில் கோதுமை என்ன தீங்கை விளைவிக்க முடியுமென்பதற்கான சிறந்த உதாரணம் அந்த நோய்தான்.

செலியாக் நோய் : பிரெட் துண்டுகள் ஜாக்கிரதை

செலியாக் நோய் மிகவும் அபாயகரமானது. ஒரு மனிதரின் சத்து முழுவதையும் உறிஞ்சி மரணத்தையே கொண்டுவந்துவிடக்கூடிய அளவுக்கு மோசமான அந்த நோயானது மிகவும் அப்பாவியான பிரெட் மூலம் பெரிதாகிறது என்பதை நம்புவது மிகவும் சிரமமே.

மனித இனத்தில் ஒரு சதவிகிதம் பேருக்கு கோதுமை க்ளூடென் ஒவ்வாமை இருக்கிறது. கொஞ்சம் போலக்கூட அவர்களால் சாப்பிட முடியாது. க்ளூடென் கலந்த உணவைக் கொடுத்தால் உடல் கழிவுகளையும் உடலின் பிற உறுப்புகளையும் பிரிக்கும் தடுப்புச் சுவர் செயல் இழந்துவிடும். வயிற்று வலி ஏற்படும். வயிற்றுப் போக்கு ஏற்படும். இந்த உபாதை தொடர்ந்து இருக்க அனுமதிக்கப்பட்டால் செலியாக் நோயாளிகளின் உடம்பால் போதிய ஊட்டச்சத்துகளை உட்கிரகிக்க முடியாமல் போய்விடும். எடை குறையத் தொடங்கும். புரதக் குறைபாடு, கொழுப்பு அமிலக் குறைபாடு, விட்டமின் பி12, விட்டமின் டி, விட்டமின் ஈ, விட்டமின் கே குறைபாடு, இரும்புச் சத்து, துத்தநாகச் சத்து குறைபாடு போன்றவை ஏற்படும்.

குடல் சுவர் சிதைவுறுவதால் உண்ணும் கோதுமையின் பல அம்சங்கள் ரத்தக்குழாய் போன்ற அது போகக்கூடாத இடங்களுக்குள் சென்றுவிடுகின்றன. க்ளூடெனின் ஒரு அங்கமான க்ளியாடினுக்கு எதிர் உயிரிகள் ரத்தத்தில் உருவாவதன் மூலம் இதை நாம் கண்டறியமுடிகிறது. இவற்றினால் உடலானது சிதைவுற்ற குடலுக்கு எதிராகப் பல எதிர் உயிரிகளை உற்பத்தி செய்யத் தொடங்கிவிடுகிறது. டிரான்ஸ்க்ளூடாமினாஸ், எண்டோமிசியம் என்ற இரண்டு புரதங்கள் குடல் திசுக்களில் காணப்படுகின்றன. இந்த இரண்டு புரதங்களுக்கு எதிர்உயிரிகள் ரத்தத்தில் இருப்பதைவைத்தே செலியாக் நோய் இனம் காணப்படுகிறது. பொதுவாக 'உடலுக்கு ஊறு விளைவிக்காத நட்பார்ந்த' பாக்டீரியாக்கள் சில குடலில் இருப்பதுண்டு. அவையும் ரத்தத்தில் கலப்பதால் உடலானது அசாதாரணமான வீக்கம், கொப்பளம் என தேவையற்ற தற்காப்பு எதிர்வினைகளை ஏற்படுத்தத்தொடங்கிவிடுகின்றன.

சில வருடங்களுக்கு முன்புவரை மிக மிக அரிதாக சில ஆயிரங்களில் ஒருவருக்கு மட்டுமே இந்த நோய் வருவதாக நம்பப்பட்டது. இந்த நோயைக் கண்டறியும் வழிமுறைகள் மேம்பட்டதைத் தொடர்ந்து 133 பேரில் ஒருவருக்கு இந்த நோய் இருப்பது தெரியவந்துள்ளது. இந்த நோய் உள்ளவர்களுடைய உறவினர்களுக்கும் இந்த நோய் இருப்பதற்கான வாய்ப்பு 4.5% இருப்பதாகத் தெரியவந்துள்ளது. யாருக்கெல்லாம் இந்த நோய் இருக்கக்கூடும் என்ற சந்தேக அடையாளங்கள் தோன்றுபவர்களில் 17% பேருக்கு இந்த நோய் நிச்சயம் இருக்க வாய்ப்பு உள்ளது.

மேம்பட்ட நோய் காண் முறைகளினால் இந்த நோய் இருப்பது தெரியவருவதோடு மட்டுமல்லாமல் இந்த நோய் முன்பைவிட அதிகமான பேருக்கு வரவும் தொடங்கியிருக்கிறது. இந்த நோய் எளிதில் கண்டுபிடிக்க முடியாத ஒரு ரகசியம் போலவே இருக்கிறது. அமெரிக்காவில் 133 பேரில் ஒருவருக்கு இந்த நோய் இருக்கிறது என்றால் இருபது லட்சம் பேருக்கு இருக்கிறது என்று அர்த்தம். இருந்தும் அதில் பத்து சதவிகிதம் பேர் மட்டுமே இந்த நோய் தமக்கு இருப்பதைத் தெரிந்துகொண்டிருக்கிறார்கள். பதினெட்டு லட்சம் அமெரிக்கர்களுக்கு இந்த நோய் இருப்பது தெரியாமல் இருப்பதற்கான முக்கிய காரணம் என்னவென்றால், இது 'மிகப் பெரிய வேடதாரி' நோய் ஆகும். இதற்கு முன் இந்தப் பெருமை சிஃபிலிஸ் நோய்க்குத்தான் இருந்தது. இந்த நோய்கள் தம்மைப் பல ரூபங்களில் வெளிப்படுத்திக்கொள்ளும். இதனால் இவற்றை இதுதானென்று கண்டுபிடிப்பது மிகவும் சிரமம்.

ஐம்பது சதவிகிதம் பேருக்கு தெளிவான அடையாளமாக வயிற்றுப் பிடிப்பு, வயிற்றுப் போக்கு, காலப்போக்கில் உடல் எடை குறைதல் என இந்த நோய் வெளிப்படும். பிற 50% பேருக்கு ரத்தசோகை, தலைவலிகள், மூட்டு வலி, நரம்பு சார் குறை பாடுகள், குழந்தைப் பேறின்மை, மனச்சோர்வு, தொடர் சோர்வு, குட்டை உருவம் (சிறுவர்களில்) எனத் தென்படும். இதுபோல் செலியாக் நோயுடன் தொடர்பில்லாத அறிகுறிகள் என்று தோன்றக் கூடிய பிற பல அறிகுறிகளையும் இந்த நோய் காட்டும். இன்னும் சிலரில் எந்த அறிகுறியையும் காட்டாமல் நரம்புக் குறைபாடாக, டெமென்ஷியாவாக, கேஸ்ட்ரோ இண்டெஸ்டினல் புற்றுநோயாக வெளிப்படும்.

செலியாக் நோய் தன்னை வெளிக்காட்டும் வழிமுறைகளும் காலப்போக்கில் மாறிவருகின்றன. எண்பதுகளின் நடுப்பகுதிவரை சிறுவர்கள் எடை குறைவு, குறைவான வளர்ச்சி, வயிற்றுப்போக்கு, வீங்கிய வயிறு போன்ற அறிகுறிகளுடன் காணப்பட்டார்கள். சமீபகாலமாக ரத்தசோகை, தொடர் அடி வயிற்று வலி அல்லது எட்டு வயது அல்லது அதற்கு அதிக வயது வரை எந்த அறிகுறியும் இல்லாமல் இருக்கின்றன. எட்மாண்டனில் ஸ்டோலரி சிறுவர் மருத்துவமனையில் நடந்த ஆய்வில் 1998-ல் இருந்ததை விட 2007-ல் பதினோரு மடங்கு குழந்தைகள் இந்த நோயினால் பாதிக்கப்பட்டிருக்கிறார்கள். இதில் முக்கியமான விஷயமென்ன வென்றால் அந்தக் குழந்தைகளில் 53% பேருக்கு செல்டிக் சார்ந்த

எதிர் உயிரி உடம்பில் இருப்பது தெரியவந்தது. ஆனால், அந்த நோக்கான எந்த அறிகுறியும் இல்லை. ஆனால் கோதுமை க்ளூடென்னை உண்வில் இருந்து நீக்கியதும் இதமாக உணர்வ தாகச் சொல்லியிருக்கிறார்கள்.

இதுபோலவே வயதானவர்களிடமும் செல்யாக் நோயின் அறிகுறிகள் மாறத் தொடங்கியிருக்கின்றன. வயிற்றுப்போக்கு, அடி வயிற்று வலி போன்ற முந்தைய கால அறிகுறிகளுக்குப் பதிலாக ரத்தசோகை, டெர்மாடிடிஸ் ஹெர்பெடிஃபார்மிஸ் போன்ற தோல் தடிப்புகள், அலர்ஜிகள் காணப்படுகின்றன. பலருக்கு எந்த அறிகுறியும் தென்படுவதே இல்லை.

ஏன் செலியாக் நோயின் அறிகுறிகள் மாறிவிட்டிருக்கின்றன... ஏன் அதிகம் பேருக்கு வர ஆரம்பித்திருக்கிறது என்ற கேள்விக்கு ஆராய்ச்சியாளர்களிடம் ஒருமித்த பதில் எதுவும் இல்லை. பெரும்பாலான தாய்மார்கள் தாய்ப்பால் கொடுக்கிறார்கள். இதுதான் காரணம் என்று சிலர் சொல்கிறார்கள். இதைக் கேட்டதும் விழுந்து விழுந்து சிரித்தேன்.

ரத்தத்தில் காணப்படும் எதிர் உயிரி பரிசோதனை மூலம் இப்போது நோய் ஆரம்பிக்கும் காலத்திலேயே கண்டுபிடித்துவிட முடிவதால் அந்த நோய் தொடர்பான நம் பார்வை மாறத் தொடங்கியுள்ளது. அதோடு அந்த நோயின் அடிப்படை குணமும் மாறியிருக்கிறது. கோதுமையில் ஏற்பட்ட மாற்றம்தான் இந்த செலியாக் நோயின் மாறுதலுக்கும் காரணமா? டாக்டர் நார்மன் போர்லாக் தன் கல்லறைக்குள் நெளியக்கூடும். ஆனால், கோதுமையானது கடந்த ஐம்பது வருடங்களில்தான் வெகுவாக மாறியிருக்கிறது என்பதை உறுதிப்படுத்தப் போதுமான தரவுகள் இருக்கவே செய்கின்றன.

மயோ கிளினிக்கில் ஓர் அருமையான ஆய்வு செய்தார்கள். ஐம்பது வருடங்களுக்கு முன்பாக ஸ்ட்ரெப்டோகாக்கல் தொற்று பற்றி ஆராய ரத்த மாதிரிகளைச் சேகரித்திருந்தார்கள். அவற்றை அப்படியே உறையவைத்துமிருந்தர்கள். 1948லிருந்து 1954 வரையான காலகட்டத்தில் அந்த ரத்த மாதிரிகள் வ்யோமிங்கில் வாரன் ஏர்ஃபோர்ஸில் பணிபுரியச் சேர்ந்த 9000 விமானப்படை வீரர்களிடமிருந்து சேகரிக்கப்பட்டது. நீண்டகாலம் உறை நிலையில் வைக்கப்பட்ட அந்த ரத்த மாதிரிகளின் இப்போதைய நிலையை நன்கு பரிசோதித்த பின்னர் செலியாக் நோய் சார்ந்த ஆய்வுகளை (டிரான்ஸ்க்ளூடாமினஸ், எண்டோமைசியம் எதிர் உயிரி பரிசோதனை) அதில் செய்து பார்த்தனர். அதில் கிடைத்த

ஆய்வு முடிவுகளை நவீன காலகட்டத்தில் சேகரித்த ஆய்வு முடிவுகளுடன் ஒப்பிட்டுப் பார்த்தனர். ஒரு நவீன 'கண்ட்ரோல்' குழு தேர்ந்தெடுக்கப்பட்டது. அதில் 2006 ஐச் சேர்ந்த 5500 ராணுவ வீரர்கள் அதே வயதுகளுடன் (சராசரி வயது 70) எடுத்துக் கொள்ளப்பட்டனர். இன்னொரு குழுவில் 7200 வீரர்கள் அதே வயதுகளுடன் (சராசரி வயது 37) இருக்கும்வகையில் தேர்ந்தெடுத்துக்கொண்டனர்.

அவர்களில் ஐம்பது வருடங்களுக்கு முந்திய ரத்த மாதிரிகளில் 0.2%த்தினரிடம் செலியாக் எதிர் உயிரி தடயங்கள் தென்பட்டன. நவீன கால மாதிரிகளில் முதியவர்களில் 0.8%மும் இளைஞர்களிடம் 0.9%மும் செலியாக் நோய்க்கூறுகள் இருப்பது தெரியவந்தது. அப்படியாக 1948 ஐ விட செலியாக் நோய் நான்கு மடங்கு அதிகரித்திருப்பது தெரிந்தது. பெண்களில்தான் இந்த நோய் அதிகமாக இருக்கிறது. ஆனால், 1950களில் விமானப் படையில் ஆண்களே இருந்தனர். நோய் அறிகுறிகள் தென்படும் நவீன காலத்து மனிதர்கள் அடுத்த ஐம்பது வருடங்களில் பெரிதும் புற்று நோய் மூலமாக இறக்க நான்கு மடங்கு வாய்ப்புகள் அதிகமாக இருந்தன.

நான் அந்த ஆய்வின் முன்னணி டாக்டரான டாக்டர் ஜோசப் முர்ரேயிடம் செலியாக் நோய்க்கூறுகள் கணிசமாக அதிகரித்திருக்கு மென்று நீங்கள் எதிர்பார்த்தீர்களா என்று கேட்டேன். இல்லை. அந்த நோய் எப்போதுமே இருந்துவந்திருக்கும். நாம் கண்டு பிடிக்கத் தவறிவிட்டிருப்போம் என்றார். அது ஓரளவுக்கு சரிதான். ஆனால், ஆய்வு முடிவுகள் வேறு உண்மையை உணர்த்தின. அந்த நோய் அதிகரித்து வருகிறது. குழந்தைகளை மட்டுமல்ல ஒரு நபருக்கு எந்த வயதிலும் வரகூடும் என பிற ஆய்வுகள் தெரிவித்ததை இந்த ஆய்வும் உறுதிப்படுத்தியிருக்கிறது.

காலப்போக்கில் உடல்நிலையில் என்னென்ன மாற்றங்கள் ஏற்பட்ட்டுள்ளன என்பதை ஆராயும் நோக்கில் ஃபின்லாந்திலும் இப்படி ஓர் ஆய்வு மேற்கொள்ளப்பட்டது. 1978லிருந்து 1980 வரையான காலகட்டத்தில் சுமர் 7200 ஆண்கள், பெண்கள் செலியாக் நோய் தொடர்பான ஆய்வுக்காக ரத்த மாதிரிகள் தந்தனர். 2000-2001 வாக்கில் 30 வயதுக்கு மேற்பட்ட 6700 ஆண்கள் பெண்களிடமிருந்து ரத்த வகைகள் ஆய்வுக்கு எடுத்துக் கொள்ளப்பட்டன. செலியாக் நோய்க்கூறுகள் 1.05 %லிருந்து 1.99ஆக அதாவது இரட்டிப்பாகியிருப்பது தெரியவந்தது.

எதிர் உயிரியின் பெயர் என்ன?

செலியாக் நோய் அல்லது க்ளூடன் ஒவ்வாமைக்கூறுகள் ஒருவருக்கு வந்துள்ளது என்று கண்டுபிடிக்க தற்போது மூன்று வகை ரத்த எதிர் உயிரி பரிசோதனைகள் மேற்கொள்ளப் படுகின்றன.

ஆண்டிக்ளியாடின் எதிர் உயிரிகள் : குறைந்த ஆயுள் கொண்ட IgA எதிர் உயிரி, நீண்ட ஆயுள் கொண்ட IgG எதிர் உயிரி ஆகிய இரண்டும்தான் செலியாக் நோயை அடையாளம் காணத் தற்போது பெரிதும் பயன்படுத்தப்படுகின்றன. எனினும் இந்த ஆய்வுகள் மூலம் இந்த நோயால் பாதிக்கப்பட்டவர்களில் 20-50% பேரை சரியாக அடையாளம் காண முடியாத நிலையே தற்போது இருக்கிறது.

டிரான்ஸ்க்ளூடமினஸ் எதிர் உயிரி : குடல் பகுதியில் க்ளூடன் மூலமான பாதிப்புகள் அங்கிருக்கும் புரதங்களை வெளியே வரவைத்துவிடுகின்றன. அவை தேவையற்ற எதிர் உயிரிகளை உருவாக்கத் தொடங்கிவிடுகின்றன. டிரான்ஸ்க்ளூடன்மினஸ் அப்படியான ஒரு எதிர் உயிரிதான். புரதம் மூலம் உருவாகும் இந்த எதிர் உயிரி ரத்தத்தில் இருப்பதைவைத்து நோய் பாதிப்பைக் கண்டுபிடிக்கமுடியும். குடல் ஆய்வை ஒப்பிடும் போது இந்தப் பரிசோதனையின் மூலம் 86-89 சதவிகிதம்நோயை இனம் காண முடியும்.

எண்டோமிஸியம் எதிர் உயிரி : டிரான்ஸ்க்ளூடமினஸ் எதிர் உயிரி பரிசோதனையைப்போல எண்டோமிஸியம் எதிர் உயிரி பரிசோதனையும் குடலில் இருக்கும் இன்னொரு புரதம் உருவாக்கும் எதிர் உயிரியைக் கண்டுசொல்லும் சோதனையகும். 90களில் நடுப்பகுதியில் அறிமுகப்படுத்தப்பட்ட இந்த பரிசோதனை சுமார் 90% துல்லியத்துடன் செலியக் நோயைக் கண்டுபிடிக்க உதவும் மிகச் சிறந்த வழிமுறையாக இருக்கிறது.

நீங்கள் ஏற்கெனவே கோதுமை உணவை நிறுத்திவிட்டீர்கள் என்றால் ஆறு மாதங்களில் இந்தப் பரிசோதனைகளில் உங்கள் உடம்பில் அந்த நோய்க்கூறுகள் இல்லாமல் போய்விட்டதை அல்லது குறைந்துவிட்டதைப் பார்க்கமுடியும். அப்படியாக கோதுமை உணவைச் சாப்பிட்டு வருபவர்கள் அல்லது சமீபகாலமாக அதை நிறுத்தியவர்கள் ஆகியோரில் மட்டுமே நல்ல விளைவைக் கண்டு சொல்ல முடிவதாக இருக்கின்றன.

நல்லவேளையாக இந்த நோயைக் கண்டுபிடிக்க வேறு வழிகளும் இருக்கின்றன.

HLA DQ 2, HLA DQ 8 இவை எதிர் உயிரிகள் அல்ல. ஆனால், லுக்கோசைட் ஆண்டிஜென்களான இவை உடம்பில் இருந்தால் செலியாக் நோய் வருவதற்கான வாய்ப்புகள் அதிகம். குடல் பரிசோதனை மூலம் செலியாக் நோய் இருப்பது உறுதிப்படுத்தப்பட்டவர்களில் 90% பேருக்கு இந்த இரண்டில் ஏதேனும் ஒன்று (பொதுவாக DQ 2)உடலில் இருந்திருக்கிறது.

ஒரு குழப்பம் : இந்த HLA ஆண்டிஜென்களில் ஏதேனும் ஒன்று 40% பேருடைய உடம்பில் காணப்படுகிறது. அல்லது செலியாக் நோயைச் சுட்டிக்காட்டும் பிற எதிர் உயிரிகள் காணப் படுகின்றன. எனினும் நோயின் எந்த அறிகுறியும் விளைவு களையும் காண்பிப்பதே இல்லை. எனினும் இவர்களில் க்ளூடென்னை நீக்கினால் நல்ல முன்னேற்றம் தென்படவே செய்கிறது. இதிலிருந்து கணிசமான நபர்களுக்கு க்ளூடன் ஒவ்வாமை இருக்கவே செய்கிறது என்றே தெரியவருகிறது.

மலக்குடல் சோதனை : க்ளூடென் மாதிரியை மலக்குடலில் வைத்து, ஏதேனும் தீய விளைவு ஏற்படுகிறதா என்று பரிசோதிக்கும் இந்த சோதனை துல்லியமான முடிவுகளைத் தரக்கூடியதுதான். ஆனால், இந்தப் பரிசோதனைக்கு நான்கு மணி நேரம் செலவிட வேண்டியிருக்கும் என்பதால் இந்தப் பரிசோதனையின் முழு பலனைப் பெற பலருக்கும் முடிவதில்லை.

சிறு குடல் பரிசோதனை : சிறு குடலின் மேல் பகுதியானது ஒரு எண்டோஸ்கோப்பினால் சோதிக்கப்படுகிறது. இந்தப் பரிசோதனையை எந்தவித பயமும் பின்விளைவுகளும் இன்றிச் செய்ய முடியும் என்பது இதன் சாதகமான அம்சம். ஆனால், எண்டோஸ்கோப்பி கருவியும் பயாப்ஸியும் தேவைப்படும். வயிற்றுப்போக்கு, அடி வயிற்று இறுக்கம் போன்றவை தொடர்ந்து வந்தால் செலியாக் நோய் இருக்கிறதா என்று கண்டுபிடிக்க இந்தப் பரிசோதனை செய்து கொள்ளும்படி மருத்துவர்கள் அறிவுறுத்துவார்கள். ஆனால், எண்டோமைசியம் எதிர் உயிரி பரிசோதனை போன்ற எதிர் உயிரி பரிசோதனைகள் மிகவும் நம்பகமான முடிவுகளைத் தருவதால் சிறு குடல் பயாப்ஸி தேவையே இல்லை என்று சில நிபுணர்கள் சொல்கிறார்கள். நானும் அதை ஆமோதிக்கிறேன்.

பெரும்பலான மருத்துவர்கள் முதலில் எண்டோமைசியம் எதிர் உயிரி பரிசோதனை செய்து பார்ப்பார்கள். அதில் நோய் இருக்கும் வாய்ப்பு இருப்பதாகத் தெரிந்தால் மட்டுமே குடலைப் பரிசோதிப்பார்கள். ஆனால், சில நேரங்களில் எதிர் உயிரி பரிசோதனையில் நோய் இருப்பதாகத் தெரியவராது. ஆனால், வயிற்றுப்போக்கு, வயிற்று வலி போன்ற நோயின் அறிகுறிகள் ஒரு நபருக்கு இருக்கக்கூடும். அப்படியானால் குடலைப் பரிசோதித்துவிடுவதே நல்லது.

எதிர் உயிரி பரிசோதனையில் நோய்க்கான சாத்தியக்கூறு இருப்பதாகத் தெரிந்து குடல் பரிசோதனையில் நோய் இருப்பதாகத் தெரியவில்லையென்றால், க்ளூடெனை உணவில் இருந்து நீக்கத் தேவையில்லை என்று பொதுவாக நம்புகிறார்கள். ஆனால், இது மிகப் பெரிய தவறு. ஏனென்றால் இந்த அறிகுறி உள்ளவர்கள் காலப்போக்கில் இந்த நோயினால் பாதிக்கப்பட வாய்ப்பு அதிகம். அல்லது மூட்டுவலி, நரம்புப் பிரச்னை போன்ற வேறு உடல் உறுப்புகள் பாதிக்கப்பட வாய்ப்பு உண்டு.

இன்னொரு கோணம் : நீங்கள் கோதுமை க்ளூடென்னை மட்டுமல்ல ரை, பார்லி க்ளூடென்னையும் உணவில் இருந்து விலக்கிவிடுவதாக முடிவெடுத்துவிட்டால் இந்தப் பரிசோதனை கள் தேவையே இல்லை. கோதுமை ஒவ்வாமைக்கான அறிகுறிகள் வெகு தெளிவாகத் தெரிந்தால் பிற உபாதைகள் இல்லை என்பதை உறுதிப்படுத்திக்கொள்ள இந்த ஆய்வைச் செய்து தரவுகளை ஆவணப்படுத்திக்கொள்வது நல்லது. அப்போது மட்டுமே இந்த பரிசோதனை அவர்களுக்குத் தேவைப்படலாம். மேலும் அந்த பரிசோதனை மூலம் தெரியவரும் தரவுகள் நீங்கள் க்ளூடென்னை அறவே நீக்கியாக வேண்டும் என்ற மன உறுதியை உங்களுக்குத் தரவும் உதவும்.

எனவே, செலியாக் நோயாளிகளின் எண்ணிக்கை அதிகரித்திருக் கிறது என்ற உண்மைக்கு, பரிசோதனை முறைகளில் ஏற்பட்டுள்ள முன்னேற்றம் மட்டுமே காரணமல்ல. நோயும் கடந்த ஐம்பது ஆண்டுகளில் நான்கு மடங்கு அதிகரித்துவிட்டிருக்கிறது. கடந்த இருபது வருடங்களில் இரு மடங்கு உயர்ந்திருக்கிறது. டைப்-1 நீரிழிவு நோய், மல்டிபிள் ஸ்கெலெரோசிஸ், க்ரான் நோய், அலர்ஜிகள் போன்றவையும் இதற்கு இணையாக அதிகரிக்கத்

தொடங்கியிருக்கின்றன என்பதையும் கணக்கில் கொண்டாக வேண்டும்.

நவீன கால கோதுமையில் இருக்கும் க்ளூடென்னை அதிகம் உட்கொள்வதால் செலியாக் நோய் அதிகரித்திருக்கிறது; கிடைக்கத் தொடங்கியிருக்கும் தரவுகள் இந்த முடிவை வலுப்படுத்து கின்றன. நெதர்லாந்தில் மேற்கொள்ளப்பட்ட ஓர் ஆய்வில் 36 நவீன கலப்பு கோதுமைப் பயிர்களை ஒரு நூற்றாண்டுக்கு முந்தைய 50 கோதுமைப் பயிர்களோடு ஒப்பிட்டு ஆராய்ந்து பார்த்தனர். செலியாக் நோயைத் தூண்டும் க்ளூடென் புரதங்கள் நவீன கோதுமையில் மிகுதியாக இருப்பதாகத் தெரியவந்துள்ளது.

சுருக்கமாகச் சொல்வதென்றால் பொதுவாக செலியாக் நோய் பாதிக்கப்பட்டவர்களுக்கு வயிற்றுப் போக்கு, வயிற்று வலி, எடை குறைவு போன்றவை காணப்படும். ஆனால், 21-ம் நூற்றாண்டில் நீங்கள் குண்டாக இருந்தாலும் மலச்சிக்கல் இருந்தாலும் இயல்பான எடையுடன் இருந்தாலும் உங்களுக்கும் இந்த நோய் இருக்க வாய்ப்பு இருக்கிறது. நம் தாத்தா பாட்டிகளை விட நம் தலைமுறைக்கு இந்த நோய் வர அதிக வாய்ப்புகள் இருக்கின்றன.

இருபது வருட காலகட்டம், ஐம்பது வருட காலகட்டம் இவையெல்லாம் திராட்சை ரசத்தையோ அடகு வைப்புகளையோ பொறுத்தமட்டில் நீண்ட காலகட்டமாகத் தோன்றலாம். ஆனால் மனிதர்களின் மரபணுக்களில் ஏற்படும் மாற்றத்தை வைத்துப் பார்த்தால் இது மிக மிகக் குறுகிய காலகட்டமே. செலியாக் நோய் அதிகரிக்கத் தொடங்கியதைச் சுட்டிக்காட்டும் இரண்டு ஆய்வு களில் முதலாவது 1948-ல் நடந்தது. இரண்டாவது 1978-ல் நடந்தது. இதே காலகட்டத்தில்தான் இன்று உலகம் முழுவதும் பயிரிடப்படும் குட்டை வைக்கோல் கோதுமையும் அறிமுகப் படுத்தப்பட்டது!

ஜோனுலின்ஸ் – கோதுமை எவ்வாறு ரத்தத்தில் கலக்கிறது?

கோதுமை க்ளூடெனின் அங்கமான க்ளியாடின் புரதம் கோதுமை உணவுப் பொருட்களின் அனைத்துவகைகளிலும் கானப்படுகிறது. அது உங்கள் குடலைக் கசியும் தன்மை கொண்டதாக மாற்றிவிடுகிறது.

குடல் சுவர்கள் அப்படிக் கசியும் தன்மை கொண்டதாக இருக்கக் கூடாது. குடல் என்பது நம் உடலின் அனைத்து கழிவுகளும் இருக்கும் ஒரு குழாய். நாம் உண்ணும் எந்தவொரு உணவும் சக்தியாக உடலில் கலப்பதும் எஞ்சிய சக்கைகள் கழிவுகளாக மாறுவதும் விந்தையான ஒரு செயல். ஆனால், ரத்தத்தில் எவையெல்லாம் கலக்கலாம் எவையெல்லாம் கலக்கக்கூடாது என்ற கறாரான விதிகளுடன் மிகுந்த ஒழுங்குடன் நடக்கவேண்டிய வேலை.

அப்படியிருக்க ரத்தத்தில் கலக்கக்கூடாத பொருட்கள் கலந்து விட்டால் என்ன ஆகும்? உடம்பின் சுயமான நோய் எதிர்ப்பு சக்தியானது தவறாகத் தூண்டிவிடப்பட்டுவிடும். இதனால் தைராய்டு சுரப்பி அல்லது மூட்டு இணைப்புத்திசுபோல் உடம்பில் இயல்பாக நல்ல நிலையில் இருக்கும் உடல் உறுப்புகளை அது பாதிக்க ஆரம்பித்துவிடும். இதனால் ஹஷிமோட்டோ தைராய்டிடிஸ், மூட்டுவலி போன்றவை வரத்தொடங்கும்.

இதனால் குடலின் சுவர்கள் இப்படி எளிதில் தேவையற்ற பொருட்களைக் கசியவிடாதவகையில் இறுக்கமாக இருந்தாக வேண்டியிருக்கும். குடல் சுவர்களின் கசிவை ஒழுங்குபடுத்தும் ஜோனுலின் எனும் புரதத்தை குடல் அதிக அளவில் உற்பத்தி செய்யும்படி கோதுமையில் இருக்கும் க்ளியாடின் தூண்டுவதாக சமீபத்திய ஆய்வுகள் தெரிவிக்கின்றன. இந்த ஜோனுலின் புரதங்களுக்கு இறுக்கமான தசைகளை இளகச் செய்யும் குணம் உண்டு.

க்ளியாடினானது ஜோனுலின் உற்பத்தியைத் தூண்டிவிடுவதால் குடலின் இறுக்கமான தடுப்புச் சுவர்கள் சிதைவுறுகின்றன. இதனால் க்ளியாடின் மற்றும் பிற தேவையற்ற கோதுமைப் புரதங்கள் ரத்தத்தில் கலந்துவிடுகின்றன. டி-செல்கள் போன்ற நோய் எதிர்ப்பு சக்தியை உருவாக்கும் லிம்போசைட்டுகள் ஏதோ எதிரி உடம்பில் புகுந்துவிட்டதாகக் கருதி இன்ஃப்ளமேட்டரி (கொப்பளம்) செயல்பாட்டைத் தூண்டிவிடத் தொடங்கும். இதனால் செலியாக் நோய், தைராய்டு நோய், மூட்டு வலி, ஆஸ்துமா போன்ற க்ளூடென்னால் உருவாக்கும் நோய்க்கான சூழலை உருவாக்கிவிடும். அப்படியாக க்ளியாடின் புரதமானது மூடிக் கிடக்கும் அறைகளைத் திறந்து உள்ளே இருக்கும் தேவையற்ற விஷயங்களை, போகக்கூடாத இடங்களுக்கு எல்லாம் போகச் செய்துவிடுகிறது.

க்ளியாடின் நீங்கலாக வேறு சில விஷயங்களும் இப்படிப் பூட்டை உடைத்துத் திறந்துவிடவும் குடல் சுவரைச் சிதைக்கவும் செய்யும் குணம் கொண்டவையாக இருக்கின்றன. அவை காலரா, வயிற்றுப்போக்கு போன்றவற்றுக்குக் காரணமான தொற்றுக் கிருமிகள். அந்த நோய்க்கிருமிகளுடன் உங்களுக்கு தொடர்பு ஏற்படும்போது அதாவது அவற்றை உண்ணும்போது அந்த நோய்களை அவை ஏற்படுத்துகின்றன. அதுபோலவே கோதுமை மூலமான நோய்களை நீங்கள் அழகான கேக்குகள், அருமையான பிரெட்கள், பிஸ்கெட்கள் சப்பாத்திகள் இவற்றைச் சாப்பிடுவதன் மூலம் ஏற்படுத்திக் கொள்கிறீர்கள்.

எனக்கு வயிற்றுப்போக்கு வரவேண்டும் கடவுளே

செலியாக் நோயினால் ஏற்படும் தீங்குகளை நீங்கள் முழுவதுமாகப் படித்துத் தெரிந்துகொண்டால் கடவுளே எனக்கு வயிற்றுப் போக்கே வரட்டும் என்று வேண்டிக்கொள்வீர்கள். அந்த அளவுக்கு பிற நோய்கள் உங்களை வாட்டி எடுக்கும்.

செலியாக் நோய் பற்றிப் பேசும்போது வயிற்றுப்போக்கு இல்லையா... அப்படியானால் செலியாக் நோய் இருக்காது என்று தான் சொல்வார்கள். ஆனால், உண்மை அது அல்ல. செலியாக் நோய் குடலை மட்டுமே பாதிக்கும் என்று சொல்லமுடியாது. அது உடலின் வேறு பல உறுப்புகளையும் மிக மோசமாக பாதிக்கும்.

குழந்தைகளுக்கான நீரிழிவில் ஆரம்பித்து டெமென்ஷியா, ஸ்காலெரோடெர்மா வரை ஏராளமான நோய்கள் ஏற்படும். இந்த நோய்கள் வர என்ன காரணம் என்பதும் இன்னும் முழுவதுமாகப் புரிந்துகொள்ளப்பட்டிருக்கவும் இல்லை. எனவே க்ளூடென்னை எடுத்த எடுப்பிலேயே நீக்கிவிட்டால் குழந்தைகளுக்கு நீரிழிவு நோய் வராவே வராது என்று நாம் உறுதியாகச் சொல்லவும் முடியாது. செலியாக் போன்ற நோய்களெல்லாம் கோதுமை க்ளூடென் மூலமாகவும் மரபணு குழறுபடிகளினால் தவறான நோய் எதிர்ப்பு சமிக்ஞை, கொப்பளம் போன்றவை தூண்டப் பட்டும் வரக்கூடும்.

செலியாக் நோய் தொடர்பான முக்கியமான பிரச்னை என்ன வென்றால் குடல் சார்ந்த அறிகுறிகள், விளைவுகள் இல்லாமலேயே கூட இருந்துவிடும். வேறு வார்த்தைகளில் சொல்வதென்றால் ஒரு செலியாக் நோயாளிக்கு வயிற்றுப்

போக்கோ, எடை குறைவோ வயிற்றுப் பிடிப்போ இல்லாமல் நரம்பு சார்ந்த பிரச்னை இருக்கக்கூடும். அப்படி குடல் சார்ந்த பிரசனைகள் இல்லையென்றால் அந்த நோயைக் கண்டுபிடிப்பதும் சிரமமாகிவிடும்.

எனவே, குடல் சார்ந்த பாதிப்புகள் இல்லாத செலியாக் நோய் என்று அதைச் சொல்வதற்கு பதிலாக நோய் எதிர்ப்பு சக்திப் பிறழ்வு மூலமான க்ளூடென் ஒவ்வாமை என்று அதைச் சொல்லலாம்.

செலியாக் நோயுடன் தொடர்புடைய உடல் உபாதைகள் அதாவது நோய் எதிர்ப்பு சக்திப் பிறழ்வு மூலமான க்ளூடென் ஒவ்வாமை நோய்கள்

டெர்மாடிடிஸ் ஹெர்பெடிஃபார்மிஸ் - தோலில் ஏற்படும் சிவந்த தடிப்புகள், கொப்பளங்கள். சொறி, வீக்கம் நிறைந்த இந்த தடிப்புகள் கை முட்டு, கால் முட்டு, பின்பக்கம் ஆகிய இடங்களில் தோன்றும். க்ளூடென் உணவுகளை நிறுத்தியதும் இந்த தடிப்புகள் மறைந்துவிடும்.

கல்லீரல் நோய் - செலியாக் நோய் மூலமாக வரும் கல்லீரல் பாதிப்பு பல வகைப்பட்டவை. சிறிய அசௌகரியங்களில் ஆரம்பித்து ஹெபடிடிஸாகவோ பித்த நாளப் புற்றுநோயாகவோ கூட வரக்கூடும். கேஸ்ட்ரோ இண்டெஸ்டினல் உறுப்பாக கல்லீரல் இருந்த போதிலும் நோய் எதிர்ப்பு சக்தி மூலமான க்ளூடென் ஒவ்வாமையின் பிற வகைகளைப் போலவே இதிலும் வயிற்றுப் போக்கு போன்ற குடல் சார்ந்த பிரச்னைகள் எதுவும் இதில் இருக்காது.

ஆட்டோ இம்யூன் நோய்கள் - பல்வேறு உறுப்புகள் மீதான நோய் எதிர்ப்புசக்தி அமைப்பின் பிறழ்வான தாக்குதல்களுக்கு இந்தப் பெயர். செலியாக் நோய் உள்ளவர்களில் பலருக்கு இந்த பாதிப்பு இருக்கும். மூட்டுவலி, ஹஷிமோட்டோஸ் தைராய்டிடிஸ், லுபஸ் போன்ற இணைப்பு திசு நோய்கள், ஆஸ்துமா, வயிற்றுப் புண் போன்ற குடல் நோய்கள், க்ரான் நோய் மற்றும் பல தடிப்புகள், நோய் எதிர் சக்திக் குறைபாடுகள் போன்றவை ஏற்படும். கோதுமையை உணவில் இருந்து நீக்கியதும் மூட்டு வலி குறையத் தொடங்கியதாக ஆய்வுகள் தெரிவிக்கின்றன. செலியாக் நோய் இல்லாதவர்களைவிட இருப்பவர்களுக்கு இந்த நோய்கள் எல்லாம் வர 68 மடங்கு வாய்ப்புகள் அதிகம் இருப்பதாகவும் தெரியவந்துள்ளது.

இன்சுலின் சார்ந்த நீரிழிவு நோய் - டைப் - 1 வகை நீரிழிவு நோய் இருக்கும் சிறுவர்களில் செலியாக் நோய் இருக்க வாய்ப்புகள் அதிகம். அது காலப்போக்கில் பெரிதாகவும் செய்யும். கோதுமை க்ளூடன்தான் நீரிழிவுக்குக் காரணமா என்பது உறுதியாகத் தெரிய வில்லை. ஆனால், டைப்-1 நீரிழிவு நோயின் ஒரு துணைப் பிரிவானது க்ளூடென் மூலம் தூண்டப்படுவதாகக் கண்டறிந்திருக்கிறார்கள்.

நரம்பு சார் குறைபாடுகள் - க்ளூடென் மூலம் வரும் நரம்பு நோய்கள் பற்றி இந்தப் புத்தகத்தின் பின்பகுதியில் விரிவாகப் பார்க்கவிருக்கிறோம். நடக்கும்போது சமநிலை தவறுதல், உணர்வு இழப்பு, கால் தசைகளை அசைக்க முடியாமை போன்ற நோய்கள் வர ஐம்பது சதவிகிதம் வாய்ப்புகள் அதிகமாக இருப்பதாகக் கண்டறியப்பட்டுள்ளது. அதோடு க்ளூடென் என்சிபாலோபதி எனப்படும் இன்னொரு அபாயகரமான நோயும் இருக்கிறது. இதில் மூளைக் கோளாறு, தலைவலி, நிலை தடுமாற்றம், டெமென்ஷியா, இறுதியாக மரணம் ஏற்படவும் வாய்ப்பு உண்டு. எம்.ஆர்.ஐ. பரிசோதனையில் வெள்ளை நிறப் பொருளாக அந்தக் குறைபாடுகள் தென்படும்.

சத்துக் குறைபாடுகள் - இரும்புச் சத்து குறைபாட்டினால் வரும் ரத்த சோகை நோய் செலியாக் நோய் உள்ளவர்களில் மிகுதியாகக் காணப்படுகிறது. அதாவது, 69% பேரில் காணப்படுகிறது. விட்டமின் பி 12, ஃபோலிக் அமிலம், துத்தநாகம், கொழுப்பில் கரையும் விட்டமின்களான ஏ,டி, ஈ, மற்றும் கே போன்ற சத்துகள் அனைத்தும் குறைந்து காணப்படும்.

செலியாக் நோயா இல்லையா...
உண்மை சம்பவம்

வெண்டியைப் பற்றி உங்களிடம் சொல்கிறேன்.

சுமார் பத்து வருடங்களுக்கும் மேலாக வெண்டி வயிற்றுப் புண் கோலிடிஸ் நோயால் தொடர்ந்து அவதியுற்றுவந்தார். மூன்று குழந்தைகளுக்குத் தாயான அவருக்கு 36 வயதாகியிருந்தது. பள்ளி ஆசிரியராக வேலை பார்த்த அவர் வயிற்று வலி, வயிற்றுப் போக்கு, அடிக்கடி ரத்தப்போக்கு என கஷ்டப்பட்டு வந்திருக்கிறார். தேவைப்படும் நேரங்களில் முழு ரத்த மாற்று சிகிச்சையும் செய்யப்பட்டிருக்கிறது. புற்று நோய்களுக்கும்

மெடிக்கல் அபார்ஷன்களுக்கும் பயன்படுத்தும் நச்சுத் தன்மை மிகுந்த மீத்தோட்ரெக்ஸேட் உட்பட மூன்று கடுமையான சிகிச்சைகளை அவர் பயன்படுத்த வேண்டிவந்தது.

என்னிடம் அவருடைய இதயம் தொடர்பான சிறிய கோளாறு தொடர்பாக ஆலோசனை பெற வந்தார். அந்த பிரச்னைக்கு தனியாக சிகிச்சை எதுவும் தேவைப்பட்டிருக்கவில்லை. ஆனால், என்னிடம் பேசுவாக்கில் அவருடைய வயிற்றுப் புண் பிரச்னை பற்றிப் பகிர்ந்துகொண்டார். அவருடைய மருத்துவர் குடல் நீக்கம் மற்றும் இலியோஸ்டமி சிகிச்சை செய்ய வேண்டியது தொடர்பாக ஆலோசனை சொல்லியிருப்பதாகச் சொன்னார். இலியோஸ்டமி சிகிச்சையில் குடலில் இருந்து சிறு துவாரமிட்டு மலக்கழிவுகளை உடம்புக்கு வெளியே சிறு பையில் சேர்க்கவைப்பார்கள்.

வெண்டியின் மருத்துவ நிலை பற்றித் தெரிந்துகொண்டபிறகு கோதுமையை நீக்கிப் பார்க்கும்படிக் கேட்டுக்கொண்டேன். இது பலன் தருமா என்று தெரியவில்லையே என்று சந்தேகத்துடன் சொன்னார். ஆனால், குடல் நீக்கம் மற்றும் மலச் சேகரிப்புப் பை வைத்துக்கொள்ளவேண்டிவந்திருக்கும் நிலையில் இதைக் கொஞ்சம் முயற்சி செய்து பாருங்களேன் என்றேன்.

ஆனால், இதனால் என்ன பலன் கிடைக்கும். செலியாக் நோய் இருக்கிறதா என என் மருத்துவர் சோதித்துப் பார்த்திருக்கிறாரே. அது எனக்கு இல்லையே என்றார்.

ஆமாம் நீங்கள் சொன்னீர்கள். எனக்கு நினைவிருக்கிறது. ஆனால், எதற்குமொரு தடவை முயற்சி செய்து பாருங்கள். இதனால் நீங்கள் எதையும் இழக்கப்போவதில்லையே. ஒரு நான்கு வாரங்கள் கோதுமை இல்லாமல் சாப்பிடுங்கள். உங்கள் உடம்பு சரியாகிறதா என்று பாருங்கள் என்றேன்.

வெண்டி மிகுந்த தயக்கத்துடன் செய்து பார்ப்பதாகச் சொன்னார்.

மூன்று மாதங்கள் கழித்து என் மருத்துவமனைக்கு வந்தார். மலம் சேகரிக்க பை எதுவும் வைத்துக்கொண்டிருக்கவில்லை. என்ன நடந்தது என்றேன்.

17 கிலோ எடை குறைந்திருக்கிறது என்றார் உற்சாகமாக. தன் வயிற்றைத் தடவிக் காட்டியபடியே வயிற்றுப் புண் போயே போய்விட்டது. வயிற்றுப் போக்கோ வயிற்று வலியோ எதுவுமே

இல்லை. வெறும் அசகால் மாத்திரை மட்டுமே சாப்பிடுகிறேன் இப்போது (அசகால் என்பது ஒருவகை ஆஸ்பிரின் மாத்திரை. வயிற்றுப் புன் கோலிடிஸுக்குப் பரிந்துரைக்கப்படும் முதல் நிலை மருந்து). மிகவும் தெம்பாக உணர்கிறேன் என்றார்.

அதிலிருந்து ஒரு வருட காலத்துக்கு கோதுமையையும் க்ளூடென்னையும் உணவில் இருந்து முற்றாக நீக்கினார். அசகாலையும் நிறுத்திவிட்டார். பழைய நோய்களின் எந்த அறிகுறியும் இப்போது இல்லை. முழுமையாக குணமடைந்து விட்டார். ஆம் குணமடைந்துவிட்டார். வயிற்றுப் போக்கு இல்லை... ரத்தப் போக்கு இல்லை. வயிற்றுப் பிடிப்புகள் இல்லை... ரத்த சோகை இல்லை. மருத்துகள் இனிமேல் தேவைப்படவே இல்லை. குடல் அறுவை சிகிச்சை தேவைப்படவே இல்லை.

வெண்டியின் உடல் செலியாக் நோய் பரிசோதனையில் எந்த அறிகுறியையும் காட்டவே இல்லை. ஆனால், அதற்கான அனைத்து தீய விளைவுகளையும் அனுபவித்து வந்திருக்கிறார். எல்லாவற்றுக்கும் மேலாக கோதுமையை நிறுத்தியதும் அவருடைய அனைத்து உபாதைகளும் குணமாகிவிட்டிருக் கின்றன. இந்த நோயை என்னவென்று சொல்ல..? எதிர் உயிரி பரிசோதனையில் கண்டுபிடிக்க முடியாத செலியாக் நோய் என்று சொல்வதா... எதிர் உயிரி சோதனையில் கண்டுபிடிக்க முடியாத கோதுமை ஒவ்வாமை என்று சொல்வதா..?

வெண்டியின் நோயை வெறும் செலியாக் நோய் என்று பொதுப்படையாகச் சொல்லிவிட முடியாது. அவருக்கு குடல் நீக்க அறுவை சிகிச்சை செய்ய வேண்டிவந்திருக்கிறது. மலச் சேகர பையை உடம்பில் கட்டிக்கொண்டு வாழ நேர்வதென்பது எவ்வளவு வேதனையான நிலை.

கோதுமையை நீக்கினால் குணமடைந்துவிடும் வெண்டியின் நிலைமையை தெளிவாகக் குறிப்பிட்டுச் சொல்ல எந்தவொரு பெயரும் இதுவரை கண்டுபிடிக்கப்படவில்லை. கோதுமை ஒவ்வாமை தொடர்பாக மருத்துவ உலகுக்கு இன்னும் தெரிய வந்திராத விஷயங்களை அவருடைய வாழ்க்கை அனுபவம் நமக்கு எடுத்துச் சொல்லுகிறது. பெரும்பாலான அந்தவகை உபாதைகள் மிகவும் அபாயகரமானவையாக வேதனை நிரம்பியவையாக இருக்கின்றன. தீர்வோ மிக மிக எளிமையானது.

மேலே பட்டியலிடப்பட்டிருப்பவை நீங்கலாக ஏராளமான பிரச்னைகள் செலியாக் அல்லது நோய் எதிர்ப்பு சக்திப் பிறழ்வு மூலமான க்ளூடென் ஒவ்வாமை நோயினால் ஏற்படுகின்றன. இதுவரை இப்படியான பாதிப்பு வெகு குறைவாகத்தான் இருந்துவந்திருக்கிறது. க்ளூடென் மூலமாக நம் உடம்பில் பாதிக்கப்படாத உறுப்பு என்று எதுவுமே இல்லை என்பதற்கு போதிய தரவுகள் கிடைத்துவிட்டிருக்கின்றன. கண்கள், மூளை, மூக்கு, நுரையீரல், எலும்புகள் என எதை எடுத்துக்கொண்டாலும் க்ளூடென் எதிர் உயிரிகள் அங்கெல்லாம் சென்று பாதிப்பை ஏற்படுத்தியதற்கான ஆதாரங்கள் கிடைத்திருக்கின்றன.

க்ளூடென் சாப்பிடுவதால் ஏற்படும் பின்விளைவுகள் மலைக்க வைக்கும் அளவுக்கு மிக மிக அதிகமாக இருக்கின்றன. எந்த உறுப்பையும் எந்த வயதிலும் எந்த ரூபத்திலும் தாக்கக்கூடும். செலியாக் நோயை வெறும் வயிற்றுப் போக்கு நோய் என்று நினைப்பது அதை குறைத்து மதிப்பிடுவதற்குச் சமம். மிகவும் தவறானது மட்டுமல்ல அபாயகரமானதும்கூட. பல மருத்துவர்கள் இன்று அந்தத் தவறையே செய்கிறார்கள்.

கோதுமையும் பங்கி ஜம்பிங்கும்

கோதுமையைச் சாப்பிடுவது என்பது பனி மலை ஏறுவதுபோல், பங்கி ஜம்பிங் போல் அபாயகரமான சாகசம்தான். நாம் சாப்பிடும் உணவுகளில் அதிக இறப்புகளுக்குக் காரணம் கோதுமைதான்.

ஷெல் ஃபிஷ், நிலக்கடலை போன்றவை அலர்ஜியை உருவாக்கக் கூடியவை (உதா அனபைலக்சிஸ்). அது அபாயகரமானதாகவும் மிக அரிதான நேரங்களில் மரணத்தையே சம்பவிக்கவும் கூடும். ஆனால், கோதுமை தொடர்ந்து சாப்பிட்டு வந்து இறந்தவர்கள் மட்டுமே கணிசமாக எண்ணிக்கையில் இருக்கிறர்கள். 8.8 வருடங்கள் தொடர்ந்து மேற்கொண்ட ஓர் ஆய்வில் செலியாக் நோய் இருந்தவர்கள் அல்லது செலியாக் நோய் இல்லாமல் ஆனால், எதிர் உயிரி பரிசோதனையில் செலியாக் கிருமிகள் இருப்பதாகக் கண்டுபிடிக்கப்பட்டவர்களில் 29.1% பேர் மற்றவர்களைவிட இறக்க வாய்ப்பு அதிகமாக இருப்பதாக ஆய்வுகளில் தெரியவந்துள்ளது. இருபது வயது மற்றும் அதை விடக் குறைந்தவர்களில் க்ளூடென் உணவு உண்டவர்களில் மரணம் அதிகம் நடந்திருக்கிறது. அதற்கு அடுத்ததாக 20லிருந்து 39 வயதுக்குட்பட்டவர்களில் அதிகம் பேர் இறந்திருக்கிறார்கள்.

2000த்துக்குப் பிறகு எல்லா வயதுகளிலும் இறப்பவர்களின் எண்ணிக்கை அதிகரிக்கத் தொடங்கியிருக்கிறது. 2000க்கு முன்பாக இறந்தவர்களோடு ஒப்பிடுகையில் கோதுமை க்ளூடென் எதிர் உயிரி பரிசோதனையில் கிருமிகள் இருப்பதாகவும் செலியாக் நோய் இல்லாமலும் இருந்தவர்கள் அதிகம் இறந்திருக்கிறார்கள்.

பச்சை மிளகு சாப்பிட்டோ பூசணிக்காய் சாப்பிட்டோ புளூபெர்ரி சாப்பிட்டோ வெண்ணெய் சாப்பிட்டோ யாரும் இறக்கவில்லை. கோதுமை சாப்பிட்டுத்தான் அதிகம் பேர் இறந்திருக்கிறார்கள். இந்த இறப்புகள் நிகழ உங்களுக்கு செலியாக் நோய் வந்தாக வேண்டும் என்று அவசியமும் இல்லை.

இருந்தும் அமெரிக்க உணவுக் கழகம் கோதுமையை அதிகம் சாப்பிடும்படி ஆலோசனை கூறுகிறது. சிகரெட் பாக்கெட்களில் ‘சிகரெட் குடிப்பது உயிரைக் குடிக்கும்’ என்று எச்சரிக்கை எழுதி வைப்பதுபோல் கோதுமை உணவுப் பொருள் பாக்கெட்களிலும் எழுதி வைப்பதில் தவறில்லை என்றே எனக்குத் தோன்றுகிறது.

நினைத்துப் பாருங்கள்...

தலைமை அறுவை சிகிச்சை நிபுணரின் எச்சரிக்கை: கோதுமையை எந்த வகையில் உட்கொண்டாலும் அது மிக மோசமான விளைவு களை ஏற்படுத்தும்.

2010 ஜூன் மாதம் சிகரெட் பாக்கெட்களில் ‘மிதமானது’, ‘குறைவான கெடுதல் விளைவிக்கக்கூடியது’ என்பது போன்ற ஏமாற்று வாசகங்களை நீக்கிவிடும்படி உத்தரவு பிறப்பித்தது. ஏனென்றால் எல்லாவகை சிகரெட்களும் உடம்புக்குக் கெடுதல் என்பதால் மிதமான குறிப்புகள் எதையும் வெளியிடக்கூடாது என்று அமெரிக்க எஃப்.டி.ஏ. சிகரெட் உற்பத்தியாளர்களுக்கு உத்தரவிட்டது. முழு தனியம், அதிக நார்ச்சத்து, பல் தானிய உணவு என்பது போன்ற விளம்பரங்களும் அதுபோலவே அபாயகரமானதுதானே. எல்லா கோதுமையும் கெட்டதுதானே. அவற்றுக்கும் அப்படி ஓர் உத்தரவு வந்தால் நன்றாக இருக்குமல்லவா?

யுனைட்டட் கிங்டமில் எண்பது லட்சம் பேரில் 4,700 பேருக்கு செலியாக் நோய் இருந்தது கண்டுபிடிக்கப்பட்டது. அவர்களுக்கு என்னவிதமான நோய்கள் வருவதாகத் தொடர்ந்து மூன்றரை வருடங்கள் ஆய்வு செய்து பார்த்ததில் 30% பேருக்கு ஏதோவொருவகை கேன்சர் வந்ததாகக் கண்டுபிடிக்கப்பட்டது.

இத்தனைக்கும் மூன்றரை வருடங்கள் மட்டும்தான் ஆய்வு செய்யப்பட்டது. பெரும்பாலானவர்களுக்கு குடல் சார்ந்த புற்றுநோய்தான் வந்திருந்தது.

ஸ்வீடனைச் சேர்ந்த 12,000 செலியாக் நோயாளிகளில் 30% பேருக்கு கேஸ்ட்ரோ இண்டெஸ்டினல் புற்றுநோய் வரும் வாய்ப்புகள் அதிகமாக இருந்தது. அதிகம் பேரை ஆய்வு செய்து பார்த்ததால் சிறுகுடல் லிம்போமஸ், தொண்டைப் புற்றுநோய், எசோபகஸ், பெருங்குடல் புற்றுநோய், கல்லீரல் மற்றும் பித்த நாள புற்றுநோய்கள், பான்க்ரியாஸ் புற்றுநோய் என பல வகைகளில் புற்றுநோய்கள் வர வாய்ப்பு இருப்பது தெரியவந்தது. முப்பது வருடங்கள் தொடர்ந்து செய்த ஆய்வில் இருந்து செலியாக் நோய் இல்லாதவர்களைவிட இந்த நோய் இருப்பவர் களின் இறப்பு விகிதம் இரு மடங்கு அதிகரித்திருப்பது தெரியவந்தது.

செலியாக் எதிர் உயிரி பரிசோதனையில் நோய் இருப்பதுபோலவும் குடல் பரிசோதனையில் நோய் இருப்பதாக எந்த அறிகுறியும் இல்லாமல் இருக்கும் செலியாக் நோயை தூங்கும் செலியாக் நோய் என்று சொல்கிறேன். ஆய்வுக்கு எடுத்துக்கொண்ட 29,000 பேரில் தூங்கும் செலியாக் நோய் இருந்தவர்களில் 30-49% பேருக்கு உயிரைப் பறிக்கும் புற்றுநோய்கள், இருதய நோய்கள், சுவாசப் பிரச்னை நோய்கள் வரும் வாய்ப்பு அதிகமாக இருந்ததாகத் தெரியவந்தது. அந்த நோய் தூங்கிக் கொண்டிருக்க லாம். இறந்துவிடவில்லை. அது உயிருடன்தான் இருக்கிறது.

செலியாக் நோயோ அதாவது நோய் எதிர்ப்புசக்திப் பிறழ்வு மூலமான க்ளூடென் ஒவ்வாமை நோய் கண்டுபிடிக்கப்பட முடியாமல் இருந்தால் சிறு குடலில் நான்-ஹாட்கின்ஸ் லிம்ஃபோமா வர வாய்ப்பு உண்டு. இந்த நோய்க்கு சிகிச்சை மிகவும் கடினம். உயிரிழப்பில்தான் போய் முடியும். செலியாக் நோய் இருப்பவர்களுக்கு இந்த நோய்க்கான சாத்தியக்கூறு இந்த நோய் இல்லாதவர்களைவிட நாற்பது மடங்கு அதிகம். க்ளூடென்னை உணவில் இருந்து நீக்கியதும் ஐந்தாண்டுகளில் இந்த அபாயம் நீங்கிவிட்டதும் தெரியவந்தது. செலியாக் நோய் இருப்பது தெரிந்த பிறகும் க்ளூடென்னை நீக்காமல் இருக்கிறவர்களுக்கு லிம்ஃபோமா நோய் வர 77 மடங்கு வாய்ப்பு அதிகமாக இருக்கிறது. வாய், தொண்டை புற்றுநோய்கள் வரவும் எஸோபகஸ் வரவும் 22 மடங்கு வாய்ப்பு அதிகம்.

இதைக் கொஞ்சம் யோசித்துப் பாருங்கள்.

கோதுமையினால் செலியாக் நோய் வருகிறது. அல்லது நோய் எதிர்ப்பு சக்திப் பிறழ்வு மூலமான க்ளூடென் ஒவ்வாமை நோய் வருகிறது. அந்த நோய் ஒருவருக்கு வந்திருப்பது பெரும்பாலும் கண்டுபிடிக்கப்படுவதே இல்லை. இந்த நோய் இருப்பவர்களில் 10% பேர் மட்டுமே அது இருப்பதைத் தெரிந்துகொண்டிருக் கிறார்கள். 90 சதவிகிதம் பேருக்கு அந்த நோய் இருப்பதே தெரியாது. கேன்சர் பலருக்கு வரத்தான் செய்திருக்கிறது. ஆம், கோதுமைதான் கேன்சருக்குக் காரணம். மேலும் அது முற்றிலும் சந்தேகப்படவே முடியாத நபர்களுக்கு வருகிறது.

ஒரு பாலத்தின் மீதிருந்து குதித்து 200 மீட்டர் நீள எலாஸ்டிக் கயிறில் தொங்கும்போது உங்களுக்கு ஏதோ ஒரு முட்டாள்த் தனமான சாகசத்தைச் செய்கிறீர்கள் என்பது உங்களுக்குத் தெரிந்திருக்கும். ஆனால், ஆரோக்கியமான முழு தானியங்களை உண்பதென்பது பங்கி ஜம்பிங்கைவிட அபாயமான முட்டாள்த் தனம் என்று யாரேனும் நம்புவார்களா..?

லிப்ஸ்டிக் உதடுடன் வேஃபர்ஸ் சாப்பிடாதீர்கள்...

கோதுமையைத் தவிர்ப்பது மிகவும் எளிதான செயல்போலத் தோன்றினாலும் அதனுடைய மோசமான பின்விளைவுகள் தெரிந்த பிறகும் செல்டிக் நோய் பாதிக்கப்பட்டவர்களால் கோதுமையைக் கைவிடவே முடியாது. அது இல்லாத இடமே இல்லை. உணவுகளாக இருக்கிறது. மருந்துகளில் இருக்கிறது. அலங்காரப் பொருட்களிலும் அது இருக்கிறது. அதை விலக்கவே முடியாது.

காலை உணவை எடுத்துக்கொள்ளுங்கள்... அது கோதுமை உணவின் கண்ணிவெடிகளால் நிறைந்தது. நொறுக்குத் தீனிகளை எடுத்துக்கொள்ளுங்கள்... கோதுமை இல்லாத ஒன்றைக் கண்டு பிடிப்பது மிகவும் சிரமம். புதிய மருந்து ஒன்றைச் சாப்பிட்டுப் பாருங்கள். அந்த மருந்தில் கொஞ்சம் போல கோதுமை இருக்கும். அது உங்களுக்கு வயிற்றுப்போக்கையும் வலியையும் உருவாக்கும். சூயிங் கம்மை எடுத்தால் அதில் காகிதத்தில் ஒட்டாமல் இருக்கப் பயன்படுத்தப்பட்டிருக்கும் மாவு கெட்ட விளைவுகளைத் தூண்டக்கூடும். பல்லைத் தேய்த்துப் பாருங்கள். அந்த பசையிலும் மாவு கலந்திருக்கும். உதட்டுச் சாயத்தில்

கோதுமைப் புரதம் கலந்திருக்கும். அதனால் வயிற்றுவலி வரும். தொண்டை எரிச்சல் வரும். சிலருக்கு கோதுமை பிரெட்டில் இருக்கும் துளியூண்டு க்ளூடென் அல்லது நக இடுக்கில் சிக்கிய க்ளூடென் அடங்கிய பசை இவை வயிற்றுக்குள் போனாலே போதும்... வயிற்று வலியும் வயிற்றுப் போக்கும் ஏற்படும். க்ளூடென் தொடர்பான பிரச்னையை நீண்ட காலத்துக்குக் கண்டுகொள்ளாமல் விட்டால் பின்விளைவுகள் ஏற்படும். இண்டெஸ்டினல் லிம்ஃபோமா போன்றவை ஏற்படும்.

செலியாக் நோய் பாதிக்கப்பட்டவர்கள் ஹோட்டல்கள், மளிகைக் கடைகள், மருந்துக்கடைகள் என எங்கு சென்றாலும் இதில் க்ளூடென் கலந்திருக்கிறதா என்று பயந்தபடியே கேட்டாக வேண்டியிருக்கும். சொற்ப சம்பளத்துக்கு வேலை பார்க்கும் கடைநிலைப் பணியாளருக்கும் அதிக வேலைப்பளுவில் திணறும் மருந்துக்கடை பணியாளருக்கும் க்ளூடென் என்றால் என்ன என்றே தெரிந்திருக்காது. ஹோட்டல்களில் பரிமாறும் நபர்கள் க்ளூடென் ஃப்ரீ உணவு என்றால் என்ன என்று உங்களையே கேட்பார்கள். நண்பர்கள் அக்கம்பக்கத்தினர், உறவினர்கள் எல்லாரும் உங்களை கோதுமை எதிர்ப்பு தீவிரவாதிபோல் பார்த்து பயப்படுவார்கள்.

எனவே, செலியாக் நோயாளிகள் மிகவும் கவனமாக கண்ணிவெடி பதித்த நிலத்தில் நடப்பதுபோல் க்ளூடென் இல்லாத இடமாகத் தேடி அலையவேண்டியிருக்கும். செலியாக் நோயின் தீவிரம் புரியாததாலும் ஆரோக்கியமான முழு தானியங்களின் செல்வாக்கு உயர்ந்துவருவதினாலும் கோதுமையின் பயன்பாடு கடந்த சில வருடங்களாக வெகுவாக அதிகரித்துவிட்டிருக்கிறது. இது செலியாக் நோயாளிகளின் நிலைமையை மேலும் மோசமாக்கி விட்டிருக்கிறது.

செலியாக் நோயாளிகள் நலக் குழு அவர்களுக்கு உதவும் வகையில் www.celiacsociety.com என ஒரு வலைதளம் ஆரம்பித்து அதில் க்ளூடென் இல்லா உணவுகள் கிடைக்கும் கடைகள், ஹோட்டல்கள், உற்பத்தியாளர்களின் பட்டியலை இடம்பெறச் செய்திருக்கிறார்கள். செலியாக் டிஸீஸ் ஃபவுண்டேஷன் (www.celiac.org) என்ற அமைப்பு இது தொடர்பான அறிவியல் பூர்வமான தகவல்களைக் கொண்டிருக்கும் பயனுள்ள வலைதள மாகும். இதில் ஒரு சிக்கலும் இருக்கிறது. சில செலியாக் நோய் தீர்ப்பு மையங்கள் க்ளூடன் ஃப்ரீ உணவுப் பொருட்களைத்

தயாரிக்கும் நிறுவனங்களிடமிருந்து பணம் பெறுகிறார்கள். க்ளூடென் ஃப்ரீ உணவாக இருந்தாலும் அவை ஜங்க் கார்போ ஹைட்ரேட்டுகளாக இருந்துவிடும் அபாயம் அதில் இருக்கிறது. எனினும் இந்த அமைப்புகள் தரும் பல தகவல்கள், கட்டுரைகள் பயனுள்ளவையாகவே இருக்கின்றன. செலியாக் ஸ்ப்ரூ அசோஷியேஷன் (www.csaceliacs.org) குறைவான வர்த்தக நோக்கம் கொண்டது. அதில் செலியாக் நோயாளிகளுக்குத் தேவையான தரவுகளைப் பதிவுசெய்து வைத்திருப்பதோடு பிராந்திய முகாம்களையும் ஒருங்கிணைத்துவருகிறது.

செலியாக் நோய் ‘லைட்’

மக்கள் தொகையில் 1% பேர் மட்டுமே இந்த நோயினால் பாதிக்கப்பட்டிருக்கிறார்கள். ஆனால், குடல் சார்ந்த வேறு இரண்டு நோய்கள் கூடுதல் நபர்களைப் பாதிக்கின்றன. ஐ.பி.எஸ். (இரிட்டபிள் பவுல் சிண்ட்ரோம்), ஆசிட் ரிஃப்ளெக்ஸ் என்ற இரண்டு நோய்கள் அதிகம் பேருக்கு வருகின்றன. இவை இரண்டையுமே செலியாக் நோயின் மிதமான வடிவம் ‘செலியாக் லைட்’ என்று அழைக்கிறேன். ஐ.பி.எஸ். நோய் பலருக்கும் ஏற்பட்ட நிலையிலும் அதுபற்றிய போதுமான மருத்துவ புரிதல் இன்னும் கிடைத்திருக்கவில்லை. வயிற்று வலி, வயிற்றுப் போக்கு அல்லது மலச்சிக்கலும் வயிற்றுப்போக்கும் கலந்து கலந்து வருதல் என இந்த நோயானது 5-20% மக்களை பாதிக்கிறது. இந்த நோய் வந்தவர்களுடைய குடல் வெகுவாக பாதிக்கப்பட்டிருக்கும். உங்களுடைய நிகழ்ச்சி நிரல்களை எல்லாம் அது கலைத்துப்போட்டுவிடும். எண்டாஸ்கோபிகள், கொலோனோஸ்கோப்பிகள் என எல்லா ஆய்வுகளும் மேற்கொள்ளப்படும். என்ன காரணம் என்பதைக் கண்டுபிடிக்க முடிவதில்லை என்பதால் பொதுவாக இதைப் பெரிதாக யாரும் பொருட்படுத்துவதில்லை; அல்லது மனச்சோர்வு நீக்க மருந்து களைக் கொடுத்துவிடுவார்கள்.

வயிற்றில் இருக்கும் அமிலமானது அது இருக்க வேண்டிய இடத்தை விட்டு வெளியே வந்து எசோபகஸ் பகுதிக்கு வந்துவிடுவதால் ஏற்படும் எரிச்சல் உணர்வுதான் ஆசிட் ரிஃப்ளெக்ஸ் நோய் ஆகும். எசோபகஸ் பகுதிக்கு வயிற்று அமிலப் பொருட்களைச் சமாளிக்கும் திறன் கிடையாது. காரின் பெயிண்டை ஆசிட் கரைப்பதுபோலவே எசோபகஸுக்கு வந்து

அமிலமும் அந்தப் பகுதியை அரித்துவிடும். பொதுவாக நெஞ்சு எரிச்சல், வாயில் கசப்பு சுவை என இதன் அறிகுறிகள் தென்படும்.

ஐ.பி.எஸ்., அமில எரிச்சல் என்ற இந்த இரண்டு நோய்களும் செலியாக் நோயுடன் இணைந்தும் இணையாமலும் என இரண்டு விதமாக வரும். ஐ.பி.எஸ். நோய் உள்ளவர்களில் 4% பேருக்கு செலியாக் நோய் இருக்க வாய்ப்பு உண்டு. அமில எரிச்சல் கொண்டவர்களில் 10% பேருக்கு செலியாக் நோய் இருக்க வாய்ப்பு உண்டு. மாறாக செலியாக் நோய் உள்ளவர்களில் 55% பேருக்கு ஐ.பி.எஸ். மாதிரியான உபாதைகள் இருக்கும். 7-19%த்தினருக்கு அமில எரிச்சல் நோய் இருக்கும். கோதுமையை உணவில் இருந்து நீக்குவதால் 75% செலியாக் நோயாளிகளுக்கு அமில எரிச்சல் நோயும் குணமடைந்துவிட்டிருக்கிறது. ஆனால், செலியாக் நோய் இல்லாதவர்கள் கோதுமையை நீக்காமல் இருப்பதால் அமில எரிச்சல் நோய்க்கு மருந்து சாப்பிட்டு குணமடைந்த சில வாரங்களிலேயே மீண்டும் அந்த உபாதையால் பாதிக்கப்பட்டவண்ணம் இருக்கிறார்கள். கோதுமைதான் பிரச்னைக்குக் காரணமாக இருக்குமா..?

கோதுமையை உணவில் இருந்து நீக்குங்கள். அமில எரிச்சல் குணமாகிறது. ஐ.பி.எஸ். குணமாகிறது. செலியாக் நோய் இல்லாமல் ஐ.பி.எஸ் மற்றும் அமில எரிச்சல் கொண்ட நோயாளிகளில் க்ளூடென் என்ன தாக்கத்தை ஏற்படுத்தும் என்பது பற்றிய யூகங்களை பல ஆய்வாளர்கள் முன்வைத்திருக்கும் நிலையிலும் கோதுமைக்கும் அந்த நோய்களுக்கும் உள்ள தொடர்பை யாரும் புரிந்துகொண்டு அங்கீகரிக்கவில்லை. என்னிடம் வந்த நோயாளிகளில் செலியாக் நோய் இருந்தவர்கள் இல்லாதவர்கள் என எந்த வித்தியாசமும் இல்லாமல் ஐ.பி.எஸ், அமில எரிச்சல் நோய் இருந்தவர்கள் அனைவருமே கோதுமையை உணவில் இருந்து நீக்கியதன் மூலம் அந்த நோய்களில் இருந்து பகுதி நிவாரணம் அல்லது பூரண குணமடைந்து விட்டிருக்கிறார்கள்.

செலியாக் நோய் உங்களை விடுவிக்கட்டும்

செலியாக் நோய் நிரந்தரமானது. வந்தால் போகாது. க்ளூடென்னை பல ஆண்டுகள் உணவில் சேர்க்காமல் இருந்தாலும் மீண்டும் க்ளூடென்னை என்றேனும் சேர்த்துக் கொண்டால் உடனே அந்த நோய் தலைதூக்கிவிடும்.

ஏனென்றால், அந்த நோய் ஒருவகையில் மரபணு மூலமாகத் தீர்மானிக்கப்பட்டதாக இருக்கும். ஆரோக்கியமான உணவு, உடல் பயிற்சி, எடைக் குறைப்பு, ஊட்டச்சத்துகள், மருந்துகள், அன்றாட எனிமா என எதன் மூலமும் அதைக் குணப்படுத்திவிட முடியாது. நீங்கள் உயிருடன் இருக்கும் வரை அந்த நோய் உங்களுடனே இருக்கும். எப்போது க்ளூடென் உடம்பில் சேர்ந்தாலும் வயிற்றுப் போக்கு போல் ஏதேனும் உடனே தெரியும் உபாதையாக இல்லாவிடினும் ஏதேனும் ஒரு பின்விளைவு ஏற்பட்டே ஆகும்.

ஆனால், செலியாக் நோய் இருக்கிறது என்றால் மீட்சியே இல்லை என்று அர்த்தமில்லை. கோதுமை இல்லாத உணவும் சுவையாகவே இருக்கும். இன்னும் சொல்லப்போனால் கோதுமை உணவுகளைவிட சுவையாக இருக்கக்கூடும். கோதுமை உணவை நீக்குவதன் மூலம் கிடைக்கும் இன்னொரு நன்மை என்ன வென்றால் நீங்கள் உணவின் முக்கியத்துவத்தைப் புரிந்துகொண்டு செயல்படுவீர்கள். உங்களை அறியாமலேயே உங்களை மயக்கி வழிநடத்தும் பொருட்கள் இல்லாமல் போவதால் ஒரு உணவை உடம்புக்கு சக்தி தேவை என்பதால் சாப்பிடுவீர்கள். அந்த உணவின் சுவையும் உங்களுக்கு உவப்பானதாகவே இருக்கும். எனவே செலியாக் நோய் என்பது சாபமல்ல. அது உங்களுக்கு விடுதலை தரும் ஒரு வரமே.

- 7 -

நீரிழிவு தேசம் : கோதுமை மற்றும் இன்சுலின் செயலின்மை

நான் அதன் தாடையில் ஓங்கி ஒரு எத்துவிட்டிருக்கிறேன். உடம்பில் குத்துகள் விட்டிருக்கிறேன். கடுமையாகத் திட்டியிருக் கிறேன். இப்போது நீரிழிவு நோயை நேருக்கு நேராகக் கண்ணோடு கண் பார்த்து மோதுகிறேன்.

நான் சிறுவனாக இருந்தபோது நியூ ஜெர்ஸியில் இருக்கும் லேக் ஹியவதா பகுதியில் வசித்து வந்தேன். என் அம்மா அங்கிருக்கும் யாரையாவது சுட்டிக்காட்டி 'சூப் போன் கிளப்'பின் (soup bone club) தலைவர் என்று சொல்லுவார். ஐந்தாயிரம் பேர் இருக்கும் அந்தப் பகுதியின் தாதாவாகத் தன்னைக் கருதிக் கொள்பவர்களை அவர் அப்படித்தான் சொல்வார். தான் மட்டும் அதிபராகத் தேர்ந்தெடுக்கப்பட்டால் அமெரிக்காவின் அனைத்து பிரச்னை களையும் எப்படியெல்லாம் தீர்ப்பேன் என்பது பற்றி அவருடைய தோழியின் கணவர் ஒரு நாள் புலம்பித் தள்ளினார். இத்தனைக்கும் அவர் வேலையில்லாதவர். முன் பல் இரண்டு கிடையாது. கடந்த இரண்டு வருடங்களில் குடித்துவிட்டு வண்டி ஓட்டியதற்காகக் கைது செய்யப்பட்டிருக்கிறார். அதனால் வரை என் அம்மா 'சூப் போன் கிளப்'பின் அதிபராக்கினார்.

கோதுமையும்கூட அப்படித்தான் படு மோசமான தானியங்களில் தலைவனாக நியமிக்கப்படவேண்டிய ஒன்று. இருக்கும் கார்போ ஹைட்ரேட் உணவுகளிலேயே மிக மோசமானது கோதுமைதான். நீரிழிவு நோயில் நம்மைத் தள்ளிவிடக்கூடியது. குடிகாரனைப் போன்றது. குளிக்கவே செய்யாதவனைப் போன்றது. அழுக்குத் துணிகளையே போட்டுக்கொண்டிருப்பவனைப் போன்றது. இருந்தும் நார்ச்சத்து மிகுந்தது, சிக்கலான கார்போஹைட்ரேட், ஆரோக்கியமான முழு தானியம், என ஆரோக்கிய உணவின் ஆலோசகர்கள் அதைப் பெருமிதப்படுத்துகிறார்கள்.

கோதுமை ரத்தத்தில் சர்க்கரை அளவை வெகுவாக அதிகரிக்கிறது. க்ளூகோஸ்-இன்சுலின் சுழற்சியைத் தூண்டுகிறது. அதனால் சாப்பிட்டதும் வயிறு நிறைந்ததுபோன்ற உணர்வும் இரண்டுமணி நேரத்தில் அகோரப் பசியுமாக அலைக்கழிக்கிறது. எக்ஸார்பின் எனும் போதை போன்ற பொருளை உற்பத்தி செய்கிறது. எனவே, நீரிழிவு நோயை வராமல் தடுக்கவோ வந்த நோயைப் போக்கவோ அதன் தீய விளைவுகளைக் குறைக்கவோ செய்யவேண்டியது அதாவது, கோதுமையை உணவில் இருந்து நீக்குவது மிக மிக அவசியம். நீங்கள் கார்போஹைட்ரேட்டுகளைச் சாப்பிட்டபடியே வால் நட்களை நீக்குவதாலோ பேகன் நட்களை நீக்குவதாலோ நீரிழிவு நோயின் அபாயத்தில் இருந்து தப்பிக்க முடியாது. அனைத்து மாமிச உணவையும் தவிர்த்தாலும் நீரிழிவு நோயின் தாக்கத்தில் இருந்து தப்பிக்கவே முடியாது.

ஆனால், கோதுமையை நீக்கினால் ரத்தத்தில் சர்க்கரை அளவு அதிகரிப்பதை நிறுத்த முடியும். போதை எக்ஸார்பின்கள் சுரக்காது. அதிக பசி எடுக்காது. க்ளூகோஸ்-இன்சுலின் சக்கரசுழற்சி நின்றுவிடும். அந்தச் சுழற்சி இல்லையென்றால் அதீதப் பசியோ உணவு மீதான அடிமைத்தனமோ இருக்காது. சக்திக்குத் தேவை யானதை மட்டும் சாப்பிடுவீர்கள். பசி குறைந்தால் உட்கொள்ளும் கலோரி அளவு குறையும். தொந்தி குறையும். இன்சுலின் செயலின்மை குறையும். ரத்தத்தில் சர்க்கரை அளவு குறையும். நீரிழிவு நோய்க்காரர்கள் இயல்பான மனிதர்களாகிவிட முடியும். நீரிழிவு நோய் வர சாத்தியம் உள்ளவர்கள் அதில் இருந்து தப்பி விடலாம். ரத்தக் கொதிப்பு, இன்ஃப்ளமேட்டரி செயல்பாடுகள், க்ளைகேஷன், சிறிய LDL துகள்கள், டிரை கிளிசரைடுகள் என எதுவுமே இருக்காது. கோதுமையை நீக்குங்கள்... இந்த அனைத்து தீமைகளையும் நீக்கிவிடமுடியும். கை நிறைய மாத்திரையை முழுங்க வேண்டி வராது. ஆயுள் காலம் குறையாது.

ஒரு நிமிடம் அதை யோசித்துப் பாருங்கள்.

தனிப்பட்ட அளவிலும் சமூக அளவிலும் நீரிழிவுக்கான செலவுகள் மிக மிக அதிகம். அமெரிக்காவில் ஒருவருக்கு ஐம்பது வயதில் நீரிழிவு இருப்பதாகத் தெரியவந்தால் 180,000 டாலரில் இருந்து 250,000 டாலர் வரை செலவிட நேர்கிறது. நீரிழிவு நோய் இல்லாத அமெரிக்கரைவிட எட்டு வருடங்கள் முன்பாகவே இறந்து விடுகிறார். மது-சிகரெட் குடித்தோ, போதைப் பொருள் உட்கொண்டோ அல்ல; நீங்கள் சாப்பிடும் சாதாரண உணவினால் உருவாகும் நோயால் இவை நடக்கின்றன; குறிப்பாக கோதுமையை உண்பதால்.

கோதுமையை நீக்குவதால் நீரிழிவு நோயாளிகளின் உடலில் ஏற்படும் நன்மைகளைப் பற்றிப் பேசும்போது அதை கார்போ ஹைட்ரேட் தொகுப்புக்குள் இணைத்தே பார்ப்பதால் அதன் முக்கியத்துவம் குறைந்துபோய்விடுகிறது. உடல் ஆரோக்கியம் பற்றிய அக்கறை கொண்டவர்கள் கொழுப்பைக் குறைத்து ஆரோக்கியமான முழு தானியங்களை அதிகம் சாப்பிடவேண்டும் என்ற நோக்கில் செயல்படுகிறார்கள். அவர்களுடைய உணவில் 75% கார்போஹைட்ரேட் கலோரிகள் கோதுமையில் இருந்து கிடைக்கிறது. வேறு வினையே வேண்டாம். அந்த கோதுமை மூட்டைகள் உங்களை நீரிழிவு நோயின் புதை மணலில் அழுத்திக் கொல்ல தாராளம் போதுமானது. ஆனால், கோதுமையை மட்டுமே நீங்கள் நீக்கிவிட்டால் புதை மணலில் சிக்காமல் மீண்டுவிடலாம்.

தேன் போல் இனிக்கும் சிறு நீர்

கோதுமையும் நீரிழிவு நோயும் ஒன்றோடு ஒன்று பின்னிப் பிணைந்தவையே. நீரிழிவு நோயின் வரலாறு என்பது கோதுமையின் வரலாறே. எங்கெல்லாம் கோதுமை உண்டோ அங்கெல்லாம் நீரிழிவு நோயும் உண்டு. எங்கெல்லாம் நீரிழிவு நோய் இருக்கிறதோ அங்கெல்லாம் கோதுமை உண்டு. நவீன காலகட்டத்துக்கு முன்பு வரை அது சோம்பேறிப் பணக்காரர்களின் நோயாகவே இருந்தது. அதன் பின்புதான் அனைத்து தரப்புகளிலும் ஊடுருவி இருக்கிறது. அது மக்கள் நோயாக மாறிவிட்டது.

முதன் முதலாக கோதுமையைப் பயிரிட்டு அறுவடை செய்த நியோலித்திக் மனிதர்களிடம் நீரிழிவு நோய் இருந்ததாகத்

தெரியவில்லை. விவசாயமே ஆரம்பித்திருக்காத அதற்கு லட்சம் வருடங்களுக்கு முந்தைய பேலியோலித்திக் காலகட்டத்தில் இது நிச்சயம் இருந்திருக்கவே இல்லை. தானியங்களை உண்பதற்கு முன்பாக வேட்டை-காய்கனி சேகர காலகட்டத்தில் வாழ்ந்த மனிதர்களில் ஒருவர் கூட நீரிழிவு நோயால் இறந்ததாகவோ நீரிழிவு நோய் இருந்ததாகவோகூட எந்தவொரு அகழ்வாராய்ச்சித் தடயமும் கிடைத்திருக்கவில்லை. மனிதர்கள் தானியங்களை உண்ணத் தொடங்கியதைத் தொடர்ந்தே தொற்று நோய்கள், எலும்பு நோய்கள், குழந்தை இறப்பு, ஆயுள் குறைவு, அப்படியே நீரிழிவு ஆகிய நோய்களுக்கான அகழ்வாராய்ச்சித் தடயங்கள் கிடைக்கத் தொடங்கியுள்ளன.

உதாரணமாக, கி.மு.1534ம் ஆண்டைச் சேர்ந்த எகிப்தியரான எபர் பெபிரஸ் கோதுமையை அதிகம் சாப்பிடுவதால் சிறுநீர் அதிகம் வெளியாவது பற்றி எழுதியிருக்கிறார். டயப்டீஸ் டைப்-2 பற்றி கி.மு. ஐந்தாம் நூற்றாண்டைச் சேர்ந்த பாரத மருத்துவர் சுஷ்ருதர் குறிப்பிட்டிருக்கிறார். அந்த நோயை மதுமேக நோய் (தேன்போன்று இனிக்கும் சிறுநீர்) என்று குறிப்பிட்டிருக்கிறார். எறும்புகள், ஈக்கள் அதை மொய்த்ததை வைத்தும் அதன் இனிப்புச் சுவையினாலும் (ஆம். நாவில் சில சொட்டுகள் விட்டுப் பரிசோதித்துப் பார்த்திருக்கிறார்) அதைக் கண்டுபிடித்திருக்கிறார். குண்டாக இருப்பதற்கும் சோர்வுக்கும் மதுமேக நோயே காரணம் என்றும் அதற்கு உடற்பயிற்சியே நல்ல சிகிச்சை என்றும் குறிப்பிட்டிருக்கிறார்.

கிரேக்க மருத்துவர் அரேடியஸ் புதிரான நீரிழிவு நோய் பற்றி கொள்கலத்தைக் காலிசெய்வதுபோல் சிறு நீர் கழித்தல் என்ற பொருளில் அழைத்தார். பல நூற்றாண்டுகள் கழித்து சிறுநீரைச் சுவைத்து அடையாளம் கண்ட டாக்டர் தாமஸ் வில்லிஸ் அதற்கு மெலிஷியஸ் (தேன் போல் இனிக்கும்) என்று பெயரிட்டார். ஆமாம். தேன் போல் இனிக்கும் சிறுநீரை கொள்கலனைக் காலி செய்வதுபோல் வெளியேற்றும் நோய்.

இன்சுலின் கண்டுபிடிக்கப்பட்டதைத் தொடர்ந்து 1920களில் தொடங்கி நீரிழிவு நோய்க்கான சிகிச்சை பெரும் பாய்ச்சலைச் சந்தித்தது. அது குழந்தை நீரிழிவு நோயாளிகளைக் காப்பாற்றியது. நீரிழிவு நோய் உள்ள குழந்தைகளின் பான்க்ரியாஸ் சுரப்பிகளால் இன்சுலினைச் சுரக்க முடியாமலிருக்கும். ரத்தத்தில் க்ளுகோஸ் தாறுமாறாக ஏறிக் கொண்டிருந்தால் அதிக சிறுநீர் மூலம்

வெளியேற முயற்சி செய்யும். இன்சுலின் இல்லாததால் க்ளூகோஸ் சத்தானது உடல் செல்களினுள் செல்ல முடியாமல் போய் வளர்ச்சி தடைபடும். வெளியில் இருந்து இன்சுலின் தரப்படவில்லையென்றால் நீரிழிவு கீட்டோஅசிடோசிஸ் என்று அழைக்கப்படும் நோய் உருவாகும். அதைத் தொடர்ந்து குழந்தையின் மரணம் சம்பவிக்கும். இன்சுலினைக் கண்டு பிடித்ததற்காக கனடா நாட்டு மருத்துவர் சர் ஃப்ரெடரிக் பேண்டிங்குக்கு 1923ம் ஆண்டுக்கான நோபல் பரிசு கிடைத்தது. அன்றிலிருந்து சிறுவர் முதல் பெரியவர் வரை அனைவரும் இன்சுலின் எடுத்துக்கொள்ள ஆரம்பித்தனர்.

இன்சுலின் கண்டுபிடிப்பானது குழந்தைகளை மரணத்தின் பிடியில் இருந்து காப்பாற்றியது உண்மையே. எனினும் பெரியவர் களில் ஏற்பட்ட நீரிழிவு நோய் பற்றிய புரிதலை முடக்கிவிட்டது. இன்சுலின் கண்டுபிடிக்கப்பட்ட பிறகு டைப்-1, டைப்-2 நீர்ழிவு நோய்களுக்கு இடையிலான வித்தியாசம் அழிந்துபோய்விட்டது. எனவே பெரியவர்களில் நீரிழிவு நோய் டைப் -2 நோய் முற்றும் நிலைக்கு வரும்வரையில் இன்சுலின் சுரப்பில் அந்தவகை நோயாளிகளுக்குப் பிரச்னை இருப்பதில்லை என்ற உண்மை 1950களில் தெரியவந்தபோது அனைவருக்கும் ஆச்சரியமாகவே இருந்தது. உண்மையில் டைப் 2 நீரிழிவு நோயாளிகளுக்கு இயல்பானவர்களைவிட இன்சுலின் மிகவும் அதிகமாகச் சுரக்கவே செய்யும். எண்பதுகளில்தான் இன்சுலின் செயலின்மை என்ற குறைபாடு கண்டுபிடிக்கப்பட்டது. அதன்பிறகே அவ்வகை நோயாளிகளில் இன்சுலின் அளவு மிகவும் அதிகமாக இருப்பதன் காரணம் புரியவந்தது.

துரதிஷ்டவசமாக இன்சுலின் செயலின்மை என்ற குறைபாடு கண்டு பிடிக்கப்பட்ட எண்பதுகளில் கொழுப்பு மற்றும் சாச்சுரேட்டட் கொழுப்பு இவற்றைக் குறைக்க கார்போஹைட்ரேட் மடையைத் திறந்துவிடவேண்டும் என்று தீர்மானிக்கப்பட்டது. குறிப்பாக ஆரோக்கியமான முழு தானியம் என்பதுதான் கொழுப்பை அதிகம் உண்ணும் அமெரிக்கர்களைக் காப்பாற்றமுடியும் என்ற எண்ணம் உருவானது. இதனால் என்ன ஆனதென்றால் 'ஆரோக்கியமான முழு தானியங்கள்' என்ற பெயரில் மேற்கொள்ளப்பட்ட 30 வருடப் பரிசோதனை வாழ்க்கை முறையில் கோதுமை மூலமான கொழுப்பை உடம்பில் சேர்த்துக் கொண்டுவிட்டிருக்கிறார்கள்.

இதனால் என்ன ஆனது? எடை அதிகரிப்பு... உடல் பருமன்... பருத்த தொந்திகள்... முன்னெப்போதும் இல்லாத அளவுக்கு நீரிழிவு நோய் வந்தவர்கள்... நீரிழிவு நோய் வரப்போகிறவர்கள்... ஆண்கள் பெண்கள், ஏழைகள், பணக்காரர்கள், சைவ உணவு உண்பவர்கள், அசைவ உணவு உண்பவர்கள், அனைத்து இனங்கள், மதங்கள், அனைத்து வயதினர் என அனைவருமே 'தேன் போன்று இனிக்கும் சிறுநீரை கொள்கலனில் இருந்து கழித்துக் காலி செய்வதுபோல்' மளமளவெனப் பெய்துகொண்டிருக்கிறார்கள்.

முழு தானிய தேசம்

பெரியவர்களில் நீரிழிவு நோய் என்பது, தானே வேட்டையாட வேண்டியிராத, தானே நெற்றி வியர்வை நிலத்தில் சிந்தி உழ வேண்டியிராத, தனக்கான உணவைத் தன் கைகளால் செய்துகொள்ள வேண்டியிராத மேட்டுக்குடியினரின் நோயாகவே இதுகாறும் இருந்துவந்திருக்கிறது. அந்தக்கால மன்னர்களில் நிலப்பிரபுக்களில் தொந்தியும் தொப்பையுமாக இருந்தவர்களைப் பார்த்திருப்போமே அப்படி அது மேட்டுக்குடி அடையாளமே இருந்துவந்திருக்கிறது. 19-ம் நூற்றாண்டின் கடைசி பகுதியிலும் இருபதாம் நூற்றாண்டிலும்தான் சர்க்கரையின் பயன்பாடு அதிகரித்தது. எல்லா தட்டு மக்களும் அதிக அளவில் சர்க்கரை சேர்த்துக்கொள்ள ஆரம்பித்தனர். அதன்பிறகே நீரிழிவு நோய் அனைவருக்கும் வரத் தொடங்கியிருக்கிறது.

அப்படியாக 19-ம் நூற்றாண்டின் கடைசிப் பகுதியில் ஆரம்பித்து இருபதாம் நூற்றாண்டினூடாக முளைவிடத் தொடங்கிய நீரிழிவு நோய் அதன் பிறகு வலுவாக வேரூன்றிவிட்டிருக்கிறது. எனினும் 20-ம் நூற்றாண்டின் பெரும் பகுதியில் அதாவது எண்பதுகளின் நடுப்பகுதிவரை அமெரிக்காவில் பெரியவர்களிடையே நீரிழிவு நோயானது ஒப்பீட்டளவில் மிதமானதாகவே இருந்திருக்கிறது. அதன் பிறகு நிலைமை மோசமடையத் தொடங்கியது.

பத்திரிகை கிசுகிசுபோல் இன்று நீரிழிவு நோய் நுழையாத இடமே இல்லை. 2009 வாக்கில் இரண்டு கோடியே நாற்பது லட்சம் அமெரிக்கர்கள் நீரிழிவு நோயால் பாதிக்கப்பட்டிருந்தனர். அதற்கு முந்திய சில வருடங்களை ஒப்பிடுகையில் இது மிக மிக அதிகம். வேறு எந்த நோயைவிடவும் நீரிழிவு நோயே அமெரிக்கர்களில் வெகுவாக அதிகரித்துவருகிறது. உடல் பருமனை ஒரு நோய்

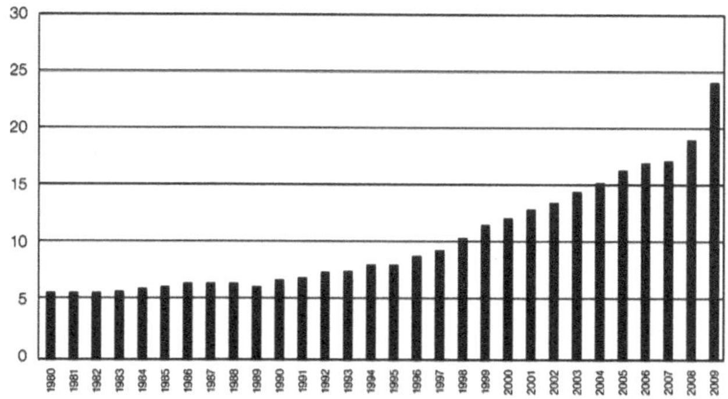

1980-2009 காலகட்டத்தில் அமெரிக்காவில் நீரிழிவு நோய் இருந்தவர்களின் சதவிகிதம். 1980களின் இறுதிப் பகுதியில் சட்டென்று எண்ணிக்கை அதிகரித்திருப்பதைக் காணமுடியும். 2009-2010 வாக்கில் அது மேலும் அதிகரித்தது. ஆதாரம்: நீரிழிவு நோய் கட்டுப்பாடு மற்றும் தடுப்பு மையம்

என்று எடுத்துக்கொண்டால் அதுவும் இதற்கு இணையாக அதிகரித்து வருகிறது. ஒன்று உங்களுக்கே நீரிழிவு நோய் இருக்கும். அல்லது உங்கள் நண்பர்கள், சக ஊழியர்கள், அக்கம் பக்கத்தினர் என யாருக்கேனும் அந்த நோய் இருக்கும். இப்படி நீரிழிவு நோய் மிக அதிகமாக இருப்பதால் உங்கள் பெற்றோருக்கும் அந்த நோய் இருக்க (அல்லது இருந்திருக்க) வாய்ப்பு உண்டு.

நீரிழிவு நோய் என்பது கடல் மட்டத்தின் மேல் தெரியும் பனிமலையின் சிறு நுனி மட்டுமே. ஒருவருக்கு நீரிழிவு நோய் வந்திருக்கிறதென்றால் மூன்று பேருக்கு வரப்போகிறது என்று அர்த்தம். வெறும் வயிற்று க்ளூகோஸ் குறைபாடு உள்ளவர்கள், க்ளூகோஸ் ஏற்புக் குறைபாடு உள்ளவர்கள், வளர்சிதை மாற்றக் குறைபாடு உள்ளவர்கள் என நீரிழிவு நோய் வரும் நிலையில் இருப்பவர்கள் என்பதற்குப் பல வரையறைகள் பலர் சொல்லியிருக்கிறார்கள். அமெரிக்காவில் பெரியவர்களில் 22-39 சதவிகிதம் பேர் நீரிழிவு நோய் வரும் நிலையில் இருக்கிறார்கள். நீரிழிவு நோய் உள்ளவர்கள், வரப்போகிறவர்கள் ஆகியோரின் மொத்த எண்ணிக்கை 2008-ல் எட்டுகோடியே பத்துலட்சம். அல்லது 18 வயதானவர்களில் மூவரில் ஒருவர் என்ற அளவு. அது 1900-ல் அமெரிக்க ஐக்கிய குடியரசில் வாழ்ந்த ஒட்டுமொத்த நபர்களைவிட அதிகம்!

நீரிழிவு நோய் வரப்போகிறவர்கள் என்பதற்கு முந்திய நிலை என்ற ஒன்றும் இருக்கிறது. உணவுக்குப் பின் அதிக ரத்தத்தில் சர்க்கரை அளவு அதிகமாக இருக்கும். டிரைகிளிசரைடுகள் மிக அதிகமாக இருக்கும். LDL துகள்கள் மிகச் சிறியதாக இருக்கும். இன்சுலின் செயலின்மை இருக்கும். இந்த நிலையில் இருப்பவர்களுக்கும் இதனால் இதய நோய், கண் பார்வைக் குறைபாடு, கிட்னி நோய்கள் வரக்கூடும். இவர்களும் நீரழிவு நோயாளியாகவும் கூடும். இப்படியானவர்களையும் எடுத்துக்கொண்டுபார்த்தால், அதிலும் கணிசமான எண்ணிக்கையிலானவர்கள் இருப்பதைப் பார்க்கமுடியும். இந்தக் குழுவில் குழந்தைகளும் இருப்பார்கள்.

இது குண்டாக இருப்பது தொடர்பான பிரச்னையோ மருந்துகள் சாப்பிடுவது தொடர்பான பிரச்னையோ மட்டுமே அல்ல. கிட்னி பாதிப்பு (40%கிட்னி பாதிப்பு நீரிழிவு நோயினால் வருகின்றன), கால் வெட்டி எடுப்பு (கால் எலும்பு தொடர்பான பிரச்னையை விட நீரிழிவுனாலேயே அதிகம் பேருக்கு காலை வெட்டி எடுக்க நேர்கிறது) போன்ற நோய்களுக்குக் காரணமான நோய். நாம் பேசுவது உண்மையிலேயே மிக மிக அபாயகரமான விஷயம்.

இது ஒரு நடுங்கவைக்கும் நவீன நிகழ்வு. மேட்டுக்குடியினருக்கு மட்டுமே முன்பு இருந்த நோய் ஒன்றின் ஜனநாயகமயப் படுத்தலால் உருவான நிகழ்வு. இந்தப் பிரச்னைக்குச் சொல்லும் தீர்வு என்ன? அதிகம் உடற்பயிற்சி செய்யவேண்டும்... நொறுக்குத் தீனியைக் குறைக்கவேண்டும். அப்படியே ஆரோக்கியமான முழு தானியத்தை அதிகம் உண்ணவேண்டும்!

பான்க்ரியாஸ் மீதான தாக்குதல்

நீரிழிவு நோயாளிகளும் நீரிழிவு நோய் வர சாத்தியம் உள்ளவர்களும் அதிகமாகத் தொடங்கியதைத் தொடர்ந்து குண்டானவர்கள், உடல் பருமன் அதிகமானவர்கள் ஆகியோரின் எண்ணிக்கையும் அதிகரிக்கத் தொடங்கியுள்ளது.

உண்மையில் அதிக எடை மற்றும் உடல் பருமனானவர்கள் அதிகரித்ததால்தான் நீரிழிவு நோயாளிகளின் எண்ணிக்கை அதிகரிக்கத் தொடங்கியிருக்கிறது என்றே சொல்லலாம். ஏனென்றால், அதிக எடைதான் இன்சுலின் செயலின்மைக்குக் காரணமாகின்றன. அதிகக் கொழுப்பு சேர்வதால்தான் நீரிழிவு நோயும் உருவாகின்றன. அமெரிக்கர்கள் எந்த அளவுக்கு

குண்டாகிக்கொண்டே போகிறார்களோ அந்த அளவுக்கு நீரிழிவு நோயால் பாதிக்கப்படும் வாய்ப்புகளும் அதிகரிக்கின்றன. 2009 வாக்கில் 26.7% அமெரிக்கர்கள் அல்லது ஏழரைக்கோடி பேருடைய பி.எம்.ஐ. அலகு 30 அல்லது அதற்கும் அதிகமாக இருந்தது. அதோடு அதிக எடை என்ற வகையான பி.எம்.ஐ.25-29 என்ற பிரிவில் வருபவர்களின் எண்ணிக்கை இதைவிட அதிகமாக இருந்தது. உடல் பருமனைக் குறைப்பது தொடர்பாக அமெரிக்க அரசு நிர்ணயித்த இலக்கில் 15% ஐக்கூட எந்த மாநிலத்தினாலும் எட்டிப்பிடித்திருக்க முடியவில்லை. இதனால் அமெரிக்க மருத்துவக் கழகம் அமெரிக்கர்களை அதிக உடற்பயிற்சி செய்யும் படியும் கொழுப்பு உணவுகளைக் குறைக்கும்படியும் அப்படியே வேறன்ன... முழு தானியங்களைஅதிகம் சாப்பிடும்படியும் சொல்லியிருக்கிறது).

எடை கூடுதலும் நீரிழிவு நோயும் ஒன்றுடன் ஒன்று பின்னிப் பிணைந்தவை. ஆனால், எந்த கிலோ எடையில் இருந்து நீரிழிவு நோய் ஆரம்பிக்கிறது என்று குறிப்பிட்டுச் சொல்லமுடிவதில்லை. அது தனிப்பட்ட நபர்களின் மரபணு அமைப்பைப் பொறுத்தது தான். ஐந்தடி ஐந்து அங்குல உயரம் கொண்ட ஒருவருக்கு 108

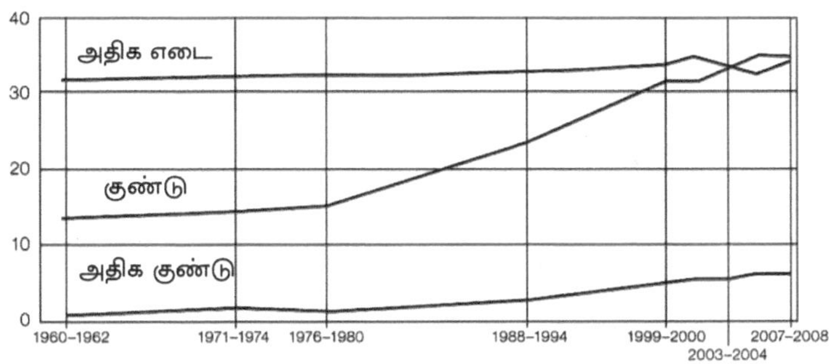

அமெரிக்கர்களில் 1960-2008 காலகட்டத்தில் அதிக எடை மற்றும் உடல் பருமன் கொண்டவர்கள் பற்றிய விவரம். பி.எம்.ஐ. 25-29 ஆக இருந்தால் அதிக எடை என்று அர்த்தம். பி.எம்.ஐ. 30 அல்லது அதற்கு மேலாக என்றால் குண்டு என்று அர்த்தம். பி.எம்.ஐ. 35க்கு மேலே என்றால் அதிக குண்டு என்று அர்த்தம். அதிக எடை கொண்ட அமெரிக்கர்களின் எண்ணிக்கை கிட்டத்தட்ட எந்த மாற்றமும் இல்லாமல் இருக்கிறது. ஆனால், குண்டு, அதி குண்டு அமெரிக்கர்களின் எண்ணிக்கைதான் மிக மிக அதிக அளவில் உயர்ந்திருக்கிறது. ஆதாரம் : நோய் தடுப்பு மற்றும் கட்டுப்பாட்டு மையம்.

கிலோவில் நீரிழிவு நோய் வரத் தொடங்கலாம். அதே நேரம் அதே எடை கொண்ட இன்னொருவருக்கு 63 கிலோ எடையிலேயே அந்த நோய் வந்துவிடக்கூடும். இவையெல்லாம் மரபணுவால் தீர்மானமாகின்றன.

இந்தப் போக்கின் செலவு மலைக்க வைக்கக்கூடியதாகும். எடை கூடுவதென்பது அதிக செலவை வைக்கக்கூடிய செயல். மருத்துவச் செலவுகளில் மட்டுமல்ல பிற விஷயங்களிலும். அடுத்த 20 ஆண்டுகளில் அரசாங்க மருத்துவ நலத் தொகைகளில் 16-18% உடல் பருமனானவர்களுக்கான செலவுகளே எடுத்துக்கொள்ளும் என்று சில அறிக்கைகள் தெரிவிக்கின்றன. மரபணுக் குறைபாடு சார்ந்த செலவுகளோ பிறப்பின் போது ஏற்படும் செலவுகளோ மன நோய்களோ, உடல் தீப்புண்களோ, போருக்குப் பிந்தைய மனச் சிதைவு சார்ந்த செலவுகளோ அல்ல; வெறுமனே குண்டாகிறவர் களுக்குச் செலவிடுவதிலேயே அரசின் பணம் காலியாகப் போகிறது. குண்டு அமெரிக்கர்களுக்குச் செலவிடும் தொகை புற்று நோய்க்குச் செலவிடப்படும் தொகையைவிடப் பல மடங்கு அதிகம். கல்விக்குச் செலவிடும் தொகையைவிட அதிகம்.

நீரிழிவு நோயாளிகள், நீரிழிவு நோய் வர சாத்தியமுள்ளவர்கள், எடைகூடியவர்கள் என இவர்களின் எண்ணிக்கை அதிகரித்ததற்கு இணையாக அதே காலகட்டத்தில் இன்னொரு விஷயமும் நடந்தேறியிருக்கிறது. சரியாக யூகித்துவிட்டீர்களே... ஆம்... கோதுமையின் பயன்பாடும் அதே காலகட்டத்தில் வெகுவாக அதிகரித்துவிட்டிருக்கிறது. எளிதில் கிடைக்கிறது என்பதினாலா, சுவையாக இருப்பதினாலா 'ஆரோக்கியம்' என்பதினாலா தெரியவில்லை... அமெரிக்கா கோதுமைப் பைத்தியமாகி விட்டிருக்கிறது. தனிநபர் ஆண்டு கோதுமைப் பயன்பாடு 1970-ல் இருந்ததைவிட 12 கிலோ அதிகரித்திருக்கிறது. குழந்தைகள், இளைஞர்கள், பெரியவர்கள் என அமெரிக்கர் அனைவரையும் ஒருசேரக் கணக்கிலெடுத்துக்கொண்டால் ஒரு சராசரி அமெரிக்கர் ஆண்டுக்கு 60 கிலோ கோதுமை உணவு உட்கொள்கிறார். 60 கிலோ என்றால் 200 பிரெட் பாக்கெட்கள் அதாவது நாளொன்றுக்கு பாதி பாக்கெட்டுக்கு மேல். இதில் இன்னொரு விஷயமும் இருக்கிறது. இது அனைத்து அமெரிக்கர்களையும் கணக்கில் எடுத்துக்கொண்டு செய்யப்பட்ட கணக்கீடு. குழந்தைகள் 200 பாக்கெட் சாப்பிட வாய்ப்பு இல்லை. எனவே இளைஞர்களும் பெரியவர்களும் அந்தப் பங்கையும் சேர்த்து அதிகமாகச் சாப்பிடுகிறார்கள் என்றே அர்த்தம்.

குழந்தைகள், சிறுவர்கள், இளைஞர்கள், பெரியவர்கள், முதியவர்கள் என அனைவருமே கோதுமையைச் சாப்பிடுகிறார்கள். ஒவ்வொரு வயதுப் பிரிவினருக்கும் ஒவ்வொருவகையான கோதுமை உணவுப் பொருட்களைப் பிடித்திருக்கின்றன. ஆனால் வகைகள் எத்தனையாக இருந்தாலும் அவை எல்லாமே ஒன்றுதான். கோதுமையின் பயன்பாடு அதிகரிக்கத் தொடங்கிய அதே காலகட்டத்தில் வேறொரு விஷயமும் அமைதியாக, ரகசியமாக நடந்தேறியது. நான்கு அடி உயர டிரைடிகம் ஏஸ்திவம் கோதுமைப் பயிருக்கு பதிலாக அதிக மகசூல் தரும் குட்டை வைக்கோல் பயிர் அறிமுகப்படுத்தப்பட்டது. அதன் க்ளூடென் கட்டமைப்புகள் மனிதர்களால் முன்னெப்போதும் உட்கொள்ளப் படாததாக இருந்தது.

உயிரியல்ரீதியாக நீரிழிவு நோய்க்கும் கோதுமைக்கும் இடையிலான தொடர்பு மிக மிகப் பொருத்தமானதாக நம்பும்படியாக இருக்கிறது. கோதுமையால் செய்யப்பட்ட உணவுகள் பிற எந்த உணவைவிடவும் ரத்தத்தில் சர்க்கரை அளவை அதிகரிக்கின்றன. அறுபது அல்லது 90 நாட்களுக்கு முந்தைய காலகட்டத்தில் உடம்பின் க்ளூகோஸ் சராசரியைக் காட்டும் HbA1c போன்ற அளவீடுகளை வெகுவாக அதிகரிக்கச் செய்கிறது. க்ளூகோஸ்-இன்சுலின் சுழற்சி உச்சத்தை எட்டுவதால் உடம்பில் கொழுப்பு அதிகம் சேகரமாகிறது. அந்த கோதுமைத் தொந்தியினால் உடம்பு இன்சுலினுக்கு எதிர்வினை புரிவது குறைந்துவிடுகிறது. இதனால் க்ளூகோஸ், இன்சுலின் ஆகியவற்றின் அளவு அதிகரித்தாக வேண்டிய நிர்பந்தம் ஏற்படுகிறது.

கொழுப்பும் நீரிழிவு நோயும் உடம்பில் அதிகரிக்கும் ஆரம்ப காலகட்டத்தில் இன்சுலின் சுரப்புக்குக் காரணமாக இருக்கும் பான்க்ரியாஸ் பீட்டா செல்களின் எண்ணிக்கையும் 50% அதிகரிக்கிறது. உடம்பு இன்சுலினுக்கு உரிய எதிர்வினை புரியாமல் போய்விடுவதால் இப்படி நடக்கிறது. ஆனால், பீட்டா செல்களின் அதிகரிப்புக்கும் ஓர் எல்லை உண்டு.

நாம் ஆசையாக எடுத்துத் தின்னும் ஒரு கேக் உடம்பில் க்ளூகோடாக்ஸிட்டி எனும் விளைவை ஏற்படுத்தும். இதனால் இன்சுலினைச் சுரக்கும் பான்க்ரியாஸின் பீட்டா செல்கள் வெகுவாக பாதிப்படையும். ரத்தத்தில் சர்க்கரையின் அளவு எவ்வளவு அதிகரிக்கிறதோ அவ்வளவுக்கு பீட்டா செல்கள் பாதிக்கப்படுகின்றன. க்ளூகோஸ் அளவு 100 mg/dl இருக்கும்

நிலையில் இருந்து இந்த பாதிப்பு ஆரம்பமாகிறது. இதைப் பெரும்பாலான மருத்துவர்கள் இயல்பு நிலை என்றே சொல்கிறார்கள். இரண்டு முழு தானிய பிரெட்டும் கொழுப்பு குறைவான டர்க்கிப்ரெஸ்டும் சாப்பிட்டால்கூட நீரிழிவு நோய் இல்லாதவரின் ரத்தத்தில் சர்க்கரையின் அளவு 140-180 ஆகிவிடும். சில முக்கியமான பீட்டா செல்களைச் சிதைக்க இதுவே போதுமானது. அப்படிச் சிதைக்கப்படும் பான்க்ரியாஸின் பீட்டா செல்கள் மீண்டும் ஒருபோதும் திரும்ப வளர்வதில்லை.

தொடர்ந்து கார்போஹைர்ட்ரேட்களை உட்கொள்வதால் டிரைகிளிசரைடுகளின் எண்ணிக்கையும் ஃபேட்டி ஆசிட்களின் அளவும் அதிகரிக்கும். இதனாலும் பீட்டா செல்கள் சிதையும். இதற்கு லிப்போடாக்ஸிட்டி என்று பெயர். நீங்கள் உட்கொள்ளும் உணவில் கார்போஹைட்ரேட் அதிகமாக இருந்தால் VLDL துகள்களும் டிரைகிளிசரைடுகளும் அதிகரிக்கும். இதனால் லிப்போடாக்ஸிக் அதிகரித்து பீட்டா செல்கள் சிதைவுறும்.

உடம்பில் சேகரமாகும் கொழுப்பினால் வேறு பல தவறான விளைவுகள் ஏற்படுகின்றன. அதனாலும் பான்க்ரியாஸ் சுரப்பி பாதிக்கப்படுகிறது. க்ளுகோடாக்ஸிட்டி, லிப்போடாக்ஸிட்டி, கொழுப்பு மூலமான பின்விளைவுகள் என இப்படியான தொடர் தாக்குதல்களினால் ஐம்பது சதவிகித பீட்டா செல்கள் அழிந்து விடுகின்றன. இந்தக் காலகட்டத்தில்தான் நீரிழிவு நோய் உடம்பில் சரி செய்ய முடியாத அளவுக்கு வலுவாகக் கால் ஊன்றுகிறது.

சுருக்கமாகச் சொல்வதென்றால் கோதுமை போன்ற கார்போஹைட்ரேட் உணவுப் பொருட்கள் ரத்தத்தில் சர்க்கரை அளவையும் இன்சுலின் சுரப்பையும் வெகுவாக அதிகரித்து அதன் மூலமான பல்வேறு தவறான பின்விளைவுகளினால் பான்க்ரியாஸின் இன்சுலின் சுரப்பு சக்தியை வெகுவாக மட்டுப்படுத்திவிடுகின்றன. பான்க்ரியாஸால் தன் இயல்புநிலைக்குத் திரும்பவே முடியாமல் போய்விடுகிறது: இதுதான் நீரிழிவு நோய்.

கார்போஹைட்ரேட்களை கார்போஹைட்ரேட்களால் எதிர்ப்பதா?

பேலியோலித்திக் அல்லது நியோலித்திக் காலகட்ட மனிதருடைய காலை உணவு என்பது காட்டாற்று மீன், ஊர்வன, பறவைகள் அல்லது பிற வேட்டையாடப்பட்ட விலங்கு (அதிகம்

வேகவைக்கப்படாமல்), இலைகள், வேர்கள், பெர்ரிகள் அல்லது பூச்சிகள் இதுவாகத்தான் இருந்திருக்கும். இன்று ஒரு கிண்ணம் நிறைய கோதுமை தானியம், மக்காசோள மாவு, ஓட்ஸ், ஃப்ரக்டோஸ் மிகுதியாக இருக்கும் சோள சிரப், சுக்ரோஸ் அனைத்தும் கலந்ததாக இருக்கும். ஆனால், இதை 'கோதுமை தானியம், மக்காசோள மாவு, ஓட்ஸ், பழச்சாறு மிகுதியாக இருக்கும் சோள சிரப், சுக்ரோஸ்' என்று சொல்லமாட்டார்கள், கௌரவமாக ஆரோக்கியமான உணவு, நார்ச்சத்து மிகுந்த உணவு, பழச்சாறு நிறைந்த உணவு என்று சொல்வார்கள். அமெரிக்கர் களைப் பொறுத்தவரையில் காலையில் முதன் முதலில் சாப்பிடும் உணவே அதிக கார்போஹைட்ரேட்டைக் கொண்டதாக இருக்கிறது. அப்படி ஆரம்பித்து அது நாள் முழுவதும் அதிகரித்துக் கொண்டே போகிறது. நமது காலகட்டத்தில் உடல் வருத்திச் செய்யும் வேலைகள் வெகுவாகக் குறைந்துவிட்டன. கடைசியாக எப்போது ஒரு விலங்கின் தோலை நீங்கள் உரித்தீர்கள்... கறியைத் துண்டு போட்டீர்கள்... மரம் வெட்டினீர்கள்... உங்கள் உடையைக் கல்லில் அடித்துத் துவைத்தீர்கள் என்று யோசித்துப் பாருங்கள். இப்படியான நிலையில் நாம் சாப்பிடும் உணவு அதிகமாகிப் போய் அதனால் நோய் வருவதென்பது சகஜம்தான்.

வேட்டையாடிய காட்டுப் பன்றியை முழுவதும் நீங்களே தின்றாலும் சேகரித்த முழு காட்டுக் கனிகளைத் தின்றாலும் நீரிழிவு நோய் வரவே வராது. ஒருவர் எத்தனை ஆம்லெட் சாப்பிட்டாலும் மீன் எவ்வளவு சாப்பிட்டாலும் வெள்ளரி எவ்வளவு சாப்பிட்டாலும் நீரிழிவு நோய்க்கு ஆளாகமாட்டார்கள். ஆனால் கோதுமை உணவு சாப்பிட்டால் அது கேக்காக இருந்தாலும் சப்பாத்தியாக இருந்தாலும் பிரெட்டாக இருந்தாலும் பிஸ்கெட்டாக இருந்தாலும் பை யாக இருந்தாலும் அதைச் சாப்பிடுபவர்கள் நிச்சயம் நீரிழிவு நோய்க்கு ஆளாவார்கள்.

நாம் முன்பே பார்த்ததுபோல் ரத்தத்தில் சர்க்கரை அளவை அதிகரிக்கும் உணவுப்பொருட்களே நீரிழிவு நோயைக் கொண்டு வருகின்றன.

விளைவுகள் மிகவும் எளியவை : கார்போஹைட்ரேட்டுகள் பான்க்ரியாஸில் இருந்து இன்சுலினை அதிகம் சுரக்கச் செய்கின்றன. அதனால் உடலில் கொழுப்பு அதிகம் சேருகிறது. அந்தக் கொழுப்பு இன்சுலின் செயலின்மையைக் கொண்டு வருகிறது. அதிக சர்க்கரை, டிரை கிளிசரைடுகள், கொழுப்பு

அமிலங்கள் எல்லாம் பான்க்ரியாஸைப் பாதிக்கும். நீண்டகாலம் வேலைப்பளுவோடு க்ளூகோடாக்ஸிட்டி, லிப்போடாக்ஸிசிட்டி போன்றவற்றின் தாக்குதலும் அதிகரிப்பதால் பான்க்ரியாஸ் செயலிழந்து ஓய்ந்து போகிறது. இதனால் இன்சுலின் குறைபாடு ஏற்பட்டு ரத்தத்தில் சர்க்கரை அளவு அதிகரித்து நீரிழிவு நோயில் போய்முடியும்.

நீரிழிவு நோய்க்குத் தரப்படும் மருந்துகள் இந்தப் படிப்படியான பாதிப்பைச் சுட்டிக்காட்டுவதாக இருக்கும். பயோகிளிட்டசோன் (அகாட்ஸ்) இன்சுலின் செயலின்மையைப் போக்க நீரிழிவு நோயின் ஆரம்ப கட்டத்தில் பரிந்துரைக்கப்படுகிறது. மெட்மார்ஃபின் என்ற மருந்து கல்லீரலில் இருந்து க்ளூகோஸ் உற்பத்தியாவதைக் குறைக்கும். பான்க்ரியாஸ் சுரப்பு செயலிழந்ததும் இன்சுலின் செயற்கையாக ஊசி மூலம் ஏற்றப்படும்.

கார்போஹைட்ரேட் உணவு உண்பதால் ஏற்படும் இப்போதைய நீரிழிவு நோய்க்கான சிகிச்சை என்பது கார்போஹைட்ரேட் உணவை அதிகரிக்கச் சொல்வதாகவே இருக்கிறது!

சில வருடங்களுக்கு முன்னால் அமெரிக்க நீரிழிவுக் கழகம் பரிந்துரைக்கும் உணவையே நீரிழிவு நோயாளிகளுக்குப் பரிந்துரைத்தேன். என் கண் முன்னே என் நோயாளிகளின் எடை கூடுவதைப் பார்த்தேன். ரத்த க்ளூகோஸ் மீதான கட்டுப்பாட்டை அவர்கள் இழப்பதைப் பார்த்தேன். அதிக மருந்துகள் தேவைப்படுவதைப் பார்த்தேன். கிட்னி நோய், நியூரோபதி போன்ற நோய்கள் வந்ததைப் பார்த்தேன். செம்மல்வெய்ஸ் சுயமாகக் கைகளைச் சுத்தம் செய்வதன் மூலம் பிரசவத் தொற்று நோயை இல்லாமல் ஆக்கியதைப்போல் அமெரிக்க நீரிழிவுக் கழகத்தின் பரிந்துரையை நிராகரித்தேன். கார்போஹைட்ரேட்டை உனவில் இருந்து நீக்கும்படி என் நீரிழிவு நோயாளிகளுக்குச் சொல்ல ஆரம்பித்தேன். என் நோயாளிகளின் ரத்த சர்க்கரை கட்டுக்குள் வந்தது. HbAlc கட்டுக்குள் வந்தது. எடை குறைய ஆரம்பித்தது. ரத்தக்கொதிப்பு, அதிக டிரைகிளிசரைடுகள் போன்ற பிரச்னைகளும் கட்டுக்குள் வந்தன.

அமெரிக்க நீரிழிவுக் கழகம் நீரிழிவு நோயை குணப்படுத்த கொழுப்பு உணவுகளைக் குறைக்கவேண்டும். சாச்சுரேட்டட் கொழுப்பைக் குறைக்கவேண்டும். 45-60 கிராம் கார்போ ஹைட்ரேட் ஒவ்வொரு நேர உணவிலும் சேர்த்துக்கொள்ள வேண்டும். நாளொன்றுக்கு நொறுக்குத் தீனிகளைக் கணக்கில்

கொள்ளாமல், சுமார் 135-180 கிராம் கார்போஹைட்ரேட் சேர்த்துக்கொள்ளவேண்டும் என்று அறிவுறுத்தியிருக்கிறது. இது அடிப்படையில் கொழுப்பு மீது அதீத பயம் கொண்ட, கார்போஹைட்ரேட்டை பிரதானமாகக் கொண்ட உணவு முறை. இதில் 55-65% சக்தி கார்போஹைட்ரேட் மூலமே கிடைக்கும். அமெரிக்க நீரிழிவுக் கழகத்தின் ஆலோசனையை நான் சுருக்கமாக இப்படிச் சொல்வேன் : சர்க்கரையையும் ரத்தத்தில் சர்க்கரை அளவை அதிகரிக்கும் உணவுகளையும் இஷ்டம் போலச் சாப்பிடுங்கள். அதற்குத் தகுந்த அளவு மருந்து மாத்திரைகளை மட்டும் மறக்காமல் எடுத்துக்கொள்ளுங்கள்.

தீயைத் தீயால் அணைப்பது பூச்சிக்கொல்லி விஷயத்தில் வெற்றி தரக்கூடும். சாதுவான-கோபமான அண்டைவீட்டாரை அப்படி நடந்துகொண்டு சமாளித்துவிட முடியலாம். ஆனால், க்ரெடிட் கார்டில் வாங்கிய கடனை மேலும் க்ரெடிட் கார்டில் கடன் வாங்கி அடைத்து மீள முடியாது. கார்போஹைட்ரேட்டை அதிகமாக உட்கொண்டு நீரிழிவு நோயில் இருந்து தப்பிக்க முடியாது.

அமெரிக்க நீரிழிவுக் கழகம் மக்களின் மனநிலையை ஊட்டச்சத்து நோக்கித் திருப்புவதில் முக்கிய பங்கு வகிக்கிறது. யாருக்காவது நீரிழிவு நோய் இருப்பதாகத் தெரியவந்தால் நீரிழிவு ஆலோசகர் அல்லது நர்ஸ் நேராக அமெரிக்க நீரிழிவுக் கழகம் சொன்ன விதிமுறைகளின்படி உணவு உட்கொள்ளச் சொல்வார்கள். ஏதேனும் மருத்துவமனைக்குள் நீரிழிவு நோயுடன் உள்ளே நுழைந்தால் மருத்துவர் அமெரிக்க நீரிழிவுக் கழக உணவு முறையைக் கடைப்பிடிக்கும்படி உத்தரவிடுவார். இந்தப் பரிந்துரைகள் ஒருவகையில் உணவுச் சட்டத்தில் இடம்பெற்ற அதிகாரபூர்வ உத்தரவைப் போன்றதுதான்.

எனக்குத் தெரிந்து சில நர்ஸ்கள், ஆலோசகர்கள் கார்போஹைட்ரேட் மூலம்தான் நீரிழிவு நோய் வருகிறது என்பதைப் புரிந்துகொண்டு அமெரிக்க நீரிழிவுக் கழகத்தின் பரிந்துரையை குப்பைக்கூடைக்கு அனுப்பிவிட்டு கார்போஹைட்ரேட்டை நிறுத்தும்படி ஆலோசனை வழங்குகிறார்கள். அவர்களுடைய இத்தகைய ஆலோசனைகள் அரசு ஆவணப் பதிவில் இடம் பெறவும் செய்யும். அதனால் அமெரிக்க நீரிழிவுக் கழகம் அந்த திமிர் பிடித்த ஆலோசகர்கள், நர்ஸ்களை பணி நீக்கம் செய்வார்கள். பழமைவாதிகளின் தீர்மானங்களை லேசாக எடைபோட்டுவிடாதீர்கள். அதிலும் மருத்துவ விஷயத்தில் கேட்கவே வேண்டாம்.

அமெரிக்க நீரிழிவுக் கழகம் பரிந்துரைக்கும் உணவு:

- முழு தானிய பிரெட்கள் (முழு கோதுமை அல்லது முழு ரை பிரெட்)
- முழு தானியம், அதிக நார்ச்சத்து உள்ள தானியம்
- ஓட்ஸ் போல் வேகவைத்த தானியங்கள், கோதுமை க்ரீம்
- அரிசி, பாஸ்தா, டோட்டிலாஸ்
- வேக வைத்த பீன்ஸ், பட்டாணி, காராமணி, பிண்டோ பீன்ஸ்
- உருளைக்கிழங்கு, பச்சைப் பட்டாணி, மக்காச்சோளம், லிமா பீன்ஸ், சர்க்கரை வள்ளிக் கிழங்கு,
- குறைந்த கொழுப்பு கொண்ட உணவுகள், சிப்ஸ்கள், கொழுப்பு இல்லா பாப்கார்ன்

சுருக்கமாகச் சொல்வதென்றால் கோதுமை, கோதுமை, மக்கா சோளம், அரிசி, கோதுமை இதுதான் நீரிழிவு நோயில் இருந்து தப்பிக்க அவர்களுடைய பரிந்துரை.

கோதுமைக்கு குட்பை... நீரிழிவுக்கு குட்பை

மவுரீன் 63 வயது பெண்மணி. அவருடைய மூன்று குழந்தைகள் வளர்ந்து பெரியவர்களாகிவிட்டனர். ஐந்து பேரக் குழந்தைகள் இருக்கிறார்கள். இதய நோய் தொடர்பான ஆலோசனை கேட்டு என்னைப் பார்க்க வந்திருந்தார். கதீட்டரைசேஷன் இரண்டு செய்துகொண்டுவிட்டிருந்தார். கடந்த இரண்டு வருடங்களில் இரண்டு ஸ்டெண்ட் சிகிச்சை பெற்றிருந்தார். கொழுப்பைக் குறைக்கும் ஸ்டானின் மருந்தை வேறு சாப்பிட்டு வந்தார்.

மவ்ரீனின் பரிசோதனை முடிவுகளில் லிப்போ ப்ரோட்டீன் ஆய்வும் இருந்தது. அதில் HDL கொழுப்பு 39 mg/dl மட்டுமே. டிரை க்ளிசரைடுகள் மிக அதிகமாக 233 mg/dl இருந்தது. சிறிய LDL துகள்கள் கொஞ்சம் அதிகமாகவே இருந்தன. 85% LDL மிகவும் சிறியதாக இருந்தன. இது மிகவும் அசாதாரணமானது.

மவ்ரீன் இரண்டு வருடங்களுக்கு முன்புதான் நீரிழிவு நோய் இருந்ததாகத் தெரியவந்திருக்கிறது. வேறு நோய்க்காக மருத்துவ மனையில் அனுமதிக்கப்பட்டபோது அது தெரியவந்திருக்கிறது. அமெரிக்க இதய நல ஆலோசனை மையமும் அமெரிக்க நீரிழிவு நோய் நலமையமும் அவருடைய உணவுப் பழக்கம் தொடர்பாக ஆலோசனை வழங்கியிருக்கின்றன. நீரிழிவு நோய்க்கு முதலில் அவருக்கு மெட்ஃபார்மின் மாத்திரை கொடுத்திருக்கிறார்கள்.

ஒரு சில மாதங்களில் கூடுதலாக மருந்து மாத்திரைகள் தேவைப் பட்டிருக்கின்றன. சமீப காலமாக ரத்தத்தில் சர்க்கரையின் அளவைக் கட்டுக்குள் வைக்க இரண்டுநாளுக்கு ஒரு முறை ஊசி போட்டுக்கொள்ளும் நிலைக்கு வந்திருக்கிறார். இன்சுலின் ஊசி போட்டுக்கொள்ள வேண்டிவரலாம் என்று அவருடைய மருத்துவர் ஆலோசனை சொல்லியிருக்கிறார்.

LDL கொழுப்பு துகள்கள் மிகவும் சிறியதாக இருப்பது... டிரை கிளிசரைடுகள் அதிகமாக இருப்பது... ஹெ.டி.எல் குறைவாக இருப்பது எல்லாமே நீர்ழிவு நோயுடன் சம்பந்தப்பட்டவையே. உணவுக் கட்டுப்பாட்டின் மூலம் இந்தப் பிரச்னைகளில் இருந்து தப்புவது எப்படி என்று அவருக்கு ஆலோசனை சொன்னேன். முக்கியமான ஆலோசனை : கோதுமையை உணவில் இருந்து நீக்குங்கள். LDL கொழுப்பு துகள்கள் அவருடைய உடம்பில் மிகவும் சிறியதாக இருந்ததால் பிற கார்போஹைட்ரேட் உணவுகளையும் சாப்பாட்டில் இருந்து நீக்கச் சொன்னேன். குறிப்பாக மக்கச்சோள மாவு, சர்க்கரை, ஓட்ஸ், பீன்ஸ், அரிசி, உருளைக்கிழங்கு இவற்றையும் சாப்பிடவேண்டாம் என்று சொன்னேன் (இது கடுமையான பத்திய உணவு. பிறருக்கு இப்படியான கட்டுப்பாடுகள் தேவைப்படாது).

அப்படிச் சாப்பிட ஆரம்பித்த முதல் மூன்று மாதங்களில் மவ்ரீனின் எடை சுமார் 12 கிலோ குறைந்தது. அவர் என்னைச் சந்திக்க வந்தபோது 112 கிலோ எடையுடன் இருந்தார். ஆரம்ப மாதங்களில் எடை குறைந்ததைத் தொடர்ந்து இரண்டு நாட்களுக்கு ஒரு ஊசி என்ற சிகிச்சையை நிறுத்திக்கொள்ள முடிந்தது. அடுத்த மூன்று மாதங்களில் மேலும் ஏழு கிலோ எடை குறைந்தது. வெறும் ஒரு மெட்ஃபார்மின் என்ற நிலைக்கு அவருடைய மாத்திரைகள் குறைந்தன.

ஒரு வருடத்தில் மவ்ரீன் மொத்தம் 22 கிலோ எடை குறைந்தது. இருபது வருடங்களுக்கு முன்பு அவர் இருந்த 90 கிலோ எடைக்கு முதன் முறையாக இப்போது வந்து சேர்ந்தார். மவ்ரீனின் ரத்த சர்க்கரை அளவு 100 க்குக் கீழே இறங்கி நிலையாக அப்படியே இருந்ததால் மெட்ஃபார்மின் மாத்திரையையும் நிறுத்திவிடும்படிச் சொன்னேன். அந்த உணவுப் பழக்கத்தை கறாராகப் பின்பற்றினார். எடை தொடர்ந்து குறைந்தவண்ணம் இருந்தது. ரத்தத்தில் சர்க்கரை அளவை இயல்பு நிலையிலேயே தக்க வைக்க அவரால் முடிந்தது.

ஒரே வருடத்தில் 22 கிலோ எடை குறைந்துவிட்டது. மவ்ரீன் நீரிழிவு நோய்க்கு குட்பை சொன்னார். அவர் ஆரோக்கியமான முழு தானியங்கள் என்ற பழைய பாதைக்குத் திரும்பாததால் உண்மையிலேயே அந்த நோயில் இருந்து விடுதலை பெற்றுவிட்டார் என்றே சொல்லலாம்.

எந்தவொரு நீரிழிவு நோயாளியையும் கூப்பிட்டுக் கேட்டுப் பாருங்கள். அவர்கள் சாப்பிடும் இந்த உணவுகள் அவர்களுடைய ரத்த சர்க்கரை அளவை 200லிருந்து 300 அல்லது அதற்கும் அதிகமாகக் கூட்டுவதைச் சொல்வார்கள். அமெரிக்க நீரிழிவுக் கழகத்தின் ஆலோசனைகளின்படி இது பெரிய பிரச்னையே இல்லை. தொடர்ந்து ரத்தப் பரிசோதனை செய்து வாருங்கள். மருத்துவரைக் கலந்தாலோசித்து உங்களுக்கு மாத்திரையா இன்சுலினா என்ன தேவையோ அதைப் போட்டுக்கொள்ளுங்கள் அது போதும். தீர்வை நோக்கி என்று வெகுவாக விளம்பரப் படுத்திக்கொள்கிறார்களே. உண்மையில் அமெரிக்க நீரிழிவு நோய் கழகத்தின் ஆலோசனை பிரச்னையைத் தீர்க்க உதவுகிறதா..?

ஆனால், உண்மையான அக்கறையுடன்தான் அதைச் செய்கிறார்களா?

அமெரிக்க நீரிழிவு நோய்க் கழகத்தினரில் பெரும்பாலானவர்கள் கெட்டவர்கள் என்று நான் நினைக்கவில்லை. குழந்தைகளுடைய நீரிழிவு நோய் தொடர்பாக மிகுந்த அர்ப்பண உணர்வுடன் செயல் படுகிறார்கள். ஆனால், அவர்கள் குறைந்த கொழுப்பு உணவு என்ற பிழையான தீர்மானத்தினால் ஒட்டுமொத்த அமெரிக்காவைத் தடம் புரள வைத்தும்வருகிறார்கள்.

இன்றைய தேதியில், நீரிழிவு நோய்க்குப் பிரதான காரணமான உணவை அதிகமாக உண்ணும்படி உற்சாகத்துடன் பரிந்துரைக் கிறார்கள். அதன் பிறகு ரத்த சர்க்கரை அளவை மருந்துகள் கொண்டு கட்டுக்குள் வைக்க முயற்சிசெய்கிறார்கள்.

இந்த உணவு ஆலோசனையின் விளைவுகளை இன்று கொஞ்சம் தள்ளி நின்று நிதானமாக ஆராயும் வசதி நம் தலைமுறைக்குக் கிடைத்திருக்கிறது. கார்போஹைட்ரேட்டுகளைக் குறிப்பாக ஆரோக்கியமான முழு தானியங்களை உணவில் இருந்து நீக்குங்கள். நவீன கால உபாதைகள் அனைத்துமே விலகிப் போவதைக் காண்பீர்கள்.

மீண்டும் ஆரம்பத்தில் இருந்து

கி.மு.ஐந்தாம் நூற்றாண்டு. பாரத மருத்துவர் சுஷ்ருதரின் சக மருத்துவர்கள் நீரிழிவு நோயின் சிகிச்சைக்கு நோயாளிகளின் கிரஹங்களின் நிலையைக் காரணமாகச் சொல்லி ஆராய்ந்தபோது அவரோ உடற்பயிற்சியைப் பரிந்துரைத்தார். 19-ம் நூற்றாண்டைச் சேர்ந்த ஃப்ரெஞ்சு மருத்துவரான அப்பொலினய்ர் பவ்சார்த் 1870-ல் ப்ரஷ்ய படைகளால் நான்கு மாதங்கள் முற்றுகையிடப் பட்டிருந்தபோது உணவுப் பற்றாக்குறையால், குறிப்பாக பிரெட் போதிய அளவுக்குக் கிடைக்காததால் ஃப்ரெஞ்சுப் படைவீரர் களின் ரத்த சர்க்கரை அளவு கணிசமாகக் குறைந்ததைக் கண்டறிந்தார். முற்றுகை விலகிய பிறகும் தனது நோயாளிகளிடம் ரொட்டியையும் பிற கார்போஹைட்ரேட் உணவுப் பொருட் களையும் உணவில் வெகுவாகக் குறைத்துக்கொள்ளும்படிச் சொன்னார். இடையிடையே பட்டினி இருக்கவும் சொன்னார். பிற மருத்துவர்களோ கார்போஹைட்ரேட்டை உணவில் அதிகரிக்கும்படிச் சொன்னார்கள்.

20-ம் நூற்றாண்டில் 'ப்ரின்சிபிள்ஸ் அண்ட் ப்ராக்டீஸ் ஆஃப் மெடிசின்' என்ற புத்தகத்தை எழுதியவரும் மருத்துவ மாமேதையுமான டாக்டர் வில்லியம் ஆஸ்லர் (ஜான்ஸ் ஹாப்கின்ஸ் மருத்துவமனை நிறுவனர்களில் ஒருவர்) நீரிழிவு நோயாளிக்குப் பரிந்துரைத்த உணவில் இரண்டு சதவிகித கார்போஹைரேட் மட்டுமே அனுமதித்தார். டாக்டர் ஃப்ரெடரிக் பேண்டிங் வெளியிட்ட படைப்பில் நீரிழிவு நோயால் பாதிக்கப் பட்ட சிறுவர்களுக்கு பேன்க்ரியாடிக் எக்ஸ்ட்ராக்டை செலுத்தி சிகிச்சை அளித்தார். அப்போது அவர்களுக்கு நாளொன்றுக்கு பத்து சதவிகித கார்போஹைட்ரேட் மட்டுமே தரவேண்டும் என்று பரிந்துரைத்தார்.

நவீன கால ரத்த சர்க்கரை அளவைச் சோதிக்கும் வழிமுறைகள், ஹீமோக்ளோபின் A1c அளவீடு போன்றவை அல்லாமல் சிறுநீரைச் சுற்றி எறும்புகளும் ஈக்களும் மொய்க்கின்றனவா என்று பார்க்கும் பழங்கால முறையை வைத்து நீரிழிவு நோய்க்கு சிகிச்சை தருவது மிகவும் சிரமம். இந்த வழிமுறைகள் அவர்களுக்குக் கிடைத்திருந்தால் முறையாக சிகிச்சை செய்திருப்பார்கள். அதற்கான ஆதாரங்கள் நமக்குக் கிடைத்திருக்கும். கொழுப்பைக் குறை, ஆரோக்கியமான முழு தானியங்களை அதிகம் சாப்பிடு என்று சொல்லும் நவீன தலைமுறை மருத்துவர்கள் அந்தக் கால

மேதைகளான ஆஸ்லரும் பேண்டிங்கும் அனுபவபூர்வமாக கண்டுசொன்ன பாடங்களை நம் நினைவுகளில் இருந்து அழித்துவிட்டார்கள். நாம் மீண்டும் கற்றுக்கொண்டாக வேண்டிய பல பாடங்களைப் போலவே, நீரிழிவு நோயைக் கட்டுப்படுத்த கார்போஹைட்ரேட்டை உணவில் இருந்து நீக்கவேண்டும் என்பதையும் மீண்டும் கற்றுக்கொண்டாகவேண்டும்.

காரிருள் குகையின் முடிவில் ஒளி தென்படுவதை என்னால் பார்க்கமுடிகிறது. நீரிழிவு நோய் என்பது கார்போஹைட்ரேட் ஒவ்வாமை நோய்தான் என்ற புரிதல் மெதுவாக மருத்துவ உலகில் ஏற்படத் தொடங்கியிருக்கிறது. ட்யூக் பல்கலையைச் சேர்ந்த டாக்டர் எரிக் வெஸ்ட்மன், கன்சாஸ் பல்கலையின் எடைக் கட்டுப்பாட்டுத் திட்டத்தின் முன்னாள் இயக்குநரும், அமெரிக்க உடல் பருமன் நல மருத்துவர் சங்கத்தின் முன்னாள் தலைவருமான டாக்டர் மேரி வெர்னாம், கனெக்டிகட் பல்கலையின் மருத்துவ ஆராய்ச்சியாளர் டாக்டர் ஜெஃப் வோலெக் போன்றோர் கார்போஹைட்ரேட் ஒவ்வாமையின் பின்விளைவுதான் நீரிழிவு நோய் என்பதைச் சொல்லத் தொடங்கியிருக்கிறார்கள்.

கார்போஹைட்ரேட்டைக் குறைக்கத் தொடங்கும் முதல் நாளிலேயே 'தாழ் ரத்த சர்க்கரை' அபாயத்தைத் தடுக்கும் நோக்கில் தமது நோயாளிகளுக்கு இன்சுலின் அளவைப் பாதியாகக் குறைக்கவேண்டியிருப்பதாக டாக்டர் வெஸ்ட்மனும் வெர்னாமும் தமது அறிக்கைகளில் தெரிவித்திருக்கிறார்கள். டாக்டர் வோலெக்கும் அவருடைய குழுவினரும் மனிதர்களிலும் விலங்குகளிலும் கார்போஹைட்ரேட்டைக் குறைப்பதால் இன்சுலின் செயலின்மை குறைவதோடு பிற உபாதைகளும் சேகரமாகும் கொழுப்பும் குறைவதாகக் கண்டறிந்துள்ளனர்.

நீரிழிவு நோய் உள்ளவர்களுக்கு கார்போஹைட்ரேட் உணவைக் குறைப்பதால் எடையும் ரத்தத்தில் சர்க்கரை அளவும் குறைவது பல்வேறு ஆய்வுகளில் இருந்து தெரியவந்துள்ளது. நாளொன்றுக்கு 30 கிராம் கார்போஹைட்ரேட் என்று கட்டுப் படுத்தியபோது ஒரு வருடத்தில் சராசரியாக அவர்களின் எடை ஐந்து கிலோ குறைந்ததாக ஆய்வுகள் தெரிவிக்கின்றன. HbAlc 7.4லிருந்து 6.6 ஆகக் குறைந்திருக்கிறது. உடல் பருமன் நீரிழிவு நோய் சார்பாக டெம்பிள் பல்கலைக்கழகம் மேற்கொண்ட ஆய்வில் நாளொன்றுக்கு 21 கிராம்கள் கொடுத்து வந்தபோது, இரண்டு வார காலத்தில் ஒன்றரை கிலோ குறைந்தது. HbAlc

7.3லிருந்து 6.8 ஆகக் குறைந்தது. இன்சுலின் செயலின்மையில் 75% முன்னேற்றம் ஏற்பட்டதாகவும் தெரியவந்தது.

கார்போஹைட்ரேட்களை உணவில் இருந்து முழுவதுமாக நீக்கினால், குறிப்பாக பிரதான கார்போஹைட்ரேட்டான கோதுமையை நீக்கினால், ரத்த சர்க்கரை அளவு மேம்படுவதோடு இன்சுலின் மற்றும் டயபடீஸ் மருந்துகளும் (டைப்-2 நோயில்) குறைந்துவிடுவதாக டாக்டர் வெஸ்ட்மன் நிரூபித்திருக்கிறார். எங்களில் பலர் மருத்துவராக இருந்து எங்களின் நோயாளிகளிடமிருந்து அனுபவபூர்வமாகத் தெரிந்துகொண்ட உண்மையே இது.

கோதுமையும் குழந்தை நீரிழிவும் (டைப்-1)

இன்சுலின் கண்டுபிடிப்பதற்கு முன்பாக, குழந்தை நீரிழிவு நோய் (டைப்-1 டயபடீஸ்) வந்த சில மாதங்களிலேயே இறந்துவிடுவார்கள். டாக்டர் ஃப்ரெடரிக் பேண்டிங்கின் கண்டுபிடிப்பான இன்சுலின் உண்மையிலேயே வரலாற்று முக்கியத்துவம் வாய்ந்ததுதான். ஆனால், குழந்தைகளுக்கு ஏன் நீரிழிவு நோய் வருகிறது?

இன்சுலினுக்கு எதிராக உருவாகும் எதிர் உயிரிகள், பீட்டா செல்கள், 'சுயம்புவான' புரதங்கள் இவையெல்லாம் பான்க்ரியாஸைச் சிதைக்கும். நீரிழிவு நோய் உள்ள சிறுவர்களுடைய உடலானது பிழையான எதிர் உயிரிகளை உருவாக்கிப் பிற உடல் உறுப்புகளையும் சிதைக்க ஆரம்பிக்கும். நீரிழிவு நோய் உள்ள 24 % சிறுவர்களின் உடலில் பிழையான எதிர் உயிரிகளின் எண்ணிக்கை மிக அதிகமாக இருந்தது. அந்த நோய் இல்லாத சிறுவர்களில் 6% பேரில் மட்டுமே இப்படியான குறை காணப்பட்டது.

பெரியவர்களுக்கு வரக்கூடிய டைப்-2 நீரிழிவு நோயானது அதிக எடை, உடல் பருமன், சோம்பிக் கிடத்தல் போன்றவற்றால் சிறுவர்களிலும் அதிகரிக்கத் தொடங்கியிருக்கின்றன. பெரியவர்களில் அந்த நோய் வரவும் அதுவே காரணம். டைப்-1 நீரிழிவு நோயும் அதிகரிக்கத் தொடங்கியிருக்கின்றன. நோய் தடுப்பு மற்றும் கட்டுப்பாடு மையம் வேறொரு அமைப்புடன் இணைந்து சிறுவர்களில் நீரிழிவு நோய் ஏற்படும் விதம் குறித்து ஓர் ஆய்வு நடத்தியது. 1978-2004 காலகட்டத்தில் டை-1 நீரிழிவு நோயானது ஆண்டுக்கு 2.7 சதவிகிதம் விகிதத்தில் அதிகரித்து வந்திருப்பதாக அதில் தெரியவந்தது. நான்கு வயதுக்குக் குறைவான

குழந்தைகளிடம் மிக அதிகமாக அதிகரித்திருப்பது தெரிய வந்தது. ஐரோப்பா, ஆசியா, தென் அமெரிக்கா போன்ற நாடுகளின் 1990-1999 காலகட்டத்து நோய்கள் பட்டியலும் இதையே உறுதிப்படுத்தின.

டைப்-1 நீரிழிவு நோய் எதனால் இப்படி அதிகரிக்கிறது? நம் குழந்தைகளுக்கு ஏதோ ஒன்று புதிதாக அறிமுகப்படுத்தப்பட்டு வருகிறது. அது குழந்தைகளிடம் பிழையான நோய் எதிர்ப்பு சக்தியை, தவறான எதிர் உயிரிகளை உற்பத்தி செய்கிறது. சிலர் வைரல் தொற்று காரணமாக இருக்கக்கூடும் என்கிறார்கள். சிலர் மரபணுவில் உள்ள குறைபாடாக இருக்கும் என்கிறார்கள்.

ஏன் கோதுமையாக இருக்கக்கூடாதா?

1960கள் தொடங்கி கோதுமையின் மரபணுவானது வெகுவாக மாறிவிட்டிருக்கிறது. குட்டை வைக்கோல் கோதுமைப் பயிரானது டைப்-1 டயபடீஸ் அதிகரிக்கக் காரணமாக இருக்க நிறைய வாய்ப்பு இருக்கவே செய்கிறது. அந்த கோதுமைப் பயிர் உருவாக்கப்பட்ட பிறகுதான் செலியாக் நோயும் பிற பல நோய்களும் பெருக ஆரம்பித்துள்ளன.

ஒரு விஷயம் துல்லியமாகத் தெரிகிறது. செலியாக் நோய் இருக்கும் சிறுவர்களுக்கு டைப்-1 நீரிழிவு நோய்வர பத்து மடங்கு வாய்ப்புகள் அதிகம் இருக்கிறது. டைப்-1 நீரிழிவு நோய் இருப்பவர்களுக்கு கோதுமை ஒவ்வாமை அல்லது செலியாக் நோய்வர 10-20 மடங்கு வாய்ப்புகள் அதிகம் இருக்கின்றன. இந்த இரண்டு நிலைமைகளும் வெறுமனே தற்செயலான விஷயம் அல்ல... இவற்றுக்கு இடையே வலுவான தொடர்பு இருக்கிறது என்பதே இதில் இருந்து தெரியவருகிறது.

செலியாக் நோய்க்கும் டைப்-1 நீரிழிவு நோய்க்கும் இடையிலான தொடர்பும் காலப்போக்கில் அதிகரித்துக்கொண்டுதான் வருகிறது. நீரிழிவு நோய் இருப்பது தெரியவரும்போதே சில குழந்தைகளில் செலியாக் நோய்க்கான தடயங்களும் தெளிவாகத் தெரியும். வேறு சில குழந்தைகளில் முதலில் தெரியாவிட்டாலும் காலப்போக்கில் செலியாக் நோய் இருப்பது தெரியவரும்.

மிக முக்கியமான கேள்வி : குழந்தைப் பருவத்திலேயே கோதுமையை நீக்கினால் டைப்-1 நீரிழிவு நோயில் இருந்து தப்பித்துவிட முடியுமா? மரபணு அடிப்படையில் டைப்-1

நீரிழிவு நோய் வர சாத்தியக்கூறு உள்ள எலிகளுக்கு கோதுமை க்ளூடென் உணவுகளை நீக்கியதன் மூலம் 64% வாய்ப்புகளில் இருந்து 15% வாய்ப்பாகக் குறைவதையும் செலியாக் நோய்க்கு அடிப்படைக் காரணமான குடல் பாதிப்பு குறைவதையும் கண்டுபிடித்திருக்கிறார்கள். மனித குழந்தைகளில் கோதுமை உணவைத் தவிர்க்கச் சொல்லும் இந்த எளிய பரிசோதனை செய்து பார்க்கப்படவில்லை. எனவே, இந்தக் கேள்விக்கு இன்னும் பதில் கிடைக்கவில்லை.

அமெரிக்க நீரிழிவு நோய் கழகத்தின் பல கொள்கைகள் கருத்துகளுடன் வெகுவாக முரண்படுகிறேன். என்றாலும் டைப் 1 நீரிழிவு நோய் உள்ளவர்களுக்கு செலியாக் நோய் இருக்கிரதா என்ற பரிசோதனையும் செய்து பார்க்கவேண்டும் என்று அவர்கள் சொல்வதை முழுவதும் ஏற்றுக்கொள்கிறேன். டைப்1- நோய் இருக்கும் சிறுவர்களுக்கு அப்போது இல்லாவிட்டாலும் பிற்காலத்தில் செலியாக் நோய் வருகிறதா என்பது தொடர்பாகவும் அந்த மையம் ஆய்வு மேற்கொள்ளவேண்டும் என்று நான் விரும்புகிறேன். எந்த அதிகாரபூர்வ அமைப்பும் இதைச் சொல்லவில்லை என்றாலும் நீரிழிவு நோயால் பாதிக்கப்பட்ட சிறுவர்களின் பெற்றோர் குழந்ந்தைகளுக்கு கோதுமை க்ளூடென்னையும் பிற வகை க்ளூடென்னையும் உணவில் இருந்து முற்றாக நீக்கவேண்டும் என்று சொல்வதில் தவறேதும் இல்லை என்றே நான் நினைக்கிறேன்.

ஒன்று அல்லது ஒன்றுக்கு மேற்பட்ட குடும்ப உறுப்பினர்களில் டைப்-1 நீரிழிவு நோய் இருக்கும் குடும்பத்தினர் வாழ்நாள் முழுவதும் இருந்து தொல்லை கொடுக்கப்போகிற டைப் -1 நீரிழிவு நோயில் இருந்து தப்பிக்க கோதுமையை ஆரம்பத்திலிருந்தே முற்றாக நீக்கியாகவேண்டுமா? இந்தக் கேள்விக்கு யாரிடமும் பதில் இல்லை. ஆனால், இந்தக் கேள்விக்குப் பதில் கிடைத்தாகவேண்டும். அதிகரிக்கத் தொடங்கியிருக்கும் இந்த நோய் வரும் காலங்களில் பெரிய பிரச்னையாகத்தான் போகிறது.

டாக்டர் வெஸ்ட் மன் ஓர் ஆய்வு மேற்கொண்டார். அதில் உடல் பருமனுடன் இருந்த நீரிழிவு நோயாளிகள் 84 பேருக்கு கோதுமை, மக்காச்சோளம், சர்க்கரை, உருளைக்கிழங்கு, அரிசி, பழங்கள் என எதுவுமே இல்லாத கார்போஹைட்ரேட் குறைவான உணவை (நாளொன்றுக்கு 20 கி கார்போஹைட்ரேட் மட்டுமே

கிடைக்கும்வகையில்) கொடுத்துவந்தார். டாக்டர் ஆஸ்லரும் டாக்டர் பேண்டிங்கும் 20-ம் நூற்றாண்டின் ஆரம்பத்தில் செய்ததைப் போலவே. ஆறு மாதங்கள் கழித்துப் பார்த்தபோது இடுப்பு (தொந்தி) ஐந்து இன்ச் குறைந்தது. டிரைகிளிசரைடுகள் 70 mg/dlஆகக் குறைந்தன. எடை சுமார் 11 கிலோ குறைந்தது. HbAlc 8.8லிருந்து 7.3 ஆகக் குறைந்தது. 95% பேருடைய மருந்தின் அளவு குறைந்துவிட்டிருந்தது. 25% பேர் மருந்துகளில் இருந்து முழு விடுதலை பெற்றுவிட்டார்கள். இன்சுலினைக்கூட நிறுத்திவிட்டார்கள்.

மருந்துகள் அல்லாமல் வெறும் உணவுக் கட்டுப்பாட்டின் மூலமாகவே டாக்டர் வெஸ்ட்மன் 25% நோயாளிகளைக் குணப்படுத்திவிட்டார். அல்லது அவர்களுடைய ரத்த சர்க்கரை அளவானது வெறும் உணவின் மூலமே கட்டுக்குள் வந்துவிட்டது. பிறர் நோயில் இருந்து விடுதலை பெற்றிருக்கவில்லை யென்றாலும் ரத்தத்தில் சர்க்கரை அளவை முடிந்தவரை கட்டுக்குள் கொண்டுவர முடிந்திருந்தது. இன்சுலின், பிற மருந்துகள் போன்றவை குறைவாகவே தேவைப்பட்டன.

இன்று வரையிலான ஆய்வுகள் சொல்வது என்ன: கார்போ ஹைட்ரேட்டைக் குறைத்தால் ரத்தத்தில் சர்க்கரை கட்டுக்குள் இருக்கும். நீரிழிவு நோய் வரும் வாய்ப்புகள் குறையும். முழுவதுமாக கார்போஹைட்ரேட்டைக் குறைத்தால் ஆறே மாதங்களில் நீரிழிவுக்கான அனைத்து மருந்துகளில் இருந்தும் விடுதலை பெற்றுவிடலாம். அவர்கள் மீண்டும் கார்போ ஹைட்ரேட்டை உணவில் சேர்த்துக்கொள்ளமாட்டார்கள் என்றால் அவர்களுக்கு நீரிழிவு நோய் குணமாகிவிட்டது என்றே சொல்லிவிடலாம். க்ளூகோடாக்ஸிசிட்டி, லிப்போடாக்ஸிசிட்டி, இன்ஃப்ளமேஷன் ஆகியவற்றினால் பான்க்ரியாஸ் முழுமையாகச் சிதைக்கப்படாமல் இருந்தால், நீரிழிவு நோய் வந்தவர்கள் அல்லது வரப்போகிறவர்கள் அனைவரும் இல்லாவிட்டாலும் சிலருக்கு அந்த நோயில் இருந்து முழு விடுதலை கிடைக்க வழி பிறந்திருக்கிறது. அமெரிக்க நீரிழிவு நோய்க் கழகம் பரிந்துரைக்கும் குறைவான கொழுப்பு உணவு வழிமுறையில் இது ஒருபோதும் நடக்க வாய்ப்பே இல்லை.

உணவுல் சிறிய மாற்றம் செய்வதால் நீரிழிவு நோயைக் கட்டுப்படுத்துவதற்குப் பதிலாக அதைத் தடுத்தேவிடமுடியும் என்று இதன் மூலம் தெரியவருகிறது. ப்ளூபெரிகள், ராஸ்பெரிகள்,

பீச்கள், சர்க்கரை வள்ளிக்கிழங்கு போன்றவை உடம்புக்குத் தேவையான சத்துகளைத் தருகின்றன. அதே நேரம் சில வில்லங்கமான கார்போஹைட்ரேட் உணவுகள் செய்வதைப்போல் (நான் எந்த உணவைச் சொல்கிறேன் என்பது உங்களுக்குப் புரிகிறது அல்லவா?) ரத்த சர்க்கரை அளவை தாறுமாறாக அவை அதிகரிப்பதில்லை.

வெஸ்ட்மன் மேற்கொண்ட ஆய்வுபோல் ஓரளவுக்கு மட்டுமே கார்போஹைட்ரேட்டை நீக்காமல் முழுவதுமாகவே ஒருவர் நீக்கினால் என்னவெல்லாம் நன்மைகள் கிடைக்கும் என்று யோசித்துப் பாருங்கள். என் அனுபவத்தில் இருந்து சொல்கிறேன். ரத்தத்தில் சர்க்கரை அளவு குறையும். HbAlc குறையும். கோதுமைத் தொந்தி குறையும். உடல் பருமன், நீரிழிவு ஆகிய கிணறுகளில் கூட்டம் கூட்டமாகச் சென்று குதிக்கும் அமெரிக்க மக்கள் வரிசையில் நீங்களும் போய் காத்து நிற்கவேண்டாம். 1985களில் இருந்த அளவுக்கு நீரிழிவு நோயாளிகளின் எண்ணிக்கையைக் குறைக்கும். 1950களில் இருந்ததுபோன்ற பேண்ட், சட்டை அளவுகளுக்குத் திரும்பிவிடலாம். பேருந்துகள், ரயில், விமானங்களில் இயல்பான எடைகொண்ட மனிதருக்கு அருகில் நீங்கள் சவுகரியமாக அமர்ந்து பயணம் செய்ய முடியும்.

உங்களுக்குப் பொருந்தவில்லையென்றால் கைவிட்டுவிடலாம்

உடல் பருமன், நீரிழிவு ஆகியவற்றுக்கு கோதுமை எந்த அளவுக்குக் காரணம் என்பதை யோசிக்கும்போது ஓ.ஜே.சாம்ஸன் கொலை வழக்கு நினைவுக்கு வருகிறது. கொலை நடந்த இடத்தில் கிடைத்த தடையங்கள், குற்றவாளியின் சந்தேகத்துக்கு இடமான நடவடிக்கைகள், கொல்லப்பட்டவருக்கும் குற்றவாளிக்கும் இடையிலான தொடர்பை உறுதிபடுத்தும் ரத்தம் தோய்ந்த கையுறை, கொலைக்கான காரணம், வாய்ப்பு என எல்லாமே தெளிவாக இருந்த பிறகும் சாமர்த்தியமான வாதங்களின் மூலம்/ சட்டத்தில் இருந்த ஓட்டைகள் மூலம் தப்பித்தது நினைவுக்கு வந்தது.

நீரிழிவு நோய் வருவதற்கு கோதுமைதான் காரணம் என்பது மிக மிக அழுத்தமாகத் துல்லியமாகத் தெரிகிறது. பிற எல்லா உணவுகளைவிடவும் ரத்தத்தில் சர்க்கரை அளவை வெகுவாக

அதிகரிக்கிறது. க்ளூகோடாக்ஸிசிட்டி, லிப்போடாக்ஸிசிட்டி, இன்ஃப்ளமேஷன் என அனைத்துக்கும் காரணமாக அமைகிறது. அதிக அளவு கொழுப்பை உடம்பில் சேர வைக்கிறது. கடந்த முப்பது ஆண்டுகாலமாக எடை அதிகரிப்பு தாறுமாறாக அதிகரித்து வந்திருப்பதற்கும் நவீன குட்டை வைக்கோல் கோதுமை உருவாக்கத்துக்கும், பெருக்கத்துக்கும் இடையில் 100 சதவிகித நேரடிப் பொருத்தம் இருக்கிறது. இருந்தும் அமெரிக்க நீரிழிவு நோய்க்கழகம், அமெரிக்க உணவு ஆலோசனைக் கழகம், யு.எஸ்.டி.ஏ போன்ற லட்சிய கழகங்கள் எல்லாம் சேர்ந்து கோதுமையைக் குற்றமற்றவர் என்று சொல்லி விடுதலை செய்து விட்டிருக்கின்றன. அந்த அமைப்புகள் எல்லாமே கோதுமையை அதிகம் உண்ணவேண்டும் என்று சொல்கின்றன. ஜானி கோக்ரன் கூட இதைவிடச் சிறப்பாக வாதாடியிருக்கமுடியாது.

அநீதி என்று சொல்லலாமா இதை?

மனித உடல் என்ற பெரிய விஷயத்தில் குற்றவாளிக்கு உரிய தண்டனை கொடுக்க உங்களுக்கு நல்வாய்ப்பு கிடைத்திருக்கிறது. கோதுமையைச் சிறையில் அடையுங்கள்.

- 8 -

சொட்டும் அமிலம் : கோதுமை

மனித உடல் இறுக்கமாக மூடப்பட்ட pH கலயம். pH அளவு 7.4க்கு அதிகரித்தாலோ pH 0.5க்குக் குறைவானாலோ ஆள் காலி. உடம்பின் அமில அளவு மிகவும் கறாராக, துல்லியமாக வரையறுக்கப்பட்டிருக்கிறது. பாக்டீரியா தொற்று தீவிரமாக இருந்தால் உயிரே போய்விடும். ஏன் தெரியுமா பாக்டீரியா தொற்றினால் அமிலங்கள் துணைப்பொருளாக உருவாகும். அதனால் உடம்பின் அமில அளவு உடம்பால் தாங்க முடிந்த அளவைவிட அதிகரித்துவிடும். அது மரணத்தில் போய் முடியும். உடம்பில் அதிகப்படியாக உருவாகும் அமிலத்தை வெளியேற்றத் தவறுவதால் வருவதுதான் கிட்னி நோய்.

அன்றாட வாழ்க்கையில் pH உச்சபட்ச அளவு 7.4 ஆகத் தீர்மானிக்கப்பட்டிருக்கிறது. உடம்பின் மிக விரிவான துல்லிய மான கட்டமைப்பு இதைச் சாத்தியப்படுத்துகிறது. வளர்சிதை மாற்றத்தின் உப பொருட்களான லாக்டிக் அமிலம் போன்றவை அமிலவகையைச் சேர்ந்தவையே. அமிலங்கள் pH அளவைக் குறைக்கின்றன. இதனால் எச்சரிக்கை அடையும் உடம்பு அதை ஈடுகட்டத் தேவையான நடவடிக்கையை எடுக்கிறது. ரத்தத்தில் இருக்கும் பைகார்பனேட்டில் ஆரம்பித்து எலும்புகளில் இருக்கும் கால்சியம் கார்பனேட், கால்சியம் பாஸ்பேட் போன்ற தன்னிடம்

இருக்கும் கார மூலங்களில் இருந்து எடுத்து அமிலத்தை சமன் செய்கிறது. உடம்பின் pH அளவு மிக மிக முக்கியம். எனவே எலும்புகள் சிதைந்தாலும் பரவாயில்லையென்று pH அளவுக்கு அதிக முக்கியத்துவம் தரப்படும். எலும்புகள் எலும்பு மஞ்சையாகி pH அளவை கட்டுக்குள் கொண்டுவரும். போதிய காரம் சுரந்து அமில சக்தி சமப்படுத்தப்பட்டதும் எலும்புகள் சந்தோஷப்படும். மூட்டுகள் சந்தோஷப்படும்.

pH அளவு உயர்ந்தாலும் குறைந்தாலும் அபாயம்தான். கார சக்தி கொஞ்சம் போல அதிகமாக இருந்தாலும் உடம்பால் தாங்கிக் கொள்ள முடியும். இது மிகவும் நுட்பமானது. ரத்த pH அளவில் இதைக் கண்டறிய முடியாது. சிறுநீரில் இருக்கும் கார, அமில அளவை அளப்பதன் மூலமே கண்டுபிடிக்க முடியும்.

pH அளவைச் சிதைக்கும் அமிலங்கள் உண்ணும் உணவின் மூலமும் வரக்கூடும். கார்பனேட்டட் சோடாவில் கார்பானிக் அமிலம் இருக்கும். கொக்ககோலா போல சில சோடாக்களில் பாஸ்பாரிக் அமிலம் இருக்கும். கார்பனேட்டட் சோடாக்களில் இருந்து வரும் அதிகமான அமிலங்களை சமன் செய்ய நம் உடல் மிகவும் சிரமப்படவேண்டியிருக்கும். எலும்புகளில் இருந்து கால்சியத்தை அதிகமாக எடுக்க வேண்டியிருக்கும். அமெரிக்க உயர் நிலைப்பள்ளியில் படிக்கும் மாணவிகள் கார்பனேட்டட் கோலாக்களைச் சாப்பிடுவதால் முன்பைவிட ஐந்து மடங்கு அதிக எலும்பு முறிவுகளுக்கு ஆளாவதாக ஆய்வுகள் தெரிவிக்கின்றன.

ஆனால், உடம்பில் pH கலயமானது மிகவும் இறுக்கமாக மூடிப் பாதுகாக்கப்படும் ஒன்றாகும். சில உணவுகள் நேரடியாக அமிலத்தைத் தூண்டுபவையாக இல்லாமலும் இருக்கும். எனினும் அமில மாறுதல்களை உடம்பு தானாகவே எதிர் கொள்ளும்வகையில் அதில் ஒருவித மோதல் தவிர்ப்பு வசதி இருந்தாகவேண்டும். நாம் உண்ணும் உணவில் இருக்கும் பல்வேறு சத்துகளின் விகிதம்தான் அந்த உணவு அமிலத்தை அதிகம் உருவாக்குகிறதா காரத்தன்மையை அதிகம் உருவாக்கு கிறதா என்பதைத் தீர்மானிக்கும்.

நாம் உண்ணும் விலங்குகள் மூலம் கிடைக்கும் புரதங்களில் இருந்துதான் அதிக அமிலங்கள் உடம்பில் சேரும். அமெரிக்கர்கள் உண்ணும் அனைத்துவகை இறைச்சிகளின் மூலமாக உடம்பில் யூரிக் அமிலம், கார் பேட்டரியிலும் அமில மழையின் போதும்

பெய்யும் கந்தக அமிலம் போன்றவை உடம்பில் சேர்கின்றன. உடம்பு இவற்றின் தாக்குதல்களில் இருந்து தப்பித்தாகவேண்டும். சீஸ் அடுத்த மிகப் பெரிய அமில உணவாகும். குறிப்பாக செறிவூட்டப்பட்ட கொழுப்பு, உயர் புரத சீஸ்கள். விலங்குகளில் இருந்து பெறப்படும் எல்லாவித உணவுகளும் அமிலத் தாக்குதலை நடத்தக்கூடியவையே.

ஆனால், விலங்குகள் மூலம் கிடைக்கும் அமிலத்தினால் உடம்பின் pH அளவு அப்படியொன்றும் பாதிக்கப்பட்டுவிடாது. சமீபத்திய ஆய்வுகள் புரதம் நிறைந்த மாமிசங்களில் இருக்கும் பிற அம்சங்கள் அந்த அமிலத் தாக்குதலை மட்டுப்படுத்துவதாகச் சொல்கின்றன. விலங்கு புரதங்கள் எலும்புகளை பலப்படுத்தும் IGF-1 எனும் ‘இன்சுலின் போன்ற’ ஒரு ஹார்மோனைச் சுரக்கின்றன. அது இன்சுலின் போன்ற கட்டமைப்பைக் கொண்டதுமட்டுமே. இன்சுலின் போன்ற விளைவை உருவாக்காது. அப்படியாக விலங்குப் புரதங்களின் மூலம் அமிலம் அதிகம் உடம்பில் சேர்ந்தாலும் எலும்புகளையும் பலப்படுத்தவே செய்கின்றன. விலங்குகள் மூலம் புரதத்தைப் பெறும் சிறுவர்கள், பெரியவர்களின் எலும்புகளில் கால்சியம் அளவு அதிகரித்தும் எலும்பு பலமதிகரித்தும் இருப்பதை ஆய்வுகள் தெரிவிகின்றன.

மாறாக காய் கனிகள் எல்லாம் காரத்தன்மையை மிகுதியாகக் கொண்டவை. அந்தவகை உணவுப் பொருட்கள் எல்லாம் உடம்பின் pH அளவை காரத்தன்மை நோக்கி நகர்த்தும். விலங்குப் பொருட்களின் மூலம் உடம்பில் சேகரமாகும் அமிலத்தன்மையை காய், கனிகள் மூலம் உருவாகும் காரத்தன்மை சமநிலைப் படுத்திவிடும்.

எலும்பு முறிப்பான்

வேட்டை-தாவர உணவு சேகரிப்பு காலகட்டத்து மாமிசம், காய்கள், கனிகள், கொட்டை, வேர் வகைகள் எல்லாம் சேர்ந்து காரத்தன்மை மிகுந்த நிலையையே ஏற்படுத்தின. மேலும் வேட்டைக் காலகட்ட மனிதர்களின் முக்கிய இலக்கு pH அளவை சமநிலைப்படுத்துவது அல்ல. படையெடுத்துவரும் எதிரிகளின் அம்பு மழையில் இருந்து எப்படித் தப்பிப்பது, முதுமையை எப்படி வெல்வது என்பதிலேயே கவனம் இருந்திருக்கும். எனவே 35 வயதைத் தாண்டாத அவர்களுக்கு அமில-கார சமநிலை முக்கிய

விஷயமாகவே இருக்காது. எனினும் அந்த முன்னோர்களின் காலகட்டத்திலேயே உணவுகளுக்கு ஏற்ப தகவமைத்துக் கொள்ளும் மனிதர்களின் திறனுக்கு அஸ்திவாரமிடப்பட்டது.

10,000 வருடங்களுக்கு முன்புதான் அதாவது தானியங்களை மனிதர்கள் குறிப்பாக கோதுமையை மனிதர்கள் சாப்பிட ஆரம்பித்த பிறகுதான் pH அளவு அமிலத்தன்மை நோக்கி நகர ஆரம்பித்தது. நவீன காலகட்டத்தில் ஆரோக்கியமான முழு தானியங்களை உண்பதாலும் காய்கள், பழங்களைப் போதிய அளவு உண்ணாமல் இருப்பதாலும் அந்த உணவு உடம்பில் அமில அளவை அதிகரித்து அசிடோசிஸ் எனும் உபாதையை உருவாக்கு கின்றன. பலகாலம் இந்த உணவை உட்கொண்டுவந்தால் மனிதர்களின் எலும்புகள் வெகுவாக பாதிக்கப்படும்.

அரசாங்க கஜானாவில் பணம் சேமிக்கப்பட்டிருப்பதுபோல் மண்டையோட்டில் ஆரம்பித்து கணுக்கால் வரை இருக்கும் எலும்புகளில் கால்சியம் உப்புகள் சேமித்துவைக்கப்பட்டிருக் கின்றன. பாறைகளிலும் ஓட்டுடலிகளிலும் இருப்பதுபோன்ற அந்த கால்சியமானது எலும்புகளை வலுவாகவும் இறுக்கமாகவும் வைத்திருக்கின்றன. உடம்பில் அமிலத் தன்மை அதிகரிக்கும்போது எலும்பில் இருக்கும் இந்த கால்சியம் உப்புகள் காரத்தன்மையைக் கொடுத்து சமநிலைப்படுத்தவும் செய்கின்றன. ஆனால், பணத்தைப் போலவே இந்த கால்சியம் உப்புகளும் தீர்ந்து போகக்கூடியவையே.

மனித வாழ்க்கையில் முதல் 18 வருடங்கள் அல்லது அதற்கும் சற்று கூடுதலாக காலகட்டத்தில் எலும்புகள் வளர்ச்சியடை கின்றன. அதற்குப் பிறகு தேய்மானமும் வலுவிழப்பும்தான் நடக்கும்.உடம்பில் pH அளவின் சமநிலை மூலமே இந்த சிதைவு கட்டுக்குள் வைக்கப்படுகிறது. அதிக அமிலச் சத்து கொண்ட உணவைத் தொடர்ந்து உண்டுவருவதால் ஏற்படும் அசிடோசிஸ் உபாதையானது 18 வயதில் ஆரம்பித்து காலப்போக்கில் அதிகரித்து எண்பது வயது வரையிலும் தொடர்ந்து நடக்கிறது. அமிலத்தன்மை மிகுந்திருக்கும் pH ஆனது எலும்புகளில் இருந்து கால்சியம் கார்பனேட், கால்சியம் பாஸ்பேட் என கார உப்புகளைக் கரைத்து pH அளவை 7.4-ல் நிலையாக இருக்கும்படிச் செய்ய முயற்சி செய்கிறது. அமிலத்தன்மை அதிகமாக இருக்கும் உடம்பானது எலும்புகளில் இருந்து கால்சியம் உப்புகளை எளிதில் கரைத்தெடுக்க உதவும்வகையில்

எலும்புகளில் ஆஸ்டியோக்ளாஸ்ட் எனும் செல்களின் உற்பத்தியைத் தூண்டிவிடும்.

நீங்கள் மேலும் மேலும் அமிலச் சத்து கொண்ட உணவுகளை உட்கொண்டபடியே எலும்புகளில் இருந்து கால்லசியத்தை மீண்டும் மீண்டும் கரைத்து எடுக்கும்போதுதான் பிரச்னை மோசமடைகிறது. எலும்புகளில் கால்சியம் மிக அதிகமாக இருக்கும் என்பது உண்மைதான். ஆனால் அதற்கும் ஒரு எல்லை உண்டு. எலும்புகள் காலப்போக்கில் கால்சியம் பற்றாக்குறையால் பாதிக்கப்படும். ஆஸ்ட்யோபெனியா (மிதமான பற்றாக்குறை), ஆஸ்ட்யோபோரோசிஸ் (வெகுவான பற்றாக்குறை), எலும்பு பலவீனம், எலும்பு முறிவு போன்றவை நடக்க ஆரம்பிக்கின்றன. எலும்பு பலவீனமும் ஆஸ்ட்யோபேனியாவும் ஒன்றுடன் ஒன்று கலந்து ஏற்படும். மற்ற இரண்டும் அடுத்தகட்டத்தில் இணைந்து நடக்கும். நாம் உட்கொள்ளும் கால்சியம் சப்ளிமெண்ட்கள் எல்லாம் வீட்டின் வெளிப்புறத் தளம் போடும்போது கொஞ்சம் போல சிமெண்ட்டையும் செங்கல்கலையும் அப்படியே வீசி எறிவதுபோன்ற பலனை மட்டுமே தரும்.

அதிகப்படியான அமிலச் சத்து கொண்ட உணவு கட்டாயம் எலும்புகளை பலவீனப்படுத்துவதில்தான் போய்முடியும். இடுப்பு எலும்புத் தேய்மானம் ஏற்படுவது தொடர்பான உலகம் முழுவதும் மேற்கொள்ளப்பட்ட ஆய்வு ஓர் அழுத்தமான உண்மையைச் சொல்லிக்காட்டுகிறது. மாமிசத்தைவிட காய்கறி களில் இருந்து அதிக புரதத்தை உட்கொள்பவர்களுக்கு இடுப்பு எலும்புத் தேய்மானம் மிகக் குறைவாகவே ஏற்படுகிறது. காய்கள், மாமிசம் ஆகியவற்றை 1:1 என்ற விகிதத்தில் உட்கொள்பவர்களில் இடுப்பு எலும்புத் தேய்மானமானது லட்சம் பேரில் 200 நபருக்கு மிகுதியாக ஏற்படுகிறது. காய்கறிகள், மாமிசம் ஆகியவற்றை 2:1 லிருந்து 5:1 என்ற விகிதத்தில் சாப்பிடுபவர்களில் லட்சம் பேரில் பத்து பேருக்கு மட்டுமே இடுப்பு எலும்புத் தேய்மானம் ஏற்படுகிறது. கிட்டத்தட்ட 95% குறைவு. மிக அதிக அளவுக்கு காய்கறிப் புரதங்களைச் சாப்பிடுபவர்களுக்கு இடுப்பு எலும்புத் தேய்மானம் கிட்டத்தட்ட வருவதே இல்லை என்று ஆய்வுகள் தெரிவிக்கின்றன.

ஆஸ்ட்யோபோரோசிஸ் வகை எலும்பு முறிவுகள் எல்லாம் ஏதோ மாடிப்படியில் தவறிவிழுந்து ஏற்படும் முறிவு போன்றவை அல்ல. வெறுமனே தும்மினாலே முதுகு எலும்பில் முறிவு ஏற்பட்டுவிடும்.

நடைபாதையில் சிறு மேடுபள்ளத்தைச் சரியாகக் கவனிக்காமல் தடுமாறினாலே இடுப்பு எலும்பு முறிந்துவிடும். ஒரு பாத்திரத்தை எடுத்து வைத்தாலே கை எலும்பு முறிந்துவிடும்.

நவீன உணவு முறை நீண்டகால அசிடோசிஸைக் கொண்டுவந்து ஆஸ்ட்யோபோரோசிஸ் நோயில்போய் நிறுத்தி எலும்புகளை முறியச் செய்கிறது. ஐம்பது வயதில் 53.2 % பெண்களுக்கும் 20.7% ஆண்களுக்கும் மூட்டு வலி, எலும்புத் தேய்மானம் ஏற்பட்டு விடுகின்றன. ஐம்பது வயதுப் பெண்களுக்கு மார்பகப் புற்றுநோய் வர 10% வாய்ப்புகள் இருக்கின்றன. கர்பப்பை புற்றுநோய் வர 2.6% வாய்ப்பு இருக்கிறது என்பதோடு எலும்புப் பிரச்னையை ஒப்பிட்டுப் பாருங்கள்.

சமீபகாலம் வரை பெண்களுக்கு ஏற்படும் ஆஸ்ட்யோபொரோசிஸ் நோயானது மாத விலக்கு நின்ற பின் ஈஸ்ட்ரோஜென் சுரப்பு குறைவதால் ஏற்படும் நோயாகவே கருதப்பட்டது. ஆனால் மாதவிலக்கு நிற்பதற்கு முன்பாகவே இந்த எலும்புத் தேய்மானம் தொடங்கிவிடுவதாக தற்போது தெரியவந்துள்ளது. கனடா நாட்டு ஆஸ்டியோபோரோசிஸ் ஆய்வு மையத்தில் 9400 பேரை வைத்து மேற்கொள்ளப்பட்ட ஆய்வில் 25 வயதிலேயே பெண்களுக்கு இடுப்பு எலும்பு, முதுகெலும்பு, தொடை எலும்பு, கால் எலும்பு ஆகியவற்றில் தேய்மானம் ஏற்படத் தொடங்குவதாகத் தெரியவந்திருக்கிறது. நாற்பது வயதில் இந்தத் தேய்மானம் மிக மோசமானநிலையை எட்டுவதாகவும் தெரியவந்திருக்கிறது. அதுபோல் எழுபது வயதுக்கு மேல் ஆண்கள், பெண்கள் இருபாலரிலும் இந்தத் தேய்மானம் மேலும் மோசமடைவது தெரியவதிருக்கிறது. 80 வயதில் 97 பெண்களுக்கு தும்மினாலே முதுகெலும்பு முறிந்துவிடும் நிலைக்கு வந்துவிடுகிறார்கள்.

அப்படியாக இள வயதும்கூட எலும்புத் தேய்மானத்தில் இருந்து பாதுகாப்பதாக இல்லை. உண்மையில் நாம் உண்ணும் உணவில் இருக்கும் அதிகப்படியான அமிலத் தன்மையின் மூலம் உருவாகும் மிதமான அசிடோசிஸ்தான் நீண்ட காலப்போக்கில் எலும்பு தொடர்பான எல்லா பிரச்னைகளையும் உருவாக்குகின்றன.

அமில மழை, மோட்டார் படகு பேட்டரிகள், கோதுமை...

தாவரங்கள், தானியங்களில் அமிலத்தை அதிக அளவு உருவாக்கும் ஒரே ஒரு தாவரம் கோதுமை மட்டுமே. அமெரிக்கர்களின் பிரதான

உணவாக கோதுமையே இருக்கிறது. மாமிச உணவின் மூலம் அதிகரிக்கும் அமிலத் தன்மையை அது மேலும் அதிகரிக்கவே செய்கிறது.

எந்தவொரு மாமிசத்தையும்விட அதிக கந்தக அமிலத்தை கோதுமை உற்பத்தி செய்கிறது (கோதுமையை விட அதிக கந்தக அமிலத்தை உற்பத்தி செய்வது ஓட்ஸ்). கந்தக அமிலம் மிகவும் அபாயகரமானது. உங்கள் கைகளில் அதை ஒரு சொட்டு விட்டுப் பாருங்கள். பெரிய புண்ணை உடனே ஏற்படுத்திவிடும். கண்களில் பட்டால் சிலருக்குப் பார்வையே கூடப் போய்விடும் (உங்களிடம் கார் இருக்கிறதா... அதில் பேட்டரியில் என்ன எச்சரிக்கை வாசகங்கள் எழுதப்பட்டிருக்கின்றன என்பதைப் பாருங்கள்). கந்தக அமில மழை பெய்யும்போது கல் நினைவு மண்டபங்களே அரிக்கப்பட்டுவிடும். மரங்கள், செடிகள் பட்டுப்போய்விடும். நீர்வாழ் உயிரினங்களின் இனப்பெருக்க சக்தியைச் சிதைத்துவிடும். கோதுமை மூலம் உற்பத்தி செய்யப்படும் கந்தக அமிலம் நீர்த்துப்போய் மிதமாகவே இருக்கும் என்பது உண்மைதான். அப்படியான நிலையிலும்கூட உடம்பின் காரத்தன்மைகளை எளிதில் முறியடித்து உடம்பை அமிலத்தன்மை நோக்கித் தள்ளும் சக்தி கொண்டது.

கோதுமை போன்ற தானியங்கள் அமெரிக்கர்களின் உணவின் அமிலத்தன்மையில் 38%க்குக் காரணமாக இருக்கின்றன. இந்த அளவே உடம்பின் அமிலத்தன்மையை அதிகரிக்கப் போதுமானது. மாமிசங்களில் இருந்து 35% கலோரிமட்டுமே கிடக்கும் வகையில் இருக்கும் உணவாக இருந்தாலும் கோதுமையைச் சேர்த்துக் கொள்வதால் அது காரத்தன்மையில் இருந்து விலகி அமிலத் தன்மை மிகுந்த உணவாகிவிடும்.

சிறுநீரில் எவ்வளவு கால்சியம் வெளியாகிறது என்பதை வைத்து உடம்பின் அமிலத்தன்மை எவ்வளவு கால்சியத்தை எலும்பில் இருந்து கரைத்து எடுக்கிறது என்பதைப் புரிந்துகொள்ளமுடியும். டொரண்டோ பல்கலைக்கழகம் கோதுமை க்ளூடென் உணவுகள் சிறுநீரில் வெளியாகும் கால்சியத்தின் அளவை எப்படிப் பாதிக்கிறது என்பது தொடர்பாக ஓர் ஆய்வு மேற்கொண்டனர். உணவில் க்ளூடென் அதிகமாக இருந்தால் சிறுநீரில் கால்சியம் 63% அதிகமாக வெளியாவதாகவும் எலும்பு முறிவு நோய்க்கான சாத்தியம் அதிகரிப்பதாகவும் அந்த ஆய்வில் தெரியவந்தது.

ஆக, அதிக மாமிச உணவு சாப்பிட்டு அதனால் அதிகரிக்கும் அமிலத்தன்மையை கீரை, முட்டைகோஸ் போன்ற காரத்தன்மை மிகுந்த காய்கறிகளை உட்கொண்டு சமப்படுத்தவில்லையென்றால் உடம்பின் அமிலத்தன்மை அதிகரிக்கும். இதோடு கோதுமையை அதிகம் உண்டால் என்ன ஆகும்?

உடம்பின் அமிலத்தன்மை மிக மிக அதிகமாகும். எலும்புகள் பலவீனமடையும்.

கோதுமையும் மீட்டெடுப்பும்

ஓட்ஸி... நினைவிருக்கிறதா? இத்தாலிய ஆல்ப்ஸ் மலைப் பகுதியில் 5000 ஆண்டுகளுக்கு முன்பாக கி.மு.3300 வாக்கில் பனியால் மூடப்பட்ட டைரோலிய பனிமனிதன். அவருடைய உடம்பில்தான் பாதி செரிமான நிலையில் கோதுமை உணவு இருந்தது தெரியவந்தது. செரிமானமான பெரும்பகுதி உணவு மாமிசமாகவும் தாவர இலைகளாகவும் இருந்தன. மனிதர்கள் தானியங்களை உண்ண ஆரம்பித்து 4700 வருடங்கள் கழிந்த பிறகுதான் ஓட்ஸி இறந்து பனியால் மூடப்பட்டிருக்கிறார். இருந்தும் அவருடைய உணவில் கோதுமை குறைவான அளவிலேயே இருந்ததில் இருந்து அது முக்கிய உணவாக மாறியிருக்கவில்லை என்பது தெரியவருகிறது. ஓட்ஸி அடிப்படையில் வேட்டை-உணவு சேகரிப்பு மனிதர்தான். இன்னொரு வேட்டை மனிதரால் கொல்லப்பட்ட அவர் அப்போதும் வில், அம்பு கொண்டு வேட்டையாடிக்கொண்டுதான் இருந்திருக்கவேண்டும்.

ஓட்ஸி போன்ற வேட்டைக்கால மனிதரின் உடம்பில் மாமிசம் அதிகமாக இருப்பதால் அது அவருடைய உடம்பில் அமிலத் தன்மையை அதிகரித்திருக்கவேண்டும். நவீன மனிதர்களைவிட அதிக மாமிசத்தை உண்பவராக அவர் இருந்ததால் அவர் உடம்பில் அதிக கந்தக அமிலம் சேகரமாகியிருக்கும். அப்படி அதிகமாக இருந்த அமில அளவை அவர்கள் சாப்பிட்ட இழை தழைகளில் இருந்த பொட்டாசியம் சிட்ரேட், பொட்டாசியம் அசிட்டேட் போன்ற காரத்தன்மை நிறைந்த பொருட்களே சமப்படுத்தி யிருக்கும். நவீன கால மனிதர்களைவிட ஆறில் இருந்து ஒன்பது மடங்கு அதிக தாவர உணவுகளை வேட்டைக் காலகட்ட மனிதர்கள் உண்டிருக்கவேண்டும். சிறுநீரில் காரத்தன்மை அதிகமாக இருந்திருக்கும். pH அளவு 7-5.- 9.0 ஆக

இருந்திருக்கிறது. தற்கால மனிதர்களுடைய உடம்பில் அமிலத் தன்மை மிகுந்து pH அளவு 4.4-7.0 ஆக இருக்கிறது.

கோதுமையும் தானியங்களும் மனிதர்களின் உணவில் இடம் பெறத் தொடங்கியதைத் தொடர்ந்து உடம்பு அமிலத்தன்மை நோக்கி நகரத் தொடங்கிவிட்டிருக்கிறது. எலும்புகளில் இருந்து கால்சியம் இழப்பும் அதிகரிக்கத் தொடங்கியிருக்கிறது. ஓட்ஸி வேட்டை மனிதர் கோதுமையைக் குறைவாகவே உண்டு வந்திருக்கிறார் என்பதால் அவருடைய உடலில் காரத்தன்மையே அதிகமாக இருந்திருக்கிறது. எல்லாமே தாராளமாகக் கிடைக்கும் நமது இன்றைய நவீன உலகில் மலிவான கோதுமை உணவுகள் தெருவுக்குத் தெரு அபரிமிதமாகக் கிடைப்பதால் நம் உணவு அமிலத்தன்மை மிகுந்ததாக ஆகிவிட்டிருக்கிறது.

கோதுமை மூலம் அமிலத்தன்மையை நோக்கி நகரும் நம் உடம்பில் கோதுமையை நீக்கி, அந்த கலோரி இழப்பை காரத்தன்மை மிகுந்த காய்கறிகள், பழங்கள், கொட்டைவகைகள் கொண்டு பதிலீடு செய்தால் என்ன நடக்கும்? நம் உடல் மீண்டும் எளிதில் காரத்தன்மை நோக்கி நகர்ந்துவிடும். வேட்டைக்கால மனிதர்களைப் போல் நம் pHஅளவும் மாறிவிடும்.

அப்படியாக கோதுமைதான் உடம்பின் pH அளவை மோசமாக பாதிக்கும் பொருளாக இருக்கிறது. இனிய குடும்பத்தைச் சிதைக்கும் விலைமகள் போல் அது நடந்துகொள்கிறது. காரத்தன்மை நோக்கி நகரும் சாத்தியக்கூறுகள் கொண்ட உணவுமுறையை அமிலம் நோக்கி வேகமாகத் தள்ளி எலும்புகளில் இருந்து கால்சியத்தையும் உறிஞ்சிச் சிதைக்கும் வேலையை அது செய்கிறது.

ஆரோக்கியமான முழு தானிய அமில உணவு முறைக்கும் எலும்பு முறிவு போன்ற பின்விளைவுகளுக்கும் நம் மருத்துவ உலகம் சொல்லும் பதில் என்ன தெரியுமா? ஃபோஸாமேக்ஸ், போனிவா போன்ற எலும்புத் தேய்மானத்தைச் சீர்படுத்துவதாகச் சொல்லப் படும் மருந்துகள்தான். எலும்புப் பிரச்னைக்கு தீர்வாகச் சொல்லப்படும் மருந்துகளின் விற்பனை ஆண்டுக்கு பத்து பில்லியன் டாலரைத் தொட்டுவிட்டிருக்கிறது.

அப்படியாக இங்கும் கோதுமையே மோசமான விளைவுகளை உடம்பில் ஏற்படுத்துவதோடு மருந்து நிறுவனங்களின் கொள்ளை லாபத்துக்கும் வழிவகுத்துக் கொடுத்திருக்கிறது.

கோதுமைத் தொந்திக்கு இணையாக இரண்டு கோதுமை இடுப்புகள்

கோதுமைத் தொந்தி இருக்கும் நபர்களில் பெரும்பாலானோருக்கு மூட்டு வலிகளும் இருப்பதைப் பார்த்திருக்கிறீர்களா..? பார்க்கவில்லையா... இனிமேல் கவனியுங்கள். முன்பக்க பாரம் அதிகமாக இருக்கும் அனைவருமே பேருந்துகளில் ஏறும்போது காலையோ இடுப்பையோ பிடித்தபடியே ஏறுவதைப் பார்க்கமுடியும்.

ஆஸ்தியோஆர்த்ரைடிஸ் என்பதுதான் ஆர்த்ரைடிஸ் நோய் வகையின் முக்கியமான பிரிவு. ரூமடாய்ட் ஆர்த்ரைடிஸைவிட இதுவே உலகம் முழுவதும் அதிகம். அமெரிக்காவில் 2010-ல் மட்டும் சுமார் 7,73,000 பேர் செயற்கை இடுப்பு, முட்டு எலும்பு பொருத்திக்கொண்டிருக்கிறார்கள்.

இது சிறிய பிரச்னை அல்ல. நான்கு கோடியே அறுபது லட்சம் பேர் அல்லது ஏழில் ஒரு அமெரிக்கருக்கு ஆஸ்தியோஆர்த்ரைடிஸ் நோய் இருப்பதாக மருத்துவர்கள் சொல்லியிருக்கிறார்கள். இன்னும் அதிகமானோர் பரிசோதனை செய்துகொள்ளாமல் இடுப்பையும் காலையும் பிடித்தபடி நொண்டிக் கொண்டிருக்கிறார்கள்.

வாகனங்கள் அதிக மைல் ஓடினால் டயர் தேய்வதுபோல்தான் மனிதர்களுடைய எலும்புகளும் தேய்மானம் அடையும் என்றுதான் பொதுவாக நம்புகிறார்கள். ஐம்பது கிலோ எடை கொண்ட பெண்கள்... வாழ்நாள் முழுவதும் பலமான கால் எலும்புகள், இடுப்பு எலும்புகளுடன் ஆரோக்கியமாக இருப்பார். 95 கிலோ கொண்ட பெண்மணி... இடுப்பு, முதுகு, கால் எலும்புகள் தேய்ந்து கஷ்டப்படுவார். பின்பக்கம், வயிறு, மார்பு, கால்கள், கைகள் என எந்த உறுப்பில் எடை அதிகமாக இருந்தாலும் அது எலும்பு இணைப்புகளுக்கு அதிக அழுத்தத்தைத் தரவே செய்யும். இதுதான் பொதுவான நம்பிக்கை.

ஆனால், விஷயம் அவ்வளவு எளிதானதல்ல. கோதுமைத் தொந்தி மூலம் நீரிழிவு நோய், இருதய நோய், கேன்சர் வருவதுபோலவே எலும்பு இணைப்புகளின் பிரச்னைக்கும் அதுவே காரணமாக இருக்கிறது. வீக்கத்துக்குக் காரணமான ஹார்மோன்களான ட்யூமர் நெக்ரோசிஸ், லெப்டின் போன்றவை எலும்பு முட்டுகளின்

சிதைவுக்கு வழிவகுக்கின்றன. குறிப்பாக லெப்டின் முட்டு எலும்புகளின் சிதைவுக்கு நேரடியாகக் காரணமாகிறது. ஒருவருடைய எடை அதிகமாக இருந்தால் (பி.எம்.ஐ. அதிகமாக இருந்தால்) அதிக லெப்டின் சுரக்கும். அதனால் மூட்டுகள் அதிகமாக பாதிக்கப்படும். ரத்தத்தில் லெப்டின் அதிகமாக இருந்தால் அதே அளவுக்கு முட்டுகளிலும் அது அதிகமாக இருக்கும்.

கோதுமைத் தொந்தி இருப்பவர்களுக்கு மூட்டுவலிகள் வர மூன்று மடங்கு அதிக வாய்ப்புகள் இருக்கின்றன. இடுப்பு, மூட்டு எலும்புகள் செயற்கையாகப் பொருத்தப்பட்டிருப்பவர்களில் பெரும்பாலானோருக்கு கோதுமைத் தொந்தியும் இருந்திருக்கிறது. அதிகப்படியான எடையை முட்டுகளால் தாங்க முடியாது என்பதையே இது காட்டுகிறது. உடல் பருமன் அதிகரித்தால் கை முட்டு, விரல் இணைப்புகளில் கூட தேய்மானமும் வலியும் ஏற்படக்கூடும்.

எடையைக் குறைப்பதன் மூலம் எதிர்பார்ப்பதைவிடப் பெரிய அளவில் மூட்டு வலிகள் குறையத் தொடங்கும். ஒரு சதவிகித எடை குறைந்தால் பத்து சதவிகித மூட்டுவலி குறைந்ததாக உடல் பருமனானவர்கள் மத்தியில் நடத்திய ஓர் ஆய்வு தெரிவிக்கிறது.

கை, கால், இடுப்பு, முதுகெலும்பு வலிகள் எல்லாம் மரணத்தைப் போலவும் முதுமையைப் போலவும் அரசுவரிகளைப் போலவும் தவிர்க்க முடியாத ஒரு உபாதையே என்று சொல்லும் அளவுக்கு அவை எங்கும் நிறைந்திருக்கின்றன. அது உண்மை அல்ல. அதிகப்படியான அமிலத்தன்மை, வீக்கம் இல்லாமலும் லெப்டின் போன்றவற்றை குறைவாகவும் வைத்துக்கொண்டால் மூட்டுகள் எல்லாமே சுமார் 70-80 வரை நமக்கு எந்தத் தேய்மானமும் இல்லாமல் பயனளிக்க முடியும்.

கோதுமை உணவுகளின் மூலம் மூட்டுகள் மீது நடக்கும் இன்னொரு தாக்குதல் க்ளைகேஷன். பிற எல்லா உணவுகளையும் விட கோதுமையே ரத்த சர்க்கரை அளவை அதிகரிக்கிறது என்பது உங்களுக்குத் தெரியும். அதிகமாக கோதுமைப் பொருட்களைச் சாப்பிட்டால் க்ளைகேஷன் நோய் அதிகரிக்கும். க்ளைகேஷன் என்றால் ரத்தத்திலும் மூட்டுகள், இடுப்பு, கைகள் ஆகிய இடங்களிலும் புரதங்களைப் பிழையாக மாற்றி அமைத்தல் என்று அர்த்தம்.

முட்டுகளில் இருக்கும் குருத்து திசுக்கள் க்ளைகேஷனால் பாதிக்கப்படும். ஏனென்றால் அந்தக் குருத்து செல்கள் நீண்ட காலம் வாழும். மீண்டும் உருவாக்க முடியாதவை. ஒருமுறை பாதிக்கப்பட்டுவிட்டால் மீண்டும் உருவாகாது. 25 வயதில் உங்கள் மூட்டுகளில் இருக்கும் அதே குருத்து செல்கள்தான் உங்களுக்கு எண்பது வயதாகும்போதும் இருக்கும் (நல்லதே நினைப்போம்). எனவே, ரத்த சர்க்கரை மாற்றம் போன்ற உங்கள் உடம்பில் நடக்கும் அனைத்துவகை மாற்றங்களுக்கும் இவையும் ஈடுகொடுத்தாகவேண்டியிருக்கும். கொலேஜென், அக்ரிகன் போன்ற குருத்து புரத செல்கள் க்ளைகேஷனுக்கு உட்பட்டால் அவை அசாதாரணமாக இறுகிப்போய்விடும். க்ளைகேஷன் மூலமான பாதிப்பு கொஞ்சம் கொஞ்சமாக முட்டு குருத்து திசுக்களை இறுக்கமாகவும் வளைந்துகொடுக்காதவையாகவும் ஆக்கி இறுதியில் உடைந்துபோகச் செய்துவிடும்.

அப்படியாக ரத்த சர்க்கரை அளவு அதிகரித்து கோதுமைத் தொந்தி உருவாகி வீக்கங்கள், கொப்பளங்கள் உருவாகி குருத்து திசுக்கள் க்ளைகேஷனுக்கு உட்பட்டு எலும்புச் சிதைவு, முட்டு எலும்பு இறுக்கம் என ஆகி கால் வலி, கை வீக்கம் என சென்று முடிகிறது.

கோதுமையை உணவில் இருந்து நீக்கிய பிறகு அந்த மனிதர் நடக்கத் தொடங்கினார்.

ஜேசன் 26 வயது மென் பொருள் நிபுணர். புதிய யோசனைகளை மின்னல் போல் வேகமாகப் பிடித்துக்கொள்பவர். புத்தி கூர்மை மிகுந்தவர். இளம் மனைவியுடன் என் மருத்துவமனைக்கு ஒரு நாள் வந்தார். ஆரோக்கியமான வாழ்க்கை வாழ வழி ஒன்று சொல்லுங்கள் என்று கேட்டார்.

தான் கருவில் இருந்தபோதே தனக்கு இதயம் சம்பந்தமாக ஒரு பெரிய பிரச்னை உருவானதாகவும் அது தொடர்பாக சிக்கலான சிகிச்சை நடத்தப்பட்டதாகவும் சொல்ல ஆரம்பித்தார். நான் உடனே குறுக்கிட்டு, ஜேஸன்... பிறக்கும்போது ஏற்படும் பிரச்னைகள் பற்றி எனக்கு அவ்வளவாகத் தெரியாது. நீங்கள் தவறான நபரைத் தேடி வந்திருக்கிறீர்கள் என்று நினைக்கிறேன் என்றேன்.

நல்லது டாக்டர். எனக்குத் தெரியும். எனக்கு ஆரோக்கியமான வாழ்க்கைக்கு ஆலோசனை சொல்லுங்கள். அது போதும். எனக்கு இருதய மாற்று அறுவை சிகிச்சை செய்தாகவேண்டும்

என்று சில மருத்துவர்கள் சொல்கிறார்கள். இருதய நோய் தொடர்பாக மருத்துவமனைக்குச் செல்வதென்றாலே பேச்சு மூச்சற்றுப்போய்விடுகிறேன். நீங்கள்தான் எனக்கு உதவ வேண்டும். அந்த சிகிச்சையைத் தவிர்க்க ஏதேனும் வழி உண்டா... அல்லது அப்படியே இருதய மாற்று அறுவை சிகிச்சை செய்துதான் ஆகவேண்டுமென்றால் அதன் பிறகு ஆரோக்கிய மாக வாழ என்ன செய்யவேண்டும்?

அவர் சரியான எதிர்பார்ப்புடன் சரியான இடத்துக்குத்தான் வந்திருக்கிறார் என்பது புரிந்தது. நல்லது. நீங்கள் இங்கு வந்ததன் காரணம் எனக்கு இப்போது புரிகிறது. சொல்லுங்கள்... உங்கள் பிரச்னையை முழுவதுமாகக் கேட்கிறேன்.

நாற்காலியில் இருந்து எழுந்தவர் கவலை தோய்ந்த முகத்துடன், நடக்கும்போது மிகவும் சிரமப்பட்டபடியே பரிசோதனை டேபிளை நோக்கி நடந்தார்.

என்ன பிரச்னை என்று கேட்டேன்.

பரிசோதனை டேபிளை கஷ்டப்பட்டு நெருங்கி மேலேறி அமர்ந்து கொண்டு பெருமூச்சுவிட்டார். என் உடம்பின் எல்லா முட்டுகளும் வலிக்கின்றன. என்னால் நடக்கவே முடிய வில்லை. சில நேரங்களில் படுக்கையில் இருந்து எழுந்திருக்கவே முடிவதில்லை.

மூட்டு வலி நிபுணர் யாரிடமாவது ஆலோசனை கேட்டீர்களா?

ஆமாம். மூன்று பேரைப் பார்த்தேன். யாராலும் என்ன காரணம் என்பதைக் கண்டுபிடிக்கமுடியவில்லை. எனவே, வலி நிவாரண மருந்து கொடுத்தார்கள். வீக்கத்தைக் குறைக்க மருந்து கொடுத்தார்கள்.

உணவுப் பழக்கத்தில் ஏதேனும் மாற்றம் கொண்டுவந்து பார்த்தீர்களா? என்னிடம் வரும் பலர் கோதுமையை தமது உணவில் இருந்து நீக்குவதன் மூலம் நல்ல பலன் கிடைக்கப் பெற்றிருக்கிறார்கள்.

கோதுமையா? பிரெட், பாஸ்தாவா என்று குழம்பியபடியே கேட்டார்.

ஆமாம். அவைதான். முழுதானிய கோதுமை பிரெட், முழு தானிய பிஸ்கெட், கேக், பாஸ்தா, நூடுல்ஸ் இன்னும் கோதுமையால் செய்யப்படும் அனைத்து உணவுகளையும்

நீக்கிவிடுங்கள். நீங்கள் சாப்பிடும் அனைத்தையுமே நீக்கச் சொல்வதாக நினைத்து பயப்படவேண்டாம். நீங்கள் சாப்பிடும் படியான வேறு ஏராளமான உணவுப் பொருட்களும் இருக்கத்தான் செய்கின்றன.' சொல்லிவிட்டு கோதுமை இல்லா உணவைச் சாப்பிட என்னென்ன முன் தயாரிப்புகள் தேவை என்பதை விளக்கிச் சொன்னேன்.

முயன்று பாருங்கள். நான்கு வாரத்துக்கு கோதுமையை உணவில் இருந்து நீக்குங்கள். உங்களுக்கு நல்ல மாற்றம் தென்பட்டால் அதையே தொடருங்கள். எந்த முன்னேற்றமும் இல்லையென்றால் உங்களுக்கு வேறு சிகிச்சைதான் தேவைப்படும் என்று புரிந்துகொள்ளலாம் என்றேன்.

ஜேஸன் மூன்று மாதங்கள் கழித்து என்னைப் பார்க்க வந்தார். முதல் ஆச்சரியம் அவர் கால் வலி எதுவுமின்றி உற்சாகமாக அறைக்குள் நுழைந்தார்.

அவருக்கு நல்ல பலன் உடனடியாகக் கிடைத்திருக்கிறது. ஐந்து நாட்களிலேயே நல்ல மாற்றம் தெரியத் தொடங்கியிருக்கிறது. அதை என்னால் நம்பவே முடியவில்லை. வலி போன இடமே தெரியவில்லை. ஏதோ தற்செயலாக நடந்திருக்கிறதுபோல என்று நினைத்து ஒரு சாண்ட்விச் சாப்பிட்டுப் பார்த்தேன். சாப்பிட்ட ஐந்தாவதுநிமிடத்தில் காலில் 80% வலி மீண்டு வந்துவிட்டது. நான் இப்போது ஓர் உண்மையைத் தெரிந்து கொண்டுவிட்டிருக்கிறேன்.

நான் ஜேஸனை முதலில் பரிசோதித்துப் பார்த்தபோது இதயத்தில் கொஞ்சம் சிக்கல் இருப்பது தெரிந்தது. மூன்று மாதம் கழித்து வந்தபோது பரிசோதித்தேன். அந்த சிக்கல் முழுவதுமாக குணமடைந்துவிட்டிருந்தது. மூட்டு வலிகளோடு சுவாசமும் சீராகிவிட்டிருந்தது. முன்பு நடக்கவே சிரமப்பட்டவர் இப்போது சிறிது தூரத்துக்கு ஜாகிங் செய்ய முடிந்திருக்கிறது. பேஸ்கெட் பால் விளையாட்டைக்கூட கொஞ்சம் மிதமான முறையில் விளையாட முடிந்திருக்கிறது. பல வருடங்களாக அந்த விளையாட்டை முற்றாகக் கைவிட்டிருந்திருக்கிறார். இதய பிரச்னை தொடர்பாக அவர் சாப்பிட்டு வந்த மாத்திரைகளை நாங்கள் கொஞ்சம் கொஞ்சமாக குறைக்கவும் ஆரம்பித்தோம்.

கோதுமை இல்லா வாழ்க்கை மீது எனக்கு மிகப் பெரிய நம்பிக்கை இருக்கிறது. ஜேஸனைப் போல் வாழ்க்கையே

தலைகீழாக மாறிய பலருடைய அனுபவங்களைப் பார்க்கும் போது இந்த இளவயதில் அவர்களுக்கு வந்த உபாதைகள் பற்றிய வருத்தமும் அதற்கு கைவசம் தயாராக இருக்கும் எளிய தீர்வு மேல் மிகுந்த நம்பிக்கையும் வந்தது.

கோதுமை உணவுகள் பார்க்க மிருதுவானதாகத் தோன்றலாம். ஆனால், உங்கள் மூட்டு எலும்புகளை அவை இறுகிப் போகச் செய்துவிடும்.

வயிற்று எலும்புகள் இடுப்பு எலும்புடன் இணைக்கப்பட்டவையே

உடல் பருமன், மூளைப் பாதிப்பு போன்றவற்றுக்கு செலியாக் நோயாளிகள் மூலம் நமக்குச் சில பாடங்கள் கிடைத்ததுபோல் எலும்புகள், மூட்டுகள் தொடர்பான பிரச்னைக்கும் சிலவற்றை அவர்களிடமிருந்து கற்றுக்கொள்ளமுடியும்.

செலியாக் நோய் இருப்பவர்களில் குடல் சார்ந்த பிரச்னைகள் இருக்கின்றனவோ இல்லையோ 70% பேருக்கு ஆஸ்ட்யோபெனியா மற்றும் ஆஸ்ட்யோபோரோசிஸ் நோய்களும் இருக்கும். ஆஸ்ட்யோபோரோசிஸ் நோய் செலியாக் நோய் இருப்பவர்களிடையே மிகுதியாகக் காணப்படுவதால் செலியாக் நோய் இருப்பதாக யாருக்கேனும் தெரியவந்தால் உடனே ஆஸ்ட்யோபோரோசிஸ் நோய் இருக்கிறதா என்பதையும் சோதித்துவிடும்படி மருத்துவர்கள் பரிந்துரைக்கிறார்கள். வாஷிங்டன் பல்கலைக்கழக எலும்பு சிகிச்சைமையம் மேற்கொண்ட ஆய்வில் ஆஸ்ட்யோபோரோசிஸ் நோய் இருப்பவர்களில் 3.4 % பேருக்கு செலியாக் நோய் இருப்பது கண்டுபிடிக்கப்படாமல் இருந்தது. அதேநேரம் ஆஸ்ட்யோபோரோசிஸ் நோய் இல்லாதவர்களில் 0.2% பேருக்கு மட்டுமே செலியாக் இருப்பது பின்னர் தெரியவந்தது. அந்த இரண்டு நோய் இருந்தவர்களிலும் ஆஸ்ட்யோபோரோசிஸ் நோய்க்கான மருந்துகள் கொடுக்கப்படாமல் வெறுமனே கோதுமையை உணவில் இருந்து நீக்கியதன் மூலமே எலும்புகள் வலுப்பெற்றுவிட்டன.

எலும்பு பலவீனத்துக்கு முக்கியமாக இரண்டு காரணங்கள் இருக்கின்றன. 1. ஊட்டச்சத்துகளைக் குறிப்பாக விட்டமின் டி, கால்சியம் போன்றவற்றைச் சரியாக உட்கிரகிக்க முடியாத நிலை,

2. எலும்பை பலவீனப்படுத்தும் இண்டர்லுகேய்ன்ஸ் போன்ற சைட்டோகின்களை உடல் வீக்கங்கள் வெளியேற்றுதல் என இரண்டு காரணங்கள் இருக்கின்றன. கோதுமையை உணவில் இருந்து விலக்குவதன் மூலம் வீக்கங்கள் குறைந்தன. ஊட்ட சத்துகளை நன்கு உட்கிரஹிக்க முடிந்தது.

செலியாக் நோய் இல்லாதவர்களைவிட இருப்பவர்களுக்கு எலும்பு முறிவுகள் ஏற்பட மூன்று மடங்கு வாய்ப்புகள் அதிகமாக இருப்பதாக ஆய்வுகள் தெரிவிக்கின்றன.

வேறொரு ஆய்வில் ஆஸ்ட்யோபோரோசிஸ் நோய் உள்ளவர்களில் 12% பேருக்கு செலியாக் நோய்க்கான தடயங்கள் எதுவும் இல்லாமல் அதே நேரம் க்ளியாடின் எதிர் உயிரிகள் இருப்பது தெரியவந்தது. அதாவது கோதுமை ஒவ்வாமை அல்லது ‘அமைதியான’ செலியாக் நோய்.

கை முட்டுகள், கால் முட்டுகள் இடுப்பு, முழங்கை, தோள் பட்டை என எல்லா இணைப்புகளிலும் வலியும் தேய்மானமும் உள்ளவர்களுக்கு கோதுமை ஒவ்வாமையும் இருக்க அதிக வாய்ப்பு இருக்கிறது. செலியாக் நோய் இல்லாமல் மூட்டு வலிகள் மட்டுமே இருந்தவர்களுக்கு கோதுமையை உணவில் இருந்து நீக்கியதும் 40% பேருக்கு நல்ல முன்னேற்றம் ஏற்பட்டது தெரியவந்தது. க்ளியாடின் எதிர் உயிரி அளவுகளும் குறைந்தது. கோதுமையில் இருக்கும் க்ளூடென் தான் மூட்டுவலிகளுக்குக் காரணம் என்று சொல்வது மிகையானதாக இருக்கக்கூடும். ஆனால், அந்த நோய் இருப்பவர்களில் அதை மேலும் மோச மாக்கும் என்பது உண்மையே.

செலியாக் நோய் அறிகுறிகள் இல்லாமல் மூட்டு வலிகள் மட்டுமே இருந்தவர்களுக்கு கோதுமையை உணவில் இருந்து நீக்குவது நல்ல பலனையே தருவதைப் பார்த்திருக்கிறேன். எனவே இடுப்பு, கால் முட்டு எலும்புகளைச் செயற்கையாகப் பொருத்திக் கொள்பவர்கள் அதற்கு பதிலாக கோதுமையைத் தமது உணவில் இருந்து முழுமையாக நீக்கிக் கொண்டால் என்ன?

அமில அளவு அதிகரித்தால் உடம்பில் ஏற்படும் பின்விளைவுகள் பற்றி இப்போதுதான் விழிப்பு உணர்வு வர ஆரம்பித்துள்ளது. வேதியல் பற்றிய குறைந்தபட்ச பரிச்சயம் உள்ளவர்களுக்கு வேதிவினைகள் நடப்பதில் pH அளவு எவ்வளவு முக்கிய பங்கு வகிக்கிறது என்பது தெரிந்திருக்கும். மனித உடம்பிலும் அதுவே உண்மை.

நவீன கால ஆரோக்கியமான முழு தானிய உணவுகள் உடம்பின் அமிலத்தன்மையை அதிகரிக்கின்றன. கோதுமை போன்ற உணவுகளை நீக்குவதன் மூலம் உடம்பின் எலும்புகள் வலுப்பெறுவதோடு சிறுநீரகக் கற்கள், பிற சிறுநீரக நோய்கள், ரத்தக் கொதிப்பு, மலட்டுத்தன்மை போன்றவையும் கட்டுக்குள் வரும் என ஆய்வுகள் தெரிவிக்கின்றன.

கோதுமையை நீக்குங்கள். மூட்டு வீக்கம் குறையும். ரத்த சர்க்கரை அளவுகுறையும். குருத்து திசுக்கள் க்ளைகேஷன் செய்யப்படாது. உடம்பின் pH அளவு காரத்தன்மையுடனே இருக்கவைக்கும். Vioxx மருந்தே தேவையில்லை.

- 9 -

கண் புரை, தோல் சுருக்கங்கள், கூன் முதுகு : கோதுமையும் முதுமையும்

இளமையாக இருக்க நேர்மையாக நடந்துகொள்ள வேண்டும்; நிதானமாக மென்று சாப்பிடவேண்டும்; அப்பறம், வயது பற்றிப் பொய் சொல்லவேண்டும்.

- லூசில்லே பால்

நாளாக நாளாக திராட்சை ரசமும் சீஸும் சுவை கூடக்கூடும். ஆனால், மனிதர்களுக்கு அற்பப் பொய்களில் ஆரம்பித்து முழு உடம்பையும் பிளாஸ்டிச் சர்ஜரி செய்து மாற்றிக்கொண்டு விடலாமா என்று தோன்றும் அளவுக்கு முதுமை பெரும் அசௌகரியங்களைத் தரும்.

வயதாவது என்றால் என்ன?

அதன் விசேஷ குணங்களைத் துல்லியமாக விவரிப்பது சிரமம் தானென்றாலும் நீலப்படங்களைப்போல் பார்த்தால் எளிதில் புரியக்கூடிய விஷயம்தான் அது.

வயதாவது என்பது ஆளுக்கு ஆள் வித்தியாசப்படும். ஒரு ஆண் அல்லது பெண் 65 வயதிலும் 45 வயதானவரைப்போல் சுறுசுறுப்புடன், சுருக்கங்கள் இல்லாமல், நேரான முதுகுடன்

அடர்த்தியான கேசத்துடன் இருந்தால் அவரை இளமையானவர் என்று சொல்வோம். 45 வயதில் 65 வயதானவர்போல் இருக்கும் பலரையும் பார்த்திருப்போம். பிறப்பினால் வரும் வயதுக்கு இணையாக உடம்பின் வயது பல நேரங்களில் இருப்பதில்லை.

வயதாவதைத் தவிர்க்கமுடியாதுதான். எல்லாருமே முதுமை அடைந்தே தீருவோம். வெவ்வேறு விதங்களில் முதுமையை அடைவோம் என்றாலும் அதில் இருந்து யாரும் தப்பிக்க முடியாது. பிறப்புச் சான்றிதழைப் பார்த்தால் ஒருவருடைய வயதை எளிதில் கண்டுபிடித்துவிட முடியும். ஆனால், ஒருவருடைய உடலின் வயதைச் சொல்வதென்பது முற்றிலும் வேறு விஷயம். ஒருவருடைய உடம்பு இளமையை எப்படித் தக்கவைத்துக் கொண்டிருக்கிறது... எப்படி சிதைவுற்றிருக்கிறது என்பதை எப்படிச் சொல்ல முடியும்?

உதாரணமாக ஒரு பெண்ணை நீங்கள் முதன் முறையாகப் பார்க்கிறீர்கள். வயதென்ன என்று கேட்கிறீர்கள். 25 வயது என்று சொல்கிறார். சரியாக இருக்குமா என்று அவருடைய முகத்தைப் பார்க்கிறீர்கள். கண்களைச் சுற்றிச் சுருக்கங்கள் மிகுதியாக இருக்கின்றன. கைகளில் சுருக்கங்களும் புள்ளிகளும் தென்படுகின்றன. கைகள் நடுங்கிக் கொண்டிருக்கின்றன. முதுகில் கூன் விழுந்திருக்கிறது. முடி உதிர்ந்தும் வெளிறிப்போயும் இருக்கின்றன. முதியோர் இல்லத்துக்கு அனுப்பிவிடலாம்போல் இருக்கிறார். இளமையின் புத்துணர்ச்சியுடன் அல்ல. அவர் கையில் பிறப்பு சான்றிதழோ வயதை உறுதிப்படுத்தும் வேறு சான்றிதழ் எதுவுமோ கையில் இல்லை. ஆனால், தன் வயது 25 தான் என்று அடித்துச் சொல்கிறார். புதிய பாய் ஃபிரண்டின் பெயரை கையில் பச்சை குத்திக் கொண்டிருக்கிறார்.

அவர் பொய் சொல்கிறார் என்று எப்படி நிரூபிக்கமுடியும்?

அது அவ்வளவு எளிது அல்ல. அவர் ஒரு மானாக இருந்தால் கொம்பின் கிளைகளை வைத்து வயதைக் கண்டுபிடிக்கலாம். மரமாக இருந்தால் வெட்டிப் பார்த்து வளையங்களை வைத்துக் கண்டுபிடிக்கலாம். மனிதர்களில் வயதைக் கண்டுபிடிக்க கொம்புக் கிளைகளோ, மர வளையங்களோ எதுவும் இருக்காது. டாட்டு இருந்தாலும் இல்லாவிட்டாலும் இந்தப் பெண்ணுக்கு வயது அறுபதுக்கு மேல் இருக்கும். இவர் இளைஞரே அல்ல.

நாம் புதிதாகப் பார்க்கும் ஒருவருடைய வயது என்ன என்பதைத் துல்லியமாகச் சொல்லும் கணக்கீடு ஒன்றை யாரும் இதுவரை

உருவாக்கியிருக்கவில்லை. அதற்கு யாரும் முயற்சி செய்யவில்லை என்று அர்த்தமில்லை. வயது ஏற ஏற என்னென்ன மாற்றங்கள் ஏற்படும் என்பதை ஆராய்ந்து சில அடையாளங்களைச் சொல்லியிருக்கிறார்கள். அதிகபட்சமாக எவ்வளவு ஆக்ஸிஜனை உள்ளிழுக்கிறார்கள், உடற்பயிற்சி செய்து களைக்கும்போது எவ்வளவு ஆக்ஸிஜனை உள்ளிழுக்கிறார்கள், நிதானமான உடற்பயிற்சியின்போது இதயத் துடிப்பு எவ்வளவாக இருக்கிறது, இதயத் தமனியின் துடிப்பு வேகம், இதய நாளங்களின் செயல்திறன் என பல அம்சங்களை வைத்து வயதைக் கணக்கிடுகிறார்கள். இவையெல்லாம் காலப்போக்கில் வேகம் குறையத் தொடங்கும். எனினும் அதை வைத்து சரியான வயதைக் கண்டுபிடிப்பது சிரமமே.

நாமே பார்த்து கண்டுபிடிக்கும்படியாக ஒரு வழிமுறையை ஆராய்ச்சியாளர்கள் கண்டுபிடித்துச் சொன்னால் எவ்வளவு எளிதாக இருக்கும். முறையான உடற் பயிற்சி, ஆரோக்கியமான உணவுப் பழக்கம் இவையெல்லாம் இருந்தால் ஐம்பத்து ஐந்து வயதிலும்கூட 45 வயதுபோல் இளமையாகவே இருக்கமுடியும் என்பது உங்களுக்குத் தெரியும். அல்லது 20 வருடங்களாகப் புகை பிடித்து அதிக மதுஅருந்தி நொறுக்குத் தீனிகளை ஏராளம் தின்று உடல் பயிற்சியே செய்யாமல் உடம்பை 65 ஆனவர்போல் சிதைத்துக்கொள்ளவும்கூடும். எனவே, நிஜ வயது என்ன என்பதை உடம்பு எப்படி இருக்கிறது என்பதைவைத்து யூகிப்பது சிரமமே.

ஆராய்ச்சியாளர்கள் ஒரு தெளிவான அழுத்தமான குறியீட்டைத் தேடிக்கொண்டிருக்கிறார்கள். அது இருந்தால்தான் வயதாவதைத் துல்லியமாகக் கணக்கிடமுடியும். ஆக்ஸிடேட்டிவ் இன்ஜுரி (oxidative injury) மூலம் சிலர் கணக்கிட்டுச் சொல்கிறார்கள். செல் சிதிலங்கள் மூலம் கணக்கிடலாம் என்று சிலர் சொல்கிறார்கள். இன்னும் சிலர் வயதாவது என்பது மரபணுரீதியாகத் தீர்மானிக்கப் பட்டிருக்கும். ஹார்மோன்கள் இழப்பு மற்றும் பிற உடல் மாற்றங்கள் எல்லாம் அதன் அடிப்படையில் நடக்குமென்று சொல்கிறார்கள்.

ஏதேனும் ஒரு தனிப்பட்ட அளவீட்டு முறையை வைத்து வயதாவதைக் கணக்கிட முடியாது என்று எல்லா ஆராய்ச்சியாளர்களும் ஒப்புக்கொள்கிறார்கள்.

விரைவாக வயதாகும் சூழ்நிலையை நாம் நன்கு புரிந்துகொண்டால் இயல்பான முதுமை நிகழ்வைப் புரிந்துகொண்டுவிட

முடியும். இதற்கு எலிகளை ஆராய வேண்டிய அவசியமே இல்லை. நீரிழிவு நோயினால் பாதிக்கப்படும் மனிதர்களை ஆராய்ந்தாலே போதும். விரைந்து வயதாகும் நிலைக்கு நீரிழிவு நோயே மிகச் சிறந்த உதாரணம். இதய நோய், பக்கவாதம், உயர் ரத்த அழுத்தம், கிட்னி நோய், ஆஸ்ட்யோபோரோசிஸ், மூட்டு வலி, புற்றுநோய் என முதுமையில் வரக்கூடிய எல்லாமே நீரிழிவு நோயால் வெகு முன்னதாகவே வந்துவிடுகின்றன. நீரிழிவு நோய் ஆராய்ச்சியானது கார்போஹைட்ரேட்டை உண்டபிறகு ரத்தச் சர்க்கரை அளவு அதிகரிப்பதற்கும் முதுமைக்கும் இடையில் தொடர்பிருப்பதாகத் தெரிவிக்கின்றன.

கோதுமை உண்ணும் முதியவர்களுக்கு எந்த தேசத்திலும் இடமில்லை

ஒவ்வொரு துறையிலும் புதிய புதிய கலைச்சொற்களும் விளக்க வாக்கியங்களும் உருவாகும் காலகட்டத்தில் வாழ்ந்துகொண்டிருக் கிறோம். இதோ புதிதாக ஒரு சொல்லை நான் அறிமுகப்படுத்து கிறேன். வருங்காலத்தில் இதுபற்றி நீங்கள் அதிகம் கேள்விப்படப் போகிறீர்கள். ஏ.ஜி.ஈ. AGE - Advanced Glycation End products அதாவது, க்ளைகேஷன் மூலமாக உருவாகும் இறுதிப்பொருட்கள் – இதய நாளங்களை இறுக்கமாக்கும் பொருள் (ஆர்தெரோ-ஸ்க்லிரோசிஸ்), கண் பார்வை மீது படியும் திரை (கண் புரை நோய்), மூளையின் நரம்புகள் மீது கவியும் பொருள் (டிமென்ஷியா). இவை மூன்றுமே முதியவர்களில் மிகுதியாகக் காணப்படுகிறது. வயது அதிகரிக்க அதிகரிக்க சிறுநீரகங்கள், கண்கள், கல்லீரல், தோல் மற்றும் பிற உறுப்புகளில் இந்த AGE அதிகரிக்கும். நம்மிடம் 25 வயது என்று பொய் சொன்னாரே அவருடைய கண்களைச் சுற்றி சுருக்கங்களை இந்த AGE உருவாக்கும். ஆனால், இந்தச் சுருக்கங்களை மட்டும் வைத்து அந்தப் பெண் பொய் சொல்கிறார் என்பதை முடிவு செய்துவிட முடியாது. கண்ணுக்குக் கீழ் தென்படும் தொங்கு சதை, சுருக்கங்கள், கண்ணில் பூ விழுந்ததுபோல் திரைபடிதல், மூட்டுவலிகள் இவை எதுவுமே வயதைத் துல்லியமாகச் சொல்ல உதவாது. ஆனால், இந்த AGE அடையாளங்கள் எல்லாம் சில விஷயங்களில் நேரில் பார்ப்பதன் மூலமும் பிறவற்றில் ஆய்வகப் பரிசோதனைகள் மூலமும் உடல் அடைந்திருக்கும் சிதைவை அதாவது வயதை ஓரளவுக்குச் சுட்டிக்காட்டவே செய்யும்.

AGE பொருட்கள் என்பவை இறந்த, சிதைந்த செல்களின் ஒட்டுமொத்த தொகுப்பு. அவற்றின் மூலம் ஒரு முக்கியமான விஷயம் புலப்படும். இவற்றால் எந்தப் பலனும் இல்லை. இவற்றை எரித்து சக்தியை எடுத்துக்கொள்ளமுடியாது. இவை எந்தவித உயவுப் பணியையோ தகவல் கடத்தும் பணியையோ செய்வதில்லை. அருகில் இருக்கும் என்சைம்களுக்கோ ஹார்மோன்களுக்கோ எந்த உதவியும் கிடைப்பதில்லை. கண்ணால் பார்க்க முடிந்த சிதைவுகள் நீங்கலாக சிறுநீரகம் ரத்தத்தை வடிகட்டி கழிவுகளை வெளியேற்றமுடியாமல் தடுமாறும். புரதங்களைத் தக்கவைக்க முடியாமல் போகும். நாளங்களில் இறுக்கம், ரத்த ஓட்டத் தடை போன்றவை ஏற்படும். இடுப்பு, முதுகு, கால்கள் போன்றவற்றில் குருத்துஎலும்பு திசுக்கள் சிதைவுறும். மூளை நரம்புகள் தளர்வுறும். சாப்பிடும்போது பல்லில் கடிபடும் கல்லைப் போல் வைன் குடிக்கும்போது மாட்டும் கார்க்கைப்போல் AGE ஒரு நல்ல கொண்டாட்டத்தைக் குலைத்துவிடக்கூடியது.

சில AGE பொருட்கள் உடம்பினுள் உணவுப் பொருட்களின் மூலமாக நுழையக்கூடும். வேறு சில ரத்தத்தில் சர்க்கரை அளவு அதிகரிப்பதால் அதாவது நீரிழிவு நோயினால் ஏற்படக்கூடும்.

AGE பொருட்கள் ஏற்படும் ஒரு வழிமுறையைச் சொல்கிறேன். ரத்தத்தில் சர்க்கரை அளவை அதிகரிக்கும் உணவுகளை அதிகம் சாப்பிடுங்கள். உடம்பில் அதிக சர்க்கரை இருப்பதால் க்ளூகோஸ் மூலக்கூறுகள் எந்தவொரு புரதத்துடனும் இணைந்து க்ளூகோஸ்-புரத மூலக்கூறை உருவாக்கும். இந்த மூலக்கூறுகள் எல்லாமே AGE பொருட்கள்தான். இவை ஒருமுறை உருவாகிவிட்டால் அதன் பிறகு அவற்றை அழிக்கவே முடியாது. இந்த மூலக்கூறுகள் ஒன்றுடன் ஒன்று பிணைந்து பாலிமர்களாகவும் ஆகும். அப்படி ஆகிவிட்டால் அதனால் ஏற்படும் இடையூறுகள் மிகவும் அதிகமாக இருக்கும். இவை எந்த இடத்தில் உருவாகின்றனவோ அந்த இடத்திலேயே ஒன்றுகூடி முண்டு முடிச்சுகளாகி பிற உடல் செயல்பாடுகளைத் தடுக்கும்.

எனவே ரத்தத்தில் க்ளூகோஸ் அளவு அதிகரித்தால் அதன் தவிர்க்க முடியாத சிறுகச் சிறுகப் பெரிதாகும் பின் விளைவாக AGE -ல் போய் முடியும்.எங்கெல்லாம் க்ளூகோஸ் போகிறதோ (அதாவது உடம்பின் அனைத்து இடங்களிலும்) AGEம் பின்தொடரும்.

ரத்தத்தில் சர்க்கரை அதிகரித்தால் AGE அதிகரிக்கும். AGE அதிகரித்தால் முதுமை எளிதில் வந்து சேரும்.

நீரிழிவு நோய்தான் ரத்த சர்க்கரை அளவு அதிகரித்தால் என்ன தீங்குகள் ஏற்படுமென்பதை வெளிப்படையாகக் காட்டக்கூடிய நோய். 100-300 mg/dl வரை தினமும் கூடிக் குறைந்து கொண்டிருக்கும். சில நேரங்களில் ரத்த சர்க்கரை அளவு 200-400 mg/dl என்று கூட ஏறி இறங்கக்கூடும்.

இப்படி ரத்த சர்க்கரை அளவு ஏறி இறங்கினாலே உடலுக்குக் கெடுதல் ஏற்படும் என்ற நிலையில் நீரிழிவு நோயானது மிக மிக அதிகக் கெடுதல்களை விளைவிக்கவே செய்யும். நீரிழிவு நோய் உள்ளவர்களுக்கு இதய நாள நோய்கள், மாரடைப்பு வர இரண்டில் இருந்து ஐந்து மடங்கு சாத்தியக்கூறுகள் அதிகம். 44% பேருக்கு ஆர்தெரோ-ஸ்க்லிரோசிஸ் அல்லது பிற தமனி சார்ந்த பிரச்னைகள் ஏற்படும். நீரிழிவு நோய் வந்ததில் இருந்து 11 வருடங்களில் 20-25% பேருக்கு சிறுநீரகப் பிரச்னைகள் வரும். ரத்தத்தில் தொடர்ந்து அதிக சர்க்கரை இருந்து வந்தால் நிச்சயமாக இந்த பிரச்னைகள் வந்தே தீரும்.

நீரிழிவு நோயின் போது ரத்த சர்க்கரை அளவு மீண்டும் மீண்டும் அதிகரிக்கும் என்பதால் AGEயும் அதிகரிக்கும். நீரிழிவு நோய் இல்லாதவர்களைவிட அது இருப்பவர்கள் சீக்கிரமே முதுமை அடைவார்கள்.

நரம்புச் சிதைவுகள், கால் மரத்துப் போவது, பார்வைக் கோளாறுகள், பார்வை இழப்புகள், சிறுநீரகக் கோளாறுகள், சிறுநீரகச் செயலிழப்பு என எல்லாமே ஏற்படும். ரத்த சர்க்கரை அளவு உயர உயர AGE விளைவுகளும் அதிகரிக்கும். உடல் உறுப்புகளின் சிதைவும் அதிகரிக்கும்.

இளம் வயதிலேயே AGE விளைவுகள் ஏற்படுவதால் முப்பது வயதுக்கு முன்பே சிறுநீரகக் கோளாறும் கண் பார்வை இழப்பும் ஏற்பட்டுவிடுகின்றன. க்ளுகோஸ் அளவைக் கட்டுக்குள் வைத்துவந்தால் இப்படியான நோய்கள் ஏற்படாது. நீரிழிவு நோய் கட்டுப்பாடு மற்றும் சிக்கல் தொடர்பான ஆய்வுகளில் எவருடைய சர்க்கரை அளவுகளைக் கட்டுக்குள் கொண்டுவர முடிந்திருக் கிறதோ அவர்களுக்கு நீரிழிவு நோய் பாதிப்புகள் வராமல் தடுக்க முடிந்தது தெரியவந்தது.

AGE நடக்கும்போது என்ன ஆகிறது?

நீரிழிவு நோய் மூலமான சிக்கல்கள் நீங்கலாக வேறு பல கெடுதல்களும் AGE மூலம் நடக்கின்றன.

- சிறுநீரக நோய் - AGE பொருட்கள் பரிசோதனை விலங்குகளின் உடலுனுள் செலுத்தப்பட்டபோது சிறுநீரக நோய் உருவானது தெரியவந்தது. மனிதர்களிலும் சிறுநீரகக் கோளாறு நோய் வந்தவர்களின் உடலில் AGE பொருட்கள் இருப்பதைப் பார்க்க முடிந்தது.

- ஆர்தெரோ-ஸ்க்லிரோசிஸ் - விலங்குகளிலும் மனிதர் களிலும் உணவு மூலம் உள் நுழையும் AGE களினால் ரத்த நாளங்கள் சுருங்குகின்றன. நாளங்களில் ஏற்படும் பிற பாதிப்புகளும் சேர்ந்து இந்த நோய் உருவாகிறது. AGE பொருட்கள் LDL கொழுப்பு மூலக்கூறுகளையும் பாதிக்கின்றன. கல்லீரலால் இந்தக் கொழுப்பு மூலக்கூறுகளை உட்கிரகிக்க முடியால் போகிறது. AGE அதிகமாக இருந்தால் இந்த நோய் அதிகமாக இருக்கும்.

- டெமென்ஷியா - அல்சைமர் டெமென்ஷியா நோயில் மூளையில் AGE பொருட்கள் சாதாரண மூளையைவிட 3 மடங்கு அதிகம் இருக்கின்றன. நீரிழிவு நோயாளிகளில் AGE மிக அதிகமாக இருப்பதுபோலவே நீரிழிவு நோய் உள்ளவர்களுக்கு டிமென்ஷியா வர 500% வாய்ப்புகள் அதிகமாக இருக்கிறது.

- புற்றுநோய் - கிடைத்திருக்கும் தரவுகள் குறைவே என்றாலும் AGE க்கும் கேன்சருக்கும் இடையிலான தொடர்பு மிகவும் வலுவாகவே இருக்கிறது. பான்க்ரியாஸ், மார்பகம், நுரையீரல், குடல், சிறுநீரக புற்றுநோய்களில் AGE அசாதாரண அளவுகளில் படிந்து இருப்பது தெரியவந்துள்ளது.

- ஆண் குறி விறைப்புத்தன்மைக் குறைபாடு - ஆண் வாசகர்களின் கவனத்தை இதுவரையிலும் நான் சொன்னவை ஈர்த்திருக்கவில்லையென்றால் இந்தத் தகவல் நிச்சயம் ஈர்க்கும். AGE பொருட்கள் அதிகமாக இருந்தால் ஆண்குறிக்கான ரத்த ஓட்டத்தைப் பாதித்து விறைப்புத் தன்மையை அது வெகுவாகப் பாதிக்கும்.

- கண் பார்வைக் குறைபாடு - AGE பொருட்கள் விழி லென்ஸ், ரெடினா என கண் திசுக்களைப் பாதிக்கும். கண்ணை உலர்ந்துபோலவைக்கும்.

AGE பொருட்கள் உடல் உறுப்புகளில் அதிகம் படிவதால் பல உபாதைகள் ஏற்பட்டு முதுமை விரைவில் ஏற்படுகிறது. க்ளைகேஷன் மற்றும் AGE மீதான கட்டுப்பாடு அதிகரித்தால்தான் விரைவான முதுமையைத் தடுக்கமுடியும்.

ரத்தத்தில் சர்க்கரையின் அளவு எப்படி இருக்கிறதோ அதைப் பொறுத்தே AGE பொருட்கள் உடம்பில் படிகின்றன. ரத்தத்தில் சர்க்கரை அளவு குறைவாக இருக்கும்போதும் இந்த விஷயம் நடக்கும். ஆனால், ரத்த சர்க்கரை அளவு அதிகமாக இருக்கும் போது நடப்பதுபோல் அதிகமாக இருக்காது. AGE பொருட்கள் அதிகம் படியவில்லையென்றால் அறுபது வயது மனிதர் 45 வயதானவர் போல் தோற்றமளிப்பார். AGE பொருட்கள் அதிகம் உருவாகி பாதிப்பை ஏற்படுத்தினால் 45 வயதிலேயே 60 வயது போல் தோற்றமளிப்பதோடு அந்த வயதுக்கான உபாதைகளால் பாதிக்கப்பட்டவராகவும் இருப்பார். அப்படியாக வயதை நிர்ணயிக்கும் ஆராய்ச்சியாளர்களுக்கு நீரிழிவு நோயானது விரைவிலேயே முதுமை அடைவது தொடர்பான உண்மைகளை எடுத்துச் சொல்லியிருக்கிறது. ஆர்தெரோ-ஸ்க்லிரோசிஸ், சிறுநீரக நோய்கள், நியோரோபதி போன்ற நோய்கள் முந்தைய தலைமுறையில் 60, 70, 80 வயதானவர்களுக்கு மட்டுமே வந்தன. இப்போது 20, 30 வயதிலேயே ஏற்படத்தொடங்கிவிட்டன. க்ளைகேஷன் நடக்கும்போதும் AGE பொருட்கள் உடம்பில் படிய அனுமதிக்கும்போதும் என்னவெல்லாம் தீமைகள் விளையும் என்பதை நீரிழிவு நோய் நமக்குப் புரியவைக்கிறது. அது அவ்வளவு உவப்பான பாடமாக இல்லை.

AGE மிகுதியாக இருப்பதால் ஆக்ஸிடேட்டிவ் ஸ்ட்ரெஸும் வீக்கங்களும் அதிகரிக்கின்றன. AGE மூலம் ஏராளமான பாதிப்புகள் ஏற்பட்டு இதய நோய், கேன்சர், நீரிழிவு போன்ற அனைத்தும் ஏற்படுகின்றன. AGE தொடர்ந்து நடக்கும் தீமை. ரத்த சர்க்கரை அளவு இயல்பான நிலையில் இருக்கும்போது உருவாகத் தொடங்கும் இவை ரத்த சர்க்கரை அளவு அதிகரிக்கும்போது வேகமாகப் பெருகுகின்றன. எந்தக் குறிப்பிட்ட ரத்த சர்க்கரை அளவில் AGE உருவாகாமல் இருக்கும் என்று சொல்லவே முடியாது. நீரிழிவு நோயாளியாக இல்லாமல் இருந்தால் இந்த அபாயங்களில் இருந்தெல்லாம் தப்பிவிட முடியும் என்று சொல்லவே முடியாது. AGE நீரிழிவு நோய் இல்லாதவர்களிலும் ஏற்படுகிறது. அவர்களையும் முதுமையை நோக்கித் தள்ளுகிறது. ரத்தத்தில் இருந்து சில மில்லிகிராம் சர்க்கரையை எடுத்துக்

கொண்டு அனைத்து தீமைகளையும் செய்யத் தொடங்கிவிடுகிறது. நீரிழிவு நோயில் என்னவெல்லாம் தீமைகள் ஏற்படுமோ அவையெல்லாம் AGE மூலமும் காலப்போக்கில் உருவாகத் தொடங்கும்.

அமெரிக்காவில் இரண்டு கோடியே ஐம்பத்தெட்டு லட்சம் நீரிழிவு நோயாளிகள் இருக்கிறார்கள். ஏழு கோடியே தொன்னூறு லட்சம் பேருக்கு விரைவில் வரவும் போகிறது. இதில் இன்னும் பலர் அமெரிக்க நீரிழிவு நோய்க் கழகத்தின் கணக்கின் படி நீரிழிவு நோய் வரும் சாத்தியம் உள்ளவர்கள் எனும் பிரிவில் வரவில்லையே தவிர சாப்பிட்டதும் அவர்களுடைய ரத்தத்தில் சர்க்கரை அளவு அதிகரித்தவண்ணம்தான் இருக்கிறது. இது AGE உருவாக்கத்துக்குப் போதுமானது. உங்களுக்கு சந்தேகமிருந்தால் ஏதேனும் உணவைச் சாப்பிட்ட ஒரு மணி நேரத்துக்குப் பிறகு ரத்த சர்க்கரை அளவை க்ளுகோஸ் மீட்டரில் சோதித்துப் பாருங்கள். உங்கள் ரத்தத்தில் சர்க்கரை அளவு எவ்வளவு எகிறிகிறது என்பதைப் பார்த்தால் அதிர்ந்துவிடுவீர்கள். நான் இரண்டு பிரெட் துண்டுகள் சாப்பிட்டதும் 167 mg/dl ஆக அதிகரித்ததுபற்றிச் சொன்னேனே நினைவிருக்கிறதா?

முட்டை, கொட்டைகள், ஆலிவ் எண்ணெய், மாமிசங்கள் போன்றவற்றால் க்ளுகோஸ் அளவு உயர்வதில்லை. பழங்களில் இருந்தும் பருப்புகளில் இருந்தும் வரும் கார்போஹைட்ரேட்டு கள்கூட சர்க்கரை அளவை அதிகரிக்கும். முன்பே சொன்னதுபோல் ரத்த சர்க்கரை அளவை அதிகரிப்பதில் கோதுமைப் பொருட்களே அனைத்து உணவுப் பொருட்களிலும் மிக மிக மோசமானவை. நீங்கள் நீரிழிவு நோயாளியாக இல்லாமலிருந்தாலும் உங்கள் ரத்த சர்க்கரை அளவை அந்த அளவுக்கு உயர்த்திவிடக்கூடியவையே. கோதுமையில் இருக்கும் அமிலோபெக்டின்-ஏ எளிதில் ஜீரணமாகி விடும் என்பதால் இரண்டு மணி நேரத்துக்கு ரத்த சர்க்கரை அளவு மிக அதிகமாகவே உடம்பில் இருக்கும். அது AGE உருவாக்கத்தை துரிதப்படுத்தும். AGE உருவாக்கத்தில் எந்த உணவுக்கு முதலிடம் என்று ஒரு போட்டி வைத்தால் ஆப்பிள், ஆரஞ்சு, ஐஸ்க்ரீம், உருளைக்கிழங்கு, சாக்லேட், கேக் என பிற அனைத்துப் பொருட்களைவிடவும் கோதுமை உணவுப் பொருட்களே எளிதில் வெற்றிபெறும்.

ஆக கோதுமை உண்பதால் உங்கள் AGE உற்பத்தி அதிகரிக்கும். இரண்டையும் இரண்டையும் கூட்டிப் பாருங்கள். கோதுமையை

அதிகம் உண்பதால் நீங்கள் சீக்கிரமே முதுமையை அடைந்து விடுகிறீர்கள். தோல் சிதைவு, சிறுநீரக நோய், டிமென்ஷியா, எலும்புத் தேய்மானம் என எல்லாமும் விரைவிலேயே வந்துவிடுகின்றன.

AGE பற்றிய முழுப் பார்வை

கார்போஹைட்ரேட் உணவுகளின் மூலம் AGE பொருட்கள் உடம்பில் அதிகம் உருவாவது பற்றி பார்த்தோம். மாமிசங்களின் மூலமும் அவை உருவாகும். அப்படியானால் எதைத்தான் சாப்பிடுவது என்று குழம்புகிறீர்களா? விளக்குகிறேன்.

AGE பொருட்கள் இரண்டு வகைகளில் உருவாகின்றன.

எண்டோஜெனஸ் AGE : உடம்புக்குள்ளிருந்தே உருவாகிறவை. ரத்த க்ளூகோஸில் இருந்து அவை உருவாகின்றன. கோதுமை போன்று ரத்த சர்க்கரை அளவை அதிகரிக்கும் உணவுப் பொருட்கள் AGE பொருட்களையும் அதிக அளவில் உருவாக்குகின்றன. கார்போஹைட்ரேட் உணவுப் பொருட்கள் எல்லாமே AGE பொருட்களை உற்பத்தியும் செய்கின்றன.

நவீன கால பதபடுத்தப்பட்ட, சுவையூட்டப்பட்ட உணவுகளில் சேர்க்கப்படும் ஃப்ரக்டோஸும் AGE பொருட்களை க்ளூகோஸைவிட அதிக அளவில் உற்பத்தி செய்கின்றன. பிரெட் வகைகள், மக்காச்சோள சிரப், சாதா சர்க்கரை என எல்லாவற்றிலும் கணிசமான அளவு ஃப்ரக்டோஸ் சேர்க்கப்படுகின்றன.

எக்ஸோஜெனஸ் AGE பொருட்கள் : காலை உணவு, மதிய உணவு, இரவு உணவு என நாம் உண்ணும் உணவில் இருந்து அதாவது வெளியில் இருந்து உடம்பில் வந்து சேர்கின்றன. மாமிசப் பொருட்கள், சீஸ் போன்றவற்றில் AGE மிக அதிகமாக இருக்கின்றன. அதிலும் அதிக சூட்டில் பொரிக்கவும் வாட்டவும் செய்யப்படும் மாமிசங்களில் AGE பொருட்கள் ஆயிரம் மடங்கு அதிகரிக்கின்றன. எவ்வளவு அதிக நேரம் சமைக்கப்படுகின்றனவோ அவ்வளவு அதிக AGE பொருட்கள் அதில் உருவாகின்றன.

கோழியின் மார்பு இறைச்சி, உருளைக்கிழங்குகள், கேரட்கள், தக்காளி, தாவர எண்ணெய் போன்றவை இரண்டு பிரிவினருக்குக்கொடுத்து ஓர் ஆய்வு செய்யப்பட்டது. முதல்

பிரிவினருக்கு அந்த உணவுப் பொருட்கள் வேகவைத்துக் கொடுக்கப்பட்டன. இரண்டாவது பிரிவினருக்கு 450 டிகிரி ஃபாரன்ஹீட்டில் 20 நிமிடங்கள் பொரித்துக் கொடுத்தார்கள். இரண்டாவது பிரிவினரில் AGE பொருட்கள் மிகவும் அதிகமாக இருந்ததோடு ரத்த நாள பாதிப்பும் அதிகமாக இருந்தது தெரியவந்தது.

AGE பொருட்கள் அதிகமாக இருக்கும் மாமிசங்களில் சாச்சுரேட்டட் கொழுப்பும் அதிகமாக இருக்கும். பொதுவாக சாச்சுரேட்டட் கொழுப்புதான் எல்லா பிரச்னைக்கும் காரணம் என்று சொல்வார்கள். ஆனால், அதனுடன் இருக்கும் AGE பொருட்கள்தான் உண்மையான குற்றவாளி. எனவே மாமிசங்கள் தன்னளவில் கெட்டவை அல்ல. ஆனால் அவற்றைச் சமைத்து, பொரித்து AGE பொருட்களை அதில் அதிகரித்து நாம்தான் கெடுத்துக்கொண்டுவிடுகிறோம்.

எனவே கோதுமையை உணவில் இருந்து நீக்குங்கள். பிற வகை கார்போஹைட்ரேட்டையும் குறையுங்கள். மாமிசங்களை வேகவைத்துச் சாப்பிடுங்கள். பொரிக்கவேண்டாம். நீரில் வேகவைக்கும்போது குறைவான AGE பொருட்கள்தான் மாமிசத்தில் உருவாகும். பொரிக்கும்போதுதான் அதிக AGE பொருட்கள் உருவாகின்றன.

AGE பொருட்கள் பற்றிய அறிவு இப்போதுதான் துளிர்க்கத் தொடங்கியிருக்கிறது. இன்னும் பல உண்மைகள் கண்டறியப் படவில்லை. எனினும் AGE பொருட்கள் காலப்போக்கில் ஏற்படுத்தும் கெடுதல்கள் அதிகம் என்பது தெரியவந்திருப்பதால் இப்போதே கொஞ்சம் விழிப்புணர்வுடன் அவற்றைக் குறைப்பது நல்லது. ஒருவேளை உங்கள் நூறாவது பிறந்த நாளில் எனக்கு நன்றி சொல்லக்கூடும்.

க்ளைகேஷன் ரேட்

வயதைச் சரியாகக் கண்டுபிடித்துவிட முடியாதென்றாலும் க்ளைகேஷன் மூலமாக முதுமை எப்படி துரிதப்படுத்தப்படுகிறது என்பதை அளவிட க்ளைகேஷன் ரேட் என்ற அலகு இருக்கிறது. உங்கள் உடம்பில் இருக்கும் புரதங்களை எவ்வளவு வேகமாக அல்லது மெதுவாக உங்கள் உடம்பு க்ளைகேஷன் செய்கிறது என்பதை வைத்து உங்களின் வயதாகும் வேகம் அதிகமா குறைவா

என்பதை கணக்கிட முடியும். உடம்பில் இருந்து ஏதேனும் தசையை வெட்டி எடுத்து வயதாகும் வேகத்தைக் கணக்கிடும் வழிமுறையைப் பலரும் விரும்புவதில்லை. ரத்தத்தில் இருக்கும் ஹீமோக்ளோபின் HbAlc மூலமும் க்ளைகேஷன் ரேட்டைக் கண்டுபிடிக்கமுடியும்.

ரத்த சிவப்பு அணுக்களில் இருக்கும் ஹீமோக்ளோபின் சிக்கலான புரதம். அதுதான் உடம்பில் ஆக்ஸிஜனைக் கொண்டு செல்கிறது. பிற புரதங்களைப் போலவே ஹீமோக்ளோபினும் க்ளைகேஷனுக்கு ஆட்படும். அதாவது க்ளூகோஸ் மூலம் ஹீமோக்ளோபினும் மாற்றி அமைக்கப்படும். இந்த வினை உடனடியாக நடந்துவிடும். மீட்டெடுக்கவும் முடியாது. ரத்தத்தில் க்ளூகோஸின் அளவு அதிகமாக இருந்தால் இந்த க்ளைகேஷனும் அதிகமாக நடக்கும்.

ரத்தச் சிவப்பு அணுக்களுக்கு ஆயுள் 60-90 நாட்கள்தான். ரத்தத்தில் இருக்கும் ஹீமோக்ளோபின் மூலக்கூறுகளில் எத்தனை சதவிகிதம் க்ளைகேஷனுக்கு ஆட்பட்டிருக்கின்றன என்பதிலிருந்து கடந்த 60-90 நாட்களில் ரத்த சர்க்கரை அளவு ஏறி இறங்கியிருக்கிறது என்பதைத் தெரிந்துகொள்ளமுடியும். நீரிழிவு நோய் இருக்கிறதா என்பதைக் கண்டறியவும் அந்த நோய் இருப்பவர்களில் ரத்த சர்க்கரை மீதான கட்டுப்பாடு எந்த அளவுக்கு இருக்கிறது என்பதையும் கண்டறிய மிகவும் உபயோகமான ஆய்வு இதுதான்.

மெலிந்த உடலும் இயல்பான இன்சுலின் செயல்பாடும் உள்ள ஒருவர் மிதமான அளவு கார்போஹைட்ரேட் சாப்பிட்டால் HbAlc அளவு 4.0-4.8 ஆக இருக்கும். அதாவது மொத்த ஹீமோக்ளோபின்களில் 4.0-4.8 சதவிகித ஹீமோக்ளோபின்கள் க்ளைகேஷன் ஆகியிருக்கிறது என்று அர்த்தம். இது தவிர்க்க முடியாத, மிதமான நிலை. நீரிழிவு நோயாளிகளுக்கு இந்த அலகு 8,9,12 அல்லது அதைவிட அதிகமாகக்கூட இருக்கும். அமெரிக்காவில் நீரிழிவு நோய் இல்லாதவர்களுக்கு HbAlc அளவு 5.0-6.4 ஆக இருக்கும். இது இயல்பு நிலையைவிட அதிகம். எனினும் நீரிழிவு நோய் தொடங்கக்கூடிய அதிகாரபூர்வ அளவான HbAlc 6.5வை விடக் குறைவுதான். 70% அமெரிக்கர்களுடைய HbAlc அளவு 5.0-6.9% ஆக இருக்கிறது.

HbAlc அளவு 6.5 ஆக இருந்தால்தான் உடம்புக்குக் கெடுதல்

செய்ய ஆரம்பிக்கும் என்று அர்த்தமில்லை. HbAlc அளவு 'இயல்பான' நிலையில் இருக்கும்போதே மாரடைப்பு, புற்று நோய் வர வாய்ப்பு உண்டு. HbAlc அளவு 1% ஆக உயர உயர மரணத்துக்கான வாய்ப்பு 28% அதிகரிக்கும். நீங்கள் சாப்பிடும் உணவு உங்கள் ரத்த சர்க்கரை அளவை மூன்று நான்கு மணி நேரத்துக்கு 150-250 என்ற அளவுக்கு எகிறச் செய்தால் ரத்தத்தில் இருக்கும் அதிக க்ளுகோஸானது ஹீமோக்ளோபினை அதிக அளவுக்கு மாற்றி அமைக்கும். அதாவது HbAlc அளவு அதிகரிப்பில் அது வெளிப்படும்.

இங்கே கொஞ்சம் மங்கலாகத் தெரிகிறது

கண்களில் இருக்கும் லென்ஸ்கள் இயற்கையிலேயே உருவாக்கப்பட்ட மிக அருமையான ஒரு கருவி. அதன் மூலம்தான் உலகை நாம் காணமுடிகிறது. இப்போது நீங்கள் வாசிக்கும் இந்தப் புத்தகத்தின் எழுத்துகள் ரெடினாவில் பதிந்து நரம்பு மண்டலத்துக்குக் கொண்டு செல்லப்படுகிறது. மூளையானது வெள்ளைப் பின்னணியில் தெரியும் கறுப்பு எழுத்துகளை இனம் கண்டு கொள்கிறது. விழி லென்ஸ்கள் வைரத்தைப் போன்றவை. எந்தக் குறைபாடும் இல்லாதபோது அவை ஸ்படிகம் போல் துல்லியமாக இருக்கும். ஒளியை எந்தத் தடையும் இன்றி அனுமதிக்கும். விழி லென்ஸ் செயல்படும் விதத்தை யோசித்துப் பார்த்தால் அது எவ்வளவு அற்புதமான விஷயம் என்பது புரியவரும்.

ஸ்படிகத்தில் சில மாற்றுக் குறைவு உண்டு. ஒளியை அப்படியே ஊடுருவ விடாமல் சிதறடிக்கும். விழி லென்ஸ்களில் கிறிஸ்டலின் எனப்படும் புரதங்கள் இருக்கும். பிற எல்லா புரதங்களையும் போலவே அவையும் க்ளைகேஷனுக்கு ஆட்படும். விழி லென்ஸில் இருக்கும் புரதங்கள் க்ளைகேஷனுக்கு உட்பட்டு அஎஉ பொருட்கள் உருவாகும். இந்த அஎஉ கள் ஒன்றுடன் ஒன்று பின்னிப் பிணைந்து திரையாக மாறும். ஒளி அதில் பட்டு சிதறடிக்கப்படும். காலப்போக்கில் அஎஉ கள் தொடர்ந்து படிந்து கண் புரை நோய் ஏற்படும்.

ரத்த சர்க்கரை அளவு, AGE கள், கண் புரை நோய் மூன்றுமே ஒன்றுக்கொன்று தொடர்புடையவை. பரிசோதனை விலங்கு களுக்கு 90 நாட்கள் ரத்த சர்க்கரை அளவைத் தொடர்ந்து உயர்ந்த நிலையில் வைத்திருந்தாலே போதும் அவற்றுக்கு கண் புரை நோய் வந்துவிடும். நீரிழிவு நோய் உள்ளவர்களுக்கு கண் புரை

நோய் வர சாதாரணமானவர்களைவிட ஐந்து மடங்கு வாய்ப்பு அதிகம்.

அமெரிக்காவில் 42-64 இடைப்பட்ட வயதில் 42% ஆண்களுக்கும் பெண்களுக்கும் கண் புரை நோய் வருகிறது. 75-85 வயதினரில் 91% பேருக்கு அந்த நோய் இருக்கிறது. AGE பொருட்களினால் கண்ணின் ரெடினா, கண் திரவம், கார்னியா என எல்லாமே பாதிக்கப்படத்தான் செய்யும்.

ரத்த சர்க்கரை அளவை அதிகரிக்கும் எந்தவொரு உணவும் கண்ணில் இருக்கும் கிறிஸ்டலைன் புரதங்களையும் க்ளைகேஷன் செய்யும். ஒரு குறிப்பிட்ட காலம் மற்றும் அளவு மட்டுமே கிறிஸ்டலின் புரதங்கள் தம்மைப் புதுப்பித்துக்கொள்ள முடியும். அதன்பிறகு பார்வைக் குறைபாடு ஏற்படத் தொடங்கும். கண்ணாடி அணியவில்லையென்றால் உலகம் மங்கலாகத் தெரியத் தொடங்கும்.

HbAlc க்ளைகேட்டட் ஹீமோக்ளோபின் என்பது உடம்பில் க்ளுகோஸ் எந்த அளவுக்கு கட்டுப்பாட்டில் இருக்கிறது என்பதை தெளிவாக எடுத்துக்காட்டுகிறது. எவ்வளவு அதிகம் க்ளைகேஷன் நடக்கிறதோ அந்த அளவுக்கு கண் பார்வை பாதிக்கப்படுகிறது. சிறுநீரகம் பாதிக்கப்படுகிறது. தோல் பாதிக்கப்படுகிறது. ரத்த நாளங்கள் பாதிக்கப்படுகின்றன. சீக்கிரமே முதுமை அடைந்துவிடுகிறீர்கள்.

எனவே HbAlc என்பது வெறுமனே ரத்த சர்க்கரை அளவைப் பற்றிய விஷயத்தை மட்டுமே சொல்லவில்லை. உங்கள் உடம்பு எந்த அளவுக்கு புரதங்களை க்ளைகேஷன் செய்கிறது... எந்த அளவுக்கு உறுப்புகளைப் பாதிக்கிறது. எந்த அளவுக்கு நீங்கள் முதுமை அடைந்துகொண்டிருக்கிறீர்கள் என்பதையும் அது சுட்டிக் காட்டவே செய்கிறது. HbAlc அளவு ஐந்து என்ற அளவிலேயே இருந்தால் இயல்பான வேகத்தில் முதுமை அடைவீர்கள். 5%க்கு மேல் போய்க்கொண்டே இருந்தால் அனைத்து வசதிகளும் நிறைந்த விண்ணுலக மருத்துவமனைக்கு சீக்கிரமே போகப் போகிறீர்கள் என்று அர்த்தம்.

ரத்த சர்க்கரையை அதிகரிக்கும் உணவுகள் முதுமையைத் துரிதப் படுத்துபவையாக இருக்கின்றன. எனவே உங்கள் முதலாளியை உங்களுக்குப் பிடிக்கவில்லையா... கோதுமை உணவுப் பொருட் களை அவருக்கு அள்ளி அள்ளிக் கொடுங்கள்.

கோதுமை நீக்குங்கள் - இளமையாக இருங்கள்

கோதுமைதான் எல்லா உணவுப் பொருட்களையும்விட ரத்தச் சர்க்கரை அளவை அதிகரிக்கிறது என்பது உங்களுக்குத் தெரியும். கோதுமையைப் பிற உணவுகளுடன் மல்யுத்தத்தில் நிறுத்துவ தென்பது மைக் டைஸனுக்கு எதிரில் எழுத்தாளர் ட்ருமன் கபோடேயை நிறுத்துவதைப் போன்றது. ஒரே குத்தில் நாக் அவுட்.

நீங்கள் ஓர் இளம் பெண். மெலிந்த உடல், நீண்ட தொலைவு ஓடக்கூடியவர், இடுப்பைச் சுற்றி சதையே கிடையாது, இன்சுலின் செயல்பாடு அருமை, ஈஸ்ட்ரோஜென் அதிகம் சுரக்கும், ரத்த சர்க்கரை அளவு கொஞ்சம் போல மட்டுமே அதிகரிக்கும். இவ்வளவு இருந்தும் தினமும் இரண்டே இரண்டு துண்டு முழுதானிய கோதுமை ரொட்டி சாப்பிட்டால் கூடப்போதும் உங்கள் ரத்த சர்க்கரை அளவு 150 mg/dl ஆக உயர்ந்து விரைந்து முதுமையை அடையச் செய்யும் AGE வண்டியை மலை உச்சியில் இருந்து உருளச் செய்துவிடும்.

AGE உருவாக்கம் முதுமையைத் தூண்டும். என்றால் கோதுமை நீக்கம் இளமையைக் கொண்டுவருமா?

எலிகளில் இந்தப் பரிசோதனை செய்து பார்க்கப்பட்டது. AGE மிகுதியான உணவுப் பொருட்களை எலிகளுக்குக் கொடுத்துப் பார்த்தபோது, ஆர்தெரோ-ஸ்க்லிரோசிஸ், கண் புரை நோய், சிறுநீரக நோய், நீரிழிவு நோய், குறைந்த ஆயுள் போன்ற விளைவுகள் ஏற்பட்டன. AGE இல்லாத உணவைக் கொடுத்த எலிகள் இந்த நோய்கள் இல்லாமல் நீண்ட ஆயுளுடன் வாழ்ந்தன.

இந்தப் பரிசோதனை மனிதர்களை வைத்து இதுவரை செய்து பார்க்கப்படவில்லை. எல்லாவகையான முதுமை அடைதல் தொடர்பான பரிசோதனைகள் செய்ய இன்று வழி எதுவும் இல்லை. இது இந்த ஆராய்ச்சித்துறைக்குப் பெரிய தடைக்கல்லாக இருக்கிறது. நினைத்துப் பாருங்கள்: சார், உங்களுக்கு ஐந்து வருடங்களுக்கு AGE மிகுதியாக இருக்கும் அல்லது AGE குறைவாக இருக்கும் உணவைக் கொடுத்து சோதனை செய்ய விரும்பு கிறோம். முதல் வகை உணவில் உங்களுக்கு பல நோய்களும் சீக்கிரமே முதுமையும் வர வாய்ப்பு உண்டு என்று யாரிடமேனும் சொன்னால் அந்த உணவை உண்ண யராவது முன்வருவார்களா என்ன?

அப்படியானால் வயதாவதை எப்படித்தான் கண்டுபிடிக்க?

க்ளைகேஷனும் AGE உருவாக்கமும் முதுமை அடைதலின் பல விஷயங்களுக்குக் காரணமாக இருக்கின்றன; சில உணவுவகைகள் பிற உணவு வகைகளைவிட AGE உருவாக்கத்தைத் தூண்டுகின்றன. இப்படியான நிலையில் AGE பொருட்களின் உருவாக்கத்தைத் தூண்டும் தன்மை குறைவாக பொருட்கள் நிச்சயம் முதுமை அடையும் வேகத்தைக் குறைக்கும் என்றே தோன்றுகிறது. அல்லது குறைந்தபட்சம் க்ளைகேஷன் மூலம் நடக்கும் தீய விளைவுகளையாவது கட்டாயம் குறைக்கும். HbAlc அளவு குறைவாக இருந்தால் முதுமையைத் தூண்டும் எண்டோஜெனஸ் க்ளைகேஷன் மெதுவாக நடக்கிறது என்று அர்த்தம். கண் புரை நோய், சிறுநீரக நோய், உடல் சுருக்கங்கள், முட்டு வலிகள், எலும்புத் தேய்மானம் போன்ற கோதுமை உணவை உண்பதால் வரும் நோய்கள் எல்லாம் உங்களுக்கு வரும் வாய்ப்புகள் மிகவும் குறைவாகவே இருக்கும்.

உங்கள் வயது பற்றி யாரேனும் கேட்டால் உண்மையைச் சொல்லவும் அது உதவக்கூடும்.

- 10 -

என் மூலக்கூறுகள் உனதை விடப் பெரியவை. கோதுமையும் இதய நோயும்

உயிரியலில் அளவுதான் மிகவும் முக்கியம். வெறும் இரண்டு அங்குலம் மட்டுமே இருக்கும் உயிரினங்கள் எல்லாம் பாசி களையும் மிதக்கும் தாவரங்களையும் உண்டு வாழக்கூடியவை. பெரிய மீன்களும் பறவைகளும் அந்த உயிரியை உண்ணும்.

தாவர உலகில் 200 அடி உயரத்துக்கு வளரக்கூடிய கபோக் மரங்கள் பிற மரங்களைவிட மிக உயரத்தில் வளரும். சூரிய ஒளி அதற்கு மிக எளிதில் கிடைக்கும். தனக்குக் கீழே வளரும் பிற மரங்கள் மீது தன் நிழலைப் படரவிட்டு அவற்றின் வளர்ச்சியை முடக்கும்.

மாமிச உண்ணி விலங்குகள் தாவர உண்ணி விலங்குகளை வேட்டையாடிக் கொல்லும். மனித இனம் உருவாவதற்கு முன்பு வரை இந்த உலகில் இதுவே இயற்கையின் விதியாக இருந்தது: பெரிதாக இருப்பதே பலம்.

கடலிலும் காடுகளிலும் பொருந்தக்கூடிய அந்த இயற்கை விதி மனித உடலுக்குள்ளும் பொருந்தக் கூடியதுதான். மனித ரத்த ஓட்டத்தில் குறைவான அடர்த்தி கொண்ட லிப்போ ப்ரோடீன்கள் (LDL - உலகம் LDL கொழுப்பு என்று தவறாகக் கருதும் மூலக்கூறுகள்) இதே விதியைத் தான் பின்பற்றுகின்றன.

பெரிய LDL மூலக்கூறுகள் பெயருக்கு ஏற்ப பெரிதாகவே இருக்கும். சிறிய LDL மூலக்கூறுகள் சிறிதாகவே இருக்கும். பெரிய LDL மூலக்கூறுகள் அது யாருடைய உடம்பில் இருக்கிறதோ அவர்களுக்கு நன்மை செய்யும். சாதா நன்மை அல்ல. உயிர் பிழைக்கும் வாய்ப்பு!

இங்கு நாம் பேசும் சிறிய மூலக்கூறுக்கும் பெரிய மூலக்கூறுக்கும் இடையிலான அளவு வித்தியாசம் என்பது மிக மிக மிக சிறியது. நானோ மீட்டர் (nm). அதாவது ஒரு மீட்டரில் ஒரு பில்லியனில் ஒரு பங்கு! பெரிய LDL மூலக்கூறுகள் என்றால் அவற்றின் விட்டம் 25.5 nm அல்லது அதற்கு அதிகமாக இருக்கும். சிறிய LDL மூலக்கூறுகள் என்றால் அவற்றின் விட்டம் 25.5 nm அல்லது அதற்குக் குறைவாக இருக்கும். அதாவது LDL மூலக்கூறுகள் சிறிதானாலும் பெரிதானாலும் ரத்த சிவப்பு அணுக்களைவிட ஆயிரம் மடங்குகள் சிறிதாக இருக்கும். ஆனால், கொழுப்பு மூலக்கூறுகளைவிடப் பெரிதாக இருக்கும். இந்த வாக்கியத்தின் இறுதியில் வைக்கப்படும் முற்றுப்புள்ளியில் பத்தாயிரம் LDL மூலக்கூறுகளை அடக்கிவிடமுடியும் என்றால் அவை எவ்வளவு 'பெரிதாக' இருக்கும் என்று பார்த்துக்கொள்ளுங்கள்.

LDL மூலக்கூறுகளைப் பொறுத்தவரையில் அவற்றின் அளவு அவை விழுங்கப்படுவதையோ விழுங்குவதையோ தீர்மானிப்பதில்லை. இதய தமனிகள், கழுத்து, மூளை போன்ற இடங்களில் உள்ள ரத்த நாளச் சுவர்களில் அவை ஒட்டிக்கொள்ளுமா ஒட்டிக் கொள்ளாதா என்பதையே அந்த அளவு தீர்மானிக்கும். சுருக்கமாகச் சொல்வதென்றால் LDL அளவுதான் 57 வயதில் உங்களுக்கு பக்கவாதம் வருமா, மாரடைப்பு வருமா 87 வயதில் சூதாட்ட விடுதியில் மகிழ்ச்சியில் திளைத்துக் கொண்டிருப்பீர்களா என்பதைத் தீர்மானிக்கும்.

சிறிய LDL மூலக்கூறுகள்தான் இதய நோய்களுக்கு முக்கியமான காரணம். மாரடைப்பு, ஆஞ்சியோபிளாஸ்ட், ஸ்டெண்ட்கள், பைபாஸ் அறுவை சிகிச்சை என எல்லாவற்றுக்கும் இதுவே காரணம். என் மருத்துவமனையில் நான் பார்த்தவரை இதய நோய் இருந்த ஆயிரக்கணக்கான நோயாளிகளில் 90% பேருக்கு சிறிய LDL மூலக்கூறுகள் கணிசமான அளவு சிறியதாக இருந்தது (மிக மிகச் சிறியது என்று சொல்லமுடியாவிட்டாலும்).

புரிந்துகொள்ள எளிதாக இருக்குமென்றும் கொள்ளை லாபம் ஈட்ட நன்கு உதவும் என்றும் யோசித்து மருத்துவ உலகம் இந்தப்

பொருட்களை 'அதிக கொழுப்பு' என்று வகைப்படுத்தி விட்டிருக்கின்றன. இதய நோய்க்கும் கொழுப்புக்கும் சம்பந்தமே இல்லை. இதய நாளம் அடைத்து மாரடைப்பு, பக்கவாதம் போன்ற நோய்களுக்குக் காரணமாக பல்வேறு லிப்போப்ரோடீன்களைக் (லிப்பிடைச் சுமந்து செல்லும் புரதங்கள்) கண்டுபிடிக்கும் வழிமுறைகள் உருவாகியிராத காலகட்டத்தின் எச்சமாக அதைக் கொழுப்பு என்று வகைப்படுத்திவிட்டார்கள்.

மஃபின்கள் உங்களைச் சின்னதாக்கும்

'என்னை அருந்து...'

அதைக்கேட்ட ஆலிஸ் அந்த பானத்தை அருந்தினாள். சட்டென்று பத்து இன்ச் உயரம் கொண்டவளாகக் குறுகிவிட்டாள். அந்தச் சிறிய கதவின் வழியாக மேட் ஹேட்டர், செஷையர் பூனையுடன் நுழைந்தாள். காலை நேர உணவாக நீங்கள் சாப்பிட்டவை ஆலிஸ் அருந்திய பானத்தைப் போன்றதுதான். அதாவது, அவை LDL மூலக்கூறுகளைச் சிறியதாக்குகின்றன. உதாரணமாக உங்கள் உடம்பில் LDL மூலக்கூறுகள் 29 nm இருந்தனவென்றால் கோதுமை உணவை நீங்கள் சாப்பிட்டதும் அவை 23-24 nm குட்டியாகிவிடும்.

10 அங்குலமாகக் குறுகியதால் ஆலிஸ் சிறிய கதவின் வழியாக நடந்துபோக முடிந்ததுபோல் LDL மூலக்கூறுகளும் சிறிதாகி விடுவதால் அவை இயல்பான உருவில் இருந்தால் செய்ய முடியாத தீய சாகசங்களையெல்லாம் செய்ய வழி பிறந்துவிடும்.

மனிதர்களைப் போலவே LDL மூலக்கூறுகளும் பலதரப் பட்டவை. பெரிய LDL மூலக்கூறுகள் விசுவாசமான அரசு ஊழியரைப் போன்றவை. கடுமையாக உழைத்து, கொடுக்கும் சம்பளத்தை வாங்கிக் கொண்டு, நிம்மதியான ஓய்வூதியத்துடன் ஓய்வுக்காலத்தைக் கழிக்க விரும்பும் சாதுவான ஊழியரைப் போன்றவை. சிறிய LDL மூலக்கூறுகள் கலக குணம் மிகுந்தவை. சமூக விரோதச் செயல்களில் துணிந்து ஈடுபடக்கூடியவை. சட்டதிட்டங்களை மதிக்காது. ரத்த நாளங்களில் அடைப்பை ஏற்படுத்தி ஏதேனும் கலகத்தை ஏற்படுத்தும்படி நம் உடம்பில் இருக்கும் ஏதேனும் மூலக்கூறைத் தூண்டமுடியுமென்றால் அதற்குப் பொருத்தமான நபர் சிறிய LDL மூலக்கூறுகள்தான்.

கல்லீரலில் இருக்கும் LDL மூலக்கூறு ஏற்பியானது பெரிய LDL மூலக்கூறுகளை அதிகபட்சமாக மூன்று நாட்களுக்குள்

உள்ளிழுத்துக்கொண்டுவிடும். ரத்தத்தில் அதிகநாட்கள் அலையவிடாது. ஆனால் சிறிய LDL மூலக்கூறுகளை கல்லீரல் ஏற்பியினால் எளிதில் உள்ளிழுக்க முடியாது. அதனால் அந்தச் சிறிய LDL மூலக்கூறுகள் ரத்தத்தில் ஐந்து நாட்களுக்கு இங்குமங்கும் சுற்றித் திரிந்துகொண்டிருக்கும். எனவே, சிறிய LDL மூலக்கூறுகளுக்கு ரத்தக் குழாயில் அந்த அதிகப்படியான நாட்களில் எப்போது வேண்டுமானாலும் எங்கு வேண்டு மானாலும் அடைப்பை உருவாக்கிவிடமுடியும். பெரிய LDL மூலக்கூறுகளும் சிறிய LDL மூலக்கூறுகளும் ஒரே எண்ணிக்கையில் உருவாக்கப்பட்டாலும் அவற்றின் ஆயுள் அதிகம் என்பதால் எண்ணிக்கையில் சிறிய LDL எப்போதும் அதிகமாகவே இருக்கும். இன்ஃப்ளமேட்டரி வெள்ளை அணுக்கள் வேறு இந்த சிறிய LDL மூலக்கூறுகளை தன்னுடன் இணைத்துக்கொண்டு ரத்தக் குழாய்களில் அடைப்பை உருவாக்கிவிடக்கூடும்.

ஆண்டி ஆக்ஸிடண்ட்கள் பற்றிக் கேள்விப்பட்டிருக்கிறீர்களா? ஆக்ஸிடேஷன் என்பது முதுமை அடைதலுக்குக் காரணமான ஓர் செயல்பாடு. புரதங்களை மாற்றியமைத்து புற்றுநோய், இதய நோய், நீரிழிவு நோய் போன்றவற்றை உருவாக்கும் செயல்பாடு. சிறிய LDL மூலக்கூறுகள் பெரிய LDL மூலக்கூறுகளைவிட அதிக அளவில் ஆக்ஸிடேஷனுக்கு ஆட்படும். அப்படியான சிறிய LDL மூலக்கூறுகள் ரத்தக் குழாயில் அடைப்பை ஏற்படுத்தி இதய நோய்களை எளிதில் கொண்டுவந்துவிடும்.

9-ம் அத்தியாயத்தில் நாம் பார்த்த க்ளைகேஷன் வினையானது LDL மூலக்கூறுகளையும் பாதிக்கும். பெரிய LDL மூலக் கூறுகளைவிட சிறிய LDL மூலக்கூறுகள் எட்டு மடங்கு க்ளைகேஷன் பாதிப்புக்கு ஆளாக அதிக வாய்ப்பு உண்டு. ஆக்ஸிடைஸ்ட் LDL மூலக்கூறுகளைப் போலவே க்ளைகேஷனுக்கு ஆட்பட்ட LDL மூலக்கூறுகளும் இதய நோய்களை உருவாக்கிவிடும். ஆக கார்போஹைட்ரேட்டுகள் இரண்டு தீய செயல்களைச் செய்கின்றன. உணவில் கார்போ ஹைட்ரேட் அதிகமாக இருந்தால் சிறிய LDL மூலக்கூறுகள் அதிகம் உருவாகும். கார்போஹைட்ரேட் உணவுகள் அதிக க்ளுகோஸை உருவாக்குவதால் சிறிய LDL மூலக்கூறுகள் மீதான க்ளைகேஷன் வினையும் அதிகமாக நடக்கும். இரண்டுமே அபாயகரமானவை.

எனவே மாரடைப்பு, பக்கவாதம் போன்றவையெல்லாம் அதிகக் கொழுப்பினால் வருபவை அல்ல. அவை ஆக்ஸிடேஷன், க்ளைகேஷன், இன்ஃப்ளமேஷன், சிறிய LDL மூலக்கூறுகள் இவற்றால்தான் வருகின்றன. இந்த வினைகள் எல்லாமே கார்போஹைட்ரேட் உணவுகளால் குறிப்பாக கோதுமையால் தூண்டப்படுகின்றன. எனவே, இதய நோய்களின் வில்லன் கொழுப்பு அல்ல. ரத்தக் குழாய்களில் அடைப்பை ஏற்படுத்தும் சிறிய LDL மூலக்கூறுகள்தான் முக்கிய வில்லன். இன்று மருத்துவ விஞ்ஞானம் வளர்ந்திருக்கிறது. கொழுப்பைக் கட்டுக்குள் வைக்கும் லிபிட் ப்ரோடீன்களின் அளவைத் துல்லியமாகக் கணக்கிட முடியும்.

இன்னொரு முக்கியமான மூலக்கூறும் இருக்கிறது. அதுதான் அனைத்து மூலக்கூறுகளுக்கும் முப்பாட்டன். வெரி லோ டென்சிட்டி லிப்போ ப்ரோடீன் (VLDL மிகக் குறைந்த அடர்த்தி கொண்ட லிப்போ ப்ரோடீன்கள்). மிகுதியான கொழுப்புகள் இந்த மூலக்கூறுகளை நீரை விடக் குறைந்த அடர்த்தி கொண்டவையாக ஆக்கிவிடுகின்றன (பொரித்த கூட்டுகளின் மேலே எண்ணெய் மிதப்பதுபோல்). கல்லீரலில் பல்வேறு புரத மூலக்கூறுகள் (அபோப்ரோடீன்-பி போல்) கொழுப்புகள் (டிரைகிளிசரைடுகள்) இவற்றோடு VLDL மூலக்கூறுகளும் இருக்கின்றன. அப்படியாக, ரத்தத்தில் கலக்கும் முதல் லிப்போ ப்ரோடீன் இந்த அடர்த்தி குறைந்த VLDL மூலக்கூறுகளே.

பெரிய LDL துகள்களுக்கும் சிறிய LDL துகள்களுக்கும் இந்த VLDL துகள்தான் முப்பாட்டன். உடம்பில் நடக்கும் பல்வேறு வேதி வினைகளுக்கு ஏற்ப இந்த VLDL துகள்கள் சிறிய LDL துகள்களாகவோ பெரிய LDL துகள்களாகவோ ஆகும். நாம் உண்ணும் உணவில் இருக்கும் பொருட்களுக்கு இந்த வினையைத் தீர்மானிப்பதில் பெரும்பங்கு இருக்கிறது. உங்கள் குடும்பத்து உறுப்பினர்களைத் தீர்மானிக்கும் சக்தி உங்களுக்கு இருக்காது. ஆனால், VLDL மூலக்கூறுகள் என்னவகையான குழந்தைகளை உற்பத்தி செய்யவேண்டும் என்பதை உங்களால் தீர்மானிக்க முடியும். அதன் மூலம் இதய நோய்களில் இருந்து உங்களைக் காப்பாற்றிக்கொள்ளவும்முடியும்.

LDL மூலக்கூறுகளின் அற்புதமான குறுகிய காலகட்டம்

முழுமையாகச் சொல்வதென்றால் மிகவும் சிக்கலாகப் போய்விடும் என்பதால் ரத்தத்தில் இருக்கும் லிப்போ

ப்ரோடீன்கள் பற்றி சுருக்கமாகச் சில விஷயங்கள் சொல்கிறேன். சில பத்திகளில் நான் சொல்லப்போகிறவை 98% மருத்துவர்களை விட உங்களுக்கு நல்ல புரிதலை இந்த விஷயத்தில் தரப்போகிறது.

LDL துகள்களின் 'பெற்றோர்'ஆன VLDL துகள்கள் ரத்தத்தில் கலந்ததுமே LDL குழந்தைகளை உற்பத்தி செய்வதில் மிகுந்த ஆர்வத்துடன் நகர ஆரம்பிக்கும். VLDL துகள்களில் டிரைகிளைசரைடுகள் மிகுதியாக இருக்கும். பல்வேறு வளர்சிதை மாற்றங்களுக்கு சக்தியைக் கொடுக்கும் கொழுப்பு இதுவே. இந்த VLDL துகள்களில் டிரைகிளிசரைடுகள் பல்வேறு அளவுகளில் இருக்கும். கொழுப்பு சார்ந்த கணக்கீடுகளில் VLDL துகள்கள் அதிகமாக இருந்தால் டிரைகிளிசரைடுகளும் அதிகமாக இருக்கும். இது பொதுவாகக் காணப்படும் நோய்க்கூறுநிலைதான்.

VLDL துகள்கள் வழியில் தென்படும் எல்லா லிப்போ புரோட்டீன்களுடனும் மிகவும் சகஜமாகக் கலக்கக்கூடியவை. VLDL துகள்களில் டிரைகிளிசரைடுகள் மிகுதியாக இருக்கும் என்பதால் எல்லா LDL மற்றும் HDL (அதிக அடர்த்தி கொண்ட லிப்போ புரோட்டீன்கள்) துகள்களிடமிருந்தும் கொழுப்பைப் பெற்றுக்கொண்டு டிரைகிளிசரைடுகளை வாரி வழங்கியபடியே செல்லும். அப்படி LDL துகள்கள் பெறும் டிரைகிளிசரைடுகளானது வேறொரு வினையின் (ஹெபாடிக் லிபாஸெ) மூலம் தன்னிடம் இருக்கும் டிரைகிளிசரைடுகளை இழக்கும்.

எனவே, 25.5 nm அல்லது அதற்கும் அதிகமான விட்டத்துடன் இருக்கும் LDL துகள்கள் VLDL துகள்களிடமிருந்து டிரைகிளிசரைடுகளைப் பெற்று கொழுப்பை இழக்கும். அதன் பிறகு டிரைகிளிசரைடுகளை இழக்கும். விளைவு : LDL துகள்கள் டிரைகிளிசரைடுகள் மற்றும் கொழுப்பு இரண்டுமே நீங்கிய நிலையை அடையும். இதனால் அவற்றின் அளவு மிகவும் சிறியதாகிவிடும்.

டிரைகிளிசரைடு அளவு 133-150 mg/dl அளவில் இருக்கும்போதே 80% மக்களுக்கு சிறிய LDL துள்கள் உருவாகத் தொடங்கிவிடுகின்றன. அமெரிக்கர்களில் 20 அல்லது அதற்கு மேற்பட்ட வயதுடையோரில் 33% பேருக்கு 150 mg/dl அல்லது அதற்கு மேல் டிரைகிளிசரைடுகள் இருப்பது தெரியவந்துள்ளது. இந்த அளவு இருந்தாலோ மிகச் சிறிய LDL துகள்கள் உருவாகத் தொடங்கிவிடும். அறுபது வயது அல்லது அதற்கு மேற்பட்டவர்களில் அந்த சதவிகிதம் 42 ஆக உயர்ந்து காணப்படுகிறது. இதய

நோய் வந்தவர்களில் பிற காரணிகளைவிட சிறிய LDL துகள்கள் அதிகமாக இருப்பவர்களே அதிகம். சிறிய LDL துகள்களே இதய நோய்களுக்கு முக்கிய காரணமாக இதுவரை கண்டுபிடிக்கப் பட்டிருக்கிறது.

வெறும் வயிற்றில் இருக்கும் டிரைகிளிசரைடுகள், VLDL துகள்களின் எண்ணிக்கைதான் அது. ஏதேனும் உணவு உட்கொண்டபின்னர் என்று பார்த்தால் டிரைகிளிசரைடுகளின் எண்ணிக்கை சில மணிநேரங்களுக்கு இரண்டில் இருந்து நான்கு மடங்கு அதிகரிக்கும். சிறிய LDL துகள்களின் எண்ணிக்கையோ இன்னும் பல மடங்கு அதிகரிக்கும். அதனால்தான் வெறும் வயிற்றில் எடுக்கும் டிரைகிளிசரைடுகளின் எண்ணிக்கையைவிட ஏதேனும் சாப்பிட்ட பிறகு கணக்கிடப்படும் டிரைகிளிசரைடு களின் எண்ணிக்கைதான் இதய நோய் வரும் சாத்தியக்கூறைத் துல்லியமாக எடுத்துக்காட்டும்.

அப்படியாக, VLDL துகள்கள்தான் சிறிய LDL துகள்களின் உருவாக்கத்தைத் தீர்மானிக்கும் முக்கிய லிப்போ புரோட்டீனாக இருக்கின்றன. VLDL துகள்களின் உற்பத்தியைத் தூண்டக்கூடிய மற்றும் VLDL துகள்களின் டிரைகிளிசரைடுகளின் எண்ணிக்கையை அதிகரிக்கக்கூடிய எந்தவொரு உணவும் சிறிய LDL துகள்களை அதிக அளவில் உருவாக்கக்கூடியவையே.

ஊட்டச்சத்து ரசவாதம்: பிரெட் துண்டுகளை டிரைகிளிசரைடு ஆக்குதல்

ஆக, VLDL துகள்களையும் டிரை கிளிசரைடுகளையும் அதிகமாக உற்பத்தி செய்து அதன் மூலம் சிறிய LDL துகள்களை அதிகம் உருவாகச் செய்து அதன் மூலம் இதய நோய்களை எது உருவாக்குகிறது?

கார்போஹைட்ரேட்.

கார்போஹைட்ரேட்டுகளில் பிரதானமானது எது?

வேறென்ன நம்முடைய கோதுமைதான்.

கோதுமையின் பங்கு

முன்பே சொன்னதுபோல், கோதுமை உண்பதால் LDL கொழுப்பின் அளவு அதிகரிக்கிறது. கோதுமையை உணவில் இருந்து நீக்குங்கள். LDL கொழுப்பு குறையும். சிறிய LDL

துகள்கள் உருவாவது குறையும். சரி எடுத்த உடனேயே அப்படிப் பார்க்கவேண்டாம். வேறு வழியில் பார்க்கலாம்.

ஒரு மனிதருக்கு இதய நோய் வரும் சாத்தியக்கூறு இருக்கிறதா இல்லையா என்று சொல்லும் LDL கொழுப்பு கணக்கீடு என்பது உண்மையான கொழுப்பின் அளவு அல்ல. அது (குத்துமதிப்பாகக்) கணக்கிடப்பட்ட ஓர் அளவுதான். ஒரு கால்குலேட்டரை வைத்து பின்வரும் ஃப்ரைட்வால்ட் சூத்திரத்தின் அடிப்படையில் கணக்கிடப்படுவதுதான்.

LDL கொழுப்பு = மொத்த கொழுப்பு மைனஸ் HDL கொழுப்பு மைனஸ் (டிரைகிளிசரைடுகள் 4.5)

சமன்பாட்டின் வலது பக்கத்தில் இருப்பவை எல்லாம் உண்மையில் அளவிடப்படுபவையே. LDL அளவோ அவற்றில் இருந்து கணக்கிடப்படுகிறது.

இதில் பிரச்னை என்னவென்றால் இந்த சமன்பாடு பல்வேறு யூகங்களின், நிபந்தனைகளின் அடிப்படையில் உருவாக்கப் பட்டது. இந்தக் கணக்கீடு சரியான LDL மதிப்பைத் தரவேண்டு மென்றால் HDL மதிப்பு 40 அல்லது அதற்கு மேல் இருக்க வேண்டும். டிரைகிளிசரைடுகள் 100 அல்லது அதற்குக் குறைவாக இருக்கவேண்டும். இந்த நிபந்தனைகளைப் பூர்த்தி செய்யாமல் கணக்கிடப்படும் LDL அளவானது சரியானது அல்ல. குத்துமதிப்பாகச் சொல்லப்படும் ஒன்றுதான். நீரிழிவு நோயானது இந்தக் கணக்கீட்டின் துல்லியத்தை வெகுவாக சீர்குலைத்து விடக்கூடியது. நீரிழிவு நோய் வந்தவர்களின் பெரும்பாலான ஆய்வு முடிவுகள் ஐம்பது சதவிகிதம் மட்டுமே நம்பத் தகுந்தவை. மரபணு சார்ந்து ஒவ்வொருடைய உடம்பும் ஒவ்வொருவிதமாக இருக்கும். எ.கா. அபோ ஈ அலகுகள் (apo E variants). இதுவும் மருத்துவ ஆய்வுகளின் துல்லியத்தை வெகுவாகப் பாதிக்கும்.

இதில் இன்னொரு முக்கிய பிரச்னையும் இருக்கிறது. LDL துகள்கள் சிறிதாக இருந்தால் கணக்கீடுகளின் மூலம் கிடைக்கும் எண்ணிக்கை உண்மை எண்ணிக்கையைக் குறைத்துக் காட்டுவதாக இருக்கும். LDL துகள்கள் பெரிதாக இருந்தால் அப்போது கணக்குகள் மூலம் பெறப்படும் LDL எண்ணிக்கை உண்மையான எண்ணிக்கையைவிட அதிகமாக இருப்பதாகக் காட்டப்படும்.

பிரச்னையை மேலும் சிக்கலாக்கும் இன்னொரு விஷயமும் இருக்கிறது. நீங்கள் நல்ல நோக்கத்துடன் உங்கள் உணவில் கோதுமை நீக்கம் போல் தேவையான கட்டுப்பாடுகளைக் கொண்டுவந்திருந்தால் அப்போது கணக்கிடப்படும் LDL அளவானது மிக அதிகமாக இருப்பதாகக் காட்டப்படும். உண்மையில் அது குறைவாகவே இருக்கக்கூடும். நீங்கள் உணவுப் பழக்கத்தை மாற்றியதன் மூலம் நல்ல ஆரோக்கியமான நிலையை அடைந்திருப்பீர்கள். ஆனால், மருத்துவர் பரிசோதனை நிலையக் கணக்கீட்டை வைத்து உங்கள் கொழுப்பு அதிகமாக இருப்பதாக முடிவெடுத்து கொழுப்பைக் கரைக்கும் ஸ்டாடின் மருந்துகளைச் சாப்பிடும்படி தவறாக வழிநடத்திவிடுவார். அதனால்தான் நான் LDL அளவீட்டைக் கற்பனையான அளவீடு என்று சொல்கிறேன். அப்படியான விமர்சனங்கள் பலரால் முன்வைக்கப்பட்ட பிறகும் கொள்ளை லாபத்தைக் குறிக்கோளாகக்கொண்ட மருந்து கம்பெனிகள் ஸ்டாடின் மருந்துகளை விற்று 27 பில்லியன் டாலர் வருமானத்தை ஈட்டுவதைத் தடுக்க முடிந்திருக்கவில்லை. அதை உட்கொண்டால் உங்களுக்கு நன்மை கிடைக்கலாம். கிடைக்காமலும் போகலாம். கணக்கீடுகள் மூலம் கண்டறியப் படும் LDL கொழுப்பு என்பது உங்களுடைய உடம்பில் உயர் (கணக்கீட்டுக்) கொழுப்பு இருக்கிறதா இல்லையா என்பதைச் சுட்டிக்காட்டவே செய்யாது, அமெரிக்க நீரிழிவு நோய்க் கழகம் அதைப் பரிந்துரைக்கும் போதிலும்.

நீங்களும் உங்கள் மருத்துவரும் உங்களுடைய உடம்பின் கொழுப்பின் அளவு என்ன... இதய நோய் வரும் சாத்தியக்கூறு உங்களுக்கு இருக்கிறதா என்பதைக் கண்டறிய வேண்டு மென்றால் LDL துகள்களின் உண்மையான எண்ணிக்கையைக் கண்டுபிடித்தாகவேண்டும். அதற்கு LDL துகள் எண்ணிக்கை என்றொரு பரிசோதனை இருக்கிறது. நியூக்ளியர் மேக்னெடிக் ரெசொனன்ஸ் அல்லது என்.எம்.ஆர். லிப்போ ப்ரோடீன் ஆய்வு அல்லது அபோப்ரோடீன் பி எண்ணிக்கையை அளக்கவேண்டும். ஒரு எல்டி.எல். துகளுக்கு ஒரு அபோப்ரோடீன்தான் இருக்கும் என்பதால் எத்தனை அபோப்ரோடீன் இருக்கின்றன என்று சோதனை மேற்கொண்டால் அதே அளவு சிறிய LDL துகள்கள் இருப்பதைத் தெரிந்துகொண்டுவிட முடியும். இது கடினமான வேலை ஒன்றுமல்ல. உங்கள் மருத்துவர் அந்தக் கூடுதல் முயற்சி எடுத்து விஷயங்களைப் புரிந்துகொள்ளத் தயாரானவராக இருக்கவேண்டும்.

இந்த எளிய விஷயம் பல ஆண்டுகளாக ஊட்டசத்து விஞ்ஞானி களுக்குப் புரியாமல் இருந்திருக்கிறது. உணவில் இருக்கும் கொழுப்புகள் எல்லாமே டிரைகிளிசரைடுகளால் ஆனவை. மாமிசங்கள், வெண்ணெய் போன்றவை ரத்தத்தில் டிரைகிளிசரைடு களின் எண்ணிக்கையை அதிகரிக்கும். எனவே அவற்றை இதய நோயாளிகள் சாப்பிடக்கூடாது என்றே நம்பினார்கள். இது உண்மைதான். ஆனால் முழு உண்மை அல்ல.

கொழுப்பு சத்துள்ள உணவுப் பொருட்களை அதிகம் சாப்பிடுவ தால் உடம்பில் கல்லீரலிலும் ரத்தத்திலும் டிரைகிளிசரைடுகளின் அளவு அதிகரித்துவிடுவதில்லை; அது உடம்பில் இருந்து டிரைகிளிசரைடுகள் தானாக உற்பத்தி ஆவதைக் குறைக்கவும் செய்கின்றன என்பது தெரியவந்துள்ளது. நாம் உண்ணும் உணவின் மூலம் கிடைக்கும் சொற்ப அளவு கொழுப்பைவிட அதிக அளவு கொழுப்பை உடம்பானது உற்பத்தி செய்யும் சக்தி கொண்டது. எனவே நாம் எவ்வளவுதான் அதிக கொழுப்பை உட்கொண் டாலும் டிரைகிளிசரைடு அளவைப் பெரிதாக மாற்றியமைத்துவிட முடியாது என்பதுதான் உண்மை.

மாறாக கார்போஹைட்ரேட்டுகளில் டிரைகிளிசரைடுகளே கிடையாது. இரண்டு முழுதானிய கோதுமை பிரெட், வெங்காய பகெல் அல்லது புளித்த மாவு ப்ரெட்ஸெல் இவற்றில் எல்லாம் சொற்ப அளவு டிரைகிளிசரைடுகளே இருக்கின்றன. ஆனால், கார்போஹைட்ரேட்டுகள் இன்சுலின் சுரப்பை அதிகரிக்கக் கூடியவை. அவை கல்லீரலில் இருக்கும் கொழுப்பு அமிலங்களை ஒன்று சேர்த்து அதிக அளவில் டிரைகிளிசரைடுகளை ரத்தத்தில் கலக்கச் செய்துவிடும். ஒவ்வொருவருடைய மரபணு அமைப்புக்கு ஏற்ப கார்போஹைட்ரேட்டுகள் டிரைகிளிசரைடுகளின் எண்ணிக்கையை நூற்றுக்கணக்கில் ஆயிரக்கணக்கில் அதிகரித்து விடும். தொடர்ந்து கார்போஹைட்ரேட்டுகள் கிடைத்தவண்ணம் இருந்தால் உடம்பானது நாளொன்றுக்கு 24 மணிநேரமும் வாரத்தில் ஏழு நாட்கள் முழுவதும் டிரைகிளிசரைடுகளை 300 mg/ dl, 500 mg/dl, 1000 mg/dl என இடைவிடாமல் உற்பத்திசெய்து கொண்டே இருக்கும்.

லிப்போ ப்ரோடீன் பற்றியும் உணவுச் சர்க்கரைகளை டிரைகிளிசரைடாக கல்லீரல் மாற்றுவது பற்றியும் தற்போது விழிப்பு உணர்வு அதிகரித்திருப்பதால் உணவு மருத்துவர்கள் ஒவ்வொரு உணவும் லிப்போ ப்ரோடீன்களின் மீதும் வளர்சிதை

மாற்றத்தின் மீதும் என்ன தாக்கம் செலுத்துகிறது என்பதை அதிக கவனம் கொடுத்துப் பார்க்க ஆரம்பித்திருக்கிறார்கள். அதிக இன்சுலின் சுரப்பானது கல்லீரலில் லிப்போஜெனிசிஸைத் தூண்டு கிறது. அதனால் கார்போஹைட்ரேட்டுகள் டிரைகிளிசரைடுகளாக மாற்றம் பெற்று VLDL துகள்களாகச் சேகரமாகின்றன.

இன்று அமெரிக்கர்களுக்குக் கிடைக்கும் கலோரியில் பாதி அளவு கார்போஹைட்ரேட்டுகளை உண்பதன் மூலம் கிடைக்கிறது. 21-ம் நூற்றாண்டின் தொடக்க காலகட்டம் என்பது வரலாற்றில் கார்போஹைட்ரேட் நூற்றாண்டாகவே பதிவுசெய்யப்படும். இப்படியான உணவுப் பழக்கம் என்பது லிப்போஜெனிசிஸ் மூலம் உருவாகும் அதிகக் கொழுப்பானது கல்லீரலை வெகுவாக பாதிப்பதிலேயே போய் முடியும். இதனால்தான் நான்-ஆல்கஹாலிக் ஃபேட்டி லிவர் டிசீஸ் (NAFLD) நான்-ஆல்கஹாலிக் ஸ்டெடோசிஸ் (NAS) போன்ற நோய்கள் பெருகத் தொடங்கியிருக் கின்றன. அவை அப்படிப் பெருகியதால்தான் கேஸ்ட்ரோ-எண்டெரோலாஜிஸ்டுகள் மதுபானம் அருந்தாமலேயே வரும் கல்லீரல் நோய்கள் என்று அவற்றுக்குத் தனி பெயரே கொடுக்க முன்வந்திருக்கிறார்கள். இந்த இரண்டு நோய்களுமே கல்லீரலை மதுவைப்போலவே சீரழிக்கக்கூடியவை.

வாத்துகளும் நாரைகளும் கல்லீரல்களை கொழுப்பால் நிரப்பிக் கொள்ளும் உடலமைப்பு கொண்டவை. ஆண்டுதோறும் கண்டம் விட்டுக் கண்டம் இடம் பெயரும் பறவைகள் தமக்கான சக்தியை உடம்பில் சேகரித்து வைக்கும் கொழுப்பில் இருந்தே பெற்றுக் கொள்கின்றன. இந்தப் பறவைகளைப் பொறுத்தவரையில் பரிணாம வளர்ச்சியின் போக்கில் அது செய்துகொண்ட தகவமைப்பு அது. கோழிப்பண்ணை நடத்துபவர்கள் இயற்கையில் இந்த அம்சங்களைத் தமக்கு சாதகமாகப் பயன்படுத்திக்கொண்டு பண்ணையில் வளர்க்கும் வாத்துகளுக்கும் நாரைகளுக்கும் நிறைய கார்போஹைட்ரேட் தானியங்களைக் கொடுத்து அவற்றைக் கொழுக்கச் செய்கிறார்கள். மனிதர்களைப் பொறுத்தவரையில் அதன் கல்லீரலுக்கு அதிக கார்போ ஹைட்ரேட்டுகளைக் கையாளும் திறன் கிடையாது. பல நேரங்களில் அது தீமையையே விளைவிக்கும்.

கார்போஹைட்ரேட் உணவுகள் கொழுப்பை அதிகம் சேகரமாகச் செய்கின்றன. அதாவது மிகுதியாகக் கிடைக்கும் நாட்களில் அதை உண்டு சேமித்துவைத்துக்கொள்ளும் வழிமுறை. நீங்கள்

ஆதிவாசியாகக் காட்டில் அலைந்து திரிந்துகொண்டிருப்பவ ரென்றால் நீங்கள் கொன்ற பன்றியை வாட்டி சேகரித்த பெர்ரிகளை மேலே அலங்காரமாகத் தூவி முழுவதுமாகத் திருப்தியாகத் தின்றுவிடலாம். அடுத்த பன்றியோ வேறு விலங்கோ இன்னும் ஒரு வாரம் கழித்தோ பத்து நாள் கழித்தோதான் கிடைக்கும். அதிகப்படியான உணவைக் கொழுப்பாக டிரைகிளிசரைடுகளாகச் சேகரித்து வைக்க இன்சுலின் உதவும். அடுத்த வேட்டை கிடைக்கும்வரை தேவைப்படுமே என்று கல்லீரலில் முழுவதுமாக நிரப்பி ரத்தத்திலும் வழிந்து நிற்கும் அளவுக்கு கொழுப்பைச் சேர்த்துவைக்கும். நவீன மனிதர்களுக்கு அப்படியான வழிமுறை தேவையில்லை. கார்போஹைட்ரேட்டுகள் மூலமான சக்திக்கு முடிவே இல்லை. வற்றாத நதிபோல் பாய்ந்தோடிக்கொண்டே இருக்கும். இன்று ஒவ்வொரு நாளுமே மிகுதியின் நாள் தான்.

தொந்திப் பகுதியில் கொழுப்பு சேர்வதால் நிலைமை இன்னும் மோசமாகிறது. அது டிரைகிளிசரைடின் கிடங்காகச் செயல்படுவ தோடு ரத்தத்தில் எளிதில் கலந்துவிடவும் செய்கிறது. இப்படி ரத்தத்தில் டிரைகிளிசரைடின் அளவு அதிகரிப்பதால் VLDL துகள்கள் மிக அதிகமாக உற்பத்தியாகின்றன.

நீரிழிவு நோயானது ஆரோக்கியமான முழு தானியங்களை அதிகம் உண்பதால் என்ன தீங்குகள் ஏற்படும் என்பதைப் புரிந்துகொள்ள மிகவும் பொருத்தமான விஷயமாக இருக்கிறது. பெரியவர்களில் ஏற்படும் டைப்-2 நீரிழிவானது அதிக கார்போஹைட்ரேட்டை உட்கொள்வதால்தான் வருகிறது. பெரும்பாலானவர்களின் நீரிழிவு நோயானது கார்போஹைட்ரேட்டுகளை உட்கொள்வதை நிறுத்தினாலே சரியாகிவிடும்.

குறைவான HDL துகள்கள், அதிக டிரை கிளிசரைடுகள், சிறிய LDL துகள்கள் எனும் லிபிட் முக்கோணத்தினால் உருவாகும் நோய்தான் நீரிழிவு நோய். கார்போஹைட்ரேட் அதிகம் உண்பதால் ஏற்படும் விளைவும் இதுதான்.

நாம் உண்ணும் உணவில் இருக்கும் கொழுப்புச் சத்து VLDL துகள் உருவாக்கத்தில் குறைவான தாக்கமே செலுத்துகின்றன. நாம் உண்ணும் கார்போஹைட்ரேட்டே அவற்றை அதிக அளவில் உருவாக்குகின்றன. அதனால்தான் குறைந்த கொழுப்பு உணவான ஆரோக்கியமான முழு தானிய உணவு வழிமுறைகள் டிரைகிளிசரைடு அளவை வெகுவாக அதிகரித்துத் தீமையை விளைவிப்பவையாக ஆகிவிட்டிருக்கின்றன. எனினும், உணவு

ஆலோசகர்கள் இந்த உண்மையைப் பூசி மொழுகுகிறார்கள். நான் வெகு காலம் முன்பாக குறைந்த கொழுப்பு என்ற பெயரில் கொழுப்புகள் மூலம் 10 % கலோரி மட்டுமே வரும்படியாக உண்டுவந்தேன். அப்போது என் டிரைகிளிசரைடுகளின் அளவு என்ன தெரியுமா 350! இதற்கான காரணம் மாமிசங்களுக்குப் பதிலாக நான் அப்போது ஆரோக்கியமான முழு தானியங்களை மிகுதியாக உண்டுவந்தேன்.

குறைவான கொழுப்பு எனும் உணவுமுறையானது டிரை-கிளிசரைடு அளவை 150, 200, 300 என அதிகரித்துக்கொண்டேதான் செல்லும். டிரைகிளிசரைடு உருவாக்கத்தில் மரபான குறைபாடு உள்ளவர்கள் குறைவான கொழுப்பு உணவுவகைகளை உண்ணத் தொடங்கினால் அவர்களுடைய டிரைகிளிஸரைடுகள் விண்ணை முட்டும் அளவுக்கு ஆயிரக்கணக்கில் அதிகரிக்கத் தொடங்கும். இவை NAFLD, NAS போன்ற நோய்களைக் கொண்டுவருவதோடு பான்க்ரியாஸையும் சிதைத்துவிடும்.

குறைந்த கொழுப்பு உணவு வகைகள் நல்லவை அல்ல. அதை ஈடுகட்ட உண்ணும் அதிக கார்போஹைட்ரேட் உணவுகள் அதிக இன்சுலின், அதிக தொந்தி, அதிக டிரைகிளிசரைடுகள், அதிக VLDL துகள்கள் போன்றவற்றை உருவாக்கி சிறிய LDL துகள்களை அதிகரிக்கின்றன.

கார்போஹைட்ரேட்டுகளை அதிகமாக உட்கொள்வதால் VLDL துகள்கள்/டிரைகிளிசரைடுகள்/சிறிய LDL துகள்கள் என்ற சங்கிலித் தொடர் வினைகள் அதிகரிக்குமென்றால் முக்கியமான கார்போஹைட்ரேட்டான கோதுமையைக் குறைத்தால் அவை எல்லாம் குறைந்துதானே ஆகவேண்டும்.

வலது கண் தவறு செய்தால்

> வலது கண் தவறு செய்தால் அதை மட்டும் தோண்டி எடுங்கள் தெய்வமே. அது உங்களுக்கு நன்மையே தரும். ஏனென்றால், முழு உடம்பையும் நரகத்தில் வைத்துப் பார்த்துக்கொள்ளும் சிரமம் உங்களுக்கு வராது.
>
> - மேத்யூ 5.29.

கலிஃபோர்னியா-பெர்க்லி பல்கலையில் டாக்டர் ரொனால்ட் க்ராஸூம் அவருடைய குழுவினரும் கார்போஹைட்ரேட் உணவுக்கும் சிறிய LDL துகள்களுக்கும் இடையிலான தொடர்பைக்

கண்டு சொன்னதில் முன்னோடிகள். அவர்கள் மேற்கொண்ட பல்வேறு ஆய்வுகளில் கார்போஹைட்ரேட் 20-65% மாக அதிகரித்து, கொழுப்பு உணவை உட்கொள்வது குறைந்தபோது சிறிய LDL துகள்களின் எண்ணிக்கை வெகுவாக அதிகரித்தது தெரியவந்தது. சிறிய LDL துகள்கள் துளியும் இல்லாதவர்கள்கூட கார்போஹைட்ரேட் உணவை உட்கொள்ள ஆரம்பித்ததைத் தொடர்ந்து அதன் எண்ணிக்கை அதிகரிக்கப் பெற்றார்கள். மாறாக, கார்போஹைட்ரேட்டைக் குறைத்து (சுமார் 25% குறைத்து) கொழுப்பு உணவை அதிகம் உட்கொள்ள ஆரம்பித்ததைத் தொடர்ந்து சிறிய LDL துகள்களின் எண்ணிக்கை வெகுவாகக் குறைந்ததையும் அவர்களுடைய ஆய்வுகள் தெரிவித்தன.

என்ன சொன்னீர்கள்.. ஸ்டாடின் மருந்து என்றா?

சக் என்னைப் பார்க்க வந்தார். உடல் கொழுப்பை மாத்திரைகள் இல்லாமலேயே நான் குறைத்துவருவதாகக் கேள்விப்பட்டு என்னைப் பார்க்க வந்தார்.

அவருக்கு 'அதிக கொழுப்பு' இருந்ததாகச் சொல்லப் பட்டிருந்தது. என்.எம்.ஆர். (NMR) பரிசோதனை மூலம் சிறிய LDL துகள்கள் அவர் உடம்பில் 2440 nmol/L இருந்ததாகத் தெரியவந்திருந்தது. அது உண்மையில் துளியும் இல்லாமல் அல்லது மிகக் குறைவாக இருந்தால்தான் நல்லது. 2440 இருந்ததால் அவருடைய உடம்பில் அதிக சிறிய LDL துகள் 190 mg/dl இருப்பதாகவும் HDL துகள்கள் 39 mg/dl இருப்பதாகவும் டிரைகிளிசரைடுகள் 173 mg/dl இருப்பதாகவும் தெரியவந்தது.

மூன்று மாதங்கள் கோதுமை இல்லாத உணவை உண்டபின் (கோதுமைக்கு பதிலாக உலர் கொட்டைகள், முட்டை, சீஸ், காய்கள், அவகேடா, ஆலிவ் எண்ணெய்) அவருடைய சிறிய LDL 320 nmol/l ஆகக் குறைந்தது. சிறிய LDL துகள்கள் 123 ஆகக் குறைந்தது. HDL 45 mg/dl ஆக உயர்ந்தது. டிரைகிளிசரைடுகள் 45 ஆகக் குறைந்தது. எடையும் சுமார் 7 கிலோ குறைந்தது.

ஆம். ஸ்டாடின் சாப்பிடாமலேயே 'கொழுப்பு' வெகுவாகக் குறைந்தது.

டாக்டர் ஜெஃப் வோலெக்கும் அவருடைய குழுவினரும் கனெக்டிகட் பல்கலையில் கார்போஹைட்ரேட் உணவுகளைக்

குறைப்பதால் லிப்போ ப்ரோடீன் மீது ஏற்படும் தாக்கம் என்ன என்பதைப் பற்றி ஆய்வுகள் மேற்கொண்டனர். ஓர் ஆய்வில் கோதுமை உணவு உட்பட்ட அனைத்து கார்போஹைட்ரேட்டுகள், உருளைக்கிழங்குகள், அரிசி, குளிர்பானங்கள், மக்காச்சோளம் என எல்லாம் நீக்கப்பட்டு கார்போஹைட்ரேட் மூலமான மொத்த கலோரி அளவு வெறும் 10%மாகக் குறைக்கப்பட்டன. சோதனைக்கு உட்படுத்தப்பட்டவர்களை அனைத்து மாமிசங்கள், முட்டை, சீஸ், கொட்டைவகைகள், கார்போஹைட்ரேட் குறைவாக இருக்கும் காய்கறிகள், சாலட்கள் என அதிக அளவில் சாப்பிடச் சொன்னார்கள். 12 வாரம் கழித்து அவர்களைச் சோதித்துப் பார்த்தபோது சிறிய LDL துகள்கள் 26% குறைந்திருந்தது தெரியவந்தது.

சிறிய LDL துகள்கள் விஷயத்தில் கோதுமையை மட்டுமே நீக்கினால் போதாது. ஏனென்றால் குளிர்பானங்கள், உருளைக் கிழங்கு சிப்ஸ்கள், சாக்லேட்கள் எல்லாமே சிறிய LDL துகள் உருவாக்கத்தைத் தூண்டக்கூடியவையே. ரத்த சர்க்கரை அளவை அதிகரிக்கும் உணவுகள் எல்லாமே இன்சுலின் சுரப்பையும் தூண்டிவிடும். அதைத் தொடர்ந்து கல்லீரலில் லிப்போஜெனிசிஸ் வினைகளும் தூண்டப்படும். வயிற்றுக் கொழுப்பு அதிகரிக்கும். VLDL துகள்கள், டிரைகிளிசரைடுகளின் எண்ணிக்கையும் சிறிய LDL துகள்களின் எண்ணிக்கையும் வெகுவாக அதிகரிக்கும். எனவே, கார்போஹைட்ரேட் மற்றும் சர்க்கரை மிகுதியாக இருக்கும் எந்தவொரு உணவும் தவிர்க்கப்படவேண்டியவையே. எனினும் கோதுமையில் இந்த தீய அம்சங்கள் மிகுதியாக இருப்பதால் அதை முதலில் நீக்கியாகவேண்டியது மிக மிக அவசியம்.

கோதுமையை உணவில் இருந்து நீக்குவதால் LDL துகள்களின் எண்ணிக்கை வெகுவாகக் குறைவது நன்கு உறுதிப்படுத்தப் பட்டிருக்கிறது. கோதுமை நீக்கத்தால் வரும் கலோரி இழப்பை காய்கள், புரதங்கள், கொழுப்பு போன்றவற்றின் மூலம் ஈடுசெய்தாலே போதும்.

இதயத்துக்கு உகந்தது என்று விளம்பரப்படுத்தப்படுபவையே இதயத்துக்குத் தீங்காகுமா?

வில்லனுக்கு வலதுகையாக இருந்து எல்லா கெட்ட செயல்களும் செய்துவந்த ஒருவர் சாகஸக் கதாநாயகனுக்கு ஆதரவாகத் திரும்பும் புனைகதைகளை யாருக்குத்தான் பிடிக்காது?

கோதுமையின் வில்லன்தன்மை எப்படிப்பட்டது?

இதய நோய்க்கு எதிரான போராட்டத்தில் கோதுமைதான் உங்களைக் காப்பாற்றும் தெய்வம் என்று சொல்லப்படுகிறது. ஆனால், உண்மையில் அதுதான் இதய நோய்க்கு முக்கிய காரணமாகிறது என்று சமீபத்திய ஆய்வுகள் கண்டுபிடித்திருக் கின்றன. பல அடுக்கு உளவு, துரோகத்தை அடிப்படையாகக் கொண்ட சால்ட் என்றொரு படத்தில் ஆஞ்சலீனா ஜூலி நடித்தது நினைவுக்கு வருகிறதா? அதில் நல்லவராக இருப்பவர் கடைசியில் வில்லன் என்று தெரியவரும். வில்லன் என்று நினைத்தவர் நல்லவராக இருப்பார். நினைத்துப்பாருங்கள் கோதுமை என்றொரு படம். அதில் கோதுமை போன்ற ஆரோக்கியமான உணவை உண்பது நல்லது என்று நம்பும் நடுத்தர வயது பிஸினஸ்மேனாக ரஸ்ஸல் குரோ நடிக்கிறார். க்ளைமாக்ஸில் கோதுமைதான் வில்லன் என்பது தெரியவருகிறது!

வொண்டர் பிரெட் நிறுவனம் வலுவான உடலுக்கு 12 வழிகள் என்று சொல்லி 'இதயத்துக்கு உகந்த' பல்வேறு பிரெட் வகைகளை உற்பத்தி செய்து தள்ளுகிறது. கல் அரவை இயந்திரத்தில் அரைத்த மாவு என்றாலும் முளைவிட்ட தானியத்தில் செய்த பிரெட் என்றாலும் வேதி உரம் இல்லா தானியம் என்றாலும், வீட்டுப் பக்குவத்தில் தயாரிக்கப்பட்டதென்றாலும் கைகளால் பிசைந்து உருவாக்கப்பட்டது என்றாலும் கோதுமை எப்போதுமே கோதுமைதான். அதில் க்ளூடென் புரதங்கள், க்ளூடெனின்கள், அமிலோபெக்டின், இன்ஃப்ளமேஷனைத் தூண்டும் பொருட்கள், நரம்பை பாதிக்கும் போதை குணம் நிறைந்த எக்ஸார்பின்கள், அதிகப்படியான சர்க்கரை அளவு என எல்லா குறைபாடுகளும் எல்லாவகை கோதுமையிலும் நிறைந்து காணப்படவே செய்யும்.

கோதுமையில் இருக்கும் நல்ல அம்சங்கள் குறித்து மயங்கிவிடவேண்டாம். அது செயற்கை பி விட்டமின்கள் மூலம் 'விட்டமின்கள் நிறைந்த'தாக ஆக்கப்பட்டிருக்கக்கூடும். ஒமேகா-3 அதில் சேர்க்கப்பட்டிருக்கக்கூடும். இயற்கை உரங்களால் தயாரிக்கப்பட்டிருக்கக்கூடும். எப்படி இருந்தாலும் அது கோதுமைதான். அதன் நார்ச்சத்தின் மூலம் உங்கள் காலைக் கடன்களை நிம்மதியாகக் கழிக்க உதவக்கூடும். எனினும் அது கோதுமைதான். தேவாலயத்தில் புனித அப்பமாக அது தரப்பட்டாலும் கேவலம் அது கோதுமைதான்.

உங்களுக்கு நான் சொல்வது புரிந்திருக்கும் என்று நினைக்கிறேன். நான் இந்த விஷயத்தை மீண்டும் மீண்டும் சொல்கிறேன். ஏனென்றால் உணவுத்துறையின் தந்திரத்தை அம்பலப்படுத்த அப்படி அழுத்தமாகச் சொல்லியாகவேண்டியிருக்கிறது: ஒரு மோசமான உணவில் ஆரோக்கியமான சில அம்சங்களைச் செயற்கையாகச் சேர்த்து அதை ஆரோக்கியமான உணவாக மாற்றும் தந்திரம். அதைத்தான் உணவுப் பொருள் வர்த்தகத் துறையினர் செய்கிறார்கள். நார்ச்சத்து மிகவும் நல்லதுதான். ஃப்ளாக்ஸ்சீட் ஆயிலும் அதையேதான் செய்ய முடியுமே. ஆனால் என்னதான் இதயத்துக்கு உகந்த ஊட்டச்சத்துகளை கோதுமையுடன் சேர்த்தாலும் கோதுமையின் தீமைகளை அது எள்ளளவும் குறைத்துவிடாது. நார்ச்சத்தும் ஒமேகா - 3யும் விட்டமின்களும் நிறைந்த கோதுமையும் ரத்த சர்க்கரை அளவை அதிகரிக்கவே செய்யும். க்ளைகேஷன், தொந்தி, சிறிய LDL துகள்கள், எக்ஸார்பின் என அனைத்து தீமைகளையும் அதிகப்படுத்தவே செய்யும்.

கோதுமையை எதிர்க்க முடியவில்லையா... சமையலறையில் இருந்து வெளியேறிவிடுங்கள்

ரத்தத்தில் சர்க்கரை அளவை அதிகரிக்கும் உணவுப் பொருட்கள் VLDL துகள்களின் உற்பத்தியையும் அதிகரிக்கின்றன. VLDL துகள்கள் அதிகரித்தால் LDL துகள்களுடன் கலந்து சிறிய LDL துகள்களை அதிக அளவில் உற்பத்தி செய்யும். அந்த அபாயகரமான சிறிய துகள்கள் ரத்தத்தில் நீண்ட நாட்கள் அலைந்துதிரியும். அதிக ரத்த சர்க்கரை என்பது LDL துகள்களை குறிப்பாக ஏற்கெனவே ஆக்ஸிடைஸ்ட் ஆனவற்றை அதிக அளவுக்கு க்ளைகேஷனுக்கு ஆட்படுத்துகிறது.

LDL துகள்களின் அதிக ஆயுள், ஆக்ஸிடேஷன், க்ளைகேஷன் இவையெல்லாமே ரத்தக் குழாய்களில் அடைப்பை ஏற்படுத்தி விடும். யார் இதற்கு மூல காரணம்? சிறிய LDL துகள்களின் ராஜா, VLDL துகள்களின் மன்னன், க்ளைகேஷன் சக்கரவர்த்தி யார்? நான் பதில் சொல்ல வேண்டுமா என்ன?

இந்த கோதுமைக் காரிருளின் நடுவே வெள்ளிக் கீற்றுகள் தென்படவே செய்கின்றன: கோதுமையைச் சாப்பிடுவதால் சிறிய LDL துகள்களின் எண்ணிக்கை வெகுவாக அதிகரித்து எல்லா தீமைகளும் நடக்கத் தொடங்குகின்றன. அப்படியானால், அதை

உணவில் இருந்து நீக்கினால் அந்த நோய்கள் எல்லாம் வராமல் தடுக்கலாம்; வந்த நோய்களையும் விரட்டலாம்.

கோதுமையை நீக்குவதோடு நிறுத்திவிடாமல் சர்க்கரை நிறைந்த சாக்லேட், ஐஸ்க்ரீம் போன்றவற்றைச் சாப்பிடாமலும் பிற கார்போஹைட்ரேட் உணவுகளைச் சாப்பிடாமலும் பிற மாமிசம், வெண்ணெய், முட்டை, காய்கறிகள் போன்றவற்றை தேவையான அளவு சாப்பிட்டும் வந்தால்தான் சிறிய LDL துகள்களின் எண்ணிகையை வெகுவாகக் குறைக்க முடியும்.

ஒரு சீன காதல் கதை

சீனர்களின் உணவுப் பழக்கங்களைப் பற்றி கார்னெல் பல்கலைக்கழகத்தின் டாக்டர் காலின் கேம்பல் 24 வருட காலத்துக்கு ஓர் நீண்ட ஆய்வை மேற்கொண்டார். தாவர உணவு உண்பவர்களைவிட மாமிச உணவு உண்பவர்கள்தான் மிகுதியான நோய்களுக்கு ஆளாகிறார்கள். அந்த சீன ஆய்வின் அடிப்படையில் தாவர உணவு உண்பதே நல்லது என்று சொல்லப்பட்டது. அவருடைய 'டயட், லைஃப் ஸ்டைல் அண்ட் மார்டாலிட்டி இன் சைனா' (1990) 894 பக்கங்கள் கொண்ட புத்தகத்தில் அந்தத் தகவல்கள் உள்ளன. விருப்பமுள்ளவர்கள் அதைப் பார்த்துக்கொள்ளலாம்.

அந்த ஆய்வு முடிவுகளைப் பார்த்து பூரிப்படைந்த இன்னொரு தாவர உணவு நிபுணர் டெனிஸ் மிங்கர், டாக்டர் கேம்பெல் முன்வைத்த தரவுகளை மேலும் விரிவாக ஆராய்ந்து ஜனவரி 2010ல் இருந்து தனது தளத்தில் தொடர்ந்து இது குறித்துஎழுதிவந்தார்.

அத்ன் பிறகுதான் வில்லங்க வெடிகள் வெடிக்க ஆரம்பித்தன. டாக்டர் கேம்பெல்லின் ஆய்வு முடிவுகள் மிகவும் தவறானவையாக இருந்தன. புள்ளிவிவரங்களில் சிலதை மட்டும் கணக்கில் எடுத்துக்கொண்டு சிலதை விட்டுவிட்டு அவர் முடிவுக்கு வந்திருந்தது தெரியவந்தது. ஆனால், டெனிஸின் ஆய்வில் வேறொரு முக்கிய அம்சம் தெரியவந்தது. அது கோதுமையைப் பற்றியது. அவருடைய வார்த்தைகளிலேயே அதைப் பார்ப்போம்:

சீன ஆய்வின் மூலத் தரவுகளை நான் மீண்டும் அலச ஆரம்பித்தபோது டாக்டர் கேம்பெல் 24 வருடங்கள் மிகுந்த

சிரமப்பட்டுச் செய்த ஆய்வை மறுத்துப் பேசவேண்டும் என்ற எண்ணம் எதுவும் இருந்திருக்கவே இல்லை. நான் புள்ளிவிவரங்களின் காதலி. கேம்பெல்லின் முடிவுகள் அவர் சேகரித்த தரவுகளோடு எந்த அளவுக்கு பொருந்திப் போகின்றன என்பதை ஆராயும் ஆர்வம் மட்டுமே இருந்தது.

நான் தீவிர சைவ உணவாளராக பல காலம் உண்டுவந்தேன். இப்போது நான் தீவிர சைவ உணவாளர் அல்ல. என்றாலும் சைவ உணவை உண்பவர்கள் மீது மிகுந்த மரியாதை இப்போதும் இருக்கிறது. எந்தவித முன் தீர்மானங்களும் பாரபட்சமும் இல்லாமல் மக்களுடைய உடம்புக்கு எது நல்லது என்பதை ஆதாரபூர்வமாக, உண்மையாகச் சொல்ல வேண்டும் என்பதுமட்டுமே என் நோக்கம். எந்தவொரு தனிப்பட்ட உணவுப் பழக்கத்தையும் உயர்த்திப் பிடிக்கும் நோக்கமோ அவசியமோ எனக்குக் கிடையாது.

டாக்டர் கேம்பெல் சொல்பவை முற்றிலும் தவறு என்று நான் சொல்லவில்லை. ஆனால், அவை முழுமையற்றவையாக இருக்கின்றன. உடல் ஆரோக்கியத்தைப் பொறுத்தவரையில் வேதிப் பொருட்கள் சேர்க்கப்படாத, பதப்படுத்தப்படாத பொருட்களின் முக்கியத்துவம் பற்றி அவர் அழுத்தமாக ஆதாரபூர்வமாகக் கண்டுசொல்லியிருக்கிறார். ஆனால், மாமிச உணவுகளின் தீமைகளைப் பற்றிச் சொல்லும்போது பிற சில முக்கியமான உணவுகளைப் பற்றிய தேவையான, அபாயகரமான விஷயங்களைக் கணக்கில் கொள்ளாமல் எல்லா தீமைகளையும் மாமிச உணவின் மீதே போட்டுவிட்டிருக்கிறார்.

கவனிக்கத் தவறிய உண்மைகள்

டெனிஸ் மிங்கர் ஒப்பீட்டு அலகு ஒன்று பற்றிக்குறிப்பிடுகிறார். அதன்படி r என்பதன் மதிப்பு 0 என்றால் ஒப்பிடப்படும் இரண்டு விஷயங்களுக்கு இடையில் எந்தவித ஒத்திசைவும் இல்லை என்று அர்த்தம். r =1 என்றால் ஒப்பிடும் இரண்டு விஷயங்களும் வெண்மை நிறமும் அரிசியும் போல் முழு ஒத்திசைவுடன் இருக்கின்றன என்று அர்த்தம். r எதிர்மறை மதிப்பெண் என்றால் ஒப்பிடும் இரண்டு விஷயங்களுக்கும் இடையில் உங்களுக்கும் உங்கள் முன்னாள் வாழ்க்கைத் துணைவருக்கும் இடையில் இருப்பதுபோல் எதிர்மறைப் பொருத்தமே இருக்கிறது. டெனிஸ் மிங்கர் மேலும் கூறுகையில்:

சீன ஆய்விலிருந்து மிக முக்கியமான தரவுகளை டாக்டர் கேம்பெல் ஏன் சொல்லத் தவறிவிட்டார். இதய நோய்களுக்கும் மாமிச உணவுக்கும் இடையில் உள்ள தொடர்பாக விலங்கு புரதம் 0.001, மீன் புரதம் 0.11 என்று அவர் தெரிவிக்கும் நேரத்தில் கோதுமைக்கும் இதய நோய்களுக்கும் இடையிலான தொடர்பு 0.67 என்றும், தாவர புரதங்களின் தொடர்பு 0.25 என்றும் சீன ஆய்வில் இருந்த தரவை டாக்டர் கேம்பெல் ஏன் குறிக்கத் தவறிவிட்டார். இதனடிப்படையில் பார்த்தால் விலங்கு புரதங்களைவிட கோதுமைப் புரதங்களும் தாவரப் புரதங்களும்தான் மிக மோசம் என்று ஆகின்றன.

கோதுமைக்கும் பிற நோய்களுக்கும் இடையில் இருக்கும் தொடர்பை டாக்டர் கேம்பல் ஏன் குறிக்கவில்லை – 0.46 கர்ப்பப்பை புற்றுநோய்; 0.54 ரத்தக் கொதிப்பு இதய நோய்; 0.47 பக்கவாதம்; 0.41 ரத்தக் குழாய் மற்றும் ரத்தம் தொடர்பான உறுப்புகளின் சிதைவு; 0.67 ரத்தக்குழாய் அடைப்பு மாரடைப்பு. இந்த சீன ஆய்வு தற்செயலாக மேற்கத்திய உலகின் இறப்புகளுக்கு முக்கிய காரணமான க்ளூடென் நிறைந்த உணவை கண்டுபிடித்துக் கொடுத்தும் கவனம் பெறத் தவறிவிட்டதா? வாழ்வின் ஆதாரமான அந்த உணவுதான் மரணத்தின் மூல காரணமா?

1989 சீன ஆய்வு -2ல் இருந்து கிடைத்த தரவுகள் வேறு பல உண்மைகளைச் சொல்கின்றன.

அன்றாடம் சாப்பிடும் கோதுமையின் அளவு அதிகமாக ஆக ரத்தக் குழாய் அடைப்பினால் மாரடைப்பு வந்து இறப்பவர்களின் எண்ணிக்கையும் அதிகரிக்கிறது. குறிப்பாக, 400 கிராம்களுக்கு அதிகமாக உட்கொள்பவர்களில் இறப்பு விகிதம் வெகுவாக அதிகரித்திருக்கிறது.

பிற உணவுகளைவிட கோதுமையே உடல் எடையைச் சுட்டும் மிகத் துல்லியமான குறியீடாக இருக்கிறது. (கிலோகிராம்களில்; $r = 0.65$. $p < 0.001$). கோதுமை உணவை உண்பவர்கள் உயரமாக இருக்கிறார்கள் என்பதால் மட்டுமல்ல. ஏனென்றால் கோதுமைக்கும் பி.எம்.ஐ.க்கும் இடையிலான தொடர்பும் அழுத்தமாக இருக்கிறது. $r = 0.58$. $p < 0.001$).

டெனிஸ் மிங்கர் மேலும் கூறுகையில், கோதுமையை அதிகம் உட்கொள்ள உட்கொள்ள உடல் எடை அதிகரித்துகொண்டே

செல்கிறது. பி.எம்.ஐ-யும் அதிகமாகவே இருக்கும். பி.எம்.ஐ. அளவை அடிப்படையாக வைத்துப் பார்க்கும்போது கோதுமை சாப்பிடுபவர்களின் உடம்பு பெரிதாக இருப்பதற்கு எடைதான் காரணம், உயரமல்ல என்பது தெரியவருகிறது.

மேற்கத்திய உலகினருக்கும் இதய நோய் அதிகமாக வரும் உலகின் பிற பகுதிகளுக்கும் இடையில் பொதுவாக இருக்கும் விஷயம் எது? உங்கள் யூகம் சரிதான். கோதுமையை அதிகம் உண்பதுதான் அது.

டெனிஸ் மிங்கரின் கருத்துகளைப் பற்றித் தெரிந்துகொள்ள அவருடைய வலைதளத்துக்குச் செல்லுங்கள். Raw Food SOS, - http://rawfoodsos.com

இப்படி யோசித்துப் பாருங்கள்.

ரத்தத்தில் சர்க்கரை அளவை அதிகரிக்கும் எந்தவொரு உணவுப் பொருளும் சிறிய LDL துகள்களையும் அதிகரிக்கும். ரத்த சர்க்கரை அளவை அதிகரிக்காத புரதங்கள், கொழுப்புகள், குறைவான கார்போஹைட்ரேட் போன்றவை சிறிய LDL துகள்களின் எண்ணிக்கையையும் குறைக்கும்.

LDL கொழுப்பைப் பற்றியல்லாமல் LDL துகள்களைப் பற்றிய விழிப்பு உணர்வு அதிகரித்ததைத் தொடர்ந்து இருதய நலன் தொடர்பாக முன்பு பரிந்துரைக்கப்பட்ட உணவு முறைக்கு நேர்மாறான முடிவுக்கு நம்மை இட்டுச்சென்றுள்ளன. கொழுப்பு உணவைக் குறைத்து ஆரோக்கியமான முழு தானிய உணவையே உண்ணவேண்டும் என்ற பிழையான கற்பிதமும் இதனால் அடிபட்டுப்போயிருக்கிறது. மேலும் லிப்போ ப்ரோடீன் தொடர்பான ஆய்வுகளும் மேம்பட்டிருப்பதைத் தொடர்ந்து முந்தைய உணவு முறை முற்றிலும் தவறானது மட்டுமல்ல அபாயகரமானதும் கூட என்ற உண்மையே நமக்குக் கிடைத்திருக்கிறது.

- 11 -

எல்லாமே உங்கள் தலைக்குள்தான் இருக்கிறது: கோதுமையும் மூளையும்

நல்லது. அப்படியாக கோதுமை உங்கள் குடலைப் பாதிக்கிறது. பசியைத் தூண்டுகிறது. பீர் குடித்து தொந்தி வளர்த்தவர்களைப் பற்றிய கிண்டல்களையெல்லாம் உங்களைப் பார்த்தும் சொல்வார்கள், நீங்கள் ஒரு துளி பீர் கூட அதிகம் அருந்தியிராத நிலையிலும்.

கோதுமை, மூளையை ஒரு போதைப் பொருளைப் போல் பாதிக்கிறது. ஆனால், இந்த பாலிபெப்டைட் எக்ஸார்பின்கள் தானாகவே வந்து போய்க் கொண்டிருக்கும். உங்களை அதிகம் சாப்பிடச் சொல்லி மூளையை உத்தரவிடும்படி எக்ஸார்பின்கள் தூண்டும். அதிக கலோரி உட்கொள்ளும்படியும் டப்பாக்களில் தூளாக ஒட்டிக்கொண்டிருக்கும் பிஸ்கெட்கள், சிப்ஸ்களை மிச்சம் மீதிவிடாமல் தேடித் துருவி அப்படியே வயிற்றில் கொட்டிக் கொள்ளத் தூண்டும்.

ஆனால், இந்த பிரச்னைகளையெல்லாம் அப்படியே தீர்த்துவிட முடியும். கோதுமையைச் சாப்பிடுவதை நிறுத்துங்கள். எல்லா பிரச்னைகளும் தீர்ந்துவிடும். மூளை சுறுசுறுப்பாக எந்தவிதப்

புறத்தூண்டுதல்களும் இல்லாமல் இயல்பாகச் செயல்படத் தொடங்கும்.

ஆனால், மூளையின் மீதான கோதுமையின் தாக்கம் எளிதில் முடிந்துவிடுவதில்லை. சிந்தனைகள், நடத்தை இவற்றை பாதிப்பதோடு செரிபரம், செரிபெல்லம், பிற நரம்புகள் என மூளை திசுக்களையே கோதுமை பாதித்துவிடுகிறது. இதனால் மூளை ஒருங்கிணப்பின்மை, வலிப்பு, டிமென்ஷியா என அனைத்துவகை பிரச்னைகளும் வரத்தொடங்கும். போதை அடிமைப் பண்புகளைப் போலல்லாமல் இவற்றை முழுமையாக திரும்பச் சரி செய்வது சாத்தியமில்லை.

கோதுமையா... மூளை நலனா, எது உங்களுக்கு முக்கியம்?

தாறுமாறாகப் பொருட்களைப் போட்டுவைத்திருக்கும் ஒரு அறைக்குள் உங்களைக் கண்ணைக் கட்டி அனுப்பினால் என்ன நடக்கும். நாலைந்து அடி எடுத்து வைத்ததுமே சுவரில் அல்லது ஏதேனும் ஒரு பொருளில் சென்று முட்டிக்கொள்வீர்கள். அல்லவா? செரிபெல்லர் அடாக்ஸியா நோய் உள்ளவர்களும் அப்படித்தான். ஆனால், அவர்கள் கண்ணைக் கட்டாமல் விட்டாலுமே இடித்துக்கொள்வார்கள்.

கைத்தடிகள், நடை உதவிக் கருவிகளுடன் நடப்பவர்களைப் பார்த்திருப்பீர்கள். கண்ணில் படும் பொருட்களையும் நடையையும் ஒத்திசைவுடன் வைத்துக்கொள்ளும் திறன் அவர்களுக்கு இல்லாமல் போயிருக்கும். உடல் சமநிலையையும் கட்டுப்படான நகர்வுகளையும் அவர்களால் தக்கவைக்க முடியாமல் போயிருக்கும். இவையெல்லாம் மூளையில் இருக்கும் செரிபெல்லம் எனும் பகுதியின் வேலை.

செரிபெல்லர் அடாக்ஸியா நோய் உள்ளவர்கள் நரம்பியலாளரைச் சென்று சந்தித்து ஆலோசனை கேட்கிறார்கள். இந்த நோய்க்கான காரணம் என்ன என்பது தெரியாதென்பதால் பொதுவாக அப்படித்தான் சிகிச்சை பெறுகிறார்கள். சிகிச்சை என்று எதுவும் சொல்லமாட்டார்கள். உண்மையில் அந்த நோய்க்கு எந்த சிகிச்சையும் இன்னும் கண்டுபிடிக்கப்பட்டிருக்கவில்லை. நியூரலஜிஸ்ட்கள் வாக்கர் நடை உதவிக் கருவியைப் பரிந்துரைப் பார்கள். முட்டிக்கொள்ளும்படியாக வீட்டில் இருக்கும் பொருட் களை அகற்றிவிடச் சொல்வார்கள். சிறுநீரச் செயல்பாடுகள் மீதான

கட்டுப்பாடும் நாளடைவில் போய்விடும் என்பதால் பெரியவர்களுக்கும் டயஃபர் அணிந்துகொள்ளும்படி ஆலோசனை சொல்வார்கள். இந்த நோய் ஆண்டுக்கு ஆண்டு அதிகரித்துக் கொண்டே செல்லக்கூடியது. தலைமுடியை வார முடியாமல் போவது, பல் தேய்க்க முடியாமல் போவது, தனியாக கழிப்பறை செல்ல முடியாமல் இருப்பது என மோசமாகிக் கொண்டே செல்லும். மிக மிக அடிப்படையான வேலைகளைக் கூட வேறு நபர்களின் உதவியில்லாமல் செய்ய முடியாத நிலை ஏற்படும். இந்த நிலை வந்துவிட்டால் முடிவு அருகில் வந்துவிட்டது என்று அர்த்தம். இப்படியான முழு செயலின்மை நிமோனியா, படுத்த படுக்கையாகக் கிடக்க நேர்வதால் வரும் நோய் என பல நோய்களைக் கொண்டுவந்துவிடும்.

செலியாக் நோய் உள்ளவர்களில் 10-22.5% மக்களுக்கு நரம்பு சார்ந்த குறைபாடுகள் வர வாய்ப்பு அதிகம். இதுவரை கண்டு பிடிக்கப்பட்டுள்ள எல்லாவகையான அடாக்ஸியா (Ataxia) நோயாளிகளில் 20% பேருக்கு க்ளூடென் குறிப்பான்கள் அசாதாரணமாக இருந்திருப்பது தெரியவந்துள்ளது. இனம் புரியாத அடாக்ஸியாவில் அதாவது இன்ன காரணம் என்று கண்டு பிடிக்கப்பட முடியாதவற்றில் அசாதாரண க்ளூடென் அளவுகள் ஐம்பது சதவிகிதம் பேருக்கு இருந்திருக்கிறது.

பிரச்னை : அடாக்ஸியா பிரச்னை உள்ள பெரும்பாலானோருக்கு கோதுமை க்ளூடென் ஒவ்வாமை இருப்பதாக குடல் சார்ந்த பிரச்னைகளோ, செலியாக் நோய் போன்ற அறிகுறிகளோ எதுவுமே இருப்பதில்லை.

வயிற்றுப் போக்கு, வயிற்று வலி போன்ற குடல் சார்ந்த பிரச்னைகள் வராமல் க்ளூடென்னானது நேராக மூளையை பாதிக்கவும் கூடும். 1966-லேயே க்ளூடென்னுக்கும் மூளைக்கும் இடையிலான தொடர்பு கண்டுபிடிக்கப்பட்டுவிட்டது. எனினும் செலியாக் நோய் பாதிப்பினால் சரியான ஊட்டச்சத்து கிடைக்காமல்போய் அதனால் மூளை பாதிக்கப்பட்டிருககக்கூடும் என்ற தவறான முடிவுக்கே வந்திருந்தார்கள். க்ளூடென் மூலம் உருவாக்கப்படும் க்ளியாடின் எதிர் உயிரிகளால் செரிபெல்லத்தின் விசேஷ செல்களான பர்கிஞ்சி செல்கள் பாதிக்கப்படும். இவை பாதிக்கப்பட்டால் அதன் பிறகு சீர் செய்யவே முடியாது. போனால் போனதுதான்.

சமநிலை தடுமாற்றம், பொருட்களின் இடங்களைக் கணிப்பதில் ஏற்படும் பிழை, உடல் உறுப்புகளின் செயல்பாடுகள் மீதான கட்டுப்பாடு இன்மை என க்ளூடென் மூலம் உருவாகும் செரிபெல்லார் அடாக்ஸியா நோயினால் அதீத கண் சிமிட்டல், சதைகள் வெட்டிவெட்டி இழுத்துக்கொள்ளுதல், கை, கால்கள் வெட்டிவெட்டி இழுத்துக்கொள்ளுதல் போன்ற பாதிப்புகளும் ஏற்படும். இந்த நோய் பாதிக்கப்பட்ட 104 நபர்களில் மேற்கொள்ளப்பட்ட ஓர் ஆய்வில் அவர்களுக்கு ஞாபக மறதி நோயும் பேச்சுக் குழறுபடிகளும் ஏற்பட்டது தெரியவந்தது. அப்படியாக மூளையில் நினைவு, சிந்தனை ஆகியவற்றைக் கட்டுப்படுத்தும் செரிபெரலும் பாதிக்கப்படுவது உறுதியானது.

கோதுமை மூலமான செரிபெல்லார் அடாக்ஸியா நோய் பொதுவாக 48-53 வயதில் வருகிறது. எம்.ஆர்.ஐ. சோதனையில் 60% பேருக்கு செரிபெல்லத்தின் பர்கின்ஜி செல்கள் மீள முடியாமல் பாதிக்கப்பட்டிருப்பது தெரியவந்தது.

கோதுமை க்ளூடென்னை உணவில் இருந்து நீக்கிக்கொள்வதால் பெரிய நன்மை எதுவும் கிடைப்பதுமில்லை. ஏனென்றால் சிதைந்துபோன மூளை செல்களினால் தன்னைப் புதுப்பித்துக் கொள்வது சிரமம். ஆனால், தொடர்ந்து க்ளூடென் மூளையில் படிந்து நிலைமையை மோசமாக்காமல் இருக்கும் என்பதால் நோய் முற்றாமல் பார்த்துக்கொள்ளப்படுகிறது.

கோதுமை மூலம் அடாக்ஸியா நோய் வருவதைக் கண்டு பிடிப்பதில் இருக்கும் இன்னொரு பெரிய சிக்கல் என்ன வென்றால், எந்தவொரு மருத்துவரும் இப்படியான சாத்தியக்கூறு இருக்கிறது என்று அது சார்ந்த பரிசோதனை எதையும் செய்வதில்லை. இது மிகப் பெரிய தடைக்கல்தான். ஏனென்றால் மருத்துவ உலகம் முழுவதுமே கோதுமை உடம்புக்கு மிகவும் நல்லது என்று சொல்லிவருவதால் யாரும் அந்த வகை சோதனையைச் செய்யவே மாட்டார்கள். ஆனால், ஒரு மருத்துவர் இந்த உண்மையைப் புரிந்துகொண்டு பரிசோதனை செய்ய முன்வந்தாலும் குடல் பரிசோதனை போல மூளைக்கான பாதிப்பை எளிதில் கண்டுபிடித்துவிட முடியாது. அதோடு மூளைப் பரிசோதனைக்கு மக்கள் எளிதில் சம்மதம் தெரிவிக்க மாட்டார்கள். மிகச் சிறந்த நிபுணர்கள்தான் இதைச் செய்தாக வேண்டியிருக்கும். இந்தப் பரிசோதனையானது ஹெ.எல்.ஏ. டி.க்யூ. மார்க்கர்கள் இருக்கிறதா என்பதை ஆராய்ந்துபார்த்தல்

மற்றும் கோதுமை க்ளூடென்னை உணவில் இருந்து நீக்குவதால் ஏற்படும் முன்னேற்றம் என இரண்டு அம்சங்களை இணைத்துப் பார்த்து முடிவுசெய்ய வேண்டியிருக்கும்.

செரிபெல்லார் அடாக்ஸியா நோயின் பிரச்னை என்னவென்றால் பெரும்பாலான நேரங்களில் ஒருவருக்கு கால் தடுமாறத் தொடங்கி, அவர் சுவர்களில் சென்று முட்டி மோதி, இரவுகளில் படுக்கையிலேயே சிறுநீர் கழித்து என நோய் ஓரளவுக்குப் பெரிதான பிறகுதான் அதைக் கண்டுபிடிக்கவேசெய்கிறார்கள். இந்த நிலை வரும்போது செரிபெல்லாம் வெகுவாக பாதிக்கப் பட்டுவிட்டிருக்கும். இந்த நிலையில் கோதுமையை உணவில் இருந்து முழுவதுமாக நீக்கினாலும் பிறருடைய உதவியின்றி தன் வேலைகளைத்தானே செய்துகொள்ளும் அளவுக்குத்தான் நோயைக் குணப்படுத்த முடியும்.

இவையெல்லாமே நீங்கள் ஆசையாகச் சாப்பிடும் கேக்குளினாலும் பிரெட்களினாலும்தான்.

உச்சத் தலை முதல் உள்ளங்கால் வரை : கோதுமையும் வெளிப்புற நரம்பியலும்

கோதுமையின் க்ளூடென் மூளையில் ஏற்படுத்தும் பாதிப்பினால் செரிபெல்லார் அடாக்ஸியா நோய் வருவதுபோலவே கால்கள், அடி வயிறு போன்ற பிற உறுப்புகளிலும் பாதிப்புகள் ஏற்படு கின்றன. இதைப் பற்றிய ஆய்வுக்கு வெளிப்புற நியூரோபதி என்று பெயர்.

நரம்பியல் பாதிப்புக்கு முக்கியமான காரணங்களில் ஒன்று நீரிழிவு நோய். ரத்த சர்க்கரை அளவு பல ஆண்டுகளுக்கு அடிக்கடி அதிகரித்து வந்தால் காலில் உள்ள நரம்புகள் பாதிக்கப்படும். உணர்ச்சியற்று மரத்துப் போகும் (அதனால் கால் சுரணை இல்லாமல் குண்டூசி மேல் ஏறி நிற்பார்கள்). ரத்த அழுத்தம் மீதான கட்டுப்பாடு குறையும். இதயத் துடிப்பு பாதிக்கப்படும். மந்தமான மலக்குடல் செயல்பாடுகள் ஏற்படக்கூடும்.

கோதுமை ஒழிந்ததென்று கும்மியடி பெண்ணே...

மெரிடித்தை நான் முதலில் சந்தித்தபோது அவர் கேவிக் கேவி அழுதுவிட்டார். இதயத்தில் இருந்த சிறிய குறைபாட்டுக்கு ஆலோசனை கேட்க வந்திருந்தார்.

உடம்பு முழுவதும் வலிக்கிறது. குறிப்பாகக் கால்கள் என்றார். எல்லா மருந்துகளும் சாப்பிட்டுவிட்டேன். மருந்துஎன்றாலே வெறுப்பாக இருக்கிறது. ஏராளமான பின்விளைவுகள் ஏற்படு கின்றன. கடந்த முறை ஒரு மருத்துவர் கொடுத்த மருந்து என் பசியை தாறுமாறாக அதிகரித்துவிட்டது. சாப்பிடுவதை என்னால் நிறுத்தவே முடியவில்லை. இரண்டு மாதங்களில் சுமார் ஏழு கிலோ எடை கூடிவிட்டேன் என்றார்.

ஆசிரியையான அவரால் கால் வலி காரணமாக வகுப்பில் நின்று பாடம் எடுக்கவே முடியவில்லை என்று சொன்னார். சமீப காலமாக தன்னால் சரியாக நடக்க முடியவில்லை, நிலையாக நிற்க முடியவில்லை, தடுமாறத் தொடங்கியிருப்பதாகச் சொன்னார். காலையில் எழுந்து பள்ளிக்குப் புறப்படத் தயராகவே முடியவில்லை. உடை அணிந்துகொள்ள சிரமமாக இருக்கிறது. அதிக நேரம் பிடிக்கிறது என்றார். ஐம்பத்தாறு வயதுதான் ஆகிறது. என்றாலும் கம்பு ஊன்றித்தான் நடக்க வேண்டியிருக்கிறது.

உங்கள் நரம்பியல் மருத்துவர் ஏதேனும் காரணம் கண்டுபிடித்துச் சொன்னரா என்று கேட்டேன்.

இல்லை. என்ன காரணம் என்று தெரியவில்லை. இந்த பிரச்னையுடன் வாழ்ந்துதான் ஆகவேண்டும் என்று சொன்னார்கள். வலி தெரியாமல் இருக்க மருந்து கொடுக் கிறார்கள். ஆனால், நிலைமை மோசமாகிக்கொண்டுதான் இருக்கிறது என்றார். அதைச் சொல்லியபடித்தான் என் முன்னே அழத் தொடங்கிவிட்டார்.

எனக்கு அவரைப் பார்த்ததுமே இது கோதுமையால் வரும் பிரச்னையாக இருக்கும் என்ற சந்தேகம் வந்தது. அறைக்குள் இயல்பாக நடந்துவர முடியவில்லை என்பதோடு அவர் முகம் சிவந்து இறுகிப்போய் இருந்தது. அமில எரிச்சல், அடி வயிற்று வலி, வீக்கம், குடல் பிரச்னைகள் அவருக்கு இருந்தன. சுமார் 30 கிலோ எடை அதிகமாக இருந்தார். கால்களில் நீர் கோர்க்கத் தொடங்கியிருந்தன.

நான் மெரிடித்தை கோதுமை இல்லா உணவைச் சாப்பிடும்படிக் கேட்டுக்கொண்டேன். எப்படியாவது இந்த உபாதைகளில் இருந்து தப்பித்தால் போதும் என்ற நிலையில் அவர் இருந்ததால் நான்சொன்ன யோசனையை உடனே ஏற்றுக்கொண்டார். ட்ரெட்மில்லை மிதமான வேகத்தில் வைத்துக்கொண்டு நடந்து

பாருங்கள் என்று கொஞ்சம் சிரமமான பயிற்சியையும் சேர்த்துக்கொடுத்தேன்.

இரண்டுவாரங்கள் கழித்து வந்தார். ட்ரெட்மில்லில் தடுமாறாமல் நடக்க முடிந்ததா என்று கேட்டேன். ஒரு பிரச்னையும் இல்லை. நீங்கள் சொன்னதுபோல் கோதுமையை உடனே நிறுத்திவிட்டேன். ஒரு வாரத்தில் வலி நன்கு குறைந்துவிட்டது. இரண்டு வாரங்களுக்கு முன் இருந்த வலியில் இப்போது 90% வலி போய்விட்டது. வலிக்காகச் சாப்பிட்டுவந்த ஒரு மாத்திரையை இப்போது நிறுத்திவிட்டேன். இன்னொரு மாத்திரையையும் அடுத்த வாரம் நிறுத்திவிடப்போகிறேன் என்றார் உற்சாகமாக. அவருக்கு இப்போது கம்பு ஊன்றி நடக்கும் பிரச்னையும் தீர்ந்துவிட்டிருந்தது.

அமில எரிச்சல், குடல் பிரச்னைகள் எல்லாம் தீர்ந்துவிட்டன. இரண்டு வாரத்தில் நான்கு கிலோ எடை குறைந்துவிட்டிருந்தது.

மெரிடித் மணிக்கு 3.6 மைல் வேகத்தில் டிரெட்மில்லில் நடக்க ஆரம்பித்துவிட்டார்.

கோதுமை உணவினால் இதுபோல் வேறொரு நரம்புப் பிரச்னையும் ஏற்படுகிறது. க்ளூடென் மூலம் வரும் நரம்புப் பிரச்னைகள் பொதுவாக 55 வயதில் இருந்து ஆரம்பிக்கிறது. செரிபெல்லர் அடாக்ஸியா போல் பலருக்கும் செலியாக் நோயோ குடல் பிரச்னைகளோ எதுவும் இருப்பதில்லை.

மூளையின் பர்கின்ஜி செல்கள் போல் நிரந்தரமாக நரம்புகள் பாதிக்கப்பட்டுவிடுவதில்லை. கோதுமையை உனவில் இருந்து நீக்கிவிட்டால் ஓரளவுக்கு மீண்டுவந்துவிடும். இதனால் இப்படியான நரம்பு பாதிப்புக்கு ஆளானவர்கள் கோதுமையை நீக்குவதன் மூலம் ஓரளவு தேறிவிடுகிறார்கள்.

க்ளூடென் ஒவ்வாமையும் நரம்பு பாதிப்பும் இருந்து க்ளியாடின் எதிர் உயிரியும் இருந்த 35 நபர்களை வைத்து ஒரு சோதனை செய்யப்பட்டது. அவர்களுக்கு கோதுமை இல்லா உணவு தரப்பட்டதைத் தொடர்ந்து ஒரு வருடத்தில் அவர்களுடைய உடலில் நல்ல முன்னேற்றம் ஏற்பட்டது. அதே நோய் இருந்த பத்து நபர்களுக்குத் தொடர்ந்து கோதுமை உணவு தரப்பட்டபோது நிலைமை மேலும் மோசமானது. நரம்பு சார்ந்தவேறு சோதனையும் அவர்களில் செய்து பார்க்கப்பட்டபோது கோதுமை

உணவை நீக்கியவர்களிலேயே நல்ல பலன் கிடைத்தது தெரியவந்தது.

மனித நரம்பு மண்டலம் என்பது ஏராளமான சிக்கலான நரம்புத் தொகுதிகள், நரம்பு செல்களால் ஆனது. எந்த இடத்தில் இருக்கும் என்னவகையான நரம்புகள் பாதிக்கப்பட்டிருக்கின்றன என்பதை வைத்து பல்வேறு உடல் உபாதைகள் ஏற்படும். இரண்டு கால்களும் உணர்ச்சியற்றுப் போதல், கால்கள் மீதான கட்டுப் பாட்டை இழத்தல் ஆகியவைதான் பொதுவான பாதிப்பு. சில நேரங்களில் உடலின் ஒரு பகுதி மட்டும் பாதிக்கப்படக்கூடும். சில நேரங்களில் ரத்த அழுத்தம் இதயத் துடிப்பு, மலக்குடல், சிறுநீரக நரம்பு மண்டலம் போல் தன்னிச்சையாகச் செயல்படும் நரம்புத் தொகுதிகள் பாதிக்கப்படக்கூடும். இப்படியான தன்னிச்சை நரம்புத் தொகுதி பாதிக்கப்படும்போதுதான் நினைவிழப்பு, சிறு நீர், மலம் கழிப்பதில் சிக்கல், அதிவேக இதயத் துடிப்பு போன்ற பிரச்னைகள் ஏற்படும்.

நரம்பு பாதிப்புகள் கோதுமை உணவை நீக்கவில்லையென்றால் நாளாக ஆக மோசமாகிக் கொண்டே செல்லும்.

முழு தானிய மூளை

மூளையில் உயர் நிலைச் செயல்பாடுகளான சிந்தனை, கற்றல், நினைவுத்திறன் போன்றவையெல்லாம் அத்துமீறி நுழையும் கண்ட கண்ட மூலக்கூறுகளால் பாதிக்கப்படக்கூடாது. இந்த உண்மையை எல்லாரும் ஒத்துக்கொள்வார்கள் என்று நம்புகிறேன். உங்கள் ஆளுமை மற்றும் உங்கள் அனுபவங்கள் ஆகியவற்றின் தொகுப்பு தான் உங்கள் மனம். நம் அந்தரங்கங்கத்தில் அத்து மீறி நுழையும் தொந்தரவான அண்டைவீட்டாரை, தொடர்ந்து தொந்தரவு செய்யும் விற்பனை பிரதிநிதியை யாருக்குத்தான் பிடிக்கும். அதுபோல் மனதின் அந்தரங்கப் பகுதிகளை ஊடுருவும் மூலக் கூறுகளை மனம் எப்படி விரும்பும். டெலிபதி என்ற செயல்முறை பற்றி உங்களுக்கு நிறைய சுவாரசியமான கற்பனைகள் இருக்கலாம். ஆனால், உங்கள் மனதில் நீங்கள் என்ன நினைக் கிறீர்கள் என்பதை யாரேனும் படிக்கமுடியும்படி இருந்தால் எவ்வளவு சிக்கல்கள் வரும் என்று யோசியுங்கள்.

செரிபெல்லமாகட்டும், செரிபரல் கார்டெக்ஸாகட்டும் கோதுமையைப் பொறுத்தவரையில் எதையுமே புனிதமானது,

உடம்புக்கு மிகவும் முக்கியமானது என்று விட்டுவைக்கவெல்லாம் செய்யாது. கோதுமையால் உங்கள் மனதைப் படித்துப் புரிந்துகொள்ள முடியாதுதான். ஆனால், அதனுள் என்ன நடக்கிறது என்பதை வெகுவாக பாதிக்க முடியும்.

வெறுமனே தூக்கம், சக்தி, மனநிலை என மேலோட்டமான பாதிப்புகளை மட்டுமல்ல செரிபெல்லர் அடாக்ஸியா போல் மிகப் பெரிய மூளை பாதிப்புகளை ஏற்படுத்திவிடும். அதுபோல் சிந்தனை, நினைவுகள், உங்கள் ஆளுமை ஆகியவற்றைத் தீர்மானிக்கும் செரிபெரல் கார்டெக்ஸ் பகுதியும்கூட கோதுமை யினால் பாதிக்கப்பட்டு என்சிபலோபதி நோய்கள் ஏற்படக்கூடும்.

மிக்ரேன் தலைவலிகள், பக்க வாதம் போன்ற விளைவுகள், பேச்சுக் குழறல், பார்வைக் குறைபாடுகள் க்ளூடென் என்சிபலோபதி மூலம் ஏற்படக்கூடும். எம்.ஆர்.ஐ. பரிசோதனை செய்து பார்க்கும்போது செரிபரல் திசுக்களைச் சுற்றி இருக்கும் ரத்த நாளங்கள் பாதிக்கப்பட்டிருப்பது தெரியவரும். செரிபெல்லர் அடாக்ஸியா நோயினால் வரும் அதே சமநிலை தடுமாற்றம், நடக்கும்போது பொருட்களின் மீது முட்டிக்கொள்ளுதல் போன்ற பிரச்னைகள் இதிலும் வரும்.

மயோ கிளினிக் ஆய்வில் செலியாக் நோய் இருப்பதாக முதன் முதலாகக் கண்டுபிடிக்கப்பட்ட 13 பேரில் டிமென்ஷியா நோயும் இருந்தது தெரியவந்தது. இந்த 13 பேரில் முன் மூளை தொடர்பான ஆய்வு அல்லது போஸ்ட்மார்டம் ஆய்வுகளில் கோதுமை க்ளூடென் மூலமான பாதிப்பு நீங்கலாக வேறு எதையும் கண்டு பிடிக்கமுடியவில்லை. மரணத்துக்கு முந்தைய பாதிப்புகளாக மறதி நோய், எளிய கணக்குகளைக் கூடச் செய்ய முடியாத நிலை, குழப்பம், ஆளுமை மாற்றம் என நடக்கத் தொடங்கும். அந்த 13 பேரில் 9 பேர் மூளைச் செயல்பாடுகள் சிதைந்து மரணத்தைத் தழுவினார்கள். ஆம் கோதுமை மூலமான டெமென்ஷியா வந்து இறந்தனர்.

டெமென்ஷியா நோயாளிகளுடைய துன்பங்களுக்கு கோதுமையை எந்த அளவுக்குக் காரணமாகச் சொல்லமுடியும். இந்தக் கேள்விக்கான திருப்திகரமான பதில் இதுவரை கிடைக்க வில்லை. எனினும், பிரிட்டிஷ் ஆய்வாளர்கள் 61 நபர்களுக்கு க்ளூடென் ஒவ்வாமையால் டிமென்ஷியா உட்பட என்சிபாலோபதி பாதிப்பு ஏற்பட்டதாகக் கண்டுபிடித்துள்ளனர்.

அப்படியாக கோதுமையானது டெமென்ஷியா மற்றும் மூளை நோய்களுக்குக் காரணமாக இருப்பதும் நினைவுத் திறன், மனம் ஆகியவற்றைப் பாதிப்பதும் தெரியவந்துள்ளது. கோதுமை, க்ளூடென் ஆகியவற்றுக்கும் மூளைப் பாதிப்புக்கும் இடையிலான தொடர்பு பற்றி இப்போதுதான் கொஞ்சம் கொஞ்சமாகத் தெரியவரத் தொடங்கியுள்ளது. இன்னும் பல கேள்விகளுக்கு விடை கிடைத்துவிடவில்லை. ஆனால், நமக்குத் தெரியவந்துள்ள சொற்ப விஷயங்கள் கோதுமை பற்றிய பயத்தை அதிகரிப்பவையாகவே இருக்கின்றன. நாளை நமக்கு இது தொடர்பாக என்னவெல்லாம் தெரியவரும் என்பதை நினைத்துப் பார்த்தால் குலை நடுங்குகிறது.

க்ளூடென் ஒவ்வாமையினால் வலிப்பு வரலாம். இளைஞர்கள் குறிப்பாக பதின்ம வயதினரில் இந்த நோய் ஏற்படலாம். மூளையின் டெம்பரல் லோபில் காது மடலுக்குக் கீழே இவை ஏற்படும். மணம், சுவை, அசௌகரியமான உணர்ச்சிகள் தொடர்பான மன மயக்கங்கள், கை, உதடு இழுபடுதல் போன்றவை இதில் ஏற்படும். ஹைப்போதலாமஸ் பகுதியில் கால்சியம் உப்புகள் படிவதால் இந்த நோய் ஏற்படுகிறது. இந்த நிகழ்வுக்கு க்ளூடென் ஒவ்வாமையும் செலியாக் நோயும் காரணமாக இருக்க வாய்ப்பு அதிகம்.

செலியாக் நோய் உள்ளவர்களில் 1-5.5% பேருக்கு இந்த நோய் வர வாய்ப்பு அதிகம். கோதுமையை உணவில் இருந்து நீக்கியதைத் தொடர்ந்து இந்த நோயின் தாக்கம் குறையத் தொடங்கியிருக்கிறது. க்ளூடென் ஒவ்வாமை கொண்டவர்களில் 19.6% பேருக்கு எபிலெப்டிக்ஸ் வலிப்புகள் வர வாய்ப்பு அதிகம் என்பது ஓர் ஆய்வின் மூலம் தெரியவந்துள்ளது.

கோதுமையானது மனித மூளைக்குள் சென்று சிந்தனை, நடத்தையில் மாற்றத்தை உருவாக்கும். மூளை திசுக்களின் கட்டமைப்பைப் பாதிக்கும். வலிப்பைக்கூட உருவாக்கக்கூடும் என்பது அபாயகரமான உண்மையாக நம் முன் உருவாகி நிற்கிறது.

கோதுமையா க்ளூடென்னா... யார் குற்றவாளி

செலியாக் நோய், செரிபெல்லர் அடாக்ஸியா, டிமென்ஷியா என பல நோய்களுக்குக் காரணமாக இருப்பது கோதுமையில் இருக்கும் க்ளூடென் தானென்பது வலுவாக நிரூபணமாகி விட்டிருக்கிறது. எனினும் மூளை மற்றும் நரம்பு மண்டலப்

பாதிப்புகள் உட்பட கோதுமையால் உருவாகும் பல உபாதைகளுக்கு க்ளூடென்னால் உருவாக்கப்படும் இம்யூன் குழறுபடிகள் காரணமல்ல. உதாரணமாக, கோதுமையின் போதைத்தன்மைக்கும் அதிகப் பசித் தூண்டுதலுக்கும் அது தொடர்பான பிற பிரச்னைகளுக்கும் எக்ஸார்பின்கள்தான் காரணம். ஸ்கீஸோஃபெர்னியா, ஆட்டிஸம், ஏ.டி.ஹெச்.டி. போன்ற நோய்களுக்கு கோதுமையின் எந்த அம்சம் காரணம் என்பது இன்னும் சரியாகக் கண்டுபிடிக்கப் படவில்லை. எனவே, க்ளூடென் அல்லாமல் எக்ஸார்பின்களே இந்தப் பிரச்னைக்குக் காரணமாக இருக்கவும் வாய்ப்புகள் உண்டு. க்ளூடென் ஒவ்வாமையை எளிதில் எதிர் உயிரி சோதனைகள் மூலம் கண்டுபிடிக்க முடிவதுபோல் எக்ஸார்பின் பாதிப்புகளைக் கண்டுபிடிக்க எந்த வழிமுறையும் தற்போது இல்லை.

க்ளூடென் சாராத பாதிப்புகள் க்ளூடென் மூலமான பிரச்னைகளை மேலும் மோசமாக்கக்கூடும். கோதுமை எக்ஸார்பின்கள் பசியைத் தூண்டுவது, க்ளூகோஸ்-இன்சுலின் விளைவுகள், கோதுமையின் பிற இனம் கான முடியாத உபாதைகள் எல்லாமே தனிப்பட்ட காரணத்தினாலும் நடந்திருக்கலாம் அல்லது பிழையான இம்யூன் சக்தி தூண்டுதலினாலும் நடந்திருக்கலாம். செலியாக் நோய் இல்லாமல் கூட அதிகப் பசி, குடல் பிரச்னைகள், அதிக ரத்த சர்க்கரை அளவு, மன நிலை மாற்றம் என பாதிக்கப் படக்கூடும். செலியாக் நோய் இல்லாமலேயே தொந்தி, நரம்புப் பிரச்னைகள் என கோதுமை மூலம் பாதிப்புக்கு உள்ளாகக்கூடும். அதிகச் சோர்வு, அதிக எடை, நீரிழிவு நோய் ஆகியவற்றுக்கு ஆளான பிறகும் க்ளூடென் மூலமான பிழையான இம்யூன் குறைபாடுகளான குடல் அல்லது நரம்பு பாதிப்புக்கு ஆளாகாமல் இருக்கக் கூடும். ஆனால், கோதுமை உண்பதால் ஏற்படும் உபாதைகள் மிக மிக அதிகமே.

நோய் எதிர்ப்பு சக்தி சார்ந்த குழறுபடிகளினால் உருவாகும் பாதிப்புகளை பிழையான எதிர் உயிரி உருவாக்கப் பரிசோதனை மூலம் கண்டுபிடித்துவிடமுடியும். ஆனால், நோய் எதிர்ப்பு சக்தி சாராத பாதிப்புகளை எந்தவொரு ரத்தப் பரிசோதனையில் மூலமும் கண்டுபிடிக்கமுடியாது.

கோதுமை மூளை என்ற கருத்தாக்கம் இப்போதுதான் மெள்ளத் துலக்கம் பெற ஆரம்பித்திருக்கிறது. காலம் செல்லச் செல்ல அந்த அபாயகரமான சித்திரம் நன்கு தெரியவரும்.

- 12 -

தோல் மீது கோதுமையின் கோரமான தாக்குதல்கள்

மூளை, குடல், தமனிகள், எலும்புகள் போன்ற உறுப்புகளையே கோதுமையால் மோசமாக பாதிக்கமுடியுமென்றால் உடம்பின் மிகப் பெரிய அங்கமான தோலை மட்டும் விட்டுவைக்குமா என்ன?

நிச்சயம் விடாது. பலவகைகளில் பாதிக்கும்.

அமைதியான பொலிவான தோற்றம் நீங்கலாக தோல் என்பது உடம்பின் மிக முக்கியமான அங்கம். துடிப்பானது. உடலின் முக்கியமான வேலைகள் நடக்கும் இடம். வெளிப்புறத்தில் இருந்து உடம்புக்கு வரும் கோடிக்கணக்கான கிருமிகளில் இருந்து பாதுகாக்கக்கூடிய தடுப்புச் சுவர், வியர்வையின் மூலம் உடல் சூட்டை ஒழுங்குபடுத்தும் அங்கம், தினந்தோறும் பல்வேறு மோதல்கள், இடிகளைத் தாங்கிக்கொள்வது, சிதைந்துபோனால் உடனேயே மீட்டுருவாக்கம் செய்துகொண்டு தொடர்ந்து உடல் காக்கும் பணியில் ஈடுபடும் சுறுசுறுப்பு என தோலின் வேலைகள் அளப்பரியவை. புற உலகில் இருந்து உங்களைப் பிரிக்கும் தோலில் லட்சக்கணக்கான பாக்டீரியாக்கள் வசிக்கின்றன.

தோலியல் நிபுணர்களைக் கேட்டால் உடம்பின் உள்ளே எப்படி இருக்கின்றன என்பதை வெளிப்படுத்தும் கண்ணாடிதான் தோல் என்று சொல்வார். உங்கள் நண்பரை அல்லது எஜமானரை எதிர் பாராத இடத்தில் சந்தித்தால் முகம் சட்டென்று விரிந்து பிரகாசமாகும். உண்மையில் உங்கள் தோல் வெறும் உணர்வுகளை வெளிப்படுத்துவதைவிடவும் வேறு பல விஷயங்களையும் செய்யும்.

கோதுமை ஒருவருடைய வயதை மிகுதியாக்கிக் காட்டும்வகையில் அதைச் சிதைத்துவிடும். அதிகப்படியான க்ளைகேஷனும் அதனால் உருவாகும் துணைப் பொருட்களும் தோலில் சுருக்கங் கள், பளபளப்பின்மை என பல பிரச்னைகளைக் கொண்டுவரும். உங்களை சீக்கிரமே முதுமையடையச் செய்வதையும்விட வேறு பல வகைகளிலும் தோலை அது பாதிக்கும்.

கோதுமை, சரியாகச் சொல்வதென்றால் கோதுமைக்கு உடம்பின் எதிர்வினைகள் தோலின் மூலம் வெளிப்படும். கோதுமை செரிமானம் ஆவதால் உருவாகும் பொருட்கள் வீக்கம், கொப்பளம் அதிக ரத்த சர்க்கரை, மூளை நோய் என பதிப்புகளை ஏற்படுத்துவதுபோலவே தோலிலும் சிறிய பாதிப்புகளில் ஆரம்பித்து உயிருக்கே உலைவைக்கும் அல்சர்கள் மற்றும் திசு இறப்பு வரை ஏற்படுத்தும்.

தோலில் ஏற்படும் பாதிப்புகள் வெறுமனே தனியாக நிகழ்வ தில்லை. கோதுமையை உண்பதால் தோலில் ஏதேனும் பிரச்னை ஏற்பட்டால் கூடவே உடம்பின் உள்ளுறுப்புகளிலும் ஏதோ பாதிப்பு ஏற்பட்டிருக்கிறது என்றே அர்த்தம். குடலில் இருந்து மூளைவரை எதுவேண்டுமானாலும் பாதிக்கப்பட்டிருக்கலாம். அது உங்களுக்குத் தெரியவந்திருக்காமலும் இருக்கலாம்.

பருக்கள் நிறைந்த முகம்

முகப்பருக்கள்: இள வயதில் ஏற்படும் பெரியதொரு பிரச்னை.

19-ம் நூற்றாண்டு மருத்துவர்கள் அதை 'அம்மிக் கொத்தல்' என்று அழைத்தனர். பழங்கால மருத்துவர்கள் அரிப்பு இல்லாத சிரங்கு என்று அழைத்தனர். மனக்குழப்பங்கள் குறிப்பாக அவமானம் அல்லது குற்ற உணர்ச்சியில் ஆரம்பித்து விவகாரமான பாலியல் ஈடுபாடு வரை பல காரணங்களைச் சொல்லியிருக்கிறார்கள்.

சிகிச்சை என்பது மிகவும் பயங்கரமாகவே இருந்தன. வீரியமான மலமிளக்கிகள், எனிமாக்கள், நாற்றமெடுக்கும் கந்தகக் குளியல், எக்ஸ் ரேயால் துளைத்தெடுத்தல் என என்னவெல்லாமோ செய்து பார்த்திருக்கிறார்கள்.

பருவ காலம் என்பது ஏற்கெனவே பிரச்னைகள் நிறைந்தது. அதில் இது வேறா?

ஏதோ இளம் பருவத்தினருக்கு அசிங்கமாகத் தோற்றமளித்தாக வேண்டிய அவசியம் இருப்பதுபோல் மிகச் சரியாக 12 வயதில் ஆரம்பித்து 18 வரையான காலகட்டத்தில் வந்து வாட்டுகிறது. ஹார்மோன் குழறுபடியினால் வரும் இது மேற்கத்திய உலகில் 80%க்கு மேற்பட்ட பருவ வயதினரைப் பாதிக்கிறது. அதிலும் 16-18 வயதினரில் 95% பேருக்கு பருக்கள் வருகின்றன. சில நேரங்களில் முகத்தை முற்றாக சிதைத்துவிடுகின்றன. 25 வயதுக்கு மேலானவர்களிலும் 50% பேருக்குப் பருக்கள் வரத்தான் செய்கின்றன.

அமெரிக்க இளைஞர்களின் தேசிய நோயாக இருக்கும் இது உலகின் பிற பகுதிகளில் அந்த அளவுக்கு இல்லை. சில நாட்டு பருவ வயதினருக்குப் பருக்கள் வருவதே இல்லை. பபுவா கினியாவின் கிடாவன் தீவுவாசிகள், பராகுவேயின் அசே வேட்டை சமூகத்தினர், பிரேஸிலின் புரஸ் பள்ளத்தாக்கில் வசிப்பவர்கள், ஆஃப்ரிக்க பண்டூஸ் மற்றும் ஜுலூக்கள், ஜப்பானின் ஒகினாவன்கள், கனடாவின் இனுயிட்கள் போன்றோருக்கு பருக்கள் தொந்தரவே கிடையாது.

இவர்களுக்கு அக்னீ தோல் வியாதி வராமல் இருக்க அவர்களுடைய வித்தியாசமான மரபணுவில் இருக்கும் பரு எதிர்ப்பு சக்தி காரணமா?

மரபணுவுக்கும் அதற்கும் எந்த சம்பந்தமில்லை; உணவு வகைதான் காரணம் என்று தெரியவந்திருக்கிறது. வாழும் இடங்களில் என்ன கிடைக்கிறதோ அதை மட்டுமே உண்டு வந்த சமூகத்தினருடைய உணவில் வெளியில் இருந்து புதிதாகச் சேர்ந்த அல்லது காலப் போக்கில் இல்லாமல் போன உணவை வைத்து அந்த உணவின் தன்மையை நன்கு புரிந்துகொள்ள முடிகிறது. நியூ கினியாவின் கிடாவன் வேட்டை சமூகத்தினர் காய்கறிகள், பழங்கள், வேர்கிழங்குகள், தேங்காய், மீன் ஆகியவற்றை உண்டு வாழ்ந்திருக் கிறார்கள். பராகுவேயின் அசே வேட்டை சமூகத்தினரும்

கிட்டத்தட்ட இதே உணவையும் கூடவே மரச்சீனிக் கிழங்கு, மக்காசோளம், நிலக்கடலை, அரிசி போன்றவற்றையும் பயிரிட்டுச் சாப்பிட்டு வந்திருக்கிறார்கள். இவர்களுக்கும் பருக்களே இல்லை. ஜப்பானின் ஒகிவானாக்கள்தான் உலகிலேயே அதிக காலம் வாழும் இனம் அவர்கள்தான். 1980கள் வரை அவர்கள் காய்கள், சர்க்கரை வள்ளிக் கிழங்கு, சோயா, பன்றி, மீன் ஆகியவற்றை மட்டுமே உண்டு வந்திருக்கிறார்கள். அவர்களுக்கும் பருக்களே கிடையாது. பாரம்பரிய இனுயிட் உணவில் சீல், மீன், கரிபு மான், கடல் பாசி, பெர்ரிகள், கிழங்குகள், கீரைகள் இவையே இருந்தன. அவர்களுக்கும் பருக்கள் கிடையாது. ஆஃப்ரிக்க பண்டூக்கள், ஜுலுக்கள் ஆகியோரின் உணவு பருவநிலைக்கும் இடத்துக்கும் ஏற்ப மாறிவந்தன. இருந்தும் கொய்யா, மாம்பழம், தக்காளி அங்கு மிகுதியாகக் கிடைத்தன. எனவே அவர்கள் அதையே மிகுதியாகச் சாப்பிட்டார்கள். மீன் பிடித்து சாப்பிட்டார்கள். அவர்களுக்கும் பருக்கள் கிடையாது.

சுருக்கமாகச் சொல்வதென்றால் கோதுமை, சர்க்கரை, பால் பொருட்கள் போன்றவற்றைக் கொஞ்சம் போல அல்லது முற்றிலும் சாப்பிடாத சமூகத்தினருக்குப் பருக்கள் வந்திருக்க வில்லை. ஒகினவான்கள், இனுயிட்கள், ஜுலுக்கள் ஆகிய சமூகத்தினரிடையே மேற்கத்திய சமூகத்தினரின் மூலம் கோதுமை, சர்க்கரை ஆகியவை அறிமுகப்படுத்தப்பட்டதும் பருக்களும் அறிமுகமாகின. பருக்கள் இருந்திராத சமூகங்களுக்கு மரபணு ரீதியாக எந்த விசேஷ குணமும் இருந்திருக்கவில்லை. பருக்களை உருவாக்கும் உணவுவகைகளை அவர்கள் சாப்பிடவில்லை அவ்வளவுதான். கோதுமை, சர்க்கரை, பால் பொருட்களை அறிமுகப்படுத்தியதும் கிளியர்சில்லின் விற்பனை விண்ணை முட்ட ஆரம்பித்துவிட்டது!

மாவுச் சத்துள்ள கேக்குகள் பிஸ்கெட்டுகளைச் சாப்பிட்டால் பருக்கள் வரும் அல்லது அதிகரிக்கும் என்பது 20-ம் நூற்றாண்டின் ஆரம்பகட்டத்தில் பலருக்கும் தெரிந்த விஷயமாகவே இருந்திருக் கிறது. 1980களில் நடத்தப்பட்ட ஓர் ஆய்வு இந்த நிலைமையை மாற்றிஅமைத்தது. சாக்லேட் பாருக்கும் ப்ளேசிபோ கேண்டி பாருக்கும் இடையில் ஓர் ஒப்பீடு செய்யப்பட்டது. எந்த சாக்லேட் பாரைச் சாப்பிட்டாலும் பருக்கள் வருவதில் எந்த வித்தியாசமும் இல்லை என்று அந்த ஆய்வு பிழையான முடிவொன்றைச் சொன்னது. உண்மையில் சர்க்கரை அளவு, கொழுப்பு அளவு என எல்லாவற்றிலும் இரண்டு பாரு மே ஒரே அளவு கலோரியைக்

கொண்டவையே. ப்ளேசிபோ பாரில் கொக்கோ இருக்காது. அவ்வளவுதான் (கொக்கோ விரும்பிகளுக்கு ஓர் நற் செய்தி. அதனால் பருக்கள் வருவதில்லை. உங்கள் கையில் இருக்கும் 85% கொக்கோ அடர் நிற சாக்லேட்டை ஆர்வமுடன் சுவையுங்கள்).

தோல் நிபுணர்கள் இதோடு நிற்கவில்லை. பருக்களுக்கும் உணவுக்கும் இடையிலான தொடர்பைப் பல வருடங்கள் முற்றாக நிராகரித்ததற்கு இந்த ஒரே ஒரு ஆய்வையே அடிப்படையாக எடுத்துக்கொண்டார்கள்.

இள வயதில் மட்டும் பருக்கள் இவ்வளவு அதிகமாக ஏன் வருகின்றன என்ற கேள்விக்கு நவீன தோல் நிபுணர்கள் சொல்லும் பதிலில் அறியாமையே மிகுதியாக இருக்கிறது. ப்ரோபியோனி பாக்டீரியம் தொற்று, கொப்பளம், சீழ் சேகரமாதல், கொப்பளத்தை மட்டுப்படுத்துதல் என்பவை பற்றியே நவீன தோல் மருத்துவர்கள் பேசுகிறார்களே தவிர எதனால் இவை ஏற்படுகின்றன என்பதைப் பற்றியல்ல. எனவே தோல் மருத்துவர் கள் ஆண்டி பாக்டீரியல் களிம்புகள், க்ரீம்கள், ஆண்டிபயாடிக் மருந்துகள், கொப்புளம் தடுப்பு மருந்துகள் என மளமளவென பரிந்துரைக்கத் தொடங்கிவிட்டனர்.

சமீபகாலமாக பருக்கள் தோன்றுவதற்கு கார்போஹைட்ரேட்டு கள்தான் காரணம்; இன்சுலினை அதிகரிப்பதன் மூலம் பருக் களையும் பெருக்குகின்றன என்று ஆய்வுகளில் தெரியவந்துள்ளன.

இன்சுலின் சுரப்புக்கும் பருக்களின் உருவாக்கத்துக்கும் இடையி லான தொடர்பு மெள்ளத் துலக்கம் பெற ஆரம்பித்துள்ளது. இன்சுலினைப் போன்ற ஹார்மோனான IGF-I என்பதன் சுரப்பை தோலுக்குள் இன்சுலின் தூண்டுகிறது. அந்த ஹார்மோன் மயிர்க் கால்களுக்கு அடியிலும் தோலின் மேற்பரப்பிலும் இருக்கும் திசுக்களை வளரச் செய்கிறது. இன்சுலினும் IGF-I ஹார்மோனும் சேர்ந்து எண்ணெய்ப்பசை மிகுந்த சீழ் போன்ற திரவத்தைச் சுரக்கின்றன. அதிகமான சீழ் சுரப்பும், தோல் திசுக்களின் வளர்ச்சியும் சேர்ந்து பருக்களாகின்றன.

இன்சுலின் சுரப்பினால் பருக்கள் வருகின்றன என்ற உண்மையை மறைமுகமாக வேறு சில விஷயங்களும் உறுதிப்படுத்துகின்றன. பாலிசிஸ்டிக் ஓவரியன் சிண்ட்ரோம் உள்ள பெண்களுக்கு அதிக இன்சுலின் சுரப்பும் அதிக ரத்த சர்க்கரை அளவும் இருக்கும். அவர்களுக்கு பருக்கள் அதிகம் வரும். அந்தக் குறைபாடு உள்ள

பெண்களுக்கு இன்சுலின், க்ளூகோஸ் அளவைக் கட்டுப்படுத்தும் மெட்ஃபார்மின் போன்ற மருந்துகளைக் கொடுக்கும்போது பருக்களும் குறைவது தெரியவந்துள்ளது. நீரிழிவு நோய் உள்ள சிறுவர்களுக்கு மாத்திரைகள் தரபடுவதில்லை. இளம் வயதினருக்கு அந்த மாத்திரைகள் தருவதால் ரத்த சர்க்கரை அளவும் இன்சுலினும் கட்டுக்குள் வருவதோடு பருக்கள் தொல்லையும் நீங்குகின்றன.

கார்போஹைட்ரேட்டுகளை உண்டதும் இன்சுலின் அளவு அதிகரிக்கின்றது. சாப்பிட்ட கார்போஹைட்ரேட் உணவின் க்ளைஸீமிக் இண்டெக்ஸ் அதிகமாக இருந்தால் அதிக இன்சுலின் பான்க்ரியாஸ் மூலம் சுரக்கும். கோதுமையின் க்ளைஸீமிக் இண்டெக்ஸ் மற்ற எந்தவொரு உணவைவிடவும் மிக மிக அதிகம் என்பதால் அளவுக்கு அதிகமான இன்சுலினைச் சுரக்கச் செய்யும். பிஸ்கெட் களாக, குக்கீகளாக கோதுமையானது சர்க்கரை அதிகம் சேர்ந்த உணவாக உட்கொள்ளப்படும்போது அந்த உணவில் இருக்கும் கோதுமையின் அதிக க்ளைஸீமிக் இண்டெக்ஸும் சர்க்கரையின் அதிக க்ளைஸீமிக் இண்டெக்ஸும் சேர்ந்து பருக்களை முகமெங்கும் வாரி இறைக்கின்றன. மிகவும் ஆரோக்கியமானதாகச் சொல்லப்படும் பல் தானிய பிரெட்டும் இதையேதான் செய்யும்.

அதிக இன்சுலின் சுரப்பு பருக்களை அதிகம் உற்பத்தி செய்வது போல் பால் பொருட்களும் இதையே செய்யும். பெரும்பாலான உணவு மருத்துவர்கள் பாலில் இருக்கும் கொழுப்புதான் பருக் களுக்குக் காரணம் என்று நினைத்து குறைந்த கொழுப்பு உள்ள பால் பொருட்களைச் சாப்பிடும்படி ஆலோசனை சொல்கிறார்கள். உண்மையில் பருக்களுக்கும் கொழுப்புக்கும் சம்பந்தமே கிடையாது. பால் பொருட்களில் இருக்கும் விசேஷமான புரதங்கள் இன்சுலினை தாறுமாறாக அதிகரிக்கும் குணம் கொண்டவை. பால் அருந்தும் இளைஞர்களுக்கு 20% பருக்கள் அதிகம் வருவதாக ஓர் ஆய்வு தெரிவிக்கிறது.

அதிக எடை மற்றும் உடல் பருமன் கொண்டவர்கள் அதிக கீரை, அதிக மிளகாய், அதிக மீன் சாப்பிடுவதால் குண்டாவதில்லை. காலை உணவாக உட்கொள்ளும் கார்போஹைட்ரேட் தானியங் களால்தான் குண்டாகிறார்கள். மெலிந்த உடல் கொண்ட இளைஞர்களைவிட குண்டான இளைஞர்களுக்கு அதிக பருக்கள் காணப்படும். ஒல்லியான இளம் பருவத்தினருக்கு பருக்கள் வராது என்று அர்த்தமில்லை. ஆனால், உடல் எடை அதிகரிக்க அதிகரிக்க பருக்களும் அதிகரிக்கும் என்றே புள்ளிவிவரங்கள் தெரிவிக்கின்றன.

எனவே, இன்சுலின் சுரப்பை மட்டுப்படுத்தும் பொருட்கள் பரு உற்பத்தியையும் குறைக்கும் என்ற தர்க்கரீதியான பதிலுக்கு நாம் வரமுடியும். அதிக க்ளைஸீமிக் இண்டெக்ஸ் உள்ள உணவை உண்ணும் இளைஞர்கள், குறைந்த க்ளைஸீமிக் இண்டெக்ஸ் கொண்ட உணவுகளை உண்ணும் இளைஞர்கள் ஆகியோரை 12 வார கால ஆய்வுக்கு உட்படுத்திப் பார்த்தபோது, குறைவான க்ளைஸீமிக் இண்டெக்ஸ் உணவை உண்டவர்களுக்கு 23.5% குறைவான பருக்களே இருந்தன. கார்போஹைட்ரேட் உணவை வெகுவாகக் குறைத்தவர்களுக்கு 50% பருக்கள் குறைந்து விட்டிருந்தன.

பருக்கள் உயிரைக் குடிக்கும் பெரிய பிரச்னை இல்லைதான். ஆனால், பருக்கள் வந்தவர்கள் பல்வேறு சிகிச்சைகளை மேற்கொள்வார்கள். அவை பல மோசமான பின்விளைவுகளை ஏற்படுத்திவிடக்கூடும். மாலைக் கண் நோய், சிந்தனை, நடத்தையில் மாற்றம், தன்னம்பிக்கைக் குறைபாடு, சகஜமாகப் பலருடன் பழக முடியாமல் போவது போன்றவற்றோடு பெண் களுடைய கர்ப்பகாலத்தில் வரும் பருக்கள் வளரும் சிசுக்களையும் பாதித்துவிடக்கூடும்.

கோதுமையை நீக்கினால் பருக்கள் குறைந்துவிடும். பால் பொருட்கள், சிப்ஸ்கள் போல் இன்சுலினைத் தூண்டும் பிற உணவுப் பொருட்களையும் உணவில் இருந்து நீக்கவேண்டும். பதின்ம வயது இளைஞருக்கு இப்படியான நன்மை செய்வது போல் மிகச் சிறந்த சுவாரசியமான விஷயம் உலகில் வேறெதுவும் இருக்க முடியுமா என்ன?

என் சொறி சிரங்கைக் காட்டட்டுமா?

டெர்மடிடிஸ் ஹெர்பெடிஃபார்மிஸ் (DH) சொறி சிரங்கு என்பது கோதுமை க்ளூடென் மூலமான பிழையான நோய் எதிர்ப்பு வினையால் குடலுக்கு வெளியில் வரும் இன்னொரு வகை நோய். மிகுந்த அரிப்பை ஏற்படுத்தும் இந்தச் சிரங்கு மோசமான தழும்புகளை விட்டுச் செல்லும். உடம்பின் இருபக்கமும் வரும் இந்த நோய் கை முட்டுகள் கால் முட்டுகள், பின்பக்கம், தொடை இடுக்கு, நெற்றி எனப் பல இடங்களில் புண்ணை ஏற்படுத்தும். வாய், இனப்பெருக்க உறுப்புகள், உள்ளங்கை எனவும் இந்தச் சிரங்கு வரக்கூடும். கொப்பளங்களின் தன்மையைப் புரிந்து கொள்ள பயாப்ஸி பரிசோதனை தேவைப்படும்.

சொறி சிரங்கு நோயால் பாதிக்கப்படுபவர்களுக்கு செலியாக் நோயாளிகளைப் போல் குடல் பாதிப்புகள் முழுமையாக இருப்ப தில்லை. எனினும் குடலில் கொப்பளங்கள், குடல் கோளாறுகள் போன்றவை இருக்கவே செய்யும். இந்த நோய் உள்ளவர்கள் தொடர்ந்து கோதுமையை உட்கொண்டுவந்தால் செலியாக் நோயாளிகளைப் போலவே குடல் லிம்போமா, நீரிழிவு நோய் என எல்லா நோய்களும் அவர்களுக்கும் வந்துவிடும்.

DH நோய்க்கான தீர்வு கோதுமை மற்றும் க்ளூடென் உணவுப் பொருட்களை அறவே நீக்குவதுதான். அப்படிச் செய்தால் சிலருக்கு சிரங்குகள் உடனே மறையத் தொடங்கிவிடும். சிலருக்குப் படிப்படியாகச் சில மாதங்களில் மறைந்துவிடும்.

மிகவும் தீவிர பாதிப்பு உள்ளவர்களுக்கு அல்லது கோதுமையைச் சாப்பிட ஆரம்பிப்பதால் மீண்டும் அந்த நோய் வருபவர்களுக்கு (துரதிஷ்டவசமாக இதுவே அதிகம்) டாஸ்போன் மாத்திரைகள் தேவைப்படும். தொழுநோயைக் குணப்படுத்தப் பயன்படுத்தப் படும் இந்த மாத்திரை தலைவலி, உடல் சோர்வு, கல்லீரல் பாதிப்பு, சில நேரங்களில் வலிப்பு மற்றும் கோமா நிலை எனப் பல்வேறு மோசமான பின்விளைவுகளையும் ஏற்படுத்தும்.

ஆக, கோதுமையை அதிகம் சாப்பிட்டு சொறி, சிரங்கு நோய்களை வரவழைத்துக் கொள்கிறோம். கோதுமையை விட மனமின்றி நோயைக் குணப்படுத்த மிகவும் அபாயகரமான மருந்து மாத்திரை களைச் சாப்பிடுகிறோம். அதனால் குடல் புற்றுநோய் போன்ற மோசமான நோய்கள் வந்து சேர்கின்றன.

ஒரு புத்திசாலி செய்யும் செயல் இதுவா?

கோதுமையின் க்ளூடென்னினால் பருக்களைத் தொடர்ந்து தோலில் வரும் இன்னொரு முக்கியமான நோய்தான் DH நோய். ஆனால், விஷயம் அதோடு முடிந்துவிடுவதில்லை. வேறு பல உபாதைகளும் வரக்கூடும். பெரும்பாலான உபாதைகள் க்ளூடென்னால் வந்திருக்காது. ஆனால், ஒருவர் உட்கொள்ளும் மருந்து மாத்திரைகள், வைரஸ் தாக்குதல், புற்றுநோய் போன்ற வற்றால் வரக்கூடும். ஆக மருந்து மாத்திரைகள், வைரஸ்கள், புற்றுநோய் போலவே கோதுமை க்ளூடென்னும் எந்தவொரு சொறி சிரங்கையும் உருவாக்கவும் கூடும்.

கோதுமை க்ளூடென் மூலமான சொறி சிரங்குகள்:

- ஓரல் அல்சர்ஸ் (Oral ulcers) - வாய் எரிச்சல், வாய் ஓரங்களில் ஏற்படும் புண், நாக்கில் கொப்புளங்கள் போன்றவை கோதுமை க்ளூடென்னால் ஏற்படும் பொதுவான நோய்கள்.
- க்யூடனேயஸ் வாஸ்குலிடிஸ் (Cutaneous vasculitis) - ரத்த நாளங்களில் ஏற்படும் கொப்பளம்.
- அகான்தோசிஸ் நிக்ரிகன்ஸ் (Acanthosis nigricans) - கறுப்பு நிறத்தில் மிருதுவான படைபோல் கழுத்தின் பின்பக்கம் வரும் சிரங்கு. கை முட்டுகள், கக்கம், கால் முட்டுகளிலும் வரும். இந்த நோய் குழந்தைகளில் மிகுதியாக வரும். பெரியவர்களில் நீரிழிவு நோயாளிகளுக்கும் வரும்.
- எரிதெமா நோடோஸம் (Erythema nodosum) - பளபளப்பான சிவந்த கொப்புளங்கள். *1-2* அங்குலம் பெரிதாக இருக்கும். பொதுவாக கால் முட்டுக்கும் கணுக்காலுக்கும் இடையில் ஏற்படும் இந்தக் கொப்புளம் உடம்பின் பிற பகுதிகளிலும் வரும். தோலின் கொழுப்பு அடுக்கில் இந்தக் கொப்பளம் வரும். சிரங்கு ஆறிய பிறகு பழுப்பு நிறத்தில் பெரிய தழும்பை விட்டுச் செல்லும்.
- சொரியாசிஸ் (Psoriasis) - கை முட்டுகள், கால் முட்டுகள், உச்சந்தலை போன்ற இடங்களில் சிவந்த நிறத்தடிப்புகள் போல் வரும். உடம்பின் பிற பகுதிகளிலும் வர வாய்ப்பு உண்டு. கோதுமை க்ளூடென் உணவை நீக்கினாலும் நல்ல பலன் கிடைக்க சில மாதங்கள் எடுக்கும்.
- விடிலிகோ (Vitiligo) - தோலில் வலியற்றுத் தென்படும் வெண் புள்ளிகள். உடம்பில் ஒருமுறை ஏற்பட்டுவிட்டால் கோதுமையை உணவில் இருந்து நீக்கினாலும் எல்லா நேரங்களிலும் முழு பலன் கிடைப்பதில்லை.
- பெக்கட் நோய் (Behçet's disease) - வாய், இனப்பெருக்க உறுப்புகளில் ஏற்படும் அல்சர். பருவ வயதினர், இள வயதினரில் ஏற்படும். மூளைப் பாதிப்பு ஏற்படும்போது சைகோசிஸ் மன நோயாகவும், மயக்கம், சோர்வு, மூட்டு வலி எனவும் இந்த நோய் ஏற்படக்கூடும்.
- டெர்மடோமையோசைடிஸ் (Dermatomyositis) - சிவந்த, வீக்கம் போன்ற தடிப்பும் தசை வீக்கமும் ரத்தக் குழாய் கொப்பளமும் இந்த நோயில் ஏற்படும்.

- இக்தியோசிஃபார்ம் டெர்மடோசெஸ் (Icthyosiform dermatoses) - வாயிலும் நாக்கிலும் வரும் செதில் செதிலான (மீன் போல்) வித்தியாசமான கொப்பளம்.
- ப்யோடெர்மா காங்ரிநோசம் (Pyoderma gangrenosum) - மிகவும் பயங்கரமான அல்சர் புண்கள். முகத்திலும் கை, கால் முட்டுகளிலும் வரும் இந்த நோய் நீண்டகாலம் வரை போகாது. ஸ்டீராய்டுகள், சைக்ளோஸ்பிரின் போன்ற மருந்து கள் தரப்படவேண்டியிருக்கும். உடல் உறுப்பு நீக்கம், மரணம் என மிக மோசமான விளைவுகளுக்கு இட்டுச் செல்லும்.

இந்த நோய்கள் எல்லாமே கோதுமை க்ளூடெனுடன் தொடர் புடையவையே. அதை உணவில் இருந்து நீக்கியதும் நோய் முழுவதும் குணமடையவோ கணிசமான அளவு குறையவோ செய்திருக்கின்றன. மேலே சொன்ன நோய்களுக்கு க்ளூடென் எந்த அளவுக்குக் காரணம், பிற விஷயங்கள் எந்த அளவுக்குக் காரணம் என்பதைக் கண்டுபிடிக்கமுடியவில்லை. ஏனென்றால் யாரும் இந்தப் பிரச்னைகளுக்கு கோதுமை க்ளூடென் ஒரு காரணம் என்பதைப் புரிந்துகொள்ளவே இல்லை. பெரும்பாலும் நோய் எதனால் ஏற்படுகிறது என்ற காரணத்தை யாரும் ஆராய்ந்து பார்க்காமலேயே ஸ்டீராய்ட், களிம்புகள், மருந்துகள், மாத்திரை கள் எனக் கண்மூடித்தனமாகப் பரிந்துரைத்துவருகிறார்கள்.

மேலே பட்டியலிடப்பட்டிருக்கும் நோய்கள் போல் பயங்கரமான விளைவுகள் எல்லாம் முழுமையானவை அல்ல. கோதுமை க்ளூடென் ஒவ்வாமையால் தோலில் ஏற்படும் பிற பல நோய்கள் பற்றி இங்கு நான் குறிப்பிடவில்லை.

சிறிய தோல் எரிச்சலில் ஆரம்பித்து மிக மோசமான விளைவுகளை ஏற்படுத்துவதுவரை பல நோய்கள் இதில் ஏற்படுகின்றன. வாய்ப்புண், அகாந்தோசிஸ் நிக்ரிகன் போன்ற நோய்கள் நீங்கலாக பெரும்பாலான கோதுமை க்ளூடென் தோல் நோய்கள் எல்லாருக்கும் வருவதில்லை. ஆனால், ஒட்டுமொத்தமாகப் பார்க்கும்போது அழகைக் கெடுத்து, உடல் ஆரோக்கியத்தைச் சிதைத்து, உணர்வுரீதியாக சோகத்தில் தள்ளி, சமூகத்தில் இயல்பாகப் பழக முடியாமல் செய்யும் தன்மை கொண்டதாகவே இந்தத் தோல் நோய்கள் அனைத்தும் இருக்கின்றன.

மனிதர்களுக்கும் கோதுமைக்கும் இடையில் எந்தப் பொருத்தமும் இல்லை என்பது உங்களுக்குப் புரிகிறதா?

ஏழாண்டு மோகம்

கர்ட் என்னிடம் ஆலோசனை கேட்க வந்தார். அவருக்கு உடலில் கொழுப்பு அதிகமாக இருப்பதாக மருத்துவர் சொல்லியிருந்தார். அதிக கொழுப்பு என்று மருத்துவர் சொன்னது உண்மையில் சிறிய LDL துகள்கள் அதிகம், HDL துகள்கள் குறைவு, அதிக டிரை கிளிசரைடு என்பதைத்தான். நான் வழக்கம்போல் கோதுமையை உணவில் இருந்து நீக்கும்படி அவருக்கும் ஆலோசனை சொன்னேன்.

அவரும் அப்படியே செய்தார். மூன்றே மாதங்களில் சுமார் 9 கிலோ எடை குறைந்தது. அதோடு அவருடைய தோள்பட்டையில் இருந்து முதுகின் மேல் பகுதி வழியாக கை முட்டு வரை பரவியிருந்த படையும் சரியாகத் தொடங்கியிருந்தது. அதை அவர் எதிர்பார்த்திருக்கவே இல்லை.

உண்மையில் அவர் அந்த தோல் நோய் தொடர்பாக 3 தோல் மருத்துவர்கலைச் சந்தித்திருக்கிறார். மூன்று பயாப்சிகள் செய்த பிறகும் எந்த தெளிவான காரணமும் கண்டுபிடிக்கப்பட்டிருக்க வில்லை.ஸ்டீராய்டு க்ரீம் தடவும்படி மருத்துவர்கள் சொல்லி இருக்கிறார்கள். அந்தப் படை சில நேரங்களில் அரிப்பதுண்டு. க்ரீம் தடவியதால் தற்காலிக நிவாரணம் கிடைத்திருக்கிறது.

ஆனால், கோதுமையை நீக்கிய நான்கே வாரங்களில் தன் தோளையும் முதுகையும் வலதுகையையும் காட்டினார். சுத்தமாக ஒரு பொட்டு நோய்த் தடம் கூட இல்லாமல் குணமாகி விட்டிருந்தது.

ஏழு வருடங்கள், 3 பயாப்ஸிகள், 3 பிழையான கணிப்புகள் - பிரச்னைக்கான தீர்வோ வெகு எளிது : கோதுமையை நீக்குங்கள்.

யாருக்குத் தேவை முடி?

மனிதக் குரங்குகள் மற்றும் அதன் மூதாதைகளுக்கு இருந்த அளவுக்கு ஹோமோசெபியன்களான நமக்கு முடி இல்லை. எனவே இருக்கும் சொற்ப முடியை நாம் விலைமதிப்பற்றதாகக் கருதுகிறோம்.

என் தந்தை என்னை சிவப்பு மிளகாய் சாப்பிடும்படி சொல்வார். அப்போதுதான் மார்பில் முடி வளரும் என்பார். என் தந்தை

மட்டும் கோதுமையை உணவில் இருந்து நீக்கும்படிச் சொல்லி யிருந்தால் மிளகாய் சாப்பிட்டு என் முன்னந்தலையில் இருந்த முடி கொட்டிப்போகாமல் இருந்திருக்கும். மார்பில் முடி வளர்ப்பதை விட தலையில் இருக்கும் முடியைத் தக்கவைப்பதே என் முக்கிய இலக்காக இருந்திருக்கும். மிளகாய் உடம்பில் எந்த பாகத்து முடி வளர்ச்சியையும் தூண்டுவதில்லை. ஆனால், கோதுமையினால் முடி உதிர்வைத் துரிதப்படுத்தமுடியும்.

தலைமுடி என்பது ஒருவருடைய ஆளுமையையும் மரியாதையையும் தீர்மானிக்கும் ஒன்றாகப் பலரால் மதிக்கப்படுகிறது. தலை முடியை இழப்பதென்பது சிலருக்கு கண்ணையோ காலையோ இழப்பதற்கு இணையானது.

வீரியமான மாத்திரைகள், அபாயகரமான நோய்களினால் முடியை இழப்பது தவிர்க்க முடியாத விஷயமே. புற்றுநோய்க்கான கீமோதெரப்பி செய்துகொண்டவர்களுக்குத் தற்காலிகமாக முடி கொட்டிவிடும். ஏனென்றால், புற்றுநோய் செல்களை அழிக்க மேற்கொள்ளப்படும் சிகிச்சையானது முடியின் வேர்க்கால் களையும் அழித்துவிடும். பொதுவாக சிறுநீரக நோய், மூட்டுவலி ஆகியவற்றையும் கொண்டுவரும் லூபஸ் எரிதீமாடோசஸ் முடி கொட்டவும் வைத்துவிடும்.

மிகவும் சாதாரண மனிதர்களுக்கும் முடி கொட்டிவிடக்கூடும். அதிவேக கார்களை ஓடவேண்டும் என்ற ஆசை குறையத் தொடங்கும் நடுத்தரவயதில் ஆண்களுக்கு முடி கொட்டத் தொடங்கும்.

முடி கொட்டுவதற்கான காரணங்களில் கோதுமையையும் சேர்த்துக் கொள்ளுங்கள். அலோபெக்கியாஅரீட்டா என்பது புழு வெட்டு போல் தலையில் ஆங்காங்கே முடி இல்லாமல் போகும் நோய். அலோபெக்கியா உடல் முழுவதும் கூட பரவி உடம்பில் எங்குமே ஒரு துளி முடி கூட இல்லாமல் செய்துவிடக்கூடும்.

செலியாக் போன்ற கொப்பளம் போல் தோலில் ஏற்படும் இந்த நோய் கோதுமை உணவு மூலமாகவும் ஏற்படும். முடியின் வேர்க் கால்களில் கொப்புளங்கள் ஏற்படுவதால் முடியின் வேர்க்கால்கள் பிடிமானம் இழந்து முடி கொட்டத் தொடங்கிவிடும். கோதுமை க்ளூடென் மூலம் வரும் இந்த நோய் கோதுமையை நிறுத்தியதும் குறைந்துவிடும். கீமோதெரபி சிகிச்சை செய்து முடித்ததும் சில மாதங்களில் முடி வளரத் தொடங்குவதுபோல் கோதுமையை

நிறுத்தியதும் முடி வளரத் தொடங்கிவிடும். எந்த அறுவை சிகிச்சையோ க்ரீமோ தேவையேபடாது.

புண்களுக்கு குட்பை...

பருக்கள், வாய்ப்புண்கள், சொறி சிரங்கு, படை, முடி கொட்டுதல் அல்லது தோல் சம்பந்தமான பிற நோய்கள் எல்லாமே சுத்தமாக இல்லாததாலோ மரபணுவில் இருப்பதாலோ நோயுள்ளவர்களின் துண்டைப் பயன்படுத்துவதாலோ வருவதைவிட கோதுமையை உண்பதால் வருவதே அதிகம்.

நாம் உண்ணும் உணவில் கோதுமையைப்போல் தோல் நோய்களுக்கு கரணமாக வேறொரு உணவு எதுவுமே இல்லை. நிலக்கடலையும் செல் ஃபிஷ்ஷும் சில சொறி சிரங்குகளைக் கொண்டுவரும் என்பது உண்மைதான். ஆனால், கோதுமையைப் போல் சிறிய தோல் எரிச்சலில் ஆரம்பித்து மரணம் வரை இவ்வளவு அதிகப்படியான தோல் நோய்களைக் கொண்டுவரும் உணவு, நான் அறிந்தவரையில் வேறெதுவும் இல்லை.

வழுக்கைத் தலை பேக்கரியாளரின் கதை

ஜோர்டனிடம் கோதுமையை உணவில் இருந்து நீக்கும்படிச் சொல்ல ரொம்பவுமே சிரமப்படவேண்டியிருந்தது.

அவருக்கு இதய தமனி நோய் இருந்தது. அதற்கான காரணங்களில் ஒன்று சிறிய LDL துகள்கள் அதிகமாக இருந்தன. கோதுமையை உடனடியாக முழுவதுமாக நீக்கிவிடும்படிச் சொன்னேன்.

பிரச்னை என்னவென்றால் ஜோர்டனுக்கு சொந்தமாக ஒரு பேக்கரி இருந்தது. பிரெட்கள், கேக்குகள், பன்கள் என அவருடைய ஒவ்வொரு நிமிடமும் ஒவ்வொரு நாளும் ஒவ்வொரு வாரமும் கோதுமையால் சூழப்பட்டிருந்தது. தினமும் தான் தயாரிக்கும் கோதுமைப் பண்டங்களையே அவர் அதிகம் சாப்பிடவும் செய்வார். சுமார் இரண்டு வருடங்கள் அவரை கோதுமையை விட்டுவிடும்படி அவரிடம் வற்புறுத்தி வந்தேன். எந்தப் பலனும் கிடைக்கவில்லை.

ஒருநாள் அவர் என் மருத்துவமனைக்குத் தொப்பி அணிந்தபடி வந்தார். தலை முடி கொட்டத் தொடங்கியிருப்பதாகவும்

ஆங்காங்கே திட்டுத் திட்டாக முடி கொட்டுவதாகச் சொன்னார். அவருடைய மருத்துவர் அதை அலோபெக்கியா நோய் என்று சொல்லியிருந்தார். ஆனால், எதனால் அந்த நோய் வந்தது என்பது அவருக்குத் தெரிந்திருக்கவில்லை.

கோதுமைதான் காரணமாக இருக்கும் என்று எனக்கு உடனேயே தோன்றியது. சிறிய LDL துகள்கள், கோதுமை தொந்தி, அதிக ரத்த அழுத்தம், நீரிழிவு நோய் வர சாத்தியமுள்ள நிலையில் ரத்த சர்க்கரை அளவுகள், இனம் புரியாத வயிற்றுக் கோளாறுகள்... இதோ இப்போது முடி கொட்டத் தொடங்கியிருக்கிறது. நான் மீண்டும் அவரிடம் கோதுமையின் தீங்கு பற்றி எடுத்துச் சொன்னேன்.

தலைமுடி வெகுவாகக் கொட்டி தொப்பி அணிய வேண்டிய நிலைக்கு வந்திருந்தவர் இப்போது நான் சொன்னதைச் செய்துபார்க்க முன்வந்தார். வீட்டில் இருந்தே உணவு தயாரித்துக்கொண்டுவர ஆரம்பித்தார். கடையில் தயாரிக்கப் படும் கோதுமை உணவை முற்றாகத் தவிர்த்தார். கடையில் வேலை பார்த்தவர்களுக்கு இதைச் சொல்லிப் புரியவைக்கவே முடியவில்லை. எனினும் அவர் தொடர்ந்து கோதுமை இல்லா உணவைச் சாப்பிட ஆரம்பித்தார்.

மூன்றே வாரங்களில் ஜோர்டான் உற்சாகத்துடன் வந்து என்னைப் பார்த்தார். சொட்டை விழுந்த இடங்களில் முடி துளிர்க்கத் தொடங்கிவிட்டதைச் சொன்னார். கூடவே ஆறு கிலோ எடை குறைந்துவிட்டிருந்தது. இடையின் அளவு இரண்டு இன்ச் குறைந்துவிட்டிருந்தது. வயிற்றில் ஏற்பட்டுவந்த வலி இப்போது இல்லை. ரத்த சர்க்கரை அளவு இயல்பு நிலைக்கு வந்துவிட்டது. ஆறு மாதங்களில் LDL துகள்கள் 67% குறைந்துவிட்டன.

இந்த உணவுப் பழக்கம் அசௌகரியமாக இருக்குமா? நிச்சயமாக. ஆனால், சொட்டைத் தலையை மறைக்க மேற்கொள்ளும் முயற்சிகளுக்கு இது எவ்வளவோ பரவாயில்லை.

பாகம் 3

கோதுமைக்கு குட்பை

- 13 -

குட்பை கோதுமை... ஆரோக்கியமான சுவையான கோதுமை இல்லா வாழ்க்கை

இதோ இப்போது நடைமுறைக்குத் தேவையான மிக முக்கியமான கட்டத்துக்கு வந்துவிட்டிருக்கிறோம். உங்கள் உடையின் அனைத்து இண்டு இடுக்குகளிலும் புகுந்திருக்கும் கடல் மணலை நீக்குவதைவிட சிரமமானது கோதுமையை உணவில் இருந்து நீக்குவது. ஏனென்றால், அது உங்கள் உணவின் அனைத்து நேரங்களிலும் அனைத்து வகைகளிலும் நிறைந்து வழிகிறது.

கோதுமையைக் கைவிடுங்கள் என்று நான் என் நோயாளிகளிடம் சொன்ன போது அவர்கள் அனைவரும் அலறினார்கள். அப்படியானால் எதைத்தான் சாப்பிடுவது... நான் பட்டினி கிடந்து சாகவேண்டுமா?

அவர்களுக்கு கோதுமை உணவுப் பொருட்கள் இல்லாத ஒரு உலகத்தை நினைத்துப் பார்க்கவே முடியாது. வீட்டின் சமையலறையில் எதை வாங்கி வைக்க... மளிகைக்கடைக்குச் சென்று வேறு எதை வாங்க..? குளிர்பதனப் பெட்டிகளில் எதை நிரப்ப..? என்று திகைத்துவிடுவார்கள். அதோடு கோதுமை உணவை

நிறுத்திய இரண்டு மணி நேரத்திலேயே பசி அவர்களுடைய குடலை வாட்டும். போதைப் பொருளை நிறுத்தினால் வருவதுபோல் பதற்றம், எரிச்சல் அடைய ஆரம்பித்துவிடுவார்கள்.

என்னை நம்புங்கள். அந்த பதற்றங்கள் மிகவும் நல்லதுதான். நீங்கள் இந்தப் புத்தகத்தை இதுவரை படித்து முடித்துவிட்டிருக் கிறீர்கள். எனவே கோதுமையின் அபாயம் உங்களுக்கு நன்கு புரிந்திருக்கும். உங்களுடைய வாழ்க்கையை நாசமாக்கும், விசுவாச மற்ற இந்தத் துணைவரை ஒரேயடியாகத் தலைமுழுகுவதே நல்லது என்பது உங்களுக்குப் புரிந்திருக்கும். துணிந்து முடி வெடுங்கள். கருணை காட்டத் தேவையில்லை. இருபது வருடங் களுக்கு முன்பாக அது உங்களுக்குக் கொடுத்த புத்துணர்ச்சியை யும் ஆறுதலையும் நினைத்து மயங்காதீர்கள். இந்த இருபது வருடங்களில் நீங்கள் பட்ட வேதனைகள், நோய்கள், கஷ்டங்கள் இவற்றை நினைத்துப் பாருங்கள். தான் மாறிவிட்டதாகச் சொல்லி உங்களிடம் பேசிய பசப்பு வார்த்தைகளை நினைத்துப் பாருங்கள்.

அவற்றையெல்லாம் ஒதுக்கித் தள்ளுங்கள். திருத்த வழியில்லை. ஒரேயடியாகக் கைகழுவிவிடவேண்டியதுதான். நீதிமன்ற டிராமாக்களில் இருந்து விலகி நில்லுங்கள். கோதுமையிடமிருந்து விடுதலை பெற்றதாக துணிந்து நீங்களே அறிவியுங்கள். ஜீவானாம்சமோ குழந்தைப் பராமரிப்புக்கான பணமோ தேவையே இல்லை. இருந்த சொற்ப நல்ல நாட்கள் பற்றி நினைத்துக் குழம்பாதீர்கள். அது பெரிய புதை மணல்... ஓடித் தப்பித்துக் கொள்ளுங்கள்.

உடல் ஆரோக்கியத்தை ஆரத் தழுவுங்கள்

ஆரோக்கியமான முழுமையான தானியங்கள் பற்றி நீங்கள் கேள்விப்பட்டவற்றையெல்லாம் மறந்துவிடுங்கள். நம் உணவில் அவையே மிகுதியாக இருக்கவேண்டும் என்று காலகாலமாக நமக்கு அறிவுரை சொல்லியிருக்கிறார்கள். அந்த தானியங்களைச் சாப்பிட்டால் சுறுசுறுப்புடன் திகழலாம். பிரபலமானவராகலாம்; கவர்ச்சிகரமானவராகலாம்... வெற்றிகரமானவராகலாம் என்றெல்லாம் சொல்லியிருப்பார்கள். உங்களுடைய உடல் கொழுப்பின் அளவு நல்ல கட்டுப்பாட்டில் இருக்கவும் காலைக்கடன்களை இதமாகக் கழிக்கவும் முழுமையான தானியங்களே உகந்தது என்று சொல்லியிருப்பார்கள். ஆரோக்கியமான அந்த தானியங்களை நீங்கள் நிராகரித்தால் உடல் நிலை மோசமாகும். ஊட்டச்சத்துக்

குறைபாடு வந்துவிடும். மாரடைப்பு அல்லது புற்றுநோய் வரும். உங்கள் அலுவலகத்தில் இருந்து துரத்திவிடுவார்கள். உங்களை சமூகத்தில் இருந்து ஒதுக்கி வைத்துவிடுவார்கள் என்றெல்லாம் சொல்லியிருப்பார்கள்.

ஒரு நிமிடம் நிதானமாக யோசியுங்கள். ஆரோக்கியமான முழு தானியங்கள் பற்றிய எல்லாமே கட்டுக்கதைகள்தான். உங்கள் நெருங்கிய குடும்ப விழாவுக்கு உங்கள் வழக்கறிஞர் எப்படி அழைக்கப்படத் தேவையில்லையோ அதுபோலவே கோதுமையும் நமக்குத் தேவையே இல்லாத ஒரு உணவுதான்.

கோதுமையைச் சாப்பிடாத, கோதுமைச் சத்து குறைவாக உள்ளவர் எப்படி இருப்பார் என்று சொல்லட்டுமா..?

மெலிந்த உடல், தட்டையான வயிறு, டிரைகிளிசரைடுகள் குறைவாக இருக்கும், நல்ல HDL கொழுப்பு மிகுதியாக இருக்கும். ரத்த சர்க்கரை அளவு இயல்பான அளவில் இருக்கும். ரத்த அழுத்தம் சீராக இருக்கும். துடிப்புடன் இருப்பர். நல்ல தூக்கம் வரும். காலைக்கடன்களை இனிமையாகக் கழிப்பார்.

வேறு வார்த்தைகலில் சொல்வதானால், கோதுமைச் சத்துக் குறைபாடு என்றால் இயல்பான, மெலிந்த, ஆரோக்கியமான மனிதர் என்று அர்த்தம்.

உங்களுடைய அன்பான உணவு ஆலோசகர் உட்பட அனைவரும் சொல்வதுபோல் கோதுமையை நீக்கினால் எந்த குறைபாடும் உங்களுக்கு வந்துவிடாது. கோதுமையினால் இழக்கும் கலோரி களைச் சரியான உணவின் மூலம் ஈடுசெய்துவிட்டீர்கள் என்றால் அதுவே போதும்.

கோதுமைக்கு பதிலாக காய்கறிகள் கொட்டை வகைகள், மாமிசம், முட்டை, அவகேடா, சீஸ், ஓலிவ் எண்ணெய் அதாவது உண்மையான ஆரோக்கியமான உணவை உண்டுவந்தால் உங்களுக்கு ஊட்டச் சத்துக் குறைபாடும் வராது. ஆரோக்கிய மாகவும் இருப்பீர்கள். கூடுதல் சக்தி, நல்ல தூக்கம், எடை குறைப்பு, மேலே நாம் பார்த்த உடல் உபாதைகள் எல்லாமே நீங்கிவிடும். கோதுமையை உணவில் இருந்து நீக்கிவிட்டு அதற்கு பதிலாக உருளைக்கிழங்கு சிப்ஸ், சர்க்கரை மிகுந்த குளிர் பானங்கள், சாக்லேட் போன்றவற்றைச் சாப்பிட்டுவந்தால் ஒரு குழிக்கு பதிலாக இன்னொரு குழியில் போய் விழுந்திருக்கிறீர்கள் என்று அர்த்தம். அதனால் உங்களுக்கு எந்த நன்மையும்

விளையாது. உடம்புக்குத் தேவைப்படும் பல முக்கியமான ஊட்டச்சத்துகள் கிடைக்காமல் நீங்கள் தவிக்கநேரிடும். அதற்கு நீங்கள் கோதுமையையே சாப்பிட்டு குண்டாகி நீரிழிவுடன் காலத்தை ஓட்டலாம்.

ஆக கோதுமையை உணவில் இருந்து நீக்குவது முதல் காலடி. அதற்கு பதிலாக சரியான உணவைச் சாப்பிட ஆரம்பிப்பது இரண்டாவது காலடி. கோதுமையை நீக்குபவர்கள் பொதுவாக அவர்களை அறியாமலேயே 350-400 கலோரி குறைவாகவே சாப்பிடுவார்கள். அப்படியாக சரியான உணவை சரியான அளவில் சாப்பிடுவதுதான் இரண்டாவது காலடி.

புரியும்படி உடைத்துச் சொல்வதென்றால் கோதுமையை நீக்கிவிட்டு நீங்கள் பொதுவாக சாப்பிடும் பிற உணவுகளை மிகுதியாகச் சாப்பிடுவது அவ்வளவு சரியான செயல் அல்ல. என்றாலும் கோதுமையையே சாப்பிட்டுக் கொண்டு இருப்பதற்கு அது எவ்வளவோ மேல்தான். ஆனால், பொதுவாக நீங்கள் சாப்பிடும் பொருட்களை கொஞ்சம் போல அதிகரித்துக் கொண்டாலே போதும். எப்போதும் சாப்பிடும் அளவை விடக்கொஞ்சம் போல கூடுதல் மாமிசம், கொஞ்சம் போல் கூடுதல் காய்கறிகள், கூடுதல் முட்டை, கூடுதல் சாலட் அது போதும். மேலே சொன்ன நன்மைகளில் பெரும்பாலானவை உங்களுக்குக் கிடைத்துவிடும். ஆனால், கோதுமையை நீக்கினாலே எல்லாம் சரியாகிவிடும் என்று நான் சொன்னால் மிகவும் எளிமைப்படுத்தியதுபோல் ஆகிவிடும். முழு ஆரோக்கியமே உங்கள் இலக்கு என்றால் கோதுமைக்கு பதிலாக என்ன உணவை சேர்த்துக்கொள்கிறீர்கள் என்பதிலும் முழு அக்கறை கட்டவேண்டும்.

அதிகம் பதப்படுத்தப்பட்ட, சுவையூட்டப்பட்ட, அதிகம் மணமூட்டப்பட்ட, அதிகம் மரபணு மாற்றப்பட்ட, துரித, அதிக ஃப்ரக்டோஸ் உள்ள, சோயா சிரப் நிரம்பிய, வெறுமனே வெந்நீர் ஊற்றிச் சாப்பிட முடிந்த, கார்ட்டூன் பொம்மைகள் போட்டு பேக் செய்யப்பட்ட, விளையாட்டு வீரர்களின் படம் பொறித்த, மார்கெட்டிங் தந்திரங்கள் மூலம் முன்வைக்கப்படும் உணவுகள் எல்லாமே ஆரோக்கியமற்ற உணவு என்று ஒரே வீச்சில் நிராகரிக்கச் சொல்கிறேன். உண்மையான ஆரோக்கியமான உணவு என்றால் இவை எதுவும் அல்ல என்பதை மட்டும் நினைவில் கொள்ளுங்கள்.

உண்மையான ஆரோக்கியமான உணவை உண்பதென்பது அவ்வளவு எளிதும் அல்ல. ஏனென்றால் டி.வி.ரேடியோ, பத்திரிகை என எதைத் திறந்தாலும் உருளைக்கிழங்கு சிப்ஸ், உறையவைத்த உணவுகள், வேகவைத்து பதப்படுத்தப்பட்ட உணவுகள், சர்க்கரை மிகுந்த குளிர்பானங்கள், அதிக நாள் கெடாமல் இருக்க வேதிப்பொருட்கள் கலக்கப்பட்ட பொருட்கள் என இவைதான் விளம்பரப்படுத்தப்படும். சுதந்தரமாகத் திரியவிடப்பட்ட நாட்டுக் கோழியின் முட்டைகள், இயற்கை உரம் போட்டு தயாரிக்கப்பட்ட வெள்ளரி, செக்கில் ஆட்டிய எண்ணெய், பாரம்பரிய முறையில் தயாரிக்கப்பட்ட சீஸ் என இவற்றின் விளம்பரம் எங்குமே தென்படாது.

நீங்கள் தவிர்த்தாக வேண்டிய உணவுக்குத்தான் பெருமளவில் செலவு செய்து விளம்பரம் செய்கிறார்கள். பெரிய கார்ப்பரேட் நிறுவனங்கள் தமது உற்பத்திப் பொருட்களால் சூப்பர் மார்க்கெட்களை நிரப்புகிறார்கள். கடைக்குள் நுழைந்ததும் முதலில் உங்கள் பார்வை படும் இடங்களில் தமது உணவுப் பொருட்களைப் பரத்தி வைக்கிறார்கள். விளம்பர பலூன்கள், தொப்பிகள், விளம்பரப் பலகைகள் வைத்து நகரை மூழ்கடிக் கிறார்கள். பத்திரிகை, டி.வி. என எல்லாவற்றிலும் பிரதம நேரங்களில் இவர்களுடைய விளம்பரங்களே இடத்தை அடைக் கின்றன. பல்கலைகள், கல்லூரிகளில் கண்ணியமான உயரிய பொறுப்புகளில் இருக்கும் மருத்துவர்கள், உணவு ஆலோசகர்கள் போன்றோரால் செய்யப்பட்ட 'ஆராய்ச்சி முடிவுகள்' எல்லாம் பெரு நிறுவனங்களின் பொருட்களுக்கு ஆதரவாகவே பேசுகின்றன. அவர்கள் இல்லாத இடமே கிடையாது.

அவர்களுடைய மார்கெட்டிங் தந்திரங்கள் அபாரமானவை. ஒட்டுமொத்த அமெரிக்காவும் அவர்களுடைய வலையில் விழுந்து விட்டிருக்கிறது. அதோடு அமெரிக்க இருதய நல மையமும் பிற அதிகாரபூர்வ மையங்களும் இந்த உணவுப் பொருட்களுக்கு ஆதரவாகப் பேசும்போது வேறு என்னதான் செய்யமுடியும்?

அமெரிக்க இருதய நல மையத்தின் நற்சான்றிதழ் மதிப்பீடு சுமர் 800 பொருட்களுக்கு வழங்கப்பட்டிருக்கிறது. அதில் ஹனி நட் சீரியோஸும் கொக்கோ பஃப்ஸும் கூட அதில் அடங்கும்.

இந்த நிலையில் அதையெல்லாம் எதிர்த்து நடைபோட முயற்சி செய்கிறீர்கள். நல்லது டி.வி. பெட்டிகளை அணைத்துவிடுங்கள்.

உங்கள் இலக்கை நோக்கி சிங்க நடை போடுங்கள். சிரமம்தான். முடியாத ஒன்றல்ல.

ஒரு விஷயம் தெளிவானது. கோதுமையை உணவில் இருந்து நீக்குவதால் ஊட்டச் சத்துக் குறைபாடு எதுவும் உங்களுக்கு ஏற்பட வாய்ப்பே இல்லை. மாறாக, சுக்ரோஸ், ஃப்ரக்டோஸ், செயற்கை நிறமூட்டிகள், மணமூட்டிகள் என பல்வேறு அபாயங்களில் இருந்தும் நீங்கள் விடுதலைபெற்றுவிடமுடியும். மீண்டும் சொல்கிறேன். இவற்றைச் சாப்பிடாமல் இருப்பதால் எந்த ஊட்டச்சத்துக் குறைபாடும் வரவே வராது. எனினும் உணவு உற்பத்தி, வர்த்தகத் துறையினர், அவர்களுடைய நண்பர்களான அமெரிக்க இருதய நல மையம், அமெரிக்க உணவு ஆலோசனை கழகம், அமெரிக்க நீரிழிவுக் கழகம் போன்றவற்றில் இருப்பவர்கள் அனைவருமே கோதுமையும், சர்க்கரை உணவுப் பொருட்களும் மிகவும் அவசியமானவை என்றும் அவை இல்லாவிட்டால் ஊட்டச் சத்துக் குறைபாடு ஏற்படும் என்றும் சொல்லி வருகிறார்கள். சுத்த முட்டாள்த்தனம். முழுமையான துளியும் கலப்படம் இல்லாத முழு தானிய முட்டாள்த்தனம்.

கோதுமையை உணவில் இருந்து நீக்கினால் போதிய நார்ச்சத்து கிடைக்காமல் போய்விடும் என்று சிலர் கவலைப்படுவார்கள். இதில் கவனிக்க வேண்டிய விஷயம் என்னவென்றால் கோதுமைக்குப் பதிலாக காய்கள், கொட்டைவகைகள் போன்ற வற்றைப் போதிய அளவு சாப்பிட்டால் உடம்பில் நார்ச்சத்து அதிகரிக்கவே செய்யும். 138 கலோரி மதிப்பு கொண்ட இரண்டு துண்டு பிரெட்டில் இருக்கும் நார்ச்சத்து அதே அளவு கலோரி மதிப்பு கொண்ட கையளவு பாதாம் அல்லது வால்நட்டில் (சுமார் 24 பருப்புகள்) அதே அளவு நார்ச்சத்து அல்லது 3.9 கிராம் நார்ச்சத்து அதிகமாகவே இருக்கும். அதுபோல் அதே அளவு கலோரி மதிப்பு கொண்ட கேரட், மிளகாய், வெள்ளரி போன்றவற்றின் சாலடில் பிரெட்டைவிட அதிக நார்ச்சத்து இருக்கும். இப்படித்தான் ஆதி மனிதர்கள் தமது உணவில் நார்ச்சத்தை சேர்த்துக்கொண்டார்கள். கணிசமான அளவு தாவர உணவு. சுவையூட்டப்பட்ட தானியங்கள் அல்ல. கோதுமையை நீக்கிவிட்டு ஆரோக்கியமான உணவுப் பொருட்களை அதிகம் சாப்பிட்டுவந்தால் நார்ச்சத்துக் குறைபாடு வரவே செய்யாது.

ஜெல்லி மிட்டாயும் சிப்ஸூம் சாப்பிட்டுத்தான் நீங்கள் உயிர் வாழ்வதாக நினைத்து அவறினுள் தேவையான விட்டமின்களைச்

சேர்க்கும் பணியை உணவு நிறுவனங்கள் செய்கின்றன. ஆனால், கைக்கெட்டும் தூரத்தில் உங்கள் தெருமுனைக் கடையில் என்ன கிடைக்கிறதோ அதை மட்டுமே சாப்பிட்டு வாழலாம் என்று நினைக்காமல் உண்மையான ஆரோக்கியமான உணவைத்தேடிப் பிடித்து வாங்கிச் சாப்பிட்டு வந்தால் இந்தப் பிரச்னைகள் வராது. பி-6, பி-12, ஃபோலிக் அமிலம், தயாமின் போன்றவை எல்லாம் பதப்படுத்தபட்ட சுவையூட்டப்பட்ட கோதுமை உணவில் சேர்க்கப்படுவதாகவும் அந்த உணவை நீங்கள் சாப்பிடாவிட்டால் அந்த சத்துகள் கிடைக்காமல் போய்விடும் என்றும் சொல்கிறார் கள். உண்மையல்ல.

மாமிசங்கள், காய்கள், கொட்டைவகைகள் ஆகியவற்றிலும் பி விட்டமின்கள் மிகுதியாகவே இருக்கின்றன. கோதுமை உணவுகளில் ஃபோலிக் அமிலம் அதிகமாகச் சேர்க்கப்பட வேண்டும் என்று சட்டமே போடப்பட்டிருப்பதால் கிடைக்கும் ஃபோலிக் அமிலத்தைவிட சூரியகாந்தி விதைகளையோ அஸ்பராகஸையோ சாப்பிட்டால் அதிக அளவு ஃபோலிக் அமிலச் சத்து உங்களுக்குக் கிடைத்துவிடும். கால் கப் கீரை அல்லது நான்கு அஸ்பராகஸ் தாள்கள் இவற்றை உண்டாலே காலை நேர உணவாக விற்கப்படும் தானியங்களில் இருந்து கிடைக்கும் ஃபோலிக் அமிலம் கிடைத்துவிடும். அதிலும் இயற்கையான காய்கறிகளில் இருந்து கிடைக்கும் ஃபோலேட்டுகள் பதப்படுத்தப்பட்ட தானியங்களில் இருந்து கிடைக்கும் ஃபோலிக் அமிலத்தைவிட உடம்புக்கு மிகவும் நல்லதும்கூட. கொட்டை வகைகள், பச்சைக் காய்கறிகள் ஆகியவற்றில் ஃபோலேட் சத்து மிகுதியாகவே இருக்கிறது. அப்படித்தான் மனிதர்கள் அந்த சத்தை அடையவும் வேண்டும்.

கர்ப்பிணிப் பெண்களுக்கு அல்லது பாலூட்டும் தாய்மார்களுக்கு ஃபோலிக் அமிலம் கூடுதலாகத் தேவைப்படும். எனவே அவர்கள் மட்டும் கூடுதல் தேவையை ஈடுகட்ட ஃபோலிக் அமிலம் இருக்கும் பதப்படுத்தப்பட்ட உணவுவகைகளைச் சாப்பிடலாம். அல்லது அவர்களும் கூட இயற்கை ஃபோலேட் சத்து இருக்கும் காய்களை அதிகம் சாப்பிடலாம். அதுபோல் பி-6 விட்டமின் சத்து நான்கு அவுன்ஸ் கோழி அல்லது பன்றி இறைச்சி, ஒரு அவகேடா, அல்லது 1/4 கப் ஆளிவிதை ஆகியவற்றில் இருந்து கிடைத்துவிடும். கோதுமை உணவைச் சாப்பிட்டாகவேண்டும் என்ற கட்டாயம் இல்லை.

மேலும் கோதுமையை உங்கள் உணவில் இருந்து நீக்குவதால் பி விட்டமின் சத்தை உட்கிரகிக்கும் ஆற்றல் அதிகரித்தத்தான் செய்யும். கோதுமையை நீக்குவதால் குடலின் ஆரோக்கியம் அதிகரிக்கும். அதனால் பி12 விட்டமின், இரும்பு சத்து, துத்தநாகச் சத்து, மெக்னீஷியம் போன்றவற்றை உட்கிரகிக்கும் ஆற்றல் உடம்புக்கு அதிகரிக்கவே செய்யும்.

கோதுமையை உணவில் இருந்து நீக்குவது சிரமமாக அசௌகரிய மாக இருக்கும் என்பது உண்மைதான். ஆனால், அது ஆரோக்கிய மற்றது என்று நிச்சயம் சொல்லவே முடியாது.

தலைகீழ் மாற்றத்துக்குத் தயாராகுங்கள்

கோதுமையை உணவில் இருந்து நீக்குவது நல்லவேளையாக மயக்க மருந்து கொடுக்காமல் நீங்களே கண்ணாடியைப் பார்த்து குடல் வால் நீக்கம் செய்வதுபோல் மோசமானது அல்ல. சிலருக்கு கோதுமை உணவுப் பொருட்கள் விற்கும் கடையை அப்படியே தலையைத் திருப்பிக் கொண்டு கடந்துவிடுவதுபோல், ஆசையுடன் ஒருவர் நீட்டும் கோதுமை உணவை நாசூக்காக வேண்டாம் என்று சொல்லி மறுப்பதுபோல் மிகவும் எளியதொரு செயலே. வேறு சிலருக்கோ ரூட் கேனல் சிகிச்சை போல் அல்லது நாத்தனாருடன் ஒரு மாதம் சேர்ந்து இருக்க நேர்வதுபோல் மிக மிகக் கடினமான விஷயம்.

என்னைப் பொறுத்தவரையில் சட்டென்று முழுவதுமாக கோதுமையை நீக்கிவிடுவதுதான் எளிய, நல்ல பலன் தரும் வழி. படிப்படியாகக் குறைக்க முயற்சி செய்தால் கோதுமை மூலம் இன்சுலின் க்ளூகோஸ் அதி ஏற்ற இறக்கச் சுழற்சி, மூளையில் எக்ஸார்பின்கள் ஏற்படுத்தும் போதை உணர்வு இவற்றை யெல்லாம் மீறி வருவது சிரமமாகவே இருக்கும். ஆனால் ஒரே நாளில் கோதுமை உணவில் இருந்து முழுமையாக வெளியேறுவ தென்பது சிலருக்கு போதைப் பழக்கத்தை நிறுத்துவதால் ஏற்படுவதுபோன்ற பதற்றத்தையும் எரிச்சலையும் உருவாக்கும். ஆனால், ஒரேயடியாக நிறுத்துவதால் வரும் பதற்றத்தை எதிர் கொள்வது படிப்படியாக நிறுத்துவதால் ஏற்படும் ஏக்கத்திலிருந்து தப்புவதைவிட எளிதாகவே இருக்கும். ஒரு குடிகாரர் குடிப்பழக்கத்தை ஒரேயடியாக நிறுத்தினால்தான் அதில் இருந்து வெளியேறமுடியும்; கொஞ்சம் கொஞ்சமாகக் குறைக்க முயன்றால் மீண்டும் அந்தப் பழக்கத்துக்குள் விழுந்துவிடுவார் என்பதைப்

போன்றதுதான் இது. சிலருக்குப் படிப்படியாக நிறுத்துவது சௌகரியமாக இருக்கக்கூடும். எதுவானாலும் இலக்கு ஒன்றாகவே இருக்கவேண்டும்.

கோதுமை என்பது வெறும் பிரெட் துண்டு அல்ல; அது எங்கும் எதிலும் எப்போதும் நிறைந்திருக்கும் ஒன்றாகிவிட்டிருக்கிறது என்பது உங்களுக்குப் புரிந்திருக்கும் என்று நினைக்கிறேன்.

பலரும் கோதுமையை உணவில் இருந்து நீக்குவது என்று முடிவெடுத்ததும் அதைவிட்டால் வேறு ஒரு உணவே இல்லையே என்று திகைக்கும் அளவுக்கு அது எல்லா உணவுப்பொருட்களிலும் கலந்திருப்பதைப் பார்த்து அதிர்ச்சியடைய நேரிடும். கேனில் அடைக்கப்பட்ட க்ரீம் சூப்களிலும் உறைந்த உணவுகளிலும் கூட கோதுமை கலந்திருக்கும். அவற்றிலெல்லாம் கோதுமை கலக்கப் பட்டிருப்பதற்கு இரண்டு முக்கிய காரணங்கள் உண்டு. 1. அது சுவையானது. 2. அது பசியைத் தூண்டும். இரண்டாவது காரணம் உங்களுக்கு நன்மை தரக்கூடியதல்ல. அது உணவு உற்பத்தி யாளருக்கும் விற்பனையாளருக்குமே நன்மை தரக்கூடியது. உணவு உற்பத்தியாளர்களுக்கு சிகரெட்டில் இருக்கும் நிகோடின் எப்படிக் கொள்ளை லாபம் ஈட்ட உதவும் பொருளாக இருக்கிறதோ அதுபோல்தான் கோதுமையும். மீண்டும் மீண்டும் நீங்கள் வாங்கிப் பயன்படுத்தவேண்டும் என்பதே அவர்களுடைய நோக்கம். கோதுமை அளவுக்கு இல்லையென்றாலும் சோள-பழச்சாறு-சிரப், சுக்ரோஸ், உப்பு, சோள மாவு போன்றவையும் தொடர்ந்து பயன்படுத்தும்படி உங்களைத் தூண்டக்கூடியதுதான். எனவே அவற்றையும் நீங்கள் தவிர்ப்பது நல்லது.

கோதுமையை உணவில் இருந்து நீக்குவதற்கு முன்பு நிதானமாக கொஞ்சம் யோசிப்பது அவசியமே. ஏனென்றால் கோதுமை உணவுப் பொருட்கள் உங்கள் கைக்கு எட்டும் தூரத்தில் குவிந்து கிடக்கின்றன. அவற்றை எளிதில் வாங்கி வீட்டில் சேமித்து வைப்பது எளிது. கோதுமையைத் தவிர்ப்பதென்றால் உங்கள் உணவை அலுவலகத்துக்கு எடுத்துச் சென்று ஸ்பூன் மூலம் சாப்பிட்டாகவேண்டியிருக்கும். எல்லாவற்றுக்கும் மேலாக கடவுளே... நீங்களே சமைத்தாகவேண்டியிருக்கும். காய்கள், ஃப்ரெஷ்ஷான பழங்கள் ஆகியவற்றையே உண்ணவேண்டி யிருக்கும் என்பதால் வாரத்துக்கு மாதத்துக்கு என்று வாங்கி எதையும் சேர்த்துவைக்க முடியாது. இரண்டு மூன்று நாட்களுக்கு ஒருமுறை சூப்பர் மார்க்கெட்டுக்குப் போயாகவேண்டியிருக்கும்.

ஆனால், இவையெல்லாம் முடியாதவை அல்ல. ஓரிரு கட்டி சீஸ் அல்லது வெண்ணெயை வெட்டி எடுத்து ஒரு டப்பாவில் போட்டுக் கொண்டுவரவேண்டியிருக்கும். கை நிறைய பாதம் பருப்புகளை ஒரு டப்பாவில் கைவசம் வைத்துக்கொண்டிருக்க வேண்டியிருக்கும். காய் சூப் செய்து பாட்டிலில் எடுத்துக்கொள்ள வேண்டியிருக்கும். உங்களுக்குப் பிடித்த காய்களின் சாலட் செய்து எடுத்துவைத்துக்கொள்ளவேண்டியிருக்கும். இரவில் சாப்பிட்ட காயில் கொஞ்சத்தை காலை நேர உணவுக்கும் பயன்படுத்திக் கொள்ளவேண்டிவரலாம் (ஆம், முதல் நாள் டின்னர் சாலடையே மறுநாள் காலை உணவாகப் பயன்படுத்தும் சமயோஜிதம் பற்றிப் பின்னர் விரிவாகச் சொல்கிறேன்).

கோதுமை உணவை உண்பவர்கள் சாப்பிட்ட ஓரிரு மணி நேரத்தில் களைப்படைந்து மீண்டும் ஏதேனும் கோதுமை உணவைத் தேடி அலையும் நிலை ஏற்படும். கோதுமை உணவை நீக்கியபிறகு நான் இந்த தொந்தரவில் இருந்து முற்றிலும் விடுபட்டதை அனுபவ பூர்வமாகப் பார்த்திருக்கிறேன். கோதுமையை நீக்குவதால் உங்கள் உடம்பில் இன்சுலின் - க்ளுகோஸின் ஏற்ற இறக்கம், எக்ஸார்பின் போதைத்தூண்டுதல் இவையெல்லாம் இல்லாமல் ஒழிந்துபோய் விடும். அதனால், இரண்டு முட்டைகள், கொஞ்சம் காய்கறி, ஓலிவ் எண்ணெய், மிளகாய் என்ற காலை உணவுக்குப் பின் மதியம் வரை உங்களுக்குப் பசி எடுக்காது. இதோடு காலை ஏழு மணிக்கு அதிக நார்ச்சத்து கொண்ட தானிய உணவு, 9 மணிக்கு சிறு தீனி, 11 மணிக்கு இன்னொரு நொறுக்குத் தீனி அல்லது 12 மணிக்கே மதிய உணவு என்று இப்போது இருக்கும் கோதுமை உணவுமுறையோடு இதை ஒப்பிட்டுப் பாருங்கள்.

கோதுமையை நீக்குவதன் மூலம் இந்தத் தொந்தரவுகளில் இருந்து விடுபடுவதோடு 300-400 கலோரி குறைவாகச் சாப்பிட்டே கூடுதல் சக்தியுடன் இருப்பீர்கள். அதோடு மதிய கோதுமை உணவுக்குப் பின் இரண்டு மூன்று மணி அளவில் உங்களுக்கு ஏற்படும் களைப்பு, தூக்கம் போன்றவற்றில் இருந்தும் விடுதலை கிடைக்கும். இதற்கு பதிலாக, மீன், காய்கறிகள், மயோனீஸ், ஓலிவ் எண்ணெயில் தயாரித்த உணவுப் பொருள், கை நிறைய பாதாம் அல்லது வால்நட்கள் ஆகியவற்றைச் சாப்பிட்டால் இன்சுலின் - க்ளுகோஸ் ஏற்ற இறக்கத் தாக்கமே இல்லாமல் எந்த களைப்பும் இல்லாமல் துடிப்புடன் செயல்படமுடியும்.

பட்டினி : நீங்கள் நினைப்பதைவிட எளிதுதான்.

உடல் ஆரோக்கியத்தை நிலைநிறுத்த மிகவும் பயனுள்ள ஒரு வழிமுறை பட்டினி கிடப்பது. எடை குறைப்பு, ரத்த அழுத்தக் குறைப்பு, இன்சுலின் செயலின்மை குறைவது, நீண்ட ஆயுள் என பல்வேறு உடல் ஆரோக்கியங்களுக்கு பட்டினி மிக நல்ல வழிமுறை. மதக்காரணங்களுக்காக (இந்து மதத்தில் சோமவார விரதம், செவ்வாய்,வெள்ளி விரதம் என வார நாட்களில் ஆரம்பித்து 12 மாதங்களிலும் பல்வேறு விரதங்கள், இஸ்லாமில் ரம்ஜான் நோன்பு, கிறிஸ்தவத்தில் லெண்ட், அசம்ஷன் விரதம்) பின்பற்றப்படக்கூடிய பட்டினி என்பதன் முழு முக்கியத்துவத்தை யாரும் இதுவரை சரியாகப் புரிந்துகொள்ள வில்லை என்றுதான் சொல்லவேண்டும்.

கோதுமை உணவை உட்கொள்ளும் ஒரு சராசரி அமெரிக்கருக்குப் பட்டினி கிடப்பதென்பது நினைத்துப் பார்க்கவே முடியாத விஷயம்தான். கோதுமை உணவை உண்பவர்களுக்கு அதிக நேரம் பசியை அடக்குவது மிகவும் சிரமம். கண்ணில் படும் எதையாவது எடுத்து வாயில் திணித்துக்கொண்டுவிடுவார்கள். இதில் சுவாரசியமான விஷயம் என்னவென்றால் கோதுமையை உணவில் இருந்து நீக்கி விட்டால் அமெரிக்கர்களுக்குக் கூட பட்டினி கிடப்பது மிகவும் எளிதாகிவிடும்.

பட்டினி என்றால் 18 மணிநேரத்தில் ஆரம்பித்து சில நாட்கள் வரை என எந்த உணவையுமே உட்கொள்ளாமல் இருப்பது என்றுதான் அர்த்தம். தண்ணீர் மட்டும் அருந்திக்கொள்ளலாம். பட்டினி இருக்கும்போது உடலின் நீர்ச் சத்து குறையாமல் இருப்பது மிகவும் அவசியம். கோதுமை உணவை நீக்கியவர்களுக்கு 18, 24, 36, 72 அல்லது அதையும் விட அதிக மணிநேரங்கள் எந்தவித அசௌகரியமும் இன்றி பட்டினி இருக்க முடியும். பட்டினி கிடப்பதென்பது ஆதி மனிதர் வேட்டையாடி, உதிர்ந்த உணவை சேகரித்து வாழ்ந்த காலகட்டத்தில் வேட்டை விலங்கு கிடைக்காமலோ மழை, வறட்சி போன்ற இயற்கை நிகழ்வுகளினால் நாட்கணக்கில் வாரக்கணக்கில் உணவின்றி இருந்ததைப் போல் இருந்து பார்ப்பதற்கு இணையானதுதான்.

பட்டினி கிடப்பதென்பது மனிதருக்கு மிகவும் இயல்பான செயலே. பசியைத் தாங்க முடியாமல் ஓரிரு

மணிநேரங்களிலேயே ஏதேனும் உணவைத் தேடி அலைவதுதான் இயல்புக்கு மாறானது.

கோதுமையை உணவில் இருந்து நீக்குவதால் வாழ்க்கை மிகவும் எளிதாகும் என்பதைப் பலராலும் நம்பவே முடிவதில்லை. இரண்டுமணி நேரத்துக்கு ஒருமுறை உணவைத் தேடி அலைந்தவர்கள் பல மணி நேரங்கள் உணவின்றி உற்சாகமாக இருக்கத் தொடங்குவார்கள். சாப்பிட உட்காரும்போதும் குறைவாகச் சாப்பிட்டே நிறைவான பலனைப் பெற்றுவிடுவார்கள். வாழ்க்கை மிகவும் எளிதாகிவிட்டிருக்கும்.

இன்று பெரும்பாலானோரின் கால அட்டவணை கோதுமையால் கட்டுப்படுத்தப்பட்டிருக்கிறது. கோதுமையை நீக்குவதன் மூலம் வெறுமனே உணவிலும் உடல் ஆரோக்கியத்தில் மட்டுமல்ல ஒரு நாளை அவர்கள் விரும்பும் வகையில் செலவிடவும் நன்கு திட்டமிடவும் வழி பிறக்கும். ஹோட்டலையோ உணவு மேஜையையோ அடிக்கடித் தேடி ஓடுவதில் இருந்து விடுதலை கிடைக்கும். அந்த நேரத்தில் ஆக்கபூர்வமாக நீங்கள் விரும்பும் எதையும் செய்ய வழி பிறக்கும். கோதுமையை நீங்கள் உணவில் இருந்து நீக்குவதன் மூலம் மாயச் சிறையொன்றில் இருந்து விடுதலை பெற்றதை உணர்வீர்கள்.

கோதுமை போதை கோதுமை பதற்றம்

கோதுமையை உணவில் இருந்து முற்றாகச் சட்டென்று நீக்குபவர்களுக்கு போதைப் பொருளை உடனடியாக நீக்குவதால் ஏற்படுவதைப் போன்ற பதற்றம், எரிச்சல் ஏற்படும். ஆனால், குடி, ஹெராயின் போன்றவற்றை உடனே நிறுத்துவதால் ஏற்படக்கூடிய வலிப்பு, மனபிராந்திகள், மனச்சோர்வுகள் போன்ற மோசமான விளைவுகள் ஏற்படாது. கோதுமை நீக்கம் என்பது சிகரெட்டைக் கைவிடுவதற்கு இணையானது என்று சொல்லலாம். நிகோடின் நீக்கம் போலவே கோதுமை நீக்கமும் மயக்கம், சோர்வு, எரிச்சலை ஏற்படுத்தக்கூடும். ஒருவகையான மன விரக்தி, மனச்சோர்வு, அவநம்பிக்கை போன்றவையும் சிலருக்கு ஏற்படக்கூடும். கோதுமையை நீக்குபவர்களுக்கு இந்தப் பிரச்னை முதல் சில நாட்கள்மட்டுமே இருக்கும். ஓரிரு வாரத்தில் நல்ல முன்னேற்றம் ஏற்பட்டுவிடும். சிகரெட்டை நிறுத்துபவர்கள் மூன்று நான்கு வாரம் ஆனதும் அப்படியே நீடிக்க மிகவும் கஷ்டப்படுவார்கள்.

கோதுமை உணவைப் பொறுத்தவரையில் அதிகபட்சமாக நான்கு வாரங்களுக்கு மேல் எந்தச் சிரமமும் இருக்காது. ஆனால், பலரும் ஓரிரு வாரத்திலேயே அதில் இருந்து வெளியேறிவிடுவார்கள்.

கோதுமை உணவு உட்கொண்டுவந்த நாட்களில் யாருக்கெல்லாம் அதிகப் பசி ஏற்பட்டு வந்ததோ யாருக்கெல்லாம் உணவின் மீது ஏக்கம் அதிகமாக இருந்ததோ அவர்கள்தான் கோதுமையை நிறுத்த முயற்சி செய்யும்போது அதிகம் சிரமப்பட்டிருக்கிறார்கள். இந்தப் பசியானது இரண்டு மணி நேரத்துக்கு ஒருமுறை எதையாவது சாப்பிட்டாகவேண்டும் என்று தூண்டும். க்ளுகோஸ்-இன்சுலின் அதிக சுரப்பினால் வரும் விளைவுதான் இது. ஏதேனும் நொறுக்குத் தீனியையோ டிஃபனையோ சாப்பிட முடியாமல் போய்விட்டால் மிகுந்த நெருக்கடிக்கு உள்ளாவார்கள். கை நடுக்கம், நரம்புத் தளர்ச்சி, தலைவலி, மயக்கம், அதிகப் பசி என ஏற்படும். இவையெல்லாம் சிறிது நாட்கள் மட்டுமே இருக்கும். இந்தக் காலகட்டத்தைத் தாண்டிவிட்டால் அதன் பிறகு பிரச்னையே இருக்காது.

கோதுமை உணவை நிறுத்துவதால் இப்படியான நெருக்கடிகள் ஏன் ஏற்படுகின்றன. கோதுமை உணவைப் போல் சர்க்கரை சத்து எளிதில் கிடைக்கும் கார்போஹைட்ரேட்டையே பல ஆண்டுகள் அதிகமும் சாப்பிட்டுவந்திருக்கிறோம். அதனால் உடம்பின் வளர்சிதை மாற்றமானது கார்போஹைட்ரேட்டையே நம்பி இருக்கும் நிலை உருவாகிவிட்டிருக்கிறது. கோதுமையை உணவில் இருந்து நீக்குவதால் எளிதில் கிடைத்து வந்த க்ளுகோஸுக்குப் பதிலாக உடம்பானது கொழுப்பு அமிலங்களை எரித்து உடம்புக்கான சக்தியை எடுக்கவேண்டிவருகிறது. இந்தப் புதிய வழிமுறை வேர் பிடிக்க சில நாட்கள் ஆகும். உண்மையில் அதுவரையில் உடம்பில் கொழுப்பு சேகரமாகிவந்த நிலை மாறி உடம்பில் இருக்கும் கொழுப்பு கரையத் தொடங்கும் மாற்றம் நடக்கத் தொடங்கும் காலகட்டம் அது. தொந்தியில் இருக்கும் கொழுப்பு கரைந்து தொந்தி சுருங்கத் தொடங்கும் காலகட்டம் அது. எனவே இந்த மாற்றம் தவிர்க்க முடியாதது மட்டுமல்ல... மிகவும் அவசியமானதும்கூட.

கோதுமைநீக்கம் என்பது கார்போஹைட்ரேட் குறைப்பு உணவுமுறைகளைப் போலவே சில தாக்கங்களை ஏற்படுத்தும். கோதுமை உணவை உண்பதால் உருவாகும் எக்ஸார்பின்கள்

நின்றுபோவதாலும் இப்படியான பதற்றம் ஏற்படும். கோதுமை மீதான ஏக்கத்துக்கு இதுவே காரணம்.

இந்தப் பிரச்னையில் இருந்து தப்பிக்க இரண்டு வழிகள் இருக்கின்றன. படிப்படியாக ஓரிரு வார காலத்தில் கோதுமை உணவில் இருந்து வெளியேறுவது ஒரு வழி. இது சிலருக்கு மட்டுமே நல்ல பலனைத் தந்திருக்கிறது. இருந்தும் கவனம் தேவை: இந்தக் காலகட்டத்தில் ஒருவர் சாப்பிடும் ஒவ்வொரு துளி கோதுமை உணவும் முன்பைவிட கூடுதல் ஏக்கத்தைத் தூண்டிவிடும். கோதுமை உணவின்மீது மிகுந்த ஆசை உள்ளவர்கள் ஒரேயடியாக அதை நிறுத்தினால்தான் அதில் இருந்து வெளியேற முடியும். குடியைப் போன்றதுதான் இது. உங்கள் நண்பர் தினமும் குடிக்கும் அளவில் படிப்படியாக கொஞ்சம் கொஞ்சமாகக் குறைத்துக்கொண்டே வந்தால் நீண்ட நாட்கள் சந்தோஷமாக வாழமுடியும். ஆனால், அது ஒருவரால் முடிவதே இல்லை.

இரண்டாவதாக, உங்களுக்கு கோதுமை உணவை நிறுத்துவதால் சில பிரச்னைகள் வரும் என்று உங்கள் மனதில் தோன்றினால் அதை நிறுத்துவதற்கு சரியான நேரத்ததைத் தேர்ந்தெடுங்கள். அதாவது மிகவும் கடினமான வேலைகள் எதுவும் இல்லாத காலகட்டமாகத் தேர்ந்தெடுங்கள். வேலையில் இருந்து ஒரு வார விடுப்பு அல்லது திருவிழா, திருநாள் போன்ற நீண்ட விடுமுறைக்காலம் வரும் போது கோதுமையை உணவில் இருந்து நீக்குங்கள். வேலைக்குப் போகும் நாட்களில் கோதுமையை உணவில் இருந்து நீக்கினால்

சிலருக்கு மன ஒருமைப்பாடு, செயல்திறன் போன்றவை குறையக் கூடும். இந்த கோதுமை தவிர்ப்புப் பரிசோதனையை உங்கள் எஜமானர், சக ஊழியர்களிடம் சொல்லி ஆறுதலை எதிர்பார்க்கவும் முடியாது. கோதுமையைக் கண்டு இவ்வளவு பயமா என்று அவர்கள் உங்களை எள்ளி நகையாடுவார்கள்.

கோதுமை தவிர்ப்பு குழப்பமாகவும் உங்களுடைய அன்புக்குரிய வர்கள், சக ஊழியர்கள் மீது எரிச்சலை ஏற்படுத்துவதாகவும் இருக்கக்கூடும். எனினும் இதனால் பெரிய ஆபத்து எதுவும் ஏற்படாது. பயப்படாதீர்கள். மேலே சொன்ன சின்னச் சின்ன நெருக்கடிகள் நீங்கலாக வேறு எந்தப் பெரிய பிரச்னை யாருக்கும் ஏற்படவில்லை. கோதுமை உணவுகளைத் தவிர்ப்பது மிகவும் சிரமம். ஆனால், ஒருபோதும் அது கெட்ட விளைவை ஏற்படுத்தாது.

இதில் ஒரு நல்ல செய்தி என்னவென்றால் இந்தப் பதற்றங்களுக்கு எல்லாரும் ஆளாவதில்லை. சிலருக்கு கோதுமையைத் தவிர்ப்பது மிகவும் எளிதான செயலாகவே இருக்கிறது. இதற்குப் போய் இவ்வளவு எச்சரித்தார்களே என்று ஆச்சரியப்படுவார்கள். சிகரெட்டையும் சிலர் 'இந்தக் கடைசி இழுப்புடன் நிறுத்து கிறேன்' என்று சொல்லி நிறுத்துவதில்லையா அதுபோல்தான்.

திரும்பிப் பார்க்காதீர்

இன்னொரு முக்கியமான விஷயம்: சில மாதங்களுக்கு கோதுமை இல்லா உணவைச் சாப்பிட்டு வந்த பிறகு மீண்டும் கோதுமை உணவைச் சாப்பிட ஆரம்பித்தால் குடல் பிரச்னை, கால் வலி, சுவாசப் பிரச்னை என பல்வேறு உபாதைகள் வரத்தொடங்கும். முழுமையாக கோதுமையில் இருந்து வெளியேறி இருந்தாலும் இல்லாவிட்டாலும் இந்தப் பிரச்னை வரக்கூடும். கோதுமை உணவை மீண்டும் சாப்பிட ஆரம்பிப்பவர்களுக்கு வாயுத் தொல்லை, வயிறு வீக்கம், தசைப் பிடிப்புகள், வயிற்றுப் போக்கு போன்றவை ஏற்படும். இவை ஆறில் இருந்து 48 மணி நேரம் வரை நீடிக்கவும் கூடும். மீண்டும் கோதுமையைச் சேர்ப்பதென்பது அழுகிய இறைச்சியைச் சாப்பிடுவதாலோ கெட்டுப்போன உணவைச் சாப்பிடுவதாலோ ஏற்படும் கிருமித் தொற்றின் மூலம் குடல் பாதிக்கப்படுவதுபோன்ற பாதிப்பை ஏற்படுத்தும்.

மீண்டும் கோதுமையைச் சாப்பிட ஆரம்பிக்கும்போது ஏற்படும் இன்னொரு முக்கிய பிரச்னை மூட்டு வலி. கை, கால், இடுப்பு, முதுகு என எல்லா இடத்து இணைப்பு எலும்புகளிலும் வலி ஏற்படும். இந்த வலி சில நாட்கள் நீடிக்ககூடும். சிலருக்கு ஆஸ்துமா போன்ற நெருக்கடி ஏற்படும். இன்ஹேலர் தேவைப் படும் அளவுக்குக் கூட சில நேரங்களில் பிரச்னை ஏற்படும். ஆண்களில் மனநிலை மாற்றம், மந்தமான தன்மை, சோர்வு போன்றவை ஏற்படும்.

எதனால் இப்படி ஆகிறது என்பது தொடர்பாக எந்தவொரு ஆராய்ச்சியும் இதுவரை செய்யப்படவில்லையென்பதால் என்ன காரணம் என்பது இதுவரை உறுதியாகத் தெரியவில்லை. என் சந்தேகம் என்னவென்றால் கோதுமை சாப்பிட்டு வந்த நாட்களில் உடம்பில் குறைந்த நிலையில் கொப்புளங்கள் ஏற்பட்டு மிதமான நிலையில் இருந்திருக்கும். கோதுமையை உணவில் இருந்து நீக்கியதும் குணமடையத் தொடங்கிய அந்தப் புண்கள் மீண்டும்

கோதுமையைச் சேர்த்ததும் பெரிதாகத் தொடங்கியிருக்கும். மனநிலை சார்ந்த மாற்றங்களுக்கு கோதுமையின் மூலம் உருவான எக்ஸார்பின்கள் காரணமாக இருக்கும் என்று நினைக்கிறேன்.

ஒரே ஒரு சாக்லேட் : 15 கிலோ எடை..!

'நியூ யார்க் பெண்மணி வேற்றுக்கிரகவாசியைத் தத்தெடுத்தார்' என்பதுபோன்ற கற்பனையான தலைப்புச் செய்தி அல்ல. கோதுமையை உணவில் இருந்து நீக்கியவர்களுக்கு இது ஒருவகையில் உண்மையான செய்தியாகவே இருக்கும்.

கோதுமையின் மயக்கும் தன்மை அத்தகையது. அலுவலக பார்ட்டியில் அல்லது நண்பருடனான இனிய சந்திப்பில் கொடுக்கப்படும் ஒரே ஒரு சாக்லேட், கேக் சிரமப்பட்டு நீங்கள் உங்களுக்குள் தூங்க வைத்த கோதுமை மிருகத்தைத் தட்டி எழுப்பிவிடும். ஒன்று இரண்டாகி, இரண்டு நான்காகி, நான்கு பதினாறாகி காலை உணவில் தலைகாட்டி மதிய உணவில் உடம்பைக் காட்டி இரவு உணவில் காலைக் காட்டி நுழைந்து மனமெல்லாம் அதிர கர்ஜிக்கத் தொடங்கிவிடும். ஒரு விஷயத்துக்கு அடிமைப்பட்டவர்கள் அதை நியாயப்படுத்தக் கண்டுபிடிக்கும் வாதங்களைப் போல் நீங்களும் சொல்ல ஆரம்பித்துவிடுவீர்கள். ஒரு பத்திரிகையில் ஆரோக்கியமான வாழ்க்கை தொடர்பாக ஒரு தேர்ந்த நிபுணர் சொன்ன உணவு இது என்று ஆரம்பிப்பீர்கள். இன்று ஒரு நாள் மட்டும் சாப்பிட்டுக் கொள்கிறேன். நாளையில் இருந்து கண்டிப்பாக நிறுத்திவிடுவேன் என்பீர்கள். இப்படி ஒவ்வொரு சாக்காகச் சொல்லி நாலைந்து வாரங்களைக் கடந்துவிட்டிருப்பீர்கள். உங்கள் எடை 15 கிலோ கூடிவிட்டிருக்கும். எல்லாம் அந்த ஒற்றை சாக்லேட்டில் ஆரம்பித்தது.

கோதுமையை உணவில் இருந்து நீக்க மிகவும் கஷ்டப் பட்டவர்கள்தான் இப்படி மீண்டும் அதன்வலையில் விழுந்து மாட்டிக்கொண்டு தவிப்பார்கள். கொஞ்சம் போல, ஒரு விள்ளல் சாப்பிடுவது மீண்டும் பழைய நிலைக்குக் கொண்டுவந்துவிடும்.

போதைப் பொருட்களின் நினைவைத் தடுக்க எடுத்துக் கொள்ளும் நலோட்ரெக்ஸான் போல் எளிய ஆரோக்கியமான வழி எதுவும் கோதுமையில் இருந்து தப்பிக்க இல்லை. இப்படி மாய வலையில் விழுந்துவிடும் பலவீனமான இதயம்

> கொண்டவர்களின் காதருகில், மெல்லியகுரலில், 'ஒரே ஒரு சாக்லேட்தான்' என்று சொல்லும்போது 'தூரப் போ சாத்தானே' என்று விரட்டிவிடவேண்டும்.

மீண்டும் கோதுமையின் மாய வலையில் விழாமல் தப்பிக்க ஒரே வழி அதை உணவில் இருந்து நீக்கியபிறகு அதைத் தொடவே செய்யதீர்கள்.

பிற கார்போஹைட்ரேட்டுகள் எப்படிப்பட்டவை?

உங்கள் உணவில் இருந்து கோதுமையை நீக்கிய பிறகு என்னதான்மிஞ்சும்?

கோதுமையை உணவில் இருந்து நீக்குவதன் மூலம் பெரும்பாலான உபாதைகளில் இருந்து விடுதலை பெற்றுவிடலாம். கோதுமைதான் கார்போஹைரேட்களிலேயே மிகவும் மோசமானது. ஆனால், பிற கார்போஹைட்ரேட்டுகளும் கோதுமை அளவுக்கு இல்லையென்றாலும் பிரச்னையைக் கொண்டுவரவே செய்யும்.

சுமார் 40ஆண்டுகளாக நாமெல்லாரும் அதிகப்படியான கார்போஹைட்ரேட்டை உண்ணத் தொடங்கிவிட்டிருக்கிறோம். 70களில் புதிய பதப்படுத்தப்பட்ட, சுவையூட்டப்பட்ட உணவுகள் சூப்பர் மார்க்கெட்களின் அலமாரிகளை நிரப்பத் தொடங்கியதில் இருந்து நாம் காலை உணவு, மதிய உணவு, இரவு உணவு, நொறுக்குத் தீனிகள் என எல்லாவற்றிலும் கார்போஹைட்ரேட்டை நிரப்பி விட்டிருக்கிறோம். இதனால் சுமார் 40 ஆண்டுகளுக்கு மேலாக ரத்த சர்க்கரை அளவின் தாறுமாறான ஏற்ற இறக்கம், க்ளைகேஷன், தொந்தி, குடல் கொப்பளங்கள், சோர்வு, அதிக இன்சுலின் சுரப்பால் களைத்துப்போன பான்க்ரியாஸ் என நம் உடம்பு வெகுவாக பாதிக்கப்பட்டுவிட்டிருக்கிறது. நீரிழிவு, ரத்தக் கொதிப்பு, குறைவான HDL, அதிக டிரை கிளிசரைடுகள், சிறிய LDL துகள்கள், மூட்டுவலி, இருதய நோய், பக்கவாதம், பிற பல்வேறு உபாதைகள், நோய்கள் அதிக கார்போஹைட்ரேட் உட்கொள்வதால் வருகின்றன.

எனவே, கோதுமையை உணவில் இருந்து நீக்குவதோடு கார்போஹைட்ரேட்டுகளை முடிந்தவரை குறைப்பது மிக மிக நல்லது. நாம் இத்தனை ஆண்டுகளாக கார்போஹைட்ரேட்டுகளை அதிகம் சாப்பிட்டுக் கெடுத்திருக்கும் உடம்பை மீட்டெடுத்தாகவேண்டும்.

பசியைத் தூண்டக்கூடிய, இன்சுலின் சுரப்பைப் பாதிக்கக்கூடிய, சிறிய LDL துகள்களின் மூலம் வரக்கூடிய துன்பங்களில் இருந்து தப்பிக்க விரும்பினால் அல்லது எடையைக் கணிசமாகக் குறைக்கவேண்டும் என்று விரும்பினால் கோதுமையோடு கீழே சொல்லப்பட்டிருக்கும் உணவுப் பொருட்களையும் நீக்கியாக வேண்டும்.

- மக்காச்சோளத்தால் செய்யப்பட்ட பிரெட்கள், சிப்ஸ்கள், காலை உணவு தானியங்கள், சிரப்கள் என அனைத்தையும் தவிர்க்கவேண்டும்.
- நொறுக்குத் தீனிகள் : உருளைக்கிழங்கு சிப்ஸ், இட்லி, பாப்கார்ன்.
- டெசெரட்கள் : பை, கேக், கப் கேக், ஐஸ் க்ரீம், சர்பத் இதுபோல் சர்க்கரை கலந்து தயாரிக்கப்படும் எதையும் உண்ணவேண்டாம்.
- அரிசி : வெள்ளை அரிசியானாலும் சிவப்பு அரிசியானாலும் காட்டு அரிசியானாலும் கைக்குத்தல் அரிசியானாலும் எல்லாவற்றையும் தவிர்க்கவும். கொஞ்சம் போல் உட்கொண்டால் தவறில்லை. ஆனால் 1/2 கப்புக்கு மேல் சாப்பிட்டால் ரத்த சர்க்கரை அளவை தாறுமாறாக எகிறவைத்துவிடும்.
- கிழங்கு : எல்லாவகை உருளைக்கிழங்குகள், மரச்சீனிக் கிழங்குகள், மரவல்லிக் கிழங்குகள் என எல்லாமே அரிசியைப் போலவே தீமையை விளைவிக்கக்கூடியவையே.
- பயறு வகைகள் : கறுப்பு பீன்ஸ், பட்டர் பீன்ஸ், அவரைகள், லிமா பீன்ஸ், பட்டாணி இவற்றையும் தவிர்க்கவேண்டும். அரை கிணணத்துக்கு மேல் சாப்பிட்டால் அரிசியைப் போலவே தீமையை விளைவிக்கும்.
- க்ளூடென் ஃப்ரீ உணவுகள் : மக்காசோள மாவு, அரிசி மாவு, உருளைக்கிழங்கு மாவு, மரச்சீனி கிழங்கு மாவு போன்ற வற்றை கோதுமை க்ளூடென்னுக்கு மாற்றாகப் பயன்படுத்துவது மிகவும் தவறு. ஏனென்றால் இவையும் ரத்த சர்க்கரை அளவை தாறுமாறாக எகிற வைக்கும். எனவே இவற்றையும் முற்றாகத் தவிர்க்கவேண்டும்.
- பழச்சாறுகள், குளிர்பானங்கள் : இவையெல்லாம் இயற்கையான ஃப்ரெஷ்ஷான ஜூஸாக இருந்தாலும் அவை

உடம்புக்கு நல்லதல்ல. விட்டமின் சி, ஃப்ளேவொனாய்டுகள் அதில் இருந்தபோதிலும் சர்க்கரையை மிக அதிகமாகச் சேர்ப்பதால் அவற்றின் எல்லா நன்மைகளும் அடிபட்டுப் போய்விடுகின்றன. கொஞ்சமாகச் சாப்பிட்டால் பரவாயில்லை. ஆனால், அதிகமாக உட்கொண்டால் ரத்த சர்க்கரை அளவு வெகுவாக அதிகரித்துவிடும். பழங்கள் பிடிக்குமென்றால் அதனுடன் சர்க்கரை சேர்க்காமல் அப்படியே சாப்பிடுவதே நல்லது. குளிர்பானங்கள் அதிலும் கார்பானிக் அமிலம் அல்லது கார்பனேட் உப்பு சேர்த்தும் அதிக சர்க்கரை சேர்த்தும் நிறமூட்டிகள், மணமூட்டிகள், அதிக ஃப்ரக்டோஸ், மக்காச்சோள சிரப் போன்றவை சேர்த்தும் தயாரிக்கப்படுவதால் அவையும் தவிர்க்கப்பட வேண்டியவையே. அதோடு கார்பனேஷன் உடம்பின் அமிலத் தன்மைக்கு பெரும் அச்சுறுத்தலாக அமையும்.

- *உலர் பழங்கள் :* க்ரான்பெரிகள், அத்திப் பழம், பேரிச்சம் பழம், ஆப்ரிகாட் போன்றறையும் தவிர்க்கவேண்டும்.
- *பிற தானியங்கள் :* உளுந்து, கடலைப் பருப்பு, துவரம் பருப்பு, பாசிப்பருப்பு, கம்பு, கேழ்வரகு, சோளம், ஓட்ஸ் போன்ற வற்றில் கோதுமையைப் போல் எக்ஸார்பின் கிடையாது என்பது உண்மைதான். ஆனால், இவற்றில் கார்போ ஹைட்ரேட் கணிசமாக இருப்பதால் ரத்த சர்க்கரை அளவை இவையும் வெகுவாக அதிகரிக்கும். கோதுமையைவிட இவை ஓரளவுக்கு பாதுகாப்பான உணவுப் பொருட்கள்தான். ஆனால், அரை கிண்ணத்துக்கு மேல் சாப்பிடவேண்டாம்.

கோதுமையின் மோசமான தாக்கத்தை மட்டுப்படுத்தும் முயற்சியில் கொழுப்பைக் குறைக்கவேண்டிய அவசியமே இல்லைதான். எனினும் சிலவகை கொழுப்பு உணவுகள் யாருடைய உணவிலும் இருக்கவே கூடாது. ஹைட்ரஜனேட்டட் கொழுப்புகள், ஆக்ஸிடேஷன், AGE பொருட்கள் உருவான கொதித்த எண்ணெய், கருவாடு, உப்பு சேர்த்து உலரவைக்கப்பட்ட மாமிசங்கள் போன்றவற்றைக் கட்டாயம் தவிர்க்கவேண்டும்.

ஒரு நல்ல செய்தி

அப்படியானால் எதைத்தான் சாப்பிட என்று கேட்கிறீர்களா?

கோதுமை இல்லா உணவு முறையில் உங்களுக்கு உதவ அடிப்படையாக சில விஷயங்கள் இருக்கின்றன.

காய்கறிகள் சாப்பிடுங்கள். உங்களுக்கு இது ஏற்கெனவே தெரியும். பழங்கால மனிதர்களின் பாரம்பரிய அறிவு குறித்து எனக்கு பெரிய மதிப்பு எதுவும் கிடையாது. எனினும் இந்த விஷயத்தில் அவர்கள் சொல்வது மிக மிகச் சரி. விதவிதமாக ஏராளம் இருக்கும் காய்கறிகளே இந்த உலகில் மிக மிகச் சிறந்த உணவு. அவையே ஒருவருடைய உணவில் அதிக இடத்தைப் பிடிக்கவேண்டும். எல்லாவித சத்துகளும் காய்கறிகளில் உண்டு. விவசாயம் செய்ய ஆரம்பிப்பதற்கு முன்னால் மனிதர்கள் வேட்டையாடியும் உதிர்ந்த காய் கனிகளை உண்டும் தான் வாழ்ந்தார்கள். காட்டு வெங்காயம், இஞ்சி, பூண்டு, காளான் போன்ற பல உணவுப் பொருட்களைச் சாப்பிட்டுவந்தார்கள். காய்கறிகளா... எங்களுக்கு அது பிடிக்காது என்று சொல்பவர்கள் அதைச் சாப்பிட்டுப் பார்த்திருக்கவே மாட்டார்கள். ஒன்றை சாப்பிட்டுப் பார்க்காமலேயே அதைப் பிடிக்காது என்று சொல்லக்கூடாது. சைவ உணவில் எத்தனை வகைகள், எத்தனை காய்கள், எத்தனை பக்குவங்கள்... ஒவ்வொரு வருக்கும் பிடிக்கும்வகையில் காய்கறிகளைக் கொண்டு எவ்வளவோ செய்யமுடியும். அதை ஏதேனும் ஒரு நேர உணவாக மட்டுமல்லாமல் அனைத்து நேர உணவாகவும் அனைத்து நாட்களிலும் சாப்பிடமுடியும்.

கொஞ்சம் பழங்கள். காய்களும் பழங்களும் சாப்பிடுங்கள் என்று நான் சொல்லவில்லை என்பதை நீங்கள் கவனித்திருப்பீர்கள். பொதுவாகப் பலரும் இரண்டையும் சேர்த்தே சொல்வது வழக்கம் என்றாலும் இரண்டும் ஒன்றல்ல என்பது எனக்கு நன்கு தெரியும். காய்களை எவ்வளவு வேண்டுமானலும் சாப்பிடலாம். பழங்களை அளவோடுதான் சாப்பிடவேண்டும். பழங்களில் விட்டமின் சி, நார்ச்சத்து என நல்ல அம்சங்கள் உண்டு என்றாலும் உரங்கள் சேர்க்கப்பட்டு, கலப்பு பயிர் செய்யப்பட்டு மரபணு மாற்றப்பட்டு இருக்கும் பழங்களில் சர்க்கரை மிக மிக அதிகமாக சேர்ந்து விட்டிருக்கின்றன. ஒரு வருடம் முழுவதும் நீங்கள் பழங்கள் சாப்பிட்டுவந்தால் நீரிழிவு நோய் வர நிறைய வாய்ப்பு உண்டு. ஓரிரு சுளை ஆரஞ்சு, ஓரிரு துண்டு ஆப்பிள், ஏழெட்டு புளூபெர்ரிகள், இரண்டு ஸ்ட்ராபெர்ரி இவற்றைச் சாப்பிடலாம். இந்த அளவைத் தாண்டினால் அபாயம்தான். வாழை, பைனாப்பிள், மாம்பழம், பப்பாளி ஆகியவற்றில் சர்க்கரைச் சத்து மிகுதியாக இருக்கிறது. எனவே இவற்றைக் கொஞ்சமாகவே சாப்பிடவேண்டும்.

கொட்டை வகைகளைச் சாப்பிடுங்கள். பாதாம், வால்நட், முந்திரி இவற்றை எவ்வளவு வேண்டுமானாலும் சாப்பிடலாம். வயிறு நிறைந்த உணர்வும் கிடைக்கும் மோனோ சாச்சுரேட்டட் கொழுப்பு, புரதம், நார்ச்சத்து ஆகியவை மிகுந்தவை. ரத்தக் கொதிப்பைக் குறைக்கும். சிறிய LDL துகள்களின் எண்ணிக்கையைக் குறைப்ப தோடு LDL கொழுப்பையும் குறைக்கின்றன. ஒரு வாரத்தில் நாலைந்து நாட்கள் பாதம் போன்ற கொட்டை வகைகளைச் சாப்பிடுவதால் உங்கள் ஆயுள் இரண்டு வருடங்கள் கூடும்.

கொட்டைவகைகளைப் பச்சையாகவே சாப்பிடவேண்டும். சோயா பீன்ஸ் எண்ணெயிலோ ஹைட்ரஜனேட்டட் முறையிலோ தேன் கலந்தோ வறுக்கப்படாதவையாக இருக்கவேண்டும். அப்படிச் சுவையூட்டப்பட்டால் பாதாமின் ஊட்டச்சத்து வற்றிப்போய் எடை அதிகரிப்பு, ரத்தக் கொதிப்பு, LDL கொழுப்பு அதிகரிப்பு என மோசமான விளைவுகளை ஏற்படுத்தும். ஒரு நேரத்துக்கு 14 பாதம் பருப்புகள் அல்லது 100 கலோரி என உனவு மருத்துவர்கள் பரிந்துரைத்திருக்கிறார்கள். அதிக கொழுப்பு உடம்பில் சேர்ந்து விடக்கூடாது என்ற பயத்தில் அப்படிச் சொல்கிறார்கள். பலருக்கு பாதாம் பருப்பு பச்சையாகக் கடையில் கிடைக்கிறது என்பதுகூடத் தெரியாது. நிலக்கடலை உண்மையில் கொட்டை பருப்பு கிடையாது. அது பயறு வகையைச் சேர்ந்ததுதான். அவற்றைப் பச்சையாக அப்படியே சாப்பிட முடியாது. அவற்றை வேகவைத்து மணலில் வறுத்துத்தான் சாப்பிடவேண்டும். அவற்றையும் ஹைட்ரஜனேட்டட் சோயாபீன்ஸ் எண்ணெயில் பொரித்தோ கோதுமை, சோள மாவு கலந்தோ சுக்ரோஸுடன் சேர்த்தோ சாப்பிடக்கூடாது.

எண்ணெயை தாராளமாகப் பயன்படுத்துங்கள். எண்ணெயைக் குறைப்பது அவசியமே இல்லை. கடந்த கால ஊட்டச்சத்து நிபுணர்கள் சொன்ன தவறான ஆலோசனைகளில் இதுவும் ஒன்று. ஆலிவ் எண்ணெய், செக்கில் ஆட்டிய தேங்காய் எண்ணெய், அவகேடோ எண்ணெய், கொக்கோ வெண்ணெய் போன்ற ஆரோக்கியமான எண்ணெயை எவ்வளவு வேண்டுமானாலும் பயன்படுத்தலாம். சூரிய காந்தி எண்ணெய், மக்காச்சோள எண்ணெய், தாவர எண்ணெய் போன்ற பாலி அன்சாச்சுரேட்டட் எண்ணெய்களைப் பயன்படுத்த வேண்டாம். அதிகச் சூடாக்கியோ பொரித்தோ எதையும் சாப்பிடவேண்டாம். அதுதான் ஆக்ஸிடேஷன் வினைகளையும் AGE உருவாக்கத்தையும் தூண்டுகின்றன.

மாமிசம், முட்டைகள் சாப்பிடுங்கள். இவற்றில் சாச்சுரேட்டட் கொழுப்பு இருப்பதால் இவற்றைச் சாப்பிடக்கூடாது என்று ஊட்டச்சத்து நிபுணர்கள் சொல்லிவந்திருக்கிறார்கள். சாச்சுரேட்டட் கொழுப்பினால் ஒரு பிரச்னையும் கிடையாது. ஆனால், கார்போ ஹைட்ரேட்டுடன் அவை சேரும்போது LDL துகள்கள் வெகுவாக அதிகரிக்கின்றன. பிரச்னை கார்போஹைட்ரேட்டில்தான் இருக்கிறது. மாரடைப்பு, பக்கவாதம் ஆகியவற்றுக்கு சாச்சுரேட்டட் கொழுப்பு காரணமல்ல என்று புதிய ஆய்வுகள் சொல்கின்றன. விலங்குகளில் இருந்து பெறப்படும் பொருட்களில் எக்சோஜெனஸ் AGE அதிகம் உருவாகும் அபாயமும் இருக்கிறது. மாமிச உணவின் பிரச்னை அதுதானே தவிர கொழுப்பு அல்ல. மாமிச உணவை குறைவான நேரம் சூடாக்குவது, குறைந்த வெப்பத்தில் சமைப்பது போன்ற வற்றின் மூலம் AGE உருவாக்கத்தை கட்டுப்படுத்தமுடியும்.

இயற்கை முறையில் வளர்க்கப்பட்ட விலங்குகளின் மாமிசத்தைத் தேடி வாங்குங்கள். அவற்றில்தான் ஒமேகா-3 கொழுப்பு சத்து அதிகம் இருக்கும். ஆண்டிபயாடிக்குகள், ஹார்மோன்கள் கொடுத்து வளர்க்கப்படும் விலங்குகளின் மாமிசம் உடம்புக்கு நல்லதல்ல. அதுபோல் வதைமுகாம் போன்ற பண்ணைகளில் வளர்க்கப்பட்ட விலங்குகளின் மாமிசத்தைவிட இயற்கையாக அலைந்து திரியும்படி வளர்க்கப்பட்டவிலங்குகளின் மாமிசமே நல்லது. ஒருபோதும் அதிக சூட்டில் பொரித்து சாப்பிட வேண்டாம். அப்படிச் செய்வதால்தான் எண்ணெய்களில் ஆக்ஸிஜனேற்றம் நடந்து அதிக AGE உருவாக்கம் நடக்கிறது. உப்புக்கண்டம் போட்ட மாமிசத்தை உண்ணவேண்டாம். முட்டைகளையும் நீங்கள் சாப்பிடவேண்டும்.வாரத்துக்கு ஒரு முட்டை அல்லது வேறு கட்டுப்பாடுகள் எதையும் பொருட்படுத்த வேண்டாம். உங்கள் உடம்புக்கு எத்தனை முட்டைகள் ஒத்துக்கொள்கிறதோ அத்தனை சாப்பிடுங்கள். கோதுமைபோன்ற போதைத்தன்மை மிகுந்த உணவுகளில் இருந்து விடுதலை பெற்றுவிட்டிருப்பதால் உங்களுக்கு எவ்வளவு போதுமானதாக இருக்கும் என்பதை உங்கள் உடம்பே அழகாகச் சொல்லிவிடும்.

பால் பொருட்கள் சாப்பிடுங்கள். சீஸ் மிகுதியாகச் சாப்பிடுங்கள். கொழுப்பு ஒரு பிரச்னையே அல்ல என்பதை நினைவில் வைத்துக்கொள்ளுங்கள். சீஸை உங்கள் உணவின் முக்கிய அங்கமாகவும் நொறுக்குத் தீனியாகவும் கூடச் சாப்பிடலாம். வெண்ணெய், யோகார்ட், பால் போன்றவற்றை குறைவாகவே நாளொன்றுக்கு ஒன்று அல்லது இரண்டு நேரம் மட்டுமே

சாப்பிடுங்கள். பெரியவர்கள் சீஸைத்தான் அதிகம் சாப்பிடலாம். ஏனென்றால் பிற பால் பொருட்களில் இருக்கும் புரதங்கள் இன்சுலின் சுரப்பை அதிகரிக்கவே செய்யும். சீஸைத் தயாரிக்கப் பின்பற்றப்படும் வழிமுறையினால் அதில் இருக்கும் அமினோ அமிலங்கள் வெகுவாகக் குறைந்துவிடுகின்றன. அதனால் இன்சுலின் சுரப்பு மட்டுப்படுத்தப்படுகிறது. பால் பொருட்களை அதிகம் ப்ராசஸ் செய்யப்படாத நிலையிலேயே உண்ணவேண்டும். உதாரணத்துக்கு அதிக ஃப்ரக்டோஸ், மக்காச்சோள சிரப், சர்க்கரை அதிகம் சேர்க்கப்பட்ட யோகார்டுக்கு பதிலாக கொழுப்பு நிறைந்த இனிப்பு சேர்க்கப்படாத ஃப்ளேவர் எதுவும் சேர்க்கப்படாத யோகார்ட்டையே சாப்பிடவேண்டும்.

பிற பால் பொருட்கள் ஒத்துக்கொள்ளாத நபர்களுக்குக் கூட முறையாக ஃபெர்மெண்ட் (நொதித்தல் வினை) செய்யப்பட்ட சீஸைச் சாப்பிட்டால் ஒன்றும் ஆகாது. முறையாக ஃபெர்மெண்ட் செய்யப்பட்டதா என்பதைத் தெரிந்துகொள்ள பாக்கெட்டில் கல்ச்சர் என்றோ லைவ் கல்ச்சர் என்றோ போடப்பட்டிருக்கிறதா என்று பார்த்து வாங்குங்கள். பாலை ஃபெர்மண்ட் செய்ய வேதிப் பொருள் கலக்கப்படவில்லை என்பதன் அறிகுறி அதுதான். ஃபெர்மண்டேஷன் வினை பாலில் இருக்கும் லாக்டோஸ் அளவைக் குறைத்துவிடுகிறது. லாக்டோஸ் ஒவ்வாமை உள்ளவர்கள் லாக்டேஸ் என்ஸைம் சேர்க்கப்பட்ட அல்லது அந்த என்ஸைம் மாத்திரையைச் சாப்பிடலாம்.

சோயா உணவுகளும் பலருக்கும் மிகவும் பிடித்துவிட்டிருக்கிறது. இதற்கு முக்கிய காரணம் அது மரபணு மாற்றப்பட்டு பல்வேறு விதமான உணவுகளாக சூப்பர் மார்க்கெட்டுகளின் அலமாரிகளை நிறைத்துவருவதுதான். மரபணு மாற்றப்பட்ட சோயா எந்த உணவில் இருக்கிறது என்பதைக் கண்டுபிடிக்க முடியாத அளவுக்கு ஆகிவிட்டதால் சோயாவைக் குறைவாகவே சாப்பிடும்படிப் பரிந்துரைக்கிறேன். அதுவும் ஃபெர்மெண்ட் செய்யப்பட்ட வடிவில் டோஃபு, டெம்பெ, மிஸோ, நட்டோவாகச் சாப்பிடுங்கள். ஃபெர்மன்ட் செய்யப்படுவதன் மூலம் சோயாவில் இருக்கும் லெக்டின்கள், ஃபைலேட்கள் போன்ற குடலுக்கு தீங்கு விளைவிக்கும் பொருட்களின் தாக்கம் குறையும். லாக்டோஸ் ஒவ்வாமை உள்ளவர்கள் சோயா பால் சாப்பிடலாம்.மேலே சொன்ன காரணங்களுக்காக அதைக் குறைவாக உண்பதே நல்லது.சோயாபீன்ஸுக்கும் எடமமேக்கும் இந்த எச்சரிக்கைகள் அப்படியே பொருந்தும்.

முழுமையான ஆரோக்கியத்துக்கான என் பரிந்துரை

பெரும்பாலான பெரியவர்கள் அதிக கார்போஹைட்ரேட் உணவை நீண்டகாலம் உண்டு வந்து தமது உடம்பை மிக மோசமாக்கிவைத்திருக்கிறார்கள். மிக மோசமான உணவான கார்போஹைட்ரேட்டை உணவில் இருந்து நீக்குவதன் மூலம் பெரும்பாலான பிரச்னைகளில் இருந்து தப்பிவிடமுடியும். எனினும் பிற கார்போஹைட்ரேட் உணவுகளும் தீய விளைவுகளை ஏற்படுத்தும் என்பதால் அவற்றையும் கணிசமாகக் குறைக்கவேண்டும். இதோ எதையெல்லாம் எவ்வளவு சாப்பிடலாம் என்று ஒரு பட்டியல் :

கணக்கு வழக்கு இல்லாமல் சாப்பிடக்கூடியவை

வெள்ளரி, காலிஃப்ளவர், முட்டைகோஸ், கீரை, காளான்கள், மூலிகை உணவுகள் போன்ற காய்கறிகள் (மாவுச் சத்து நிறைந்த கிழக்குவகைகள், மக்காச்சோளம் போன்றவை நீங்கலாக).

கொட்டைவகைகள் - பாதாம், வால்நட், பெகன், ஹேஸல் நட், முந்திரி, நிலக்கடலை (வேகவைத்து, மணலில் வறுத்து), சூரியகாந்தி விதை, பூசணி விதை.

எண்ணெய்வகைகள் - ஆலிவ், அவகேடா எண்ணெய், வால்நட், தேங்காய், ஆளிவிதை, மகாடமியா, எள்.

மாமிசங்கள், முட்டைகள் - இயற்கை முறையில் வளர்க்கப் பட்ட கோழி, மாட்டிறைச்சி, பன்றி இறைச்சி, நெருப்புக் கோழி இறைச்சி, காட்டு விலங்குகள், மீன், முட்டைகள்.

சீஸ் - இனிப்பு பொருட்கள் சேர்க்கப்படாதது, மயோனிஸ், வினிகர்கள், சோயா சாஸ், மிளகாய், மிளகு சாஸ்.

பிற - ஆளி விதை (அரைக்கப்பட்டவை), அவகேடா, ஆலிவ், தேங்காய், மசாலா பொருட்கள், கொக்கோ (இனிப்பு சேர்க்கப்படாதது).

அளவாகச் சாப்பிடக்கூடியவை

சீஸ் அல்லாத பால் பொருட்கள் : பால், வெண்ணெய், யோகார்ட்

பழங்கள் - பெர்ரிகள்தான் நல்லது. புளூபெர்ரி, ராஸ்பெர்ரி, பிளாக்பெர்ரி, ஸ்ட்ராபெர்ரி, க்ரான்பெர்ரி, செர்ரிகள். இனிப்பு மிகுந்த பைனாப்பிள், பப்பாளி, மாம்பழம், வாழைப்பழம்

ஆகியவற்றை மிகவும் குறைவாகவே சாப்பிடவேண்டும். உலர் பழங்கள், குறிப்பாக அத்தி, பேரிச்சம்பழம் ஆகியவற்றில் சர்க்கரை மிக அதிகமாக இருக்கும் என்பதால் அவற்றை முழுவதுமாகத் தவிர்ப்பது நல்லது.

மக்காச்சோளம் - வேகவைத்து, சுட்டுச் சாப்பிடலாம். (மக்காச்சோள மாவு, மக்காச்சோள கஞ்சி இவற்றுடன் குழப்பிக் கொள்ளவேண்டாம். அவற்றை முற்றாகத் தவிர்க்கவேண்டும்).

பழச்சாறுகள் - சர்க்கரை சேர்க்காமல்.

கோதுமை கலக்காத, க்ளுடென் கலக்காத தானியங்கள் - கொய்னா, சிறு தானியம், டெஃப், பக்வீட், அரிசி, ஓட்ஸ், காட்டு அரிசி, உளுந்து.

பயறுவகைகள் : பிளாக் பீன்ஸ், அவரை, பட்டர்பீன்ஸ், லிமா பீன்ஸ், துவரம் பருப்பு, பட்டாணி, உருளை, மரவள்ளிக் கிழங்கு.

சோயா உணவுப் பொருட்கள் - டோஃபு, டெம்பெ, மிஸோ, நட்டோ, எடமமே, சோயா பீன்ஸ்.

எப்போதாவது சாப்பிடலாம் அல்லது ஒருபோதும் சாப்பிடக்கூடாதவை

கோதுமை உணவுகள் - பிரட் வகைகள், பாஸ்தா, நூடுல்ஸ், குக்கிகள், கேக், பை, கப் கேக், காலை உணவு தானியங்கள், பான்கேக், வேஃபர், ரை, பார்லி.

ஆரோக்கியமற்ற எண்ணெய்கள் - ஒரு முறைக்குமேல் பொரிக்கப் பயன்படுத்தப்பட்ட எண்ணெய், ஹைட்ரஜன் சேர்க்கப்பட்டவை, பாலி அன்சாச்சுரேட்டட் எண்ணெய்.

க்ளுடென் இல்லா உணவுகள் - மக்காச்சோள மாவு, அரிசி மாவு, உருளைக்கிழங்கு மாவு, மரச்சீனிக் கிழங்கு மாவு.

உலர் பழங்கள் - அத்திப்பழம், பேரிச்சம் பழம், கொடி முந்திரி, உலர் திராட்சை, க்ரான்பெர்ரிகள்.

பொரித்த உணவுகள், சர்க்கரை சேர்ந்த உணவுகள், கேண்டிகள், ஐஸ்க்ரீம்கள், சர்பத், எனர்ஜி பார்கள்.

சர்க்கரை/ஃப்ரக்டோஸ் மிகுந்த பொருட்கள் - சிரப், தேன், மேப்பிள் சிரப், அதிக ஃப்ரக்டோஸ் கலந்த மக்காச்சோள சிரப், சுக்ரோஸ்

ஜெல்லிகள், ஜாம்கள், பதப்படுத்திகள், கெச்சப், சட்னி.

பிற உணவுகள். ஆலிவ்கள், அவகேடோக்கள், சூரியகாந்தி விதைகள், பூசணி விதைகள் போன்றவை உணவில் வித்தியாசத்தைக் காட்ட உதவும். வழக்கமான உணவையே தொடர்ந்து உண்பதற்கு பதிலாக விதவிதமான உணவுகளைச் செய்து சாப்பிடுங்கள். அப்போதுதான் அனைத்துவகை விட்டமின்கள், மினரல்கள், நார்ச்சத்து ஆகியவை கிடைக்கும். இன்றைய நவீன உணவு முறைகளில் இருக்கும் மிகப் பெரிய பிரச்னையே அதில் பல்வேறு விதங்கள் இல்லை என்பதுதான்.

அதோடு கலோரியை மட்டுமே கவனத்தில் கொள்வதால் பல்வேறு ஊட்டச்சத்துகள் நவீன உணவு முறையில் இருப்பதில்லை. அதற்காகத்தான் கோதுமை உணவுவகைகளில் பல்வேறு சத்துகளைச் சேர்த்தாகவேண்டிய கட்டாயம் ஏற்படுகிறது.

மசாலா மற்றும் மணமூட்டிகள் எல்லாம் உணவின் சுவையை அதிகரிக்க உதவுபவையே. முள்ளங்கி, வாஸபி, கடுகு போன்றவற்றைப் பயன்படுத்தி நீங்களே அவற்றைத் தயாரித்துக் கொள்ளுங்கள். கெச்சப் பக்கம் போகவே வேண்டாம். டேபனேட் பேஸ்ட்கள் தயார் நிலையில் கடைகளில் கிடைக்கும். அவற்றை கத்தரி, முட்டை, மீன் ஆகியவற்றுடன் சேர்த்து சாப்பிடலாம்.

வெறுமனே உப்பு, மிளகு சேர்த்து சமையலை முடித்துவிட வேண்டாம். மசாலா பொருட்கள், மணமூட்டிகள் என ஏராளமிருக்கின்றன. அவை உணவுக்கு மணமும் சுவையும் ஊட்டுவதோடு ஊட்டச்சத்து கொண்டவையாகவும் இருக்கின்றன.

பல்கர், காமுத், பார்லி, டிரைடிகல், ரை ஆகியவையும் கோதுமையைப் போன்ற மரபணு மூலத்தை உடையவையே. எனவே கோதுமையின் தீய குணங்களில் சில அவற்றிலும் இருக்கும். எனவே, அவற்றையும் தவிர்த்தாகவேண்டும். க்ளூடென் ஒவ்வாமை உள்ளவர்கள் குறிப்பாக செலியாக் நோய் உள்ளவர்களில் சிலருக்கு ஓட்ஸ்ும் ஒத்துக்கொள்ளாது. கொய்னா, சிறு தானியம், அமராந்த், டெஃப், சியா சீட், உளுந்து இவற்றிலும் கார்போஹைட்ரேட்டுகள் உண்டு. எனினும் எக்ஸார்பின்கள் கிடையாது. கோதுமை அளவுக்கு இவற்றை முற்றாகத் தவிர்த்தாக வேண்டுமென்று சொல்லமுடியாது. எனினும் இவை வளர்சிதை மாற்றத்தை நிச்சயம் பாதிக்கும். எனவே கோதுமையை உணவில் இருந்து நீக்கி எடை குறைப்பு, நோய்கள் குணமடைதல் போன்ற எதிர்பார்த்த நல்ல விஷயங்கள் நடந்து முடிந்த பிறகு இவற்றைக் கொஞ்சமாக உணவில் சேர்த்துக்கொள்ளலாம். கோதுமை மீதான

மோகம் உங்களுக்கு மிக அதிகமாக இருந்திருந்தால் இந்த தானியங்கள் பற்றியும் கொஞ்சம் எச்சரிக்கையுடன் இருங்கள். ஏனென்றால் இவற்றில் கார்போஹைட்ரேட் அதிகம். எனவே ரத்த சர்க்கரை அளவை சிலருடைய உடம்பில் வெகுவாக அதிகரித்துவிடக்கூடும். ஓட்ஸ் மீல் எப்படி உற்பத்தி செய்யப்பட்டிருந்தாலும் எப்படி சமைக்கப்பட்டாலும் ரத்த சர்க்கரை அளவை அதிகரிக்கவே செய்யும். மேலே சொன்ன தானியங்களில் எந்தவொன்றும் உங்கள் உணவில் மிகுதியான இடத்தைப் பிடித்துக்கொண்டுவிடக்கூடாது என்பதிலும் அவை உங்களுக்கு உண்மையில் அவசியமே இல்லை என்பதையும் நினைவில் வைத்துக்கொள்ளுங்கள். பெரும்பாலானோருக்கு கால் அல்லது அரைக் கிண்ணம் இந்த தானியங்களை உண்பதால் எந்தப் பிரச்னையும் வராது. ஆனால், உங்களுக்கு க்ளூடென் ஒவ்வாமை தீவிரமாக இருந்தால் ரை, பார்லி, பல்கர், டிரைடிகல், காமத் ஏன் ஓட்ஸைக்கூடத் தவிர்த்தாகவேண்டும்.

தானியங்களின் உலகில் ஒரே ஒரு தானியம் தனித்து நிற்கிறது. ஏனென்றால் அதில் புரதம், நார்ச்சத்து, எண்ணெய் ஆகியவை மட்டுமே இருக்கிறது. அதுதான் ஆளி விதை. அதில் ரத்த சர்க்கரை அளவை அதிகரிக்கும் கார்போஹைரேட்டே கிடையாது. நன்கு அரைத்த ஆளி விதை உடம்புக்கு மிக மிக நல்லது. அரைக்காத ஆளி விதை ஜீரணமாகாது. நன்கு வறுத்த ஆளி விதையை பால், தேங்காய் பால் தேங்காய் தண்ணி, பாதாம் பால், சோயா பால் ஆகியவற்றுடனும் வால்நடஸ், ப்ளூபெர்ரியுடனும் சேர்த்து சாப்பிடலாம். கோழி இறைச்சி, மீன் ஆகியவற்றுடனும் சேர்த்து சாப்பிடலாம்.

கோதுமை அல்லாத தானியங்களுக்குச் சொல்லப்படும் அதே எச்சரிக்கை பயறுவகைகளுக்கும் பொருந்தும். அவரை, பிளாக் பீன்ஸ், லிமா பீன்ஸ் மற்றும் பிற பீன்ஸ்வகைகளில் நார்ச்சத்தும் புரதமும்நிறைய இருக்கின்றன. எனினும் அவற்றில் கார்போ ஹைட்ரேட் அதிகம் இருப்பதால் இவற்றை அதிகம் சாப்பிடுவது நல்லதல்ல.

ஒரு கிண்ணம் பீன்ஸில் 30-50 கிராம் கார்போஹைட்ரேட் இருக்கிறது. பலருடைய ரத்த சர்க்கரை அளவை வெகுவாக உயர்த்த இதுவே போதும். எனவே க்ளூடென் இல்லாத தானியங் களைப் போலவே பயறுவகைகளையும் கொஞ்சம் போல அரைக் கிண்ணம் மட்டுமே சாப்பிடவேண்டும்.

குளிர்பானங்கள். தாகத்தைத் தணிக்கத் தண்ணீர் அருந்துவதுதான் மிகவும் நல்லது. அதுவே உங்கள் முதல் தேர்வாக இருக்க வேண்டும். 100% பழச்சாறுகளைக் கொஞ்சமாகச் சாப்பிடலாம். ஆனால், செயற்கை பழச்சாறுகள், குளிர்பானங்கள் இவற்றைத் தவிர்ப்பது மிகவும் நல்லது.தேநீர், காப்பி, மல்லி, சுக்கு போன்ற வற்றை பாலுடன் அல்லது பால் இல்லாமல் சாப்பிடலாம். க்ரீம், தேங்காய் பால், சோயா பால் இவையும் சாப்பிடலாம். மதுபானங் களை எடுத்துக்கொண்டால் சிவப்பு வைன் தான் ஓரளவுக்கு நல்லது. பீர் வகைகள் கோதுமையில் இருந்து தயாரிக்கப் படுபவையே. எனவே அவற்றை முற்றாகத் தவிர்ப்பதே நல்லது. பீரில் கார்போஹைட்ரேட்டுகள் மிகவும் அதிகமாக இருக்கும். உங்களுக்கு செலியாக் அறிகுறிகள் இருந்தால் கோதுமை அல்லது க்ளூடென் இருக்கும் பீர்வகைகளைச் சாப்பிடவே கூடாது.

சிலருக்கு கோதுமை மூலமான உபாதைகள் வந்துவிடக்கூடாது என்பதில் அக்கறை இருக்கும். அதே நேரம் அந்த உணவுகளைப் போன்ற மணமும் சுவையும் இருக்கும் உணவுகளைத் தேடுவார் கள். அவர்களுக்கு பின்னிணைப்பு - பி யில் சில ரெசிப்பிகள் தந்திருக்கிறேன்.

சைவ உணவு உண்பவர்களுக்கு கொஞ்சம் கூடுதல் சிரமப்பட வேண்டியிருக்கும். தீவிர சைவ உணவுப் பழக்கம் கொண்டவர்கள், முட்டை, பால், மீன் இவற்றைச் சேர்க்காமல் இருப்பவர்களுக்கு உகந்த உணவைத் தயாரிப்பதில் கொஞ்சம் சிரமப்பட வேண்டியிருக்கும். தீவிர சைவ உணவு உண்பவர்களுக்கு கொட்டைவகைகள், விதைகள், எண்ணெய், விதை வெண்ணெய் ஆகியவற்றையே அதிகம் சாப்பிடவேண்டியிருக்கும். அவகேடா, ஆலிவ்கள் சாப்பிடவேண்டியிருக்கும். கார்போஹைட்ரேட் கொஞ்சம் போல அதிகமாக இருக்கும் பீன்ஸ்கள், பட்டாணி, துவரம் பருப்பு, காட்டு அரிசி, மரச்சீனிக்கிழங்கு போன்ற வற்றையும் கொஞ்சம் அதிகமாகச் சாப்பிடவேண்டியிருக்கும். மரபணு மாற்றப்படாத சோயா பொருட்கள் கிடைக்குமென்றால் டோஃபு, டெம்ப், நட்டோ போன்ற புரதச் சத்து மிகுந்தவற்றையும் உண்ணலாம்.

கோதுமை இல்லா உலகம் : முதல் வார வாழ்க்கை

எளிதில் கிடைக்கும் பொருளாக கோதுமை உணவுப் பொருட்கள் இருப்பதாலும் உலகமே பதப்படுத்தப்பட்டு, சுவையூட்டப்பட்டு,

எளிதில் உண்ணத் தக்க உணவின் பக்கம் திரும்பிவிட்டதாலும் காலை, மதியம், மாலை என மூன்று நேரங்களிலும் அமெரிக்க உணவில் பிரதான இடத்தைப் பிடித்துவிட்டதாலும் கோதுமை இல்லாத உலகம் எப்படி இருக்கும் என்பதை நினைத்துப்பார்ப்பதே மிகவும் கடினம்தான். கோதுமையை உனவில் இருந்து நீங்குவதென்றால் உயிரையே விடுவதுபோல் சிலரைப் பயமுறுத்தக்கூடும். ஆனால், உண்மை அதுவல்ல.

காலை உணவாக எதை உட்கொள்வது என்ற கேள்வி முதலில் வரும். பிரட், டோஸ்ட், ஆரோக்கியமான முழு தானிய உணவுகள் இவற்றை நீக்கிவிட்டால் எதைச் சாப்பிட? கவலை வேண்டாம் ஏராளம் இருக்கின்றன. ஆனால் அவையெல்லாம் காலை உணவாக மனதில் பதிந்திருக்காது. காலை உணவை விசேஷ உணவாக நினைக்காமல் மதிய இரவு உணவைப் போலவே இன்னொரு நேர உணவு என்று நினைத்தால் ஏராலமான வகைகள் டேபிளில் வரிசை கட்டி நிற்கும்.

அரைத்த ஆளி விதை, பாதாம், ஹேஸல்நட், பெகன்கள், வால்நட்கள் ஆகியவற்றை காலை உணவாகச் சாப்பிடலாம். கூடவே பால், தேங்காய் பால், இனிப்பு சேர்க்காத பாதாம் பால், சோயா பால், சூரிய காந்தி விதைகள், ப்ளூபெர்ரி, பிற பெர்ரிகள் இவற்றைச் சாப்பிடலாம். முட்டையை காலை உணவுக்கு கம்பீரமாகத் திரும்பக் கொண்டுவாருங்கள். வேகவைத்து சாப்பிடலாம், அப்படியே அடித்துக் குடிக்கலாம். ஆம்லெட், ஃபுல் பாயில், ஹாஃப் பாயில், பொடிமாஸ் என பல வகைகளில் செய்து சாப்பிடலாம்.

நறுக்கிய காய்கள், காளான்கள், ஆட்டு சீஸ், ஆலிவ் எண்ணெய், மாமிசம் இவற்றைக் காலை உணவாகச் சாப்பிடலாம். தக்காளி சாலட், நறுக்கிய மோஸரெல்லா, புதினா இலைகள், ஆலிவ் ஆயில் இவற்றைக்கலந்து சாப்பிடலாம். அல்லது முந்தின நாள் இரவு உணவுக்குத் தயாரித்த சாலடை அடுத்த நாள் காலை உணவுக்குக் கொஞ்சம் எடுத்துவையுங்கள்.

சீக்கிரமாகப் புறப்படவேண்டுமென்றால் ஒரு துண்டு சீஸ், அவகேடா பழம், பெகான், கைநிறைய ராஸ்பெர்ரி இவற்றை எடுத்துக்கொள்ளுங்கள். அல்லது நான் புதிய பெயர் சூட்டியிருப்பதுபோல் பகலுக்கான இரவுணவு - பகலுக்கான மதிய உணவு என்ற முறைப்படி மதிய அல்லது இரவு உணவை

காலையில் சாப்பிடுங்கள். விஷயம் தெரியாதவர்களுக்கு நீங்கள் இப்படிச் சாப்பிடுவது விசித்திரமாகத் தோன்றலாம். எனினும் ஒரு நாளின் முதல் நேர உணவை ஆரோக்கியமானதாக வைத்துக் கொள்ள சிறந்த வழி இது.

முதல் ஒரு வாரத்துக்கு என்னெவெல்லாம் சாப்பிடலாம் என்பதைப் பட்டியலிடுகிறேன். ஒரு விஷயத்தை கவனத்தில் கொள்ளவேண்டும். கோதுமையை உணவில் இருந்து நீக்கு கிறீர்கள் என்றால் அதற்கு பதிலாக, உண்மையான ஆரோக்கிய மான உணவைச் சாப்பிடவேண்டும். உணவு நிறுவனங்கள் சொல்லும் உணவாக இருக்கக்கூடாது.

கலோரியை மட்டுமே கவனத்தில் கொண்டு உணவைத் தீர்மானிக்கவேண்டாம். உங்களுக்கு சிறுநீரகக் கல், சிறு நீரக நோய் போல் தனிப்பட்ட குறைபாடு, நோய் எதுவும் இல்லையென்றால் இந்த அம்சங்கள் குறித்து அதிகம் கவலைப்படவேண்டாம். எனவே நான் பரிந்துரைக்கும் உணவு வழிமுறையில் கொழுப்பு இத்தனை கலோரி, புரதம் இத்தனை கலோரி என்றெல்லாம் சொல்லமாட்டேன். கோதுமையை உணவில் இருந்து நீக்கி விடுவதால் உடல் தன் இயல்பான நிலைக்குத் திரும்பிவிடும் என்பதால் ஆரோக்கியமான உணவைச் சாப்பிட அளவு பார்க்கவே வேண்டாம்.

கார்போஹைட்ரேட் அளவு மட்டுமே அதிகமாகாமல் பார்த்துக் கொள்ளவேண்டும். நாம் அதிக கார்போஹைட்ரேட் உணவை பல ஆண்டுகள் உண்டு பழகிவிட்டதால் நாளொன்றுக்கு 50-100 கிராம் கார்போஹைட்ரேட்டாவது உட்கொண்டாகவேண்டும். உங்களுக்கு நீரிழிவு நோய் இருந்தால் நாளொன்றுக்கு 30 கிராம் கார்போஹைட்ரேட் மட்டுமே உடம்பில் சேர்வதாகப் பார்த்துக்கொள்ள வேண்டும். மாரத்தான், டிரையத்லான் போன்று கடுமையான உடல் பயிற்சி செய்ய வேண்டியவர்கள் என்றால் உடற்பயிற்சியின்போது கொஞ்சம் அதிகமாக கார்போஹைட்ரேட் சாப்பிடலாம்.

எனவே, இங்கு நான் சொல்லும் அளவுகள் எல்லாம் வெறும் ஆலோசனை மட்டுமே. கட்டுப்பாடு அல்ல. செலியாக் அல்லது க்ளூடென் ஒவ்வாமை உள்ளவர்கள் மட்டும் இந்த உணவுப் பரிந்துரையில் க்ளூடென் இல்லாத உணவாகப் பார்த்து சேர்த்துக் கொள்ளவேண்டும்.

முதல் நாள்

காலை உணவு: தேங்காய், ஆளி விதை தானிய உணவு

மதியம்: மீன் அல்லது இறைச்சி, காய்கறி சாலட், சீஸ்கள், ஆலிவ்கள்

இரவு உணவு: கோதுமை இல்லா பீட்ஸா, காய்கறி சாலட், கேரட் கேக்

இரண்டாம் நாள்

காலை உணவு: ஆலிவ் ஆயிலில் செய்த முட்டை புர்ஜி, சீஸ், கை நிறைய பாதம், வால்நட்கள், பிஸ்டாசியோ

மதிய உணவு: வேகவைத்த காளான், இறைச்சி, சீஸ்

இரவு உணவு: வாஸபி சாஸில் வேகவைத்த மீன், கீரை சாலட் (வால்நட், வெங்காயம், சீஸ், வினிகர் சேர்த்து), இஞ்சி மசாலா குக்கிகள்

மூன்றாம் நாள்

காலை உணவு: வெஜ் சாலட் (நறுக்கிய மிளகாய், செலரி, முள்ளங்கி, காலிஃப்ளவர்), ஆப்பிள் வால்நட் பிரெடும் க்ரீம் சீஸூம்/வெண்ணெயும்

மதிய உணவு: கிரேக்க சாலட் (ஆலிவ்கள், வெள்ளரி, தக்காளி, சீஸ்கட்டி, எலுமிச்சை சாறு, வினிகர்)

இரவு உணவு: ஓவனில் பேக் செய்த கோழி இறைச்சி அல்லது சீஸில் வதக்கிய கத்தரிக்காய்கள், பேபி காளான், சாக்லேட் டோஃபு மூஸ்

நான்காம் நாள்

காலை உணவு: சீஸ் கேக் (கோதுமை இல்லா க்ரஸ்ட் கொண்ட கேக்) - என்னது காலை உணவாக சீஸ் கேக்கா... இதைவிடச் சிறந்த உணவு வேறென்ன இருக்க முடியும் - கை நிறைய பாதாம், வால் நட், பிஸ்தாசியோ

மதிய உணவு: கோழி அவகேடா வ்ராப், க்ரனோலா

இரவு உணவு: கோழி இறைச்சி, காட்டு அரிசி, ஆலிவ் எண்ணெயில் வதக்கிய அஸ்பராகஸ் , சாக்லேட்-நிலக்கடலை பட்டர் ஃபட்ஜ்.

ஐந்தாம் நாள்

காலை உணவு: *சாலட் (தக்காளி, மோசரெல்லா சீஸ், புதினா, ஆலிவ் எண்ணெய்), ஆப்பிள் வால்நட் பிரெடும் க்ரீம் சீஸூம்/ வெண்ணெயும்*

மதிய உணவு: *மீன் அவகேடா சாலட், இஞ்சி மசாலா குக்கீகள்*

இரவு உணவு: *ஷிராடகி நூடுல்ஸ் ஸ்டிர் ஃபரை, பெரி தேங்காய் ஸ்மூதி*

நாள் ஆறு

காலை உணவு: *முட்டை-பெஸ்டோ வ்ராப், கை நிறைய பாதம், வால்நட்கள், பிஸ்டாசியோ*

மதிய உணவு: *பல காய்கள் கலந்த சூப் - ஆளிவிதை அல்லது ஆலிவ் ஆயில் சேர்த்துக்கொள்ளவும்*

இரவு உணவு: *பால்சமிக் சாலட் (பார்மேசன் சீஸ், இறைச்சித் துண்டுகள், பால்சமிக் வினிகரில் வறுத்த காய்கள்), ஆப்பிள் வால்நட் பிரெடும் க்ரீம் சீஸூம்/பூசணி வெண்ணெயும்*

ஏழாம் நாள்

காலை உணவு: *க்ரானோலா, ஆப்பிள் வால்நட் பிரெடும் பாதாம்/ முந்திரி/ சூரிய காந்தி வெண்ணெயும்.*

மதிய உணவு: *கீரை-காளான் சாலட் (ஹெல்தி ரான்ச் டிரெஸிங் செய்துகொள்ளவும்)*

இரவு உணவு: *ஃப்ளாக்ஸ் பரிட்டொ (ஆளி விதை வ்ராப் - ப்ளாக் பீன்ஸ், அரைத்த இறைச்சி, அல்லது டோஃபு, பச்சை மிளகாய், செடார் சீஸ், சல்ஸா), மெக்ஸிகன் டோர்டிலா சூப், சீஸ் கேக்*

இந்த ஏழுநாள் மெனு என்பது கோதுமை இல்லா ஆரோக்கியமான உணவுவகைகள் எவ்வளவு அதிகம் இருக்கின்றன என்பதைக் காட்டும் நோக்கில் சொல்லியிருக்கிறேன். நீங்கள் மிகவும் எளிமையாகத் தயாரிக்க முடிந்த உணவுவகைகளையே தினமும் செய்து சாப்பிட்டுக்கொள்ளலாம். நன்கு அடித்த முட்டை, கை நிறைய ப்ளூபெர்ரிகள், பெகன்களை காலை உணவு, மீன் மற்றும் காய்கறி சாலட் இரவு உணவு என்று எளிமையாக முடித்துக் கொண்டுவிடவும் செய்யலாம்.

கோதுமை இல்லாத சாப்பாட்டைத் தயாரிப்பது நீங்கள் நினைப்பதைவிட மிகவும் எளிதாகவே இருக்கும். ஒரு சட்டையைச் சுருக்கம் நீக்கும் நேரத்துக்குள் வெகு எளிதாக நாலைந்து நேர ஆரோக்கிய உணவுகளை நீங்கள் தயாரித்துவிட முடியும். ஆரோக்கியமான உணவுக்குத் தேவையான அளவு வித்தியாசம் காட்டி கோதுமை இல்லா உலகுக்குள் துணிந்து நம்பிக்கையுடன் காலடி எடுத்து வையுங்கள்.

உணவுகளுக்கு இடையே

கோதுமை இல்லா உணவுமுறையில் நொறுக்குத் தீனிகள், சிறு தீனிகள் ஆகியவற்றையெல்லாம் நீங்கள் விட்டொழித்து விடுவீர்கள். கோதுமை உணவுப் பொருட்களை உண்டுவந்த காலத்தில் இன்சுலின் - க்ளூகோஸ் உங்களை தட்டாமாலை சுற்றி இரண்டு மணிநேரத்துக்கு ஒருமுறை பசியைத் தூண்டி விட்டிருக்கும். கோதுமை இல்லா உணவில் அது தேவைப்படாது. ஆனால் விரும்பினால் நீங்கள் கொஞ்சம் நொறுக்குத் தீனியை எடுத்துக்கொள்ளலாம்.

● பச்சையான கொட்டை பருப்பு வகைகள் - வறுத்த, பொரித்த, தேன் சேர்த்த, ஹைட்ரஜன் சேர்த்த எதுவும் வேண்டாம். பச்சையான பாதாம், வால்நட் ஆகியவற்றை நொறுக்குத் தீனியாக அப்படியே சாப்பிடலாம். நிலக்கடலை கொட்டை பருப்பு அல்ல. அது பயறு வகையைச் சேர்ந்தது என்று முன்பு சொன்னது நினைவிருக்கும். (அதை பச்சையாகச் சாப்பிடக்கூடாது).

● சீஸ் - ஒரு துண்டு சீஸ், கொஞ்சம் கொட்டை பருப்புகள், ஆலிவ்கள் மிக அருமையான ஆரோக்கியமான நொறுக்கித் தீனியாக இருக்கும். சீஸை சில மணிநேரங்கள் ஃப்ரிட்ஜில் இருந்து எடுத்து வெளியே வைக்கமுடியும். எனவே, எங்குவேண்டு மானாலும் கையில் எடுத்துச் செல்லவும் முடியும். வைன்களில் ஏராளமான வகைகள் இருப்பதுபோலவே சீஸிலும் பல்வேறு நிறங்கள், மணங்கள், சுவைகளில் இருக்கின்றன. தனியாகவும் பிற உணவுடன் சேர்த்தும் அதைச் சாப்பிடலாம்.

● டார்க் சாக்லேட்கள் - கொக்கோவுடன் கொஞ்சம் சர்க்கரை சேர்க்கவேண்டிய அவசியமிருக்கும். விற்பனைக்கு வரும் பெரும்பாலான சாக்லேட்கள் எல்லாம் சாக்லேட் மணமூட்டப்

பட்ட சர்க்கரையே. 85% கொக்கோ அல்லது அதற்கும் மேலே இருக்கும் சாக்லேட்கள்தான் சிறந்தவை. சிலருக்குக் கொஞ்சம் போல் கசப்பு சுவையும் மிதமான இனிப்பும் தேவைப்படும். அவர்கள் அப்படியான மிகுதியான-கோக்கோ இருக்கும் சாக்லேட்களைச் சாப்பிடலாம். உங்களுக்குப் பிடித்த பிராண்டைத் தேடிக் கண்டுபிடித்துக்கொள்ளுங்கள். எனக்கு லிண்ட் சாக்லேட்கள் மிகவும் பிடிக்கும். அது கொஞ்சம் இனிப்பு குறைவாக இருக்கும் என்பதால் கூடுதலாக இன்னொரு விள்ளல் சாப்பிடமுடியும். இரண்டு விள்ளல் சாப்பிடுவதால் ரத்த சர்க்கரை அளவு அப்படியொன்றும் அதிகரிக்காது.சிலர் நான்கு துண்டுகள் கூடச் சாப்பிடமுடியும் (40 கிராம், 2க்கு 2 சதுர வில்லை).

- இயற்கை நிலக்கடலை வெண்ணெயுடன் இந்த சாக்லேட்டைச் சேர்த்துச் சாப்பிடலாம். பாதம் வெண்ணெய், முந்திரி வெண்ணெய் அல்லது சூரிய காந்தி விதை வெண்ணெய் ஆகியவற்றுடன் சேர்த்து அருமையான நொறுக்குத் தீனியாகச் சாப்பிடலாம். கோகோ பொடியையும் இதனுடன் சேர்த்துக்கொள்ளலாம். காரத்தன்மை மிகுந்த பொருட்கள் சேர்க்கப்படாததாகப் பார்த்து வாங்கிக் கொள்ளவும். அவைதான் ரத்தக் கொதிப்பைக் குறைக்கும். நல்ல HDL கொழுப்பை அதிகரிக்கும். ரத்த தமனிகளை நன்கு செயல்படவைக்கும். கோகோ பவுடரை பால்/சோயா பால்/ தேங்காய் பால் ஆகியவற்றுடனும் ஸ்டெவியா, சுக்ரலோஸ், சைலிடால், எரித்ரிடால் ஆகியவை சேர்த்து சூடான பானமாகப் பருகலாம்.

- காய்கறி டிப்கள் : மிளகாய், பச்சை பீன்ஸ், முள்ளங்கி, சூக்கீனி வெள்ளரி போன்ற வெட்டப்பட்ட காய்கள், சில பிளாக் பீன்ஸ் டிப், ஹமஸ் டிப், காய்களால் செய்யப்பட்ட டிப், வாசிபி டிப் ஆகியவை இருந்தால் போதும். அல்லது க்ரீம் சீஸ் டிப்கள் பயன்படுத்தலாம்.

கோதுமையையும் பிற ஜங்க் கார்போஹைட்ரேட் உணவுகளையும் நீக்குவதால் மிகப் பெரிய இடைவெளி ஏற்பட்டதுபோல் தோன்றும். ஆனால், அதை நிரப்ப ஏராளமான ஆரோக்கியமான உணவுகள் இருக்கவே செய்கின்றன. எப்போதும் செல்லும் கடைகளைத் தாண்டி எப்போதும் சாப்பிடும் உணவுவகைகளுக்கு அப்பால் புதிய அனுபவங்களைத் தேடிச் சென்று உங்கள் புதிய உணவுப் பழக்கத்தை சுவாரசியப்படுத்திக்கொள்ளவேண்டும்.

இப்படியாக உணவின் மீதான பசிவெறி குறைந்து, குறைவான கலோரியிலேயே நிறைவை அடைந்து, புதுமையான சுவைகளைக் கண்டறிந்து கோதுமை இல்லா உலகில் வாழத் தொடங்கியதன் மூலம் ஆரோக்கிய உணவின் மீது மரியாதை அதிகரித்திருப்பதாகப் பலர் என்னிடம் சொல்லியிருக்கிறார்கள். ஆக, இந்தப் பாதையில் நடக்கத் தொடங்கும் ஒருவர் கோதுமை உணவைச் சாப்பிட்டு வந்த நாட்களைவிட உணவை அதிகம் ரசிப்பார் என்பதே உண்மை.

கோதுமை இல்லையேல் வாழ்க்கை முடிந்துவிடுமா என்ன... கோதுமை இல்லாமலும் வாழ முடியும்

கோதுமை இல்லா உணவுக்கு நீங்கள் மாறிவிட்டால், விவசாயிகளே விற்பனை செய்யும் சந்தைகள், கடைகள், உணவுப் பொருட்கள் உற்பத்தியாகும் இடங்கள், காய்கறி அலமாரிகள், கசாப்புகடைகள், பால் பண்ணைகள் இவற்றின் பக்கமே அதிகம் சுற்றிக் கொண்டிருப்பீர்கள். சிப்ஸ், கார்போஹைட்ரேட் தானியம், பிரெட், பேக்கரி, உறைந்த பதப்படுத்தப்பட்ட உணவுகள் போன்ற கடைகள் பக்கம் தலைவைத்தே படுக்கமாட்டீர்கள்.

பெரிய பெரிய கார்ப்பரேட்கள் எல்லாம் உங்களுக்கு சாதா பெட்டி கடைகள் போல் அல்பமாகத் தோற்றமளிக்கும். இயற்கையான, வேதி உரம் கலக்காத, ஆரோக்கியமான, ஊட்டச்சத்து மிகுந்த என்ற அவர்களுடைய பிராண்டிங் விளையாட்டுகள் எல்லாம் உங்களுக்கு சிறுபிள்ளைத்தனமாகத் தோன்றும். சுற்றுச் சூழல் ஆர்வலர்களே உலகைக் காக்கப்போவதாக உங்களுக்குத் தோன்றும்.

நண்பர்கள், உறவினர்கள் வீட்டு விழாக்கள், ஊரில் நடக்கும் பிற சமூக விழாக்கள் எல்லாமே ஏதோ கோதுமைக்கான விழாக்கள் போலவே உங்களுக்குத் தோன்றும். கோதுமை உணவை யாரேனும் அன்புடன் நீட்டினால் உங்களுக்கு கோதுமை அலர்ஜி என்று புன்னகையுடன் சொல்லித் தவிர்க்க ஆரம்பிப்பீர்கள். நீங்கள் ஒரு சில வாரங்கள் கோதுமை இல்லா உணவுக்குப் பழகி விட்டிருந்தால் அந்த உணவின் போதைத் தன்மையில் இருந்து நீங்கள் வெளியேறி இருப்பீர்கள். இறால் காக்டெய்ல், ஆலிவ்கள், காய்கறி சாலட்கள் ஆகியவற்றுடன் அழகாகத் திருப்தியடைந்து விடுவீர்கள். நாகரிகமான மனிதர்கள் நிச்சயம் உடல் மீதான உங்கள் அக்கறையை மதித்து நடந்துகொள்வார்கள்.

வீட்டுக்கு வெளியே சாப்பிடுவது என்பது கண்ணிவெடிபதித்த நிலத்தில் நடப்பதைப் போல் அபாயகரமானதாக இருக்கும். கோதுமை உனவுகள், சர்க்கரை மிகுதியான உணவுகள் என உலகம் ஆரோக்கியமற்ற உணவுகளால் சூழப்பட்டது. ஹோட்டல்களில் மனதையும் நாவையும் மயக்கும் கோதுமை உணவுகளை சர்வர்கள் வரிசையாகப் பட்டியலிடும்போது நீங்கள் அவர்களைக் குறுக்கிட்டு நிறுத்திவிடவேண்டும். உங்கள் நண்பர் கோதுமை உணவுதான் வேண்டுமென்று வாங்கிக்கொண்டாலொழிய அதைக் கொண்டுவந்து வைத்துக்கொண்டு உங்களை நீங்களே சோதனைக்கு உள்ளாக்கிக்கொள்ளாதீர்கள். அது விஷப்பரீட்சை.

இரண்டாவதாக வெளியில் சாப்பிடும்போது உணவில் என்னவெல்லாம் இருக்கிறது என்பதைத் தெரிந்துகொள்ளும் படியான எளிய உணவைத் தேர்ந்தெடுங்கள். வாட்டிய மீனும் இஞ்சி சட்னியும் என எளிமையாகத் தேர்ந்தெடுங்கள். ஒருவேளை ஏதேனும் விழாக்களில் பல் தானிய ஃப்ரெஞ்ச் டிஷ் கொடுக்கப் பட்டால் வெயிட்டர்கள் சொல்வதை நம்பாதீர்கள். செலியாக் நோயாளிகள் வெகுதெளிவாக க்ளூடென் இல்லா உணவைத் தரும்படிக் கேட்பார்களே அதுபோல் நீ ங்களும் கேளுங்கள். இப்போது பல ஹோட்டல்களில் க்ளூடென் இல்லாத உணவுகள் தாராளமாகக் கிடைக்கின்றன. ஆனால், அதிலும் ஒரு சிக்கல் இருக்கிறது. க்ளூடென் இல்லாத உணவு என்ற பெயரில் மக்காச்சோள மாவு, சோயா இனிப்பு சிரப் போன்ற ரத்த சர்க்கரை அளவை அதிகப்படுத்தும் பொருட்களைச் சேர்த்திருப்பார்கள். கடைசியில் பார்த்தால் வீட்டுக்கு வெளியில் சாப்பிடுவதால் இதுபோன்ற பிரச்னைகளை மட்டுப்படுத்தமட்டுமே நம்மால் முயற்சி செய்ய முடியும். ஒரேயடியாக இல்லாமல் ஆக்கவே முடியாது.எனவே முடிந்தவரை நீங்களோ உங்கள் வீட்டுக் காரர்களோ சமைக்கும் உணவையே சாப்பிடுங்கள். அப்போது தான் அந்த உணவில் என்னவெல்லாம் கலந்திருக்கிறது என்பது உங்களுக்கு நன்கு தெரிந்திருக்கும்.

கோதுமை உணவை நீக்கிய பிறகு அதை மீண்டும் தொடாமல் இருப்பதே பலருக்கும் நன்மை தரும். பிறந்த நாள் கேக்கை யாரேனும் கொண்டுவந்து தரும்போது வேண்டாம் என மறுப்பது சிரமமாகத்தான் இருக்கும். அதைச் சாப்பிடுவதால் வரவிருக்கும் வயிற்றுப்போக்கு, பிற உடல் உபாதைகளைப் புறந்தள்ளி

அவர்களுடைய அன்புக்குக்கட்டுப்பட நினைத்தால் அதுபோல் அடிக்கடிச் செய்தாகவேண்டிவந்துவிடும். செலியாக் நோயோ வேறு ஏதேனும் குடல் சார்ந்த நோய்களோ உங்களுக்கு இருந்தால் ஒருபோதும் க்ளூடென் கலந்த உணவைக் கண்ணால் கூடப் பார்க்கவே கூடாது.

கோதுமையால் சூழப்பட்ட உலகில் ஆரோக்கியமான உணவைத் தேடி அலைவது கொஞ்சம் சிரமமாகத்தான் இருக்கும். ஆனால் தூக்கம், உடல் பயிற்சி, திருமண நினைவுநாளை நினைவில் வைத்திருப்பது போல் கோதுமையை உனவில் இருந்து நீக்குவதும் உடல் ஆரோக்கியத்துக்கும் நீண்ட ஆயுளுக்கும் மிகவும் அவசியமான விஷயமென்று மனதில் பதிந்துகொள்ளுங்கள். கோதுமை இல்லா உலகம் மாற்று வழியைவிட மனநிறைவைத் தரக்கூடியதாக சாகசங்கள் நிறைந்ததாகவே இருக்கும்.

முடிவுரை

ஃபெர்டைல் க்ரெசெண்டில் 10,000 வருடங்களுக்கு முன்பாக கோதுமையை விவசாயம் செய்ய ஆரம்பித்தது மனித நாகரிக வரலாற்றில் மிகப் பெரிய திருப்புமுனைதான். பின்னாளில் நடக்கவிருந்த விவசாயப் புரட்சிக்கான விதை அன்றுதான் ஊன்றப்பட்டது. நாடோடிகளாக அலைந்து திரிந்த வேட்டை-உணவு சேகர சமூகத்தை ஓரிடத்தில் நிலையாக வாழ அதுவே வழிசெய்தது. அதன் பிறகே அந்த சமூகங்கள் கிராமங்களாகி, நகரங்களாகி, உபரிகள் உருவாகி தொழில் சார் செய்நேர்த்தி அதிகரிக்க வழிபிறந்தது. கோதுமை (விவசாயம்) இல்லாமல் இருந்திருந்தால் உலகம் முற்றிலும் மாறுபட்டதாகவே இருந்திருக்கும்.

இன்றைய நவீனகால சாதனைகள் அனைத்துக்குமே கோதுமைக்குத்தான் நாம் நன்றி சொல்லவேண்டும். அல்லது அது அப்படியில்லையோ..?

புலிட்ஸர் பரிசு பெற்ற 'கன்ஸ், ஜெர்ம்ஸ் அண்ட் ஸ்டீல்' நூலை எழுதியவரும் யு.சி.எல்.ஏ. பல்கலையில் புவியியல் மற்றும் ஃபிஸியாலஜி பேராசிரியருமான ஜேரட் டைமண்ட், 'விவசாயம் கண்டுபிடிக்கப்பட்டதென்பது மேலான வாழ்க்கையை நோக்கிய நம் பயணத்தின் மிக மோசமான மிகத் தவறான காலடியே. அதன் தாக்கத்தில் இருந்து நாம் மீளவே முடிந்திருக்கவில்லை' என்று சொல்கிறார். தொல்லுயிர் எச்சங்கள் மூலம் பழங்காலத்தில் என்னவிதமான நோய்கள் இருந்தன என்பதை ஆராயும் பேலியோபேதாலஜி, வேட்டை சமூகத்தில் இருந்து விவசாயத்தை நோக்கி நகர்ந்ததன் மூலம் நம் உடலின் ஆகிருதி குறைந்தது; என்புருக்கி நோய், பிளேக் போன்ற தொற்று நோய்கள் பரவின; விவசாயக் கூலிகளில் தொடங்கி மன்னர் பரம்பரைவரை என

ஏற்றத் தாழ்வுகள் உருவாகின. பாலின சமத்துவமின்மை பெருகியது என்று சொல்வதாக டாக்டர் டைமன்ட் கூறியிருக்கிறார்.

பேலியோபேதாலஜி 'அட் தி ஓர்ஜின்ஸ் ஆஃப் அக்ரிகல்ச்சர்' மற்றும் 'ஹெல்த் அண்ட் தி ரைஸ் ஆஃப் தி சிவிலைசேஷன்' என்ற புத்தகங்களில் நியூயார்க் அரசுப் பல்கலையின் பேராசிரியர் மானுடவியலாளர் மார்க் கோஹென், விவசாயக் கண்டுபிடிப்பு உபரி உருவாக வழிவகை செய்தது; வேலைப் பிரிவினை உருவாக வழி பிறந்தது. அதேநேரத்தில் அதுதான் அதிகப்படியான வேலைப்பளு, நீண்ட நேர வேலை போன்ற நெருக்கடிகளையும் கொண்டுவந்தது. அதற்கு முன்புவரை ஏராளமான தாவரங்கலைச் சேகரித்து உண்டுவந்தவர்கள், ஒரு சில பயிர்களைமட்டுமே பயிரிட்டு வாழத் தொடங்கினர். முன்பு இருந்திராத பல்வேறு நோய்கள் உருவாகத் தொடங்கின. பெரும்பாலான வேட்டை சமுதாயத்தினர் விவசாயம் செய்தே தீரவேண்டும் என்ற கட்டாயம் உருவானபிறகே அதில் இறங்கியிருக்கிறார்கள். விவசாயத்தை மேற்கொள்ளத் தொடங்கியபோதும் தரத்துக்கே அதிக முக்கியத்துவம் கொடுத்தனர். அதிக மகசூல் என்பது குறிக் கோளாக இருந்திருக்கவில்லை.

நவீன மனிதர்கள் பழங்கால மனிதர்களின் வாழ்க்கையை 'குறைந்த ஆயுள், வன்முறை நிறைந்தது, பரிதாபகரமானது, ஊட்டச்சத்துகள் இல்லாதது' என்றெல்லாம் சொல்பவை உண்மையில் சரியல்ல என்றே தோன்றுகிறது. விவசாயக் கண்டுபிடிப்பு பற்றிய இன்றைய பார்வை என்பது சமூகப் பரிணாம வளார்ச்சி, உபரி உணவு உற்பத்தி போன்ற நன்மைகள் இருந்த போதிலும் உடல் ஆரோக்கியத்தை இழகக்வைத்திருப்பதாகச் சொல்கிறார்கள்.

'ஆரோக்கியமான முழு தானியங்களை அதிகம் சாப்பிடுங்கள்' என்று நம் உணவு வகைகளை வெகுவாகக் குறைத்துக்கொண்டு விட்டிருக்கிறோம். வசதி, உபரி, கைக்கு எட்டும் தூரத்தில் எல்லாம் கிடைக்கவேண்டும் என்பதெல்லாம் சென்ற நூற்றாண்டினரால் நினைத்துக்கூடப் பார்க்க முடியாத அளவுக்கு இன்று நம்மால் செய்துகொள்ள முடிந்திருக்கிறது. 14 குரோமோசோம் கோதுமையானது 42 குரோமோசோம் கோதுமையாக மாற்றப் பட்டுவிட்டிருக்கிறது. நைட்ரஜன் உரங்கள் போன்றவற்றால் கதிர் நுனி பெருத்து, மகசூல் அதிகரித்துவிட்டிருப்பதால்தான் இன்று

‘ஃபேமிலி சைஸ்’ உணவுகளை வாங்கி கூடி அமர்ந்து சாப்பிடமுடிகிறது.

இப்படியான அதீத வசதி வாய்ப்புகள் எந்தப் பெரிய நன்மையையும் செய்துவிடவில்லை. எடை அதிகரிப்பு, உடல்பருமன், மூட்டுவலி, நரம்பு பிரச்னைகள், செலியாக் போன்று மரணம் வரை கொண்டுசெல்லும் நோய்கள் இவையே பெருகத் தொடங்கியிருக்கின்றன. இயற்கையுடன் நாம் ஒரு பேராசை பிடித்த, அல்ப சுகத்துக்காக ஆன்மாவைத் தொலைப்பது போன்ற பேரத்தைச் செய்து கொண்டிருக்கிறோம். அதிக உணவு என்ற பேராசையில் உடல் ஆரோக்கியத்தை இழந்து விட்டிருக்கிறோம்.

கோதுமை உணவுகள் மனிதர்களை நோயாளிகளாக ஆக்குவதோடு நின்றுவிடுவதில்லை. சிலரை உடனடியாகவும் சிலரை மிக நிதானமாகவும் கொன்றும் வருகிறது.

குட்டை வைக்கோல் கோதுமை கண்டுபிடிக்கப்பட்டிருக்க வில்லையென்றால் மூன்றாம் உலக நாடுகளில் இந்த அளவுக்கு நோய்கள் பெருகியிருக்காது. ஆனால், பட்டினிச் சாவுகள் பெருகியிருக்குமே என்ற கேள்விக்கு நம்மிடம் என்ன பதில் இருக்கிறது. கூட்டிக் கழித்துப் பார்த்தால் நமது இந்த பிழையான வழிமுறை மரண எண்ணிக்கையைக் குறைத்திருக்கிறதே என்று பெருமைப்பட்டுக்கொள்ளவேண்டுமா?

பிற தானியங்களின் பயன்பாடு அதிகரித்து கோதுமையின் பயன்பாடு வீழ்ச்சியடைந்தால் அதன் மேல் கட்டப்பட்டிருக்கும் அமெரிக்கப் பொருளாதாரம் என்னவாகும்?

இன்று மிகக் குறைவான விலையில் கோதுமை பிரெட்கள் இவ்வளவு எளிதில் கோடிக்கணக்கான எளிய மக்களுக்கும் கிடைக்கின்றனவே... அதிக மகசூல் கோதுமையை விட்டு விட்டால் அவர்களுக்கு எதைக் கொடுக்கமுடியும்?

நமது நவீன கோதுமைக்கு பதிலாக மரபணு மாற்றப்படாத ஆதிகால கோதுமையை மீண்டும் பயிரிடுவதென்றால் அதிகச் செலவும் ஆகும். குறைவான மகசூலே கிடைக்கும். அதை எப்படி அனைவருக்கும் கொடுக்கமுடியும்?

இந்தக் கேள்விகளுக்கான பதில்கள் என்னிடமும் இல்லை. இந்தக் கேள்விகளுக்கான பதில் கிடைக்க இன்னும் பல ஆண்டுகள் ஆகும்

என்றே நினைக்கிறேன். பழங்கால தானியங்களைப் பயிரிடுதல் குறைவான பலனைத்தான் தரும். சுதந்ததரமாக வளர்க்கப்பட்ட விலங்குகளின் முட்டைகள், மாமிசங்கள் ஆகியவற்றுக்கு இப்போது நல்ல மார்க்கெட் உருவாகத் தொடங்கி அது நஷ்டம் இல்லா தொழிலாகப் பரிணமித்திருப்பதுபோல் பழங்கால தானியங்களுக்கான சந்தை உருவாக இன்னும் கொஞ்சம்காலம் ஆகும்.

சிலர் சொல்கிறார்கள் பழங்கால தானியங்கள்தான் மீட்சிக்கான ஒரே வழி என்று. அதைப் பயிரிட்டு உண்டுவந்தாலும் நோய்கள் வரத்தான் செய்யும். என்றாலும் அது இப்போதைய நிலையைவிட மிக மிக பாதுகாப்பானதுதான் என்பதில் எந்த சந்தேகமும் இல்லை. கிராக்கி எவ்வளவு இருக்கிறதோ அதன் அடிப்படையில்தான் ஒரு பொருளின் விற்பனை இருக்கும். நவீன மரபணு மாற்றப்பட்ட கோதுமைகளின் மீது மக்களுக்கு ஆர்வம் குறைந்தால் பழங்கால தானியங்களுக்கான சந்தை நிச்சயம் உருவாகும்.

மூன்றாம் உலக நாட்டு மக்களின் பசிக்கு என்ன பதில் சொல்ல? காலப்போக்கில் நல்ல முன்னேற்றங்கள் நடந்து அதிக வாய்ப்புகள் உருவாகி ஆரோக்கியமான உணவுகளுக்கு மக்கள் நகர வழி பிறக்கும் என்று நம்புகிறேன்.

அது நடக்கும்வரையில் அமெரிக்கர்கள் தமக்கு இருக்கும் வசதி வயப்புகளைப் பயன்படுத்தி கோதுமை இல்லா வாழ்க்கையை நிம்மதியாக ஆரம்பிக்க முடியும்.

ஆரோக்கியமான முழு தானியம் என்ற பிழையான ஆலோசனையை மாற்றிக்கொள்வதுபோலவே வேறு பல மாற்றங்களும் அவசியம். நல்ல கொழுப்புக்கு பதிலாக ஹைட்ரஜனேட்டட், பாலி அன்சாச்சுரேட்டட் கொழுப்புகளைப் பயன்படுத்துவது நிற்கவேண்டும்.வெண்ணெய்க்கு பதிலாக மார்கரீனைப் பயன்படுத்துவது குறையவேண்டும். சுக்ரோஸுக்கு பதிலாக அதிக ஃப்ரக்டோஸ்-மக்காச்சோள சிரப் பயன்படுத்தப் படுவது குறையவேண்டும். அமெரிக்கர்களின் உடல் எடையை அதிகரித்துவிட்டிருக்கும் இந்த தவறான ஆலோசனைகள் எல்லாமே மாற்றப்பட்டாகவேண்டும்.

கோதுமை என்பது வெறும் இன்னொரு கார்போஹைட்ரேட் என்று சொல்வது அணு குண்டு வெடிப்பு என்பது இன்னொரு வேதி வினைதானே என்று சொல்வதுபோல் தவறானது.

நமது தேவைகளுக்கு ஏற்ப பிற உயிர்களின் மரபணுவை மாற்றி அமைக்கும் சுதந்தரம் நமக்கு உண்டு என்று நாம் நம்புவதுபோன்ற கர்வம் இந்த உலகில் வேறு எதுவும் இருக்கமுடியாது. இன்னும் நூறு வருடங்களில் வங்கிக் கணக்கை மாற்றுவதுபோல் மரபணுவை மாற்றும் நிலை வந்துவிடும் என்றே தோன்றுகிறது. ஆனால், இன்றைய நிலையில் கலப்பு பயிர் உருவாக்கம், மரபணு மாற்றம் எல்லாம் குழந்தை நிலையில் இருக்கின்றன. பயிர் களுக்கும் அதை உண்ணும் உயிர்களுக்கும் பல தீய விளைவுகளை ஏற்படுத்தும் வகையில்தான் இருக்கின்றன.

இப்போது உலகில் இருக்கும் உயிரினங்கள் எல்லாமே பலகோடி ஆண்டுகளின் இடைவிடாத பரிணாம வளர்ச்சியினால் உருவானவையே. லட்சக்கணக்கான ஆண்டுகள் மனித இனம் கூடவே சேர்ந்து பரிணமித்து வந்த ஓர் பயிரை நாம் குறுக்கிட்டு அரை நூற்றாண்டுக்குள் மாற்றி அமைப்பதென்பது பல்வேறு தீய விளைவுகளையே ஏற்படுத்தும்.

10000 ஆண்டு கால நீண்ட நெடிய பயணத்தில் சாதுவான, குறைந்த மகசூல் தரும், பேக்கிங்குக்கு அவ்வளவு உகந்ததாக இருந்திராத எய்ன்கார்ன் கோதுமையானது அதிக மகசூல் தரும், சோதனைச்சாலையில் உருவாக்கப்பட்ட, காட்டில் வாழ முடியாத, நவீன கால சுவை நரம்புகளுக்கு உகந்த, குட்டை வைக்கோல் கோதுமையாக மாற்றம் பெற்றுள்ளது. இது சுதந்தரமாக அலைந்து திரிந்த விலங்குகளை வதைமுகாம் போன்ற பண்ணைக்குள் அடைத்துப் போட்டு ஹார்மோன்களைச் செலுத்தி ஊதிப் பெருக்குவதைப் போன்றதுதான்.விவசாயம் என்று சொல்லப்படும் இந்தப் பேரழிவில் இருந்து நாம் மீள இனியும் வழியிருக்கிறது. அதற்கு கோதுமை என்ற பயிருக்கு நாம் செய்திருக்கும் மாபெரும் தீங்கை முதலில் புரிந்துகொண்டாகவேண்டும்.

உண்மையான ஆரோக்கியமான உணவுகள் விற்கும் கடைகளில் உங்களைச் சந்திப்பேன் என்று நினைக்கிறேன். வாழ்த்துகள்.

பின்னிணைப்பு -1

இருக்கும் இடத்தை விட்டு இல்லாத இடம் தேடி எங்கெங்கோ அலைகிறார்

இங்கு நான் தரவிருக்கும் பட்டியல் உங்களை மலைக்க வைக்கலாம். ஆனால், க்ளூடென் ஃப்ரீ உணவுகளை வாங்க அதிகம் சிரமமேபடத் தேவையில்லை. க்ளூடென் ஃப்ரீ என்ற முத்திரைகள், பிராண்ட்கள் பக்கம் நகராமல் இருந்தாலே போதும்.

வெள்ளரி, கலே, சால்மன், ஆலிவ் ஆயில், வால்நட், முட்டைகள், அவகேடோக்கள் போன்றவற்றில் கார்போஹைட்ரேட்டோ க்ளூடென்னோ எதுவும் இல்லை. க்ளூடன் ஃப்ரீ என்ற முத்திரை எதுவும் தேவைப்படாமல் அவையெல்லாம் இயற்கையிலேயே ஆரோக்கியமானவை.

இந்த இயற்கையிலேயே ஆரோக்கியமான உணவுகளைத் தாண்டி நீங்கள் ஹோட்டல்களிலோ பயணங்களிலோ, விழாக்களிலோ சாப்பிடப் போனால் கோதுமை, க்ளூடென் வலியில் இருந்து தப்புவது சிரமமே.

சிலருக்கு இது வெறும் விளையாட்டு அல்ல. உதாரணமாக செலியாக் நோயால் பாதிக்கப்பட்டவர்களுக்கு ஒரு நாள் சிறிதளவு க்ளூடென் உணவைச் சாப்பிட நேர்ந்தாலும் ஒருவாரம் வயிற்றுப் போக்கினாலும் வலியினாலும் குடல் ரத்தக் கசிவினாலும் துன்பப்படவேண்டிவரும். குணமாகத் தொடங்கிய தோல் வியாதிகள் மீண்டும் தலைதூக்கும். நரம்பு சார்ந்த பிரச்னையினாலும் உடல் சமநிலை குலைவினாலும் பாதிக்கப்படும் ஒருவருக்கு நிலைமை மேலும் மோசமாகும். க்ளூடென் ஒவ்வாமை இல்லாதவர்களுக்கு தற்செயலாகச் சாப்பிடும் கோதுமை உணவு மூலம் வயிற்றுப்போக்கு, ஆஸ்துமா,

மனமயக்கம், மூட்டுவலி, வீக்கம், கால் வலி ஏற்படலாம். ஏ.டி.ஹெச்.டி. பைபோலார் டிஸார்டர், ஸ்கீஸோபெர்னியா, ஆட்டிசம் உள்ளவர்களுக்கு மனநிலை மோசமடையலாம்.

எனவே, பலரும் கோதுமை உணவை உண்ண நேரும்போது எச்சரிகையுடன் இருப்பது நல்லது. செலியாக், தோல்வியாதி, செரிபெல்லார் அடாக்ஸியா நோய் உள்ளவர்கள் ரை, பார்லி, ஸ்பெல்ட் கோதுமை, டிரைடிகல் கோதுமை, காமுத், பல்கர் என பிற தானியங்களையும் தவிர்க்கவேண்டும்.

கோதுமையும் க்ளூடென்னும் பல்வேறு மாய வடிவங்களில் வருகின்றன. கஸ்கஸ், மாட்ஸோ, ஓர்ஸோ, க்ரஹாம், ப்ரான் எல்லாமே கோதுமைதான். ஃபரோ, பன்கோ, ரஸ்க் ஆகியவையும் அப்படியே. தோற்றத்தைக் கண்டு மயங்காதீர்கள். பெரும்பாலான காலை உணவு செரல்களில் அவை கார்ன் ஃப்ளேக்ஸ், ரைஸ் க்றிஸ்பீஸ் என்ற பெயரில் இருந்தாலும் அதிலும் கோதுமை மாவு, கோதுமையின் உப பொருட்கள் அல்லது க்ளூடென் போன்றவை காணப்படும்.

ஓட்ஸ் பற்றியும் சர்ச்சைக்குரிய கருத்துகளே நிலவுகின்றன. கோதுமைப் பொருட்கள் தயாரிக்கப்படும் கருவிகளாலேயே அந்த இடங்களிலேயே இவையும் தயாரிக்கப்படுகின்றன. பெரும் பாலான செலியாக் நோய் உள்ளவர்கள் ஓட்ஸைத் தவிர்ப்பதே நல்லது.

அமெரிக்க நீரிழிவு நோய் கழகத்தின்படி அவர்கள் ஒரு உணவுப் பொருளை க்ளூடென்ஃப்ரீ என்று முத்திரை குத்தவேண்டு மென்றால் அந்தப் பொருளில் க்ளூடென் இல்லாமல் இருந்தால் மட்டும் போதாது; க்ளூடென் பொருட்களின் தயாரிப்பு நடக்காத இடங்களில், க்ளூடென் பொருட்களுக்குப் பயன்படுத்தாத கருவிகளில் அது தயாரிக்கப்படவேண்டும். ஒரு க்ளூடென் கோதுமை அரவை இயந்திரத்திலேயே க்ளூடென் ஃப்ரீ உணவும் அரைக்கப்பட்டால் தொற்று ஏற்பட்டுவிடும். சிலருக்கு க்ளூடென் ஒவ்வாமை மிக மிக அதிகமாக இருக்கும். க்ளூடென் இருக்கும் கோதுமை பிரெட்டை வெட்டிய கத்தியால் க்ளூடென் ஃப்ரீ உணவை வெட்டப் பயன்படுத்தினால் அந்தத் தொற்றின் மூலம் கூட சிலருடைய உடல் நிலை பாதிக்கப்பட்டுவிடும். ஓர் உணவில் இருக்கும் பொருட்களின் பட்டியலில் கோதுமை இல்லாத நிலையிலும் தீவிர ஒவ்வாமை உள்ளவர்களுக்கு அதில் இருக்கும்

சொற்ப க்ளூடென்கூட பிரச்னையை ஏற்படுத்திவிடும். எனவே, அந்தப் பொருளை உற்பத்தி செய்த நிறுவனத்தின் வாடிக்கையாளர் சேவை மையத்துக்கு ஃபோன் செய்து அல்லது மின்னஞ்சல் அனுப்பி அந்த உணவுப் பொருள் க்ளூடென் தொற்று ஏற்பட வாய்ப்பில்லாத பாதுகாப்பான இடத்தில்தான் தயாரிக்கப்பட்டதா என்று கேட்டு உறுதி செய்துகொள்ளுங்கள். பெரும்பாலான உற்பத்தியாளர்கள் தமது உணவுப் பொருட்கள் க்ளூடென் ஃப்ரீயா இல்லையா என்பதை இணைய தளங்களில் குறிப்பிடத் தொடங்கியிருக்கிறார்கள்.

கோதுமை இல்லை என்று சொன்னால் க்ளூடென் இல்லை என்று அர்த்தமில்லை. கோதுமை இல்லா உணவுப் பொருளானது சில நேரங்களில் பார்லி, ரை கொண்டு தயாரிக்கப்பட்டிருக்கலாம். அவை இரண்டிலும் க்ளூடென் உண்டு. எனவே, செலியாக் நோய் போல் க்ளூடென் ஒவ்வாமை உள்ளவர்கள் கோதுமை இல்லா உணவுகள் எல்லாம் க்ளூடென் இல்லா உணவுகளே என்று நினைத்துவிடவேண்டாம்.

கோதுமை உள்ள பொருட்கள்

மனித இனத்தின் புதுமை படைக்கும் திறனுக்கு மிகச் சிறந்த எடுத்துக்காட்டு கோதுமையின் வடிவத்திலும் வகைகளிலும் செய்திருக்கும் மாற்றங்கள்தான். மேலே சொல்லப்பட்டிருக்கும் உணவுப் பொருட்கள் நீங்கலாக மேலும் ஏராளமான உணவுப் பொருட்களிலும் க்ளூடென் அல்லது கோதுமை கலந்திருக்கும். அவற்றின் பட்டியல் கீழே தருகிறேன்.

ஒன்றை நினைவில் வைத்துக்கொள்ளுங்கள். சந்தையில் ஆயிரக் கணக்கான பொருட்கள் விற்பனைக்கு வருகின்றன. கோதுமை-க்ளூடென் உள்ள அனைத்தையும் பட்டியலிடுவது மிகவும் சிரமம். எச்சரிக்கையுடன் இருங்கள். சந்தேகம் வந்தால் சம்பந்தப்பட்டவர்களிடம் கேளுங்கள். அல்லது அந்தக் கடையில் இருந்து எதுவும் வாங்காதீர்கள்.

க்ளூடென் ஃப்ரீ பிரட்டுகள், காலை உணவு செரல்கள், மாவுகள் எல்லாமே மக்காச்சோள மாவு, உருளைக்கிழங்கு மாவு, மரச்சீனிக் கிழங்கு மாவு, அரிசி மாவு இவற்றால் தயாரிக்கப்படுகின்றன. இவையும் உடம்புக்குக் கெடுதலே. ரத்த சர்க்கரை அளவை அதிகரிக்கும் எந்தவொரு உணவும் க்ளூடென் ஃப்ரீயாக

இருந்தாலும் இல்லாவிட்டாலும் ஆரோக்கியமானதே அல்ல. எப்போதாவது ஒரு நாள் சாப்பிடலாம். அவற்றையே தினமும் சாப்பிடக்கூடாது.

சில உணவுப் பொருட்களில் க்ளூடென் பற்றியகுறிப்பு நேரடியாக இருக்காது. ஸ்டார்ச், எமல்சிஃபையர் என குறிப்பிடப்பட்டிருக்கும். அந்த உணவுகளில் க்ளூடென் இருக்க வாய்ப்பு அதிகம்.

கேரமல் நிறமூட்டி போன்றவற்றில் க்ளூடென் இருக்கிறதா என்பது பற்றிய சந்தேகம் இருக்கிறது. அவை பொதுவாக சர்க்கரையைக் கொதிக்கச் செய்து தயாரிக்கப்படுகிறது. அந்த சர்க்கரை மக்காச்சோள சிரப் மூலம் தயாரிக்கப்பட்டிருக்கலாம். அதுபோல் சந்தேகம் இருக்கும் சில பொருட்களை கேள்விக் குறியுடன் பட்டியலிட்டிருக்கிறேன்.

சொற்ப அளவு க்ளூடென் இருப்பது பற்றி எல்லாரும் பயப்படத் தேவையில்லைதான். இந்தப் பட்டியலானது கோதுமையும் க்ளூடென்னும் எப்படி எல்லா இடங்களிலும் பரவியிருக்கின்றன என்பதை நீங்கள் புரிந்துகொள்ளத்தான் தந்திருக்கிறேன். க்ளூடென் பாதிப்பு எங்கிருந்தெல்லாம் தொடங்கக்கூடும் என்ற எச்சரிக்கையைத் தரத்தான் இந்தப் பட்டியல்.

இதோ நீங்கள் எதிர்பார்க்காத இடங்களில் இருக்கும் க்ளூடென் :

- குளிர் பானங்கள், மதுவகைகள்
- கெலாக்ஸ், ஓட்ஸ் போன்ற காலை நேர உணவு
- ஃபெர்மண்ட் செய்யப்பட்ட சீஸ் வகைகள்
- நிறமூட்டிகள், மணமூட்டிகள், செறிவூட்டிகள், சுவையூட்டிகள்
- ஊட்டச்சத்து எனர்ஜிபார்கள்
- ஃபாஸ்ட் ஃபுட் வகைகள்
- சமைத்து, பாக்கெட் அல்லது டின்களில் அடைக்கப்பட்ட மாமிசங்கள்
- பிஸ்கெட், சிப்ஸ் போன்ற நொறுக்குத் தீனிகள்
- உலர் பருப்புகள், உலர் பழங்கள்
- ஐஸ்க்ரீம், கேக், ஜெல்லி வகைகள்
- சாக்லேட், கேண்டி வகைகள்
- பவுடர் சூப் வகைகள்

பின்னிணைப்பு - 2

கோதுமைத் தொந்தியைக் குறைக்கும் உணவுப் பொருட்கள் செய்முறை

கோதுமையை உணவில் இருந்து நீக்குவது சிரமமான வேலையொன்றும் அல்ல. ஆனால், கொஞ்சம் படைப்பூக்கத் துடன் நீங்கள் சமையலறையில் சில சாகசங்கள் செய்து பார்க்கத் தயாராக இருக்கவேண்டும். ஏனென்றால், நீங்கள் உடனடியாகச் செய்து சாப்பிட முடிந்தவையும் உங்கள்குடும்பத்தினருக்கு மிகவும் பிடித்த உணவுகளும் இந்தப் பட்டியலில் இருக்காது. ஒப்பீட்டளவில் மிகவும் எளிய ஆரோக்கியமான உணவுகளின் செய்முறையைச் சொல்கிறேன். கோதுமை உணவுப் பொருட் களைப் போலவேஇருக்கும் சிலதும் அதில் இடம்பெறும்.

இந்த உணவுப் பொருட்களின் செய்முறைகளுக்கு சில அடிப்படை விதிகளை வைத்துக்கொண்டிருக்கிறேன்.

கோதுமைக்கு மாற்றாக ஆரோக்கியமான உணவுகள் மட்டுமே : அது அப்படித்தானே இருந்தாகவேண்டும் என்று உங்களுக்குத் தோன்றக்கூடும். ஆனால் கோதுமை இல்லா உணவுகள், க்ளூடென் ஃப்ரீ உணவுகள் என சந்தையில் கிடைக்கும் பெரும் பாலான உணவுகள் ஆரோக்கியமானவை அல்ல. க்ளூடென்னுக்கு மாற்றாக மக்காச்சோள சிரப், அரிசி மாவு, உருளைக்கிழங்கு மாவு, மரச்சீனி மாவு போன்றவற்றையே கலக்கிறார்கள். இந்த உணவும் உங்களைக் குண்டாகவும் நீரிழிவு நோயாளியாகவும் ஆக்கும். நான் சொல்லும் இந்த உணவுச் செய்முறையில் கோதுமைக்குப் பதிலாக கொட்டை வகை உணவுகள், அரைத்த ஆளிவிதை, தேங்காய் மற்றும் கோதுமை அல்லது கார்போஹைட்ரேட் போல் மோசமான விளைவுகளை ஏற்படுத்தாத உணவுப் பொருட்களைப் பயன்படுத்தியே இந்த உணவுகள் செய்யப்பட்டிருக்கின்றன.

ஹைட்ரஜனேட்டட், பாலி அன்சாச்சுரேட்டட், ஆக்ஸிடைஸ்ட் எண்ணெய்களைத் தவிர்த்திருக்கிறேன். இங்கு சொல்லப்படும் என்ணெய்கள் எல்லாம் மோனோ சாச்சுரேட் மற்றும் சாச்சுரேட்டட் எண்ணெய்களே. ஆலிவ் எண்ணெய், தேங்காய் எண்ணெய் போன்றவற்றையே பயன்படுத்துங்கள்.

கார்போஹைட்ரேட் குறைந்த அளவுக்கு இருக்கும்வகையில் பட்டியல் வடிவமைத்திருக்கிறேன் : ஏனென்றால், அது பல காரணங்களுக்காக மிகவும் நல்லது. தொந்திக் கொழுப்பைக் கரைத்தல், குடல் கொப்பளங்களைக் குறைத்தல், சிறிய எல்.டி.எல் துகள்களின் எண்ணிக்கையைக் குறைத்தல், நீரிழிவு நோய்க்கூறுகளைக் குறைத்தல் அல்லது முற்றிலும் இல்லாமல் ஆக்குதல் ஆகிய நல்ல விளைவுகள் அதன் மூலம் ஏற்படும். இந்தப் பட்டியலில் க்ரோனோலா உணவுதான் அதிக கார்போஹைட்ரேட் உள்ள உணவு. இதை உங்கள் விருப்பத்துக்கு ஏற்ப எளிதில் மாற்றியமைத்துக்கொள்ள முடியும்.

செயற்கை இனிப்புகள் பயன்படுத்தப்பட்டுள்ளன : இதுவரை நீங்கள் சாப்பிட்டு வந்த உணவுகளைப் போலவே சுவையும் மணமும் இருக்கவேண்டும் என்பதற்காக சர்க்கரையை மட்டும் அப்படியே பயன்படுத்திக்கொள்ள முடிவு செய்திருக்கிறேன். செயற்கை அல்லது ஊட்டச்சத்து எதுவும் இல்லாத இனிப்புச் சுவையூட்டிகளில் எவையெல்லாம் பெரும்பாலானவர்களுக்கு எந்தப் பிரச்னையையும் கொண்டுவராதோ அவற்றை மட்டுமே நான் இந்தச் செய்முறைகளில் சேர்த்திருக்கிறேன்.

எரித்ரிடால், சைலிடால், சுக்ரலோஸ், ஸ்டெவியா போன்ற இனிப்புச் சுவையூட்டிகளினால் மானிடால், சார்பிடால் சுவையூட்டிகளைப் போல் ரத்த சர்க்கரை அளவு அதிகரிப்ப தில்லை. குடல் பிரச்னைகள் வருவதில்லை. சாக்கரீன், அஸ்பார்தமே போல் எந்தப் பின்விளைவுகளையும் ஏற்படுத்தாது. ட்ரூவியா எனப்படும் இனிப்பூட்டியானது எரித்ரிடால்/ ஸ்டெவியா கலந்து உருவாக்கப்பட்டது (உண்மையில் ரெபினா எனப்படும் ஸ்டெவியா கலந்துள்ளது). அதைவைத்தே இந்த உணவுகளை நான் உருவாக்கியிருக்கிறேன்.

மிகக் குறைவான அளவே அவற்றைப் பயன்படுத்தியிருக்கிறேன். நீங்கள் வேண்டுமானால் உங்கள் விருப்பத்துக்கு ஏற்ப கொஞ்சம்

அதிகரித்துக்கொள்ளலாம். ஏனென்றால், கோதுமையை உணவில் இருந்து விலக்கிவைக்கும் பலருக்கும் இனிப்பின் மீது அதிக ஆர்வம் திடீரென்று குறைவதைப் பார்த்திருக்கிறேன். சாதாரணமாக அவர்கள் சாப்பிட்டு வந்த இனிப்புப் பொருட்கள் எல்லாம் திகட்டும் அளவுக்கு இனிப்புடன் இருப்பதாகச் சொல்லியிருக்கிறார்கள். அதனால்தான் இந்த உணவுகளில் இனிப்புச் சுவையூட்டியைக் கொஞ்சம் குறைத்திருக்கிறேன். கோதுமையை உணவில் இருந்து நீக்கியபிறகும் இனிப்பின் மீதான உங்களுடைய ஆர்வம் குறையவில்லையென்றால் நீங்கள் தாராளமாக இந்த பாதுகாப்பான செயற்கை இனிப்புச் சுவையூட்டிகளை உணவில் சேர்த்துக்கொள்ளுங்கள்.

பல்வேறு இனிப்புச் சுவையூட்டிகளின் இனிப்புத் தன்மை வெவ்வேறுவிதமாக இருக்கும். குறிப்பாக ஸ்டெவியா பவுடரில் இருந்து தயாரிக்கப்படுபவற்றுடன் மால்டோடெக்ஸ்ட்ரின் அல்லது இனுலின் போன்றவை சேர்க்கப்பட்டிருக்கும். எந்தக் கடையில் வாங்குகிறீர்களோ அதன் உரிமையாளரிடம் அதுபற்றிய விவரங்களைக் கேட்டுத் தெரிந்துகொள்ளுங்கள்.

இறுதியாக, இந்த ரெசிப்பிகள் எல்லாமே பரபரப்பான வேலைப்பளு உள்ளவர்களும் அதிக ஓய்வு கிடைக்காதவர்களும் கூட எளிதில் தயாரிக்கும்வகையில் குறைவான நேரமே எடுத்துக்கொள்ளும். இதில் பயன்படுத்தப்பட்டிருக்கும் உணவுச் சேர்மானங்கள் எல்லாமே எளிதில், மிகுதியாகக் கிடைக்கவே செய்யும்.

க்ளூடென் ஒவ்வாமை, செலியாக் நோய் உள்ளவர்கள் க்ளூடென் இல்லாத உணவுகளைப் பார்த்து தேர்ந்தெடுத்துக்கொள்ள வேண்டும். இந்தச் செய்முறையில் நான் பயன்படுத்தியிருக்கும் பொருட்கள் எல்லாமே க்ளூடென் ஃப்ரீ என்ற முத்திரையுடன் கிடைக்கக்கூடியவைதான். எனினும் அதை உற்பத்தி செய்பவர்கள், விற்பனையாளர்கள் ஆகியோர் எப்படியானவர்கள் என்பது பற்றி எந்த உத்தரவாதமும் தரமுடியாது.

எனவே, நீங்களும் ஒருமுறை கேட்டுப் பரிசோதித்துக் கொள்ளுங்கள்.

●

பெர்ரி தேங்காய் ஸ்மூதி

இது மிகவும் அருமையான காலை உணவு அல்லது நொறுக்குத் தீனி. தேங்காய் பால் இதில் கலந்திருக்கும் என்பதால் பிற ஸ்மூதிகளைவிட இது வயிற்றை நன்கு நிரப்பும். பெர்ரிகள் மட்டுமே இதில் இருக்கும் ஒரே இனிப்புப் பொருள். எனவே, சர்க்கரை அளவு மிகவும் குறைவாகவே இருக்கும்.

ஒரு நேர உணவுக்கான ரெசிப்பி

½ கிண்ணம் தேங்காய் பால்

½ கிண்ணம் குறைவான கொழுப்பு யோகர்ட் (வேறு எதுவும் கலக்காதது)

¼ கிண்ணம் ப்ளூபெர்ரி, பிளாக்பெர்ரி, ஸ்ட்ராபெர்ரி, பிற பெர்ரிகள்

½ கிண்ணம் வென்னிலா நீர் கலந்த ப்ரோடீன் பவுடர்

1 தேக்கரண்டி அரைத்த ஆளிவிதை

½ தேக்கரண்டி தேங்காய் துருவல்

4 ஐஸ் துண்டுகள்

தேங்காய் பால், யோகார்ட், பெர்ரிகள், வென்னிலா நீர் கலந்த ப்ரோடீன் பவுடர், ஆளிவிதை, தேங்காய் துருவல், ஐஸ் கட்டிகள் இவற்றை ஒன்று சேர்க்கவும். ஸ்மூதி பக்குவம் வரும்வரை நன்கு கலக்கவும். அருமையான பெர்ரி தேங்காய் ஸ்மூதி தயார்.

●

க்ரனோலா

இந்த க்ரனோலா பொதுவாக இதுவரை சாப்பிட்டு வந்த க்ரனோலாவில் இருந்து மிகவும் வித்தியாசமானது; என்றாலும் இனிப்பு, மொறு மொறு நொறுக்குத் தீனி மீது ஆர்வம் உள்ளவர்களுக்கு மிகவும் பிடிக்கும். இந்த க்ரனோலாவை பால், தேங்காய் பால், சோயா பால், இனிப்பு சேர்க்காத பாதாம் பால் ஆகியவற்றுடன் சேர்த்தும் சாப்பிடலாம். இதில் சேர்க்கப் பட்டிருக்கும் ஓட்ஸ் அல்லது கீன்வா, உலர் பழங்கள் ஆகியவை ரத்த சர்க்கரை அளவை அதிகரிக்கக்கூடும். எனினும் இவற்றில் அவை கொஞ்சமாகவே சேர்க்கப்பட்டிருப்பதால் பெரும் பாலானோருக்கு எந்தப் பெரிய கெடுதலையும் தராது.

ஆறு நேரத்துக்குப் பயன்படுத்தும் அளவுக்கான ரெசிப்பி

½ கிண்ணம் கொய்னா ஃப்ளேக்ஸ் அல்லது அரைத்த ஓட்ஸ்

½ கிண்ணம் அரைத்த ஆளிவிதை (கடைகளில் முழு விதையை வாங்கி நீங்களே பொடித்துக்கொள்ளலாம்)

¼ கிண்ணம் பொடித்த பூசணி விதை

1 கிண்ணம் உடைத்த முந்திரி

½ கிண்ணம் சுகர் ஃப்ரீ வென்னிலா சிரப்

¼ கிண்ணம் வால்நட் எண்ணெய்

1 கிண்ணம் நறுக்கிய பெகன்

½ கிண்ணம் உடைத்த பாதாம் பருப்பு

¼ கிண்ணம் உலர் திராட்சை, உலர் செர்ரிகள், இனிப்பு சேர்க்கப்படாத உலர் க்ரான்பெர்ரி

ஓவனை 325 டிகிரி ஃபாரன்ஹீட்டுக்கு சூடாக்கவும். ஓட்ஸ், அரைத்த ஆளிவிதை, பூசணி விதை, முந்திரி அரைக் கிண்ணம், வென்னிலா சிரப், வால்நட் எண்ணெய் இவற்றை ஒரு பெரிய பாத்திரத்தில் போட்டுக் கலக்கவும். 8x8 இன்ச் பேகிங் பாத்திரத்தில் 1/2 இன்ச் கனத்தில் பரப்பி வைக்கவும். நன்கு உலர்ந்து முறுமுறு என்று வரும்வரை சுமார் 30 நிமிடங்களுக்கு பேக் செய்யவும். ஒரு மணிநேரம் ஆற விடவும்.

இதனிடையில் பெகான்ஸ், பாதாம், உலர் பழங்கள், மீதியிருக்கும் அரைக்கிண்ண முந்திரி ஆகியவற்றை ஒரு பெரிய பாத்திரத்தில் போட்டுக் கலக்கவும். ஆறிய ஓட்ஸ்-ஆளிவிதைக் கலவையை சிறு சிறு துண்டுகளாக உடைத்து இப்போது தயாரித்த கொட்டை-பழக் கலவையுடன் சேர்த்துக் கிளறிச் சாப்பிடவும்.

●

சூடான தேங்காய் ஆளி விதை காலை உணவு

தேங்காய் பால் சேர்ப்பதன் மூலம் இந்த எளிய காலை உணவு எப்படி உங்கள் வயிற்றை நிரப்பிவிடுகிறது என்பதைப் பார்த்தால் ஆச்சரியப்படுவீர்கள்.

இரண்டு நேரத்துக்கு சாப்பிடலாம்

½ கிண்ணம் தேங்காய் பால், பால், கொழுப்பு நிறைந்த சோயா பால், இனிப்பு சேர்க்காத பாதாம் பால்

½ கிண்ணம் அரைத்த ஆளி விதை

¼ கிண்ணம் இனிப்பு சேர்க்காத தேங்காய் ஃப்ளேக்ஸ்

¼ கிண்ணம் நறுக்கிய வால்நட்கள், உமி நீக்கிய சூரிய காந்தி விதை, பொடித்த இலவங்கம்

¼ கிண்ணம் நறுக்கிய ஸ்ட்ராபெர்ரி, ப்ளாக்பெர்ரி, பிற பெர்ரிகள் (தேவையானால்)

பால், அரைத்த ஆளிவிதை, தேங்காய் ஃப்ளேக்ஸ், வால் நடஸ், சூரிய காந்தி விதைகள் இவற்றை ஒரு மைக்ரோ வேவ் பாத்திரத்தில் போட்டுக் கலக்கவும். இதை ஓவனில் ஒரு நிமிடம் சூடாக்கவும். பெர்ரிகள் அல்லது இலவங்கப் பட்டை தூவிப் பரிமாறவும்.

●

ஆளி விதை சுருள்

ஆளிவிதை மற்றும் முட்டை கொண்டு செய்யப்படும் சுருள் உணவு மிகவும் சுவையாக இருக்கும். அது உங்களுக்குப் பிடித்துப் போய்விட்டால் குறைவான நேரத்தில் அதை தயாரித்துவிட முடியும். உங்களிடம் இரண்டு பாத்திரங்கள் இருந்தால் ஒரே நேரத்தில் இரண்டையும் தயாரித்துவிடவும் முடியும் (எனினும் அவற்றை மைக்ரோ வேவ் ஓவனில் ஒவ்வொன்றாகத்தான் செய்ய முடியும்). இதை ஃப்ரிட்ஜில் சில நாட்கள் வைத்தும் சாப்பிடலாம். தண்ணீர் தேவைப்படும் இடங்களில் கீரை, கேரட் என பல்வேறு காய்கறிகளை வேகவைத்த தண்ணீரைக் கலப்பதன் மூலம் உணவின் ஊட்டச்சத்தை அதிகரித்துக்கொள்ளவும் முடியும்.

ஒரு நேரத்துக்கான ரெசிப்பி

3 தேக்கரண்டி அரைத்த ஆளிவிதை

¼ தேக்கரண்டி பேகிங் பவுடர்

¼ தேக்கரண்டி வெங்காயப் பவுடர்

¼ தேக்கரண்டி மிளகாய் தூள்

ஒரு சிட்டிகை கடல் உப்பு

1 தேக்கரண்டி தேங்காய் எண்ணெய், மற்றும் பாத்திரத்தில் தடவ கொஞ்சம் எண்ணெய்

1 தேக்கரண்டி நீர் (காய்கறி வேக வைத்த நீர்)

1 பெரிய முட்டை

அரைத்த ஆளிவிதை, பேக்கிங் பவுடர், வெங்காயப் பவுடர், மிளகாய் தூள், உப்பு இவற்றை ஒரு பாத்திரத்தில் போட்டுக் கலக்கவும். ஒரு தேக்கரண்டி எண்ணெய் ஊற்றிக் கலக்கவும். இவற்றுடன் முட்டையையும் நீரையும் கலந்து அடிக்கவும். தேங்காய் எண்ணெய்யால் கல்லை நன்கு தடவிக்கொள்ளவும். கலக்கி வைத்திருப்பவற்றை இதன் மேல் ஊற்றி சமமாகப் பரப்பவும். மைக்ரோவேவ் ஓவனை உச்சத்தில் வைத்து இரண்டு மூன்று நிமிடங்கள் சுடவைக்கவும். ஐந்து நிமிடங்கள் ஆறவிடவும்.

பாத்திரத்தில் இருந்து எடுக்க மெல்லிய கரண்டியைப் பயன் படுத்தவும். பிய்த்துக்கொண்டு வந்தால் பேன் கேக் திருப்பியைப் பயன்படுத்தி பாத்திரத்தில் இருந்து எடுக்கவும். தேவையான மசியல், தூவல் பொருட்களை மேலே தடவிக் கொண்டு சுருட்டிக் கொள்ளவும்.

●

முட்டை மற்றும் பெஸ்டோ காலை நேரத்துக்கான சுருள் உணவு

இந்தச் சுருள் உணவு மிகவும் சுவையானது. இதை மாலையில் தயாரித்து குளிர்பதனப் பெட்டியில் வைத்து காலை உணவாகவும் சாப்பிடலாம்.

ஒரு நேரத்துக்கு...

1 ஆளி விதை சுருள் உணவு (முந்தின பக்கத்தில் செய்முறை உள்ளது)

1 தேக்கரண்டி புதினா பெஸ்டோ, (பெஸ்டோ என்பது இஞ்சி விழுது, பார்மேசான் சீஸ், ஆலிவ் எண்ணெய் கலந்து உருவாக்கப்படும் சாஸ்)

1 வேக வைத்த முட்டை, மெலிதாக நறுக்கிக் கொள்ளவும்

2 இரண்டு துண்டு தக்காளி

கை நிறைய கீரை

இந்தச் சுருள் உணவை உடனேயே சாப்பிடப் போகிறீர்கள் என்றால் ஐந்துநிமிடங்கள் ஆற வைக்கவும். சுருள் உணவின் மேல் இரண்டு இன்ச் பெஸ்டோவைத் தடவுங்கள். நறுக்கிய முட்டையை அதன் மேல் வையுங்கள். அதன் மேல் தக்காளி

துண்டுகளை வைக்கவும். மேலே கீரையைத் தூவவும். பிறகு சுருட்டிச் சாப்பிடவும்.

•

சிக்கன் - அவகேடோ சுருள் உணவு

ஆளிவிதை சுருள் உணவை சுவையான உணவாக ஆக்கிக்கொள்ள இருக்கும் நூற்றுக்கணக்கான வழிகளில் இதுவும் ஒன்று. இதை காலை, மதியம், இரவு என மூன்று நேரத்துக்கும் சாப்பிடமுடியும். பிற பொருட்களைச் சேர்ப்பதற்கு முன்பாக, பெஸ்டோ சாஸைத் இதன் மேல் தடவிக்கொள்ளவும்.

ஒரு நேரத்துக்கான ரெசிப்பி

1 ஆளி விதை சுருள் உணவு

3 அல்லது நான்கு வறுத்த கோழி துண்டுகள்

2 சீஸ் கட்டிகள்

¼ கிண்ணம் முளைவிட்ட பீன்ஸ்

½ நறுக்கிய அவகேடா

கை நிறைய மசித்த அல்லது மசிக்காத கீரை

1 தேக்கரண்டி மயோனீஸ், கடுகு, பால் க்ரீம்

கோழி வறுவலையும் சீஸையும் சுருள் உணவின் மீது வைக்கவும். முளைவிட்ட பீன்ஸ், அவகேடோ, கீரை ஆகியவற்றை மேலே தூவவும். மயோனீஸ், மற்றும் பிற க்ரீம்களை மேலே தடவிக் கொள்ளவும். சுருளாக்கிக் கொள்ளவும்.

•

மீன்/சிக்கன் அவகேடா சாலட்

அவகேடாவுடன் எலுமிச்சை மற்றும் கொத்தமல்லி சேர்க்கும்போது கிடைக்கும் மணமும் சுவையும் வேறு எதிலும் கிடைக்காது. இந்த உணவை ப்ஃரெஷ்ஷாக சாப்பிடாமல் ஃப்ரிட்ஜில் வைத்து சாப்பிடப் போகிறீர்கள் என்றால் அவகேடாவையும் எலுமிச்சையையும் சாப்பிடுவதற்கு முன்பாகச் சேருங்கள். இதனுடன் அலங்கார தூவல்கள் சேர்த்தும் சாப்பிடலாம்.

இரண்டு நேரத்துக்கான உணவு

4 கிண்ணம் கீரை

1 மசித்த கேரட்

வேகவைத்த மீன்/சிக்கன் துண்டுகள்

1 நறுக்கிய கொத்தமல்லி

1 தோல் உரிக்கப்பட்ட அவகேடா, நறுக்கப்பட்டது

2 எலுமிச்சை துண்டுகள்

கீரை, மசித்த கேரட் இரண்டையும் சாலட் பாத்திரத்தில் போட்டுக் கலக்கவும். அதனுடன் வேகவைத்த மீன்/சிக்கன் துண்டுகளையும் கொத்தமல்லியையும் கலந்து கொள்ளவும். பரிமாறும் முன் எலுமிச்சை துண்டுகள், அவகேடாவை மேலே சேர்க்கவும்.

●

கோதுமை இல்லா பீட்ஸா

இதன் 'மேல் அடுக்கு' அவ்வளவு இறுகியதாக இருக்காது. என்றாலும் பீட்ஸா மீதான உங்கள் ஏக்கத்தைப் போக்கக்கூடியதாக இருக்கும். அதோடு கோதுமை பீட்ஸாவின் எந்த கெட்ட பின் விளைவுகளும் இதில் இருக்காது. ஓரிரு ஸ்லைஸ்கள் சாப்பிட்டாலே போதுமானதாக உணர்வீர்கள். குழந்தைகளுக்கு இது மிகவும் பிடிக்கும். அதிக ஃப்ரக்டோஸ் இருக்கும் மக்காச்சோள சிரப் அல்லது சுக்ரோஸ் உள்ள பீட்ஸா சாஸை தொட்டுக்கொள்ளப் பயன்படுத்தவும்.

நான்கு முதல் ஆறு தட்டுகள்...

1 *1-2 இன்ச் துண்டுகளாக நறுக்கப்பட்ட காலி ஃப்ளவர்*

3/4 கிண்ணம் ஆலிவ் எண்ணெய்

2 பெரிய முட்டைகள்

3 கிண்ணம் சீஸ் (12 அவுன்ஸ்)

மாமிச டாப்பிங் : 12 பவுண்ட் சாஸ்; ஏதேனும் அரைத்த மாமிசம்

12 அவுன்ஸ் பீட்ஸா சாஸ் அல்லது இரண்டு கப் தக்காளி பேஸ்ட்

காய்கறி டாப்பிங் : மிளகாய், தக்காளி, வெங்காயம், இஞ்சி விழுது, ஆலிவ், காளான், ப்ராக்கலி, புதினா இலைகள், குறு மிளகு

¼ கிண்ணம் சீஸ்

காபிஃப்ளவரை 20 நிமிடம் நன்கு வேக வைத்துக்கொள்ளவும். வேக வைத்த நீரைக் கொட்டிவிட்டு 'பிசிறு' எதுவும் இல்லாமல் நன்கு மசித்துக்கொள்ளவும். இதனுடன் கால் கிண்ணம் எண்ணெய், முட்டைகள், ஒரு கிண்ணம் சீஸ் இவற்றை நன்கு கலக்கவும். இந்தக் கலவையை ஓவனில் 350 டிகிரி ஃபாரன்ஹீட்டுக்கு சூடாக்கவும். பீட்ஸா பேனில் ஒரு டேபிள் ஸ்பூன் ஆலிவ் எண்ணெய் ஊற்றி நன்கு தடவவும். காலி ஃப்ளவர் கலவையை அதில் ஊற்றி அரை இன்ச் கனத்தில் சமமாக பீட்ஸா போல் பரத்திவிடவும். விளிம்புகளில் மட்டும் கொஞ்சம் கனம் கூடுதலாக இருக்கும்படி பார்த்துக்கொள்ளவும். இருபது நிமிடங்கள் பேக் செய்யவும்.

அரைத்த மாமிசத்தைப் பயன்படுத்திச் செய்வதென்றால் அதை நன்கு வேகவைத்துக்கொள்ளவும். பிறகு அதை சீஸ், மசித்த காய்கள், மிளகாய் கலந்து கல்லில் பீட்ஸா போல் பரத்திக் கொள்ளவும். மீதி இருக்கும் அரை கிண்ண ஆலிவ் ஆயிலை மேலே ஊற்றவும். சீஸ் நன்கு உருகும்வரை 10-15 நிமிடங்கள் ஓவனில் பேக் செய்யவும்.

●

ஹெல்தி சாலட் டிரெஸ்ஸிங்

நீங்களே உணவின் மேலே தடவும் சாலட் டிரெஸ்ஸிங் தயாரிக்கும்போது அதில் என்னவெல்லாம் சேர்க்கிறோம் என்பது நன்கு தெரிந்திருக்கும். எனவே, இதை தைரியமாகச் சாப்பிட முடியும். கோதுமை, மக்காச்சோள மாவு, ஃப்ரக்டோஸ் மக்காச்சோள சிரப், சுக்ரோஸ், ஹைட்ரஜனேட்டட் ஆயில்கள் இல்லாத பொருட்களையே பயன்படுத்துகிறோம் என்பதை உறுதிப்படுத்திக்கொள்ளுங்கள்.

இரண்டு கிண்ணம்

1 கிண்ணம் புளிக்கும் க்ரீம்

½ கிண்ணம் மயோனீஸ்

1 தேக்கரண்டி வடிகட்டிய வினிகர்

½ கிண்ணம் பார்மேஸன் சீஸ்

1 தேக்கரண்டி இஞ்சி விழுது

1½ தேக்கரண்டி வெங்காய விழுது

ஒரு சிட்டிகை உப்பு

புளித்த க்ரீம், மயோனீஸ், வினிகர், ஒரு தேக்கரண்டி தண்ணீரை ஒரு பாத்திரத்தில் போட்டுக் கலக்கவும். சீஸ், இஞ்சி விழுது, வெங்காய விழுது, உப்பு ஆகியவற்றை நன்கு கலக்கவும். தேவைப்பட்டால் இன்னொரு தேக்கரண்டி தண்ணீர் சேர்த்துக் கொள்ளவும். இந்தக் கலவையை ஃப்ரிட்ஜில் வைத்து இரண்டு மூன்று நாட்களுக்குக் கூடப் பயன்படுத்தலாம்.

●

கோதுமை இல்லா க்ரஸ்ட் கொண்ட சீஸ் கேக்

இது கொண்டாட வேண்டிய தருணம். எடை அதிகரிப்பு போன்ற எந்தப் பின்விளைவுகளும் இல்லாத கேக். அரைத்த பேகன் மாவு கோதுமை மாவின் இடத்தை இங்கு பிடித்துக்கொள்கிறது. நீங்கள் விரும்பினால் வால் நட் மாவு, பாதாம் மாவு கூடப் பயன்படுத்திக்கொள்ளலாம்.

ஆறு நேரத்துக்கான உணவு

க்ரஸ்ட்

1½ கிண்ணம் அரைத்த பேகன்

ட்ரூவியா, ஸ்டெவியா எக்ஸ்ட்ராக்ட் *(1/2 கிண்ண சுக்ரோஸுக்கு இணையானது)*

1½ பொடித்த இலவங்கப் பட்டை

6 தேக்கரண்டி உப்பு இல்லாத வெண்ணெய் (நெய்யாக்கிக் கொள்ளவும்)

1 பெரிய முட்டை (லேசாக அடித்துக்கொள்ளவும்)

1 தேக்கரண்டி வென்னிலா எக்ஸ்ட்ராக்ட்

உள்ளே வைக்கும் பொருள் (ஃபில்லிங்)

16 அவுன்ஸ் 1/3-குறைவான கொழுப்பு க்ரீம் சீஸ்,

3/4 கிண்ணம் புளித்த க்ரீம்

ட்ரூவியா, ஸ்டெவியா எக்ஸ்ட்ராக்ட் *(1/2 கிண்ண சுக்ரோஸுக்கு இணையானது)*

ஒரு சிட்டிகை உப்பு

3 பெரிய முட்டைகள்

ஒரு எலுமிச்சையின் சாறு மற்றும் ஒரு தேக்கரண்டி எலுமிச்சை ஜெஸ்ட்

இரண்டு தேக்கரண்டி வென்னிலா எக்ஸ்ட்ராக்ட்

ஓவனை 325 டிகிரி ஃபாரன்ஹீட்டுக்கு சூடாக்கவும். க்ரஸ்ட் உருவாக்க அரைத்த பேகன், இனிப்பு சுவையூட்டி, இலவங்கப் பொடி ஆகியவற்றை ஒரு பாத்திரத்தில் போட்டுக் கலக்கவும். நெய், முட்டை, வென்னிலா எக்ஸ்ட்ராக்ட்டைச் சேர்த்து கலக்கவும். பத்து இன்ச் அகல பை பேனில் இந்தக் கலவையை ஊற்றி இரண்டு இன்ச் உயரத்துக்கு வரும்படிச் செய்து கொள்ளவும்.

ஃபில்லிங் செய்ய

க்ரீம் சீஸ், புளித்த க்ரீம், இனிப்புச் சுவையூட்டி, உப்பு இவற்றைக் கலந்துகொள்ளவும். இவற்றை மிக்ஸியில் மிதமாக அரைத்துக் கொள்ளவும். முட்டை உடைத்து அதில் எலுமிச்சை சாறு, லெமன் ஜெஸ்ட், வென்னிலாவைக் கலந்து மிதமான வேகத்தில் ஒரு நிமிடத்துக்கு அடித்துக்கொள்ளவும்.

இந்த ஃபில்லிங்க க்ரஸ்டில் ஊற்றவும். நடுபகுதி இறுகும்வரை ஐம்பது நிமிடங்கள் பேக் செய்யவும். சீஸ் கேக்கை ஒரு தட்டில் வைத்து ஆறவிடவும். ஃப்ரிட்ஜில் வைத்து அதன் பின் பரிமாறவும்.

ஃபில்லிங்கை எப்படி வேண்டுமானாலும் மாற்றி அமைத்துக் கொள்ள முடியும். அரை கிண்ணம் கொக்கோ பவுடர், டார்க் சாக்லேட், எலுமிச்சை சாறுக்கு பதிலாக எலுமிச்சை ஜூஸ், பெர்ரிகள், புதினா இலைகள் என உங்களுக்குப் பிடித்தவற்றைச் சேர்த்துக்கொள்ளலாம்.

●

வாழைப்பழ - ப்ளூபெர்ரி மஃபின்

கோதுமையைப் பயன்படுத்திச் செய்யும்போது இருப்பதைவிட இது கொஞ்சம் கரடு முரடாகத்தான் இருக்கும். அதிக கார்போஹைட்ரேட் இருக்கும் வாழைப்பழம் இந்த மஃபினுக்கான இனிப்புச் சுவையைத் தருகிறது. பத்து மஃபினில்

இந்த வாழைப்பழம் கலந்து பிரிந்து சென்றுவிடும் என்பதால் ஒன்றிரண்டைச் சாப்பிடுவதால் உடம்பில் அதிக கார்போஹைட்ரேட் சேராது. ப்ளூபெர்ரிக்கு பதிலாக, ராஸ்பெர்ரி, க்ரான்பெர்ரிகள் அல்லது பிற பெர்ரிகள் சேர்த்துக்கொள்ளலாம்.

10-12 மஃபின்கள் செய்ய...

2 கிண்ணம் அரைத்த பாதாம்

¼ கிண்ணம் அரைத்த ஆளிவிதை

ட்ரூவியா, ஸ்டெவியா எக்ஸ்ட்ராக்ட் *(3/4 கிண்ண சுக்ரோஸுக்கு இணையானது)*

1 தேக்கரண்டி பேக்கிங் பவுடர்

ஒரு சிட்டிகை உப்பு

ஒரு கனிந்த வாழைப் பழம்

இரண்டு பெரிய முட்டைகள்

½ கிண்ணம் புளித்த க்ரீம் அல்லது தேங்காய் பால்

¼ கிண்ணம் வால்நட் எண்ணெய், தேங்காய் எண்ணெய், ஆலிவ் எண்ணெய்

1 ப்ளூபெர்ரிகள் *(ஃப்ரெஷ் அல்லது உறைய வைத்தது)*

325 டிகிரி ஃபாரன்ஹீட்டில் சுடவைத்துக்கொள்ளவும். 12 கிண்ண மஃபின் டின்னில் எண்ணெய் ஊற்றிக்கொள்ளவும். அரைத்த பாதாம், ஆளி விதை, இனிப்பு சுவையூட்டி, பேகிங் பவுடர், உப்பு இவற்றை ஒரு பாத்திரத்தில் போட்டு ஸ்பூனால் கலக்கிக் கொள்ளவும்.

இன்னொரு பாத்திரத்தில் வாழைப்பழத்தைப் போட்டு நன்று மசிக்கவும். முட்டைகள், புளித்த க்ரீம் அல்லது தேங்காய் பால், எண்ணெய் ஆகியவற்றை விட்டு நன்கு கலக்கவும். வாழைப்பழ மசியலை பாதாம் கலவையுடன் நன்கு கலந்துகொள்ளவும். ப்ளூ பெர்ரிகளைச் சேர்க்கவும். இந்தக் கலவையை மஃபின் கிண்ணங்களில் பாதி பாதியாக ஊற்றவும். சுமார் 45 நிமிடங்கள் பேக் செய்யவும். குச்சியால் குத்திப் பார்த்து நன்கு வெந்ததை உறுதிப்படுத்திக்கொள்ளவும். 10-15 நிமிடம் ஆறவிடவும். பிறகு இவற்றை ஃப்ரிட்ஜில் வைத்து நன்கு குளிரச் செய்யவும்.

●

கீரை – காளான் சாலட்

இதை நிறைய தயாரித்து வைத்து ஓரிரு நாட்கள் சாப்பிடப் பயன்படுத்திக்கொள்ளலாம். இறுதி மணமூட்டிகள், டிரெஸ்ஸிங் களை சாப்பிடும் முன் சேர்த்துக்கொண்டால் நல்லது. மேலே தடவும் பொருட்களைக் கடையில் வாங்குவதென்றால் கவனமாக வாங்கவும். அவை பொதுவாக அதிக ஃப்ரக்டோஸ், மக்காச்சோள மாவு சிரப் கலந்தவையாகவே இருக்கும். குறைந்த கொழுப்பு அல்லது கொழுப்பு இல்லா பொருட்களை அறவே நீக்கிவிடுங்கள். ஆரோக்கியமான எண்ணெய்யில் இனிப்பு இல்லாமல் தயாரிக்கப் பட்டிருந்தால் எவ்வளவு வேண்டுமானாலும் அதைப் பயன் படுத்திக்கொள்ளலாம். மேலே லேசாகத் தடவி அல்லது முழுவதுமாக மூழ்கடித்து என எப்படி வேண்டுமானாலும் சாப்பிட்டுக்கொள்ளலாம்.

இரண்டு நேரத்துக்கு

8 கிண்ண கீரை

2 கிண்ணம் நறுக்கிய காளான்

½ நறுக்கிய மிளகாய்

½ நறுக்கிய வெங்காயம்

2 வேகவைத்த முட்டை, வெட்டிக் கொள்ளவும்

½ கிண்ணம் உடைத்த வால்நட்

6 அவுன்ஸ் சீஸ்

வீட்டில் தயாரித்த வினிக்ரெட்டி அல்லது கடையில் வாங்கிய டிரெஸ்ஸிங்

கீரை, காளான், மிளகாய், வெங்காயம், முட்டை, வாய் நட், சீஸ் எல்லாவற்றையும் ஒரு பாத்திரத்தில் போட்டுக் கலக்கவும். டிரெஸ்ஸிங்குக்கு வைத்திருப்பவற்றையும் கலந்து கொள்ளவும். அல்லது ஒரு பாதியை எடுத்து ஃபிரிட்ஜில் வைத்துக்கொண்டு பிறகு சாப்பிடும் முன் உணவின் மேல் தடவிக் கொள்ளவும்.

இந்த சாலடில் புதினா இலை, புதினா, கொத்தமல்லி என உங்களுக்குப் பிடித்தவற்றைச் சேர்த்துக்கொண்டு வித்தை காட்டுங்கள். க்ரீம் டிரெஸ்ஸிங் சேர்த்துக்கொள்ளுங்கள்.

நன்றியுரை

நான் கோதுமை இல்லா இந்த வாழ்க்கையை எளிதில் நேரடியாகத் தேர்ந்தெடுத்துவிடவில்லை. உண்மையில் விருப்பம்-தயக்கம், ஆரம்பித்தல்-நிறுத்துதல் என பல்வேறு அலைக்கழிவுகளுக்கு பின்னரே உலக அளவில் செய்துவரப்படும் மிகப் பெரிய முட்டாள்த்தனத்தைப் புரிந்துகொண்டு அதில் இருந்து வெளியேறினேன். இந்த உண்மையை நான் புரிந்துகொண்டு பலருக்கும் சொல்ல, எனக்குப் பலர் உதவியிருக்கிறர்கள்.

எனது ஏஜெண்ட் மற்றும் நண்பரான ரிக் ப்ராட்ஹெட்டுக்கு மனமார்ந்த நன்றிகள் பல. மிகவும் பைத்தியக்காரத்தனமாகத் தோன்றும் இந்த (கோதுமை இல்லா உலக) யோசனையை முதலில் பொறுமையாகக் கேட்டவர் அவரே. நான் சொல்லி முடித்ததும் உடனே 100% ஏற்றுக்கொண்டு ஒத்துழைப்பு கொடுத்தார். நான் ஒரு ஆலோசனையாகச் சொன்னதை முழு செயல் திட்டமாக வடிவமைத்தார். ஒரு அர்ப்பண உணர்வு மிகுந்த ஏஜெண்டுக்கும் பல படி மேலானவர். இந்தச் செய்தியை எப்படி மக்களுக்குக் கொண்டு செல்வது, எப்படி திறம்பட விவரிப்பது என்று வழிகாட்டினார். இந்தப் புத்தகம் எழுதி முடிவதுவரை அவர் தந்த தார்மிக ஆதரவு பற்றிச் சொல்லவே வேண்டாம்.

ரோடேல் பதிப்பகத்தின் எடிட்டர் பாம் க்ரௌஸ் நான் இலக்கற்று எழுதித் தள்ளியவற்றை ஒருங்கிணைத்து உங்கள் கையில் இருக்கும் புத்தகமாகக் கொடுத்திருக்கிறார். தலைமுடியைப் பிய்த்தபடி, பின்னிரவுகளில் முழித்திருந்து குடம் குடமாகக் காபி

அருந்தியபடியே நான் கொடுத்த பிரதியில் பச்சை பேனாவால் திருத்தங்கள் போட்டபடியே அவர் ஏராளமான இரவுகளைக் கழித்திருப்பார் என்பது எனக்குத் தெரியும். ஒரு வருட மாலை நேர விருந்துகள் உங்களுக்குக் கொடுத்து என் நன்றியை த் தெரிவிக்க வேண்டும் பாம்!

ஏராளமானவர்கள் எனக்கு பல்வேறு உள்ளொளிகளைத் தந்திருக்கிறார்கள். ஹெரிடேஜ் வீட் ஃபவுண்டேஷனைச் சேர்ந்த எலிஷெவா ரோகோஸா (www.growseed.org) *10000* ஆண்டுகால பழங்கால கோதுமையின் பங்களிப்பு பற்றி எனக்குப் புரிய வைத்தார். அதோடு நடூஃபிய வேட்டை சமூகத்தினர் உண்டு வந்த எய்ன்கார்ன் கோதுமையை எனக்குக் கொடுத்து நானே பரிசோதனை செய்து பார்க்கும் வாய்ப்பை ஏற்படுத்திக்கொடுத்தார். கன்சாஸ் பல்கலையில் கோதுமைப் பயிராக்கம் பற்றிய பேராசிரியராக இருக்கும் டாக்டர் அலன் ஃப்ரிட்ஸ் மற்றும் யு.எஸ்.டி.ஏ. விவசாய புள்ளிவிவர நிபுணர், முன்னணி கோதுமை ஆய்வாளர் முனைவர் கேரி வோகே இருவரும் நவீன கோதுமை பற்றிய அவர்களுடைய கருத்துகளை அறியத் தந்தனர்.

நியூயார்க்கில் இருக்கும் கொலம்பிய பல்கலையின் செலியாக் நோய் தீர்ப்பு மையத்தின் இயக்குநர் டாக்டர் பீட்டர் க்ரீன் தனது மாபெரும் ஆரய்ச்சித் தரவுகளின் மூலமும் நேர் பேச்சுகளின் மூலமும் செலியாக் நோயைப் பற்றி முழுமையாகப் புரிந்து கொள்ளவும் கோதுமை ஒவ்வாமையின் ஓர் அங்கமாகவே அது இருப்பதையும் புரிந்துகொள்ளவைத்தார். மேயோ கிளினிக்கின் டாக்டர் ஜோசஃப் முர்ரே நவீன கால விவசாய வர்த்தகம் உருவாக்கியிருக்கும் கோதுமைக்கு எதிரான விஷயங்களை அழுத்தமாக முன்வைக்கத் தேவையான ஆராய்ச்சித் தரவுகளை எனக்குத் தந்ததோடு இந்த விஷயங்களை நான் நன்கு புரிந்து கொள்ள உடனிருந்து வழிகாட்டினார். அமெரிக்க கலாசாரத்தின் அனைத்து மூலை முடுக்குகளிலும் ஊடுருவி இருக்கும் இந்த மரபணு மாற்றப்பட்ட தானியம் பற்றிய அனைத்து மாயை களையும் அவர் சொன்ன விஷயங்கள் அடியோடு இடம் பெயர்த்துவிடும் என்று அழுத்தமாக நம்புகிறேன்.

இரண்டு பிரிவு மக்களுக்கு நான் நன்றி சொல்லியாகவேண்டும். என் நோயாளிகள் மற்றும் trackyourplaque.com எனப்படும் என் பரிசோதனைத் திட்டத்தைத் தொடர்ந்து கவனித்துப் பின்பற்றி

வருபவர்கள். நான் படித்தும் கேட்டும் தெரிந்துகொண்ட விஷயங்களுக்கான வாழும் உதாரணங்களான இவர்களிடமிருந்து தெரிந்துகொண்ட பல விஷயங்கள் என் புரிதலைத் திருத்தி மேம்படுத்தியிருக்கின்றன. கோதுமையை உணவில் இருந்து நீக்கினால் என்னென்ன நன்மைகள் கிடைக்கும் என்பதற்கான அழுத்தமான நிரூபணங்களை மீண்டும் மீண்டும் எனக்குத் தந்து என் சிந்தனைகளை பலப்படுத்தியவர்கள் இவர்களே.

என் நண்பரும் ஐ.டி. குருவுமான கிறிஸ் க்ளிஸ்மெட் இந்தப் புத்தகத்தை நான் எழுதி முடிக்கப் பெரிதும் உதவிகரமாக இருந்தார். வேறு யாருக்கும் தோன்றாத யோசனைகளெல்லாம் அவருக்கும் தோன்றும் என்பதால் என் கருத்துகளை அவரிடம் பகிர்ந்துகொள்ள ஆர்வத்துடன் சம்மதித்தார்.

என் அருமை மனைவி டானுக்கு நான் மிகுந்த நன்றியைத் தெரிவிக்கவேண்டும். இந்தப் புத்தக வேலைகளினால் குடும்ப விழாக்கள், இன்பச் சுற்றுலாக்கள் என பலவற்றை நான் தவிர்க்க நேர்ந்தது. எனவே, அதை ஈடுகட்ட நிச்சயம் அவரை இனிமேல் அவர் விரும்பும் வகையிலான மன மகிழ் நிகழ்வுகளுக்கு, இடங் களுக்கு அழைத்துச் செல்வேன். என் அன்பே... நான் உன்னை மிகவும் நேசிக்கிறேன். இந்த மிக மிக முக்கியமான பணியை நான்செய்து முடிக்க எனக்கு உறுதுணையாக இருந்த உனக்கு என் மனமார்ந்த நன்றிகள் பல.

முதலாம் ஆண்டு கல்லூரிக்குப் போகத் தொடங்கியிருக்கும் என் மகன் பில்லுக்கு நன்றிகள். கோதுமை பற்றி நான் வளவளவெனப் பகிர்ந்துகொண்டதைப் பொறுமையுடன் கேட்ட அவனுக்கு என் நன்றிகள். அவனுடைய பேராசிரியர்களுடன் இது பற்றி துணிந்து விவாதிக்கும் அவனுடைய துணிச்சலைக் கண்டு வியந்திருக் கிறேன். நான் இந்தப் புத்தகத்தை எழுதிக் கொண்டிருந்த காலங் களில் தன்னை ஒரு டென்னிஸ் வீராங்கனையாக வளர்த்தெடுத் திருக்கும் என் மகள் லாரெனுக்கு நன்றிகள். இனி வரும் காலங்களில் நடக்கும் போட்டிகளை நான் நிச்சயம் வந்து பார்ப்பேன் என்று உறுதியளிக்கிறேன் என் ஆசை மகளே. ஃபோர்ட்டி - லவ்!

'பிரெட் பாக்கெட்டை கீழே போடு' என்ற என் தொடர் வற்புறுத்தல்களைத் தாங்கிக் கொண்டு இருக்கும் என் வளர்ப்பு

மகன் ஜேக்கபுக்கு ஓர் ஆலோசனை சொல்ல விரும்புகிறேன்: நீ வாழ்க்கையை கொண்டாட்டமாக வாழ்ந்தபடியே உன் இலக்கில் வெற்றி பெற வேண்டும். அபாயகரமான உணவுகளை நீண்ட காலம் உண்டு மந்தமான நிலை, மன நல பாதிப்புகள், உடல் நலக் குறைபாடுகள் வந்து முடங்கிவிடக்கூடாது. மாற்றத்தைத் துணிந்து ஏற்றுக்கொண்டு மேலும் மேலும் முன்னேறு என் அன்பு மகனே.

●

www.ingramcontent.com/pod-product-compliance
Lightning Source LLC
LaVergne TN
LVHW060547051026
849519LV00002B/318
* 9 7 8 9 3 8 6 7 3 7 3 8 0 *